नेमक्या बारकाव्यांसह केलेल्या लक्षवेधी वृत्तान्त लेखनातून थॉमस फ्रेंच हे प्राणिसंग्रहालयातील प्राणी व त्यांचे रक्षक यांच्या आंतरिक विश्वाकडे पाहाण्याचा एक अनोखा दृष्टिकोन आपल्याला देऊ करतात. जेव्हा कधी आपण एखाद्या प्राणिसंग्रहालयाला भेट देऊ, तेव्हा 'झू स्टोरी' ही भावस्पर्शी कथा आपल्याला आठवल्याशिवाय राहाणार नाही.

— जेफ्री झास्लो

'द लास्ट लेक्चर'चे सहलेखक

प्राणिसंग्रहालयातील पुसट काचांमधून ज्या प्राणिविश्वाला आपण दुरून न्याहाळतो, त्या प्राणिजगताची आनंददायी तसेच उद्‌बोधक सैर 'झू स्टोरी' ही कथा आपल्याला घडवते. थॉमस फ्रेंच हे प्राणिविश्वातील सर्वशक्तिमान प्राण्यांच्या काळ्याभोर सखोल नजरेत डोकावतात जिथे माणसाला स्वत:चेच प्रतिबिंब स्पष्टपणे दिसून येते.

— जिम शेलर

'फायनल सॅल्युट'चे लेखक,

स्तंभ लेखनासाठी पुलित्झर पुरस्कार विजेते

जेव्हा हत्ती विमानप्रवास करतील तेव्हा मला एक चांगले पुस्तक वाचायला मिळाले असे म्हणता येईल. हो, पण थॉमस फ्रेंच यांनी असाच वृत्तान्त लिहिला आहे ना!

– रॉय पीटर क्लर्क,
'रायटिंग टूल्स' व
'द ग्लॅमर ऑफ ग्रामर'चे लेखक

"झू स्टोरीसारखी स्त्री-पुरुष, वाघ व चिंपांझी इत्यादी प्राण्यांची एक मनस्वी, अत्यंत भावोत्कट आणि मन हेलावून टाकणारी कथा थॉमस फ्रेंच यांच्या अगोदर दुसऱ्या कुणी कधी सांगितली नव्हती."

– माइकेल कॅपुझो,
'क्लोज टू शोअर',
'द मर्डर रूम'चे लेखक

आपल्या स्नेहीजनांना पुस्तके भेट द्या

एका प्राणिसंग्रहालयाची गोष्ट

बंदिजनांच्या बगिच्यातील संजीवन!

मूळ लेखक
थॉमस फ्रेंच

अनुवाद
मयुरी गांधी

मेहता पब्लिशिंग हाऊस

✆ +91 020-24476924 / 24460313

Email : info@mehtapublishinghouse.com
production@mehtapublishinghouse.com
sales@mehtapublishinghouse.com

Website : www.mehtapublishinghouse.com

◆ *या पुस्तकातील लेखकाची मते, घटना, वर्णने ही त्या लेखकाची असून त्याच्याशी प्रकाशक सहमत असतीलच असे नाही.*

ZOO STORY by THOMAS FRENCH

Originally Published in the United States and Canada by Hyperion as ZOO STORY. This translated edition published by arrangement with Hyperion.

Translated into Marathi Language by Mayuri Gandhi

एका प्राणिसंग्रहालयाची गोष्ट / अनुवादित सत्यकथन

अनुवाद : मयुरी गांधी
'योगदान', प्राचार्य निवास, जयसिंगपूर कॉलेज,
जयसिंगपूर, कोल्हापूर - ४१६१०१.
✆ ९९२१४४७२८०

प्रकाशक : सुनील अनिल मेहता, मेहता पब्लिशिंग हाऊस,
१९४१, सदाशिव पेठ, माडीवाले कॉलनी, पुणे - ४११०३०.

मुद्रक : स्पेक्ट्रम ऑफसेट, डी-२/४, सत्यम इस्टेट,
सीडीएसएसच्या मागे, एरंडवणे, पुणे - ४११००४.

मुखपृष्ठ : फाल्गुन ग्राफिक्स

प्रथमावृत्ती : जानेवारी, २०१५

किंमत : ₹ ३००/-

ISBN 978-81-8498-623-5

ते शिंगरू व एक स्पाइडर मंकी
आणि
प्रसन्न सूर्यप्रकाशात विनाखोगीर
रपेट मारणारी ती मुलगी
यांना समर्पित...

लेखकाची टिप्पणी

ताम्पा येथील लॉवरी पार्क प्राणिसंग्रहालयासंबंधी तसेच आफ्रिका, पनामा व न्यू यॉर्कमधील केलेल्या वृत्तान्तलेखनावर आधारित हे एक वास्तवदर्शी लिखाण आहे. यामध्ये मानव आणि प्राणी दोघांच्याही जीवनाचा व जगण्याचा मागोवा घेत असताना वापरलेली नावे व तपशील हे कल्पनानिर्मित नसून पूर्णपणे खरे आहेत. त्यामधील अनेक प्रसंगांचा मी स्वत: समक्षदर्शी आहे, तर बऱ्याच संवादांचा मी प्रथम श्रोता आहे. तथापि काही प्रसंगांची रचना ही संबंधित व्यक्तींच्या मुलाखती व त्या संदर्भात संकलित केलेल्या माहितीच्या आधारे केली आहे. काही मानवी व्यक्तींच्या विचार व भावनांचे वर्णन हे त्यांच्या अनेक वर्षांच्या स्नेहमयी सहवासातून साकारले आहे. प्राण्यांच्या अंतर्मनाचे आलेखन तर अशक्यच म्हणावे लागेल. तथापि प्राण्यांचे संवेदन, संप्रेषण (संवादक्षमता) आणि वर्तन यासंबंधीचे विस्तृत वाचन, माझ्या स्वत:च्या प्रत्यक्ष अनुभवातील निरीक्षणे तसेच प्राण्यांबरोबर जपलेल्या जवळीकतेतून त्यांना जाणणारे त्यांचे रक्षक किंवा इतर व्यक्ती यांच्या मुलाखती आणि प्राण्यांचा इतिहास यांचे केलेले सविस्तर आकलन या गोष्टींवर आधारित प्राणिजीवांच्या मनातील अज्ञात दिशा-रेषांचा माग काढण्याचा मी या पुस्तकात प्रयत्न केला आहे.

“मला माहीत आहे की, लोकांना प्राणिसंग्रहालयाविषयी फारशी आत्मीयता नाही.
सांप्रत स्थितीत धर्मश्रद्धादेखील याच समस्येशी सामना करते आहे.
‘स्वातंत्र्य’ या संकल्पनेविषयीच्या काही आभासी कल्पनांनी दोघांनाही ग्रासले आहे.”

– यान मार्टेल,
लाइफ ऑफ पाय

अनुक्रम

झेप नवीन विश्वाकडे

अकरा हत्ती आणि एक विमान आकाश मार्गाने वेगाने जात होते. ऐकायला जरी हे काल्पनिक स्वप्नासारखे वाटले, तरी ते एक सत्य होते. हत्तींची ११ छोटी पिल्ले घेऊन बोईंग ७४७ हे विमान दक्षिण आफ्रिकेपासून अमेरिकेपर्यंतचा अनेक तासांचा लांब पल्ल्याचा प्रवास करत होते. या हत्तींच्या पिल्लांकरिता तर हा प्रवास आगळा-वेगळाच होता. कारण हत्तींच्या या ११ पिल्लांना सर्कशीतील प्राण्यांप्रमाणे बंदिवासाची सवय नव्हती. ती सर्व आफ्रिकेतील स्वाझीलॅन्डच्या जंगलात जन्मलेली अरण्यवासी पिल्ले होती. मोठ्या कष्टाने व खूप खर्च करून त्यांना त्यांच्या कळपापासून वेगळे केले होते. ते सगळे अमेरिकेतील सॅनडिएगो व ताम्पा येथील प्राणिसंग्रहालयाकडे प्रवास करत होते.

ती तारीख होती, २१ ऑगस्ट, २००३. गुरुवारची ही सकाळ खूपच रेंगाळल्याप्रमाणे वाटत होती. बोईंग जेट विमानाच्या लांब गुहेसारख्या बोळकांडीतील अंधूक प्रकाशात लोखंडी पिंजऱ्यामध्ये या ११ पिल्लांना बंद करण्यात आले होते. विमानात चढवण्याच्या अगोदर त्यांना गुंगीचे औषध देण्यात आले होते. आताही ती सगळी पिल्ले गुंगीतच होती, म्हणूनच त्यांना भूकही जाणवत नव्हती. काही जण एका कुशीवर झोपले होते, तर इतर काही पिंजऱ्यात उभे राहून पिंजऱ्यासमोरून येरझारा घालणाऱ्या त्यांच्या रक्षकांच्या दिशेने आपल्या सोंडा वळवत होते. त्यांचे रक्षक पुन:पुन्हा त्यांना पाणी देत होते आणि धीराचे गोड शब्दही बोलत होते. मिक रेली त्यांना सांगत होता, ''बाळांनो शांत राहा. सगळं काही ठीक होईल.''

आफ्रिकेच्या जंगल-झाडोऱ्यात लहानाचा मोठा झालेल्या माणसाचा असतो तसा मिक रेलीचा रंग सावळा चकचकीत होता. फिकट भुऱ्या रंगाचे केस असणारा हा मिक फक्त ३२ वर्षांचा होता. आताही त्याने जंगल सफारीसाठी वापरतात तसेच खाकी कपडे घातले होते. चेहऱ्यावर शांत, दृढ आत्मविश्वास दिसत होता. हाता-पायावर जंगलबाभळीच्या काट्यांचे ओरखडे स्पष्ट दिसत होते. आफ्रिकेतील पठारी

कुरणातील लाल मातीने आत्तादेखील त्याचे जीर्ण बुट माखलेले होते.

जंगलातील पुरुषभर उंचीच्या घायपात व निलगिरीच्या गवतामधून सिंह, गेंडे, रानम्हशी यांचा मागोवा घेणे, त्यांच्या पिल्लांची अचूक मोजदाद करत त्याचे दिवस-दिवस फिरणे, त्याचबरोबर एके ४७ सारखी घातकी शस्त्रे बाळगणाऱ्या चोरट्या शिकाऱ्यांचा शोध घेणे, इत्यादीबाबी मिकच्या देहबोलीमध्ये सहजच व्यक्त होत होत्या.

आफ्रिकेच्या दक्षिण टोकाला, सर्व बाजूंनी जंगल व जमीन यांनी सीमित झालेली स्वाझीलॅन्डमधील दोन हत्ती अभयारण्ये मिक व त्याचे वडील चालवत होते. आत्ता बोईंग विमानात प्रवास करत असलेली हत्तींची ११ पिल्ले ही मिकबरोबरच लहानाची मोठी झालेली होती. या पिल्लांना मिकचा वास कळत असे, तर मिकला त्यांची भाषा समजत असे. तो त्यांच्यापैकी प्रत्येकाला नावाने ओळखत होता. त्यांच्या कौटुंबिक इतिहासाबरोबरच त्यातील कोण अधिक चिडखोर आहे, कोण अधिक सौम्य आहे, कळपामधील त्याचे स्थान काय आहे, इत्यादी सर्व गोष्टी तो जाणून होता. प्रवासादरम्यान त्या पिल्लांकडे पाहाताना तो विचार करत होता, 'काय विचार करत असतील ही सर्व पिल्ले?' त्यांना विमानाची घरघर तर स्पष्टच ऐकू येत असणार. समुद्रसपाटीपासूनची उंची व हवेचा दाबात यांच्यात झालेला बदल तसेच त्यांच्या जाडजूड पावलांत असणाऱ्या मऊसर गादीमधील अतिसंवेदनशील मज्जातंतूमार्फत विमानाची होणारी कंपनेदेखील त्यांना जाणवत असणार. पण या सगळ्या फुटकळ व विखुरलेल्या संवेदनांचा अर्थ ते काय आणि कसा लावत असतील? आपण विमानातून प्रवास करतो आहोत, हे त्यांना समजत असेल का?

मिक पुन:पुन्हा त्यांना सांगत होता, "सगळं अगदी ठीक होईल, काही काळजी करू नका."

परंतु सर्वांनीच त्याच्या या आशावादाशी सहमत व्हावे, अशी परिस्थिती नव्हती. आणि मिकला त्याची पूर्ण कल्पना होती. एकतर या विमानप्रवासाअगोदर घडलेल्या अनेक घटनांना सामोरे जाताना मिकची अतिशय दमछाक झाली होती. आफ्रिका की जिथून हे प्राणी निघाले होते व अमेरिका की जिथे ते जाणार होते, या अटलांटिक महासागराच्या परस्पर विरुद्ध किनाऱ्यावर असणाऱ्या दोन देशांमधील प्रवासाअगोदर या दोन्ही देशातील प्रदीर्घ व किचकट अशी कायद्याची प्रक्रिया पार पाडावी लागली होती. याच दरम्यान दोन्ही देशातील प्राणी हक्क संघटनांनी या हत्ती स्थलांतराला प्रचंड विरोध केला होता. ज्या लोकांनी कधी स्वाझीलॅन्डमध्ये पाऊल ठेवले नव्हते, तेथील अभयारण्यात नेमके काय घडते आहे, याची तिळमात्र ज्यांना कल्पना नव्हती, अशा प्राणिप्रेमींमार्फत दाखल केलेल्या खटल्यांना, दया अर्जांना व धिक्कारपत्रांना स्पष्टीकरणे, उत्तरे देऊन तो जेरीस आला होता. स्वाझीलॅन्डमध्ये

हत्तींची संख्या इतकी वाढली होती की, त्यांच्याकडून वृक्षसंपदा नष्ट होत होती, जंगलाचा ऱ्हास झाल्याने जंगलातील इतर प्राणिप्रजातीच्या अस्तित्वाला धोका निर्माण होत होता. एकतर काही हत्तींना ठार करावे किंवा एखाद्या प्राणिसंग्रहालयात त्यांना नवीन घर निर्माण करून द्यावे इतकी निकराची परिस्थिती निर्माण झाली होती. सध्यातरी माइकला हा दुसरा पर्यायच योग्य वाटत होता. पण अनेक प्राणी अधिकार मांडणाऱ्या गटाकडून असे मत व्यक्त होत होते की, त्यांनी प्राणिसंग्रहालयाच्या बंदिवासात जगण्यापेक्षा जंगलाच्या स्वतंत्र, मुक्त वातावरणात स्वअस्तित्वाकरिता झगडत मरणे, अधिक योग्य आहे.

असे जीवनाहून मरणाला सरस मानणारे तर्कशास्त्र मिकला मान्य नव्हते. अशी स्वातंत्र्याची भाषा जणू जंगलातून खळाळणारी शुद्ध पण काल्पनिक नदी आहे जिच्या तीरावर जंगलातील सर्व प्राणिमात्र सुखाने एकत्र नांदत आहेत. जिथे मानव व प्राणी यांच्या संख्येचे ओझे रोज वाढते आहे, जिथे मोकळी जागा दिवसेंदिवस आक्रसते आहे, जिथे दर दिवशी अनेक जीव संपुष्टीपर्यंत पोहोचत आहेत, अशा या पृथ्वीवरती स्वातंत्र्याची स्पष्ट व्याख्या करणे, तर खूप कठीण आहे. कोणत्याही एका जीवाला स्वत:च्या इच्छेनुसार आपली संख्या वाढवून दुसऱ्या जीवाला विनाशाकडे नेण्याचा इथे अधिकार आहे का?

मिकला तर इतकेच ठाऊक होते की, निसर्ग हा अस्तित्वाचा विचार करतो, आदर्शांचा नाही. आत्ता या विमानातून प्रवास करणाऱ्या हत्तींच्या ११ पिल्लांना त्यांचे अस्तित्व टिकवण्याची अशीच एक संधी देण्यात येत होती.

मिकच्या कुटुंबाने या पिल्लांना अशा तऱ्हेने प्राणिसंग्रहालयात रवाना करण्याचा निर्णय घेण्याअगोदर मिकने दोन्ही प्राणिसंग्रहालयांना भेट देऊन तिथे उपलब्ध असणाऱ्या सर्व सुविधा चांगल्या तपासल्या होत्या. पिल्लांना सांभाळणाऱ्या रक्षकांशीही संवाद साधला होता. त्याची पूर्णपणे खातरी झालेली होती की, नवीन प्राणिसंग्रहालयात पिल्लांना वावरायला पुरेशी जागा मिळणार आहे, त्यांना प्रेमाने व काळजीने मानवतेची वागणूक मिळणार आहे. अर्थात एका सर्वज्ञात विश्वातून दुसऱ्या अज्ञात विश्वाकडे होणाऱ्या स्थित्यंतराशी ही पिल्ले किती समायोजन साधतील हे सांगणे मात्र कठीण होते. हत्ती जंगलामध्ये अनेक मैलांच्या टापूत विहार करतात. ते अतिशय सूज्ञ, स्वत्वाची जाण असणारे, भावनाप्रधान प्राणी असतात. ते परस्परांशी रागाची, प्रेमाची नाती जोडतात आणि सर्वांत महत्त्वाची बाब म्हणजे या प्रजातीकडे एक सक्षम अशी स्मृती असते. कोणतीही गोष्ट, व्यक्ती किंवा कोणताही प्रसंग ते दीर्घ काळ लक्षात ठेवू शकतात.

या स्थलांतरानंतर या हत्तींच्या ११ पिल्लांना जेव्हा जाणवेल की, त्यांच्या सभोवताली उगवणारे व मावळणारे दिवस-रात्र बदलले आहेत, तेव्हा त्यांची

प्रतिक्रिया कशी असेल? निसर्गाने जी काही आकलन क्षमता त्यांना प्रदान केली आहे त्यानुसार जेव्हा त्यांना कळेल की, ते पुन्हा कधीही त्यांची जन्मभूमी – आफ्रिका, पाहू शकणार नाहीत, या स्थलांतराच्या प्रक्रियेतून जरी त्यांची सुटका झाली तरी माणसाचा गुलाम म्हणून काम करणे, हे एकच त्यांचे प्राक्तन असणार आहे, तेव्हा....

असे हे सजीव सामान घेवून बोईंग ७४७ पश्चिम दिशेकडे झेपावत होते.

तिकडे आफ्रिकेतील गवताळ कुरणांना सूर्यास्ताबरोबर जाग येत आहे. अंधारणाऱ्या उजेडातून सर्वदूर पसरणाऱ्या संध्याकाळी ॲनविल वटवाघळांचा फळांचा शोध सुरू होतो आहे. झाडांवर कुठेतरी बुश बेबी कुरकुरत आहेत. दूर पूर्वेला मोझांबिक देशाच्या उंबरठ्यावर काळीशार मखमल पांघरून लेबोंबो पर्वतरांगा उभ्या आहेत.

मखाया अभयारण्यात माथ्यावर गोल गरगरीत चंद्र उगवला आहे. एरवी डेरेदार असणाऱ्या छत्री बाभळीचा उरला-सुरला पर्णसंभार तोडून चघळत हत्तींचा एक कळप रमतगमत चालला आहे. आत्ता विमानात असणारी हत्तींची पिल्ले आत्तापर्यंत त्यांचे घर असलेल्या स्वाझीलॅन्डच्या मखाया अभयारण्यातील अशाच एका हिरव्यागार प्रदेशातून आणलेली आहेत. प्राणिसंग्रहालयाकडे नेल्या जाणाऱ्या या ११ पिल्लांच्या भविष्याबद्दल कोणताही उजवा-डावा विचार करण्याआधी त्यांचा मूळ प्रदेश कोणता होता, या अतर्क्य प्रवासाअगोदर त्यांचे वास्तव काय होते, नेमक्या कोणत्या समस्येने त्यांना इथपर्यंत पोहोचवले आहे, हेही जाणून घेणे महत्त्वाचे आहे.

मखाया अभयारण्यातील संध्याकाळची रपेट मोठी नाट्यमय असते. सोनेरी उन्हाच्या एखाद्या तिन्हीसांजेला तुम्ही लॅन्डरोवरमध्ये आरूढ होता, अभयारण्यातील धुळीच्या रस्त्याने हत्तींचा शोध घेत तुम्ही पुढे जात असता. मखाया अभयारण्यात हत्तींचा कळप बऱ्यापैकी मोठा असतो. एका कळपात छोटी पिल्ले धरून सोळापर्यंत संख्या असू शकते. हत्ती हा पृथ्वीवरील आकाराने सर्वांत मोठा प्राणी असला तरीदेखील जंगलामध्ये त्याला शोधणे अनेक वेळेला कठीणच असते. कारण तो आश्चर्यकारकरित्या हळुवार चोर-पावलांनी वावरत असतो.

जसा अंधार अधिक दाटतो तसे परिसरात इतर प्राण्यांचे अस्तित्वही जाणवू लागते. झेब्रा व इतर प्राण्यांच्या कळपांच्या वावरामुळे सभोवताली धुळीचे ढग दिसू लागतात. केप बफेलोला त्यातून धोक्याची जाणीव होते. लागलीच शिंगे उभारून ती आपल्या बछड्यासाठी संरक्षणाचा पवित्रा घेते. जिराफ आपले मोठे तपकिरी डोळे विस्फारून झाडांच्या माथ्यावरून सभोवताली कानोसा घेतात. क्षणभराने निश्चिंत होवून ढेंगाळ्या पायांनी सावकाश पावले टाकत पुढे चरत जातात. पण या

सर्वांमध्ये हत्ती मात्र दिसत नाहीत.

एक-दोन तास असेच सरतात. पर्यटक चिंता करू लागतात की, या अवाढव्य प्राण्याचे आज दर्शन तरी होणार की नाही आणि अशा वेळी अचानकपणे एक मोठा कळप त्यांच्या अगदी समोरच अवतरतो. गाडीच्या चालकाने अनवधानाने नेमकी एका हत्तींच्या कळपातच गाडी घातलेली असते. रस्त्याच्या दोन्ही बाजूला राखी काळपट रंगाचे अवाढव्य हत्ती भूत-पिशाचाप्रमाणे सभोवताल घेरतात. झाडे तोडत, फांद्या मोडत, मुरगाळत, झाडांचे बुंधे सोंडेने सोलत अगदी आनंदात या हत्तींची खाद्यभ्रमंती सुरू असते. लॅन्डरोवर जशी फुसफुसत बंद होऊन स्थिर होते, तसे त्या हत्तींचे पसरट रुंद चेहरे या आगंतुक मानव प्राण्याकडे वळतात. दोन छोटी बछडी घाईघाईने आई व मावशीच्यामध्ये आसरा शोधतात. कळपाच्या म्होरक्याची सोंड चंद्रप्रकाशात चमकत असते. सावलीतून तो जवळच्या लेपर्ड गवतात सरकतो.

गाडीत मागच्या सीटवर बसलेली एक महिला हत्तींच्या दिशेने हात पसरून एकदम उद्गारते, 'अरे हा बघ माझा बाळ. दादा मला हॅलो कर बरं!'

त्या म्होरक्याला ही जणू पुढे होण्याची सूचनाच वाटते. आरामात तो रस्त्यावर येतो आणि लॅन्डरोवरच्या दिशेने चालत राहातो. तो चिडलेला नसतो, पण त्याचा आग्रहीपणा निश्चितच लपून राहात नाही. गाडीचा चालक तत्परतेने गाडी सुरू करतो, रिव्हर्स गियर टाकतो. गाडी मागे घेऊ लागतो, तर आरशात गाडीच्या मागे उभी असलेली हत्तीण त्याला दिसते. त्या हत्तीणीनेही तितक्याच चपळाईने झाडाची एक फांदी मोडून माणसांचा मार्ग अडवलेला असतो.

आता गाडीचालकही अधिक चपळाईने हालचाल करतो. वेग कमी न करता तसेच रिव्हर्समध्ये राहून ती हत्तीण व तिने घातलेला अडथळा यांना एक लांब वळसा घालतो. झाडाझुडपांना धडकत, अडखळत आधी एका टेकाडावरून नंतर एका कोरड्या नदी पात्रातून, मागून कोणीही पाठलाग करत नाही, याची खातरी होईपर्यंत गाडी तशीच मागे घेत राहातो.

लॅन्डरोवरमधील प्रवासी धोक्यातून बाहेर आल्यावरदेखील झाल्या घटनेवर गोंधळून विचार करत राहातात. मनातील प्रश्न सहजच ओठावर येतो, ''ते हत्ती नेमके काय करत होते?'' मार्गदर्शकालाही थोडी चेष्टेची लहर येते. तो हसून म्हणतो, ''काही नाही, तिचा थोडा खट्याळपणा होता तो. हत्तींकडे इतरांना समजणार नाही, अशी विनोदबुद्धी असते.''

''हा काय केवळ खट्याळपणा होता?''

पुन्हा खांदे उडवून मार्गदर्शक म्हणतो, ''हो, हे निश्चित की ती हत्तीण आपला मार्ग अडवण्याचा प्रयत्न करत होती. हत्तींच्या कळपात अशी गाडी घालणे ठीक नसतेच. त्यांना आपल्या कळपातून कुणी गाडी चालवावी हे अजिबात पसंत नसते

आणि हे त्यांचे म्हणणे तुम्ही ऐकले पाहिजे, असा त्यांचा आग्रह असतो.''

मग कॅम्पकडे परतत असताना निवांत क्षणी तो स्पष्ट करतो की, खूप संतापलेले हत्ती बेफाम होतात, नियंत्रणाच्या बाहेर जातात . पुढे तो पूर्वी घडलेला एक प्रसंग सांगतो. हत्तींच्या कळपावरून जाणाऱ्या हेलिकॉप्टरच्या चालकाने ते हेलिकॉप्टर हत्तींच्या अगदी जवळून नेले. त्या हत्तींना याचा इतका राग आला की, त्यांनी आपल्या सोंडेने छोटी झाडे तोडून हेलिकॉप्टरच्या दिशेने भिरकावण्याचा प्रयत्न केला.

परंतु मखाया अभयारण्यातील माणूस व हत्ती यांच्यातील संघर्ष खूप सौम्य स्वरूपाचा आहे. लॅन्डरोवरमधून कॅमेरे घेऊन येणाऱ्या असंख्य पर्यटकांना न्याहाळण्याची मजा इथले हत्ती दररोजच घेत असतात. कित्येकदा माणूस प्राण्याबद्दलचे कुतूहल त्यांच्या चेहऱ्यावर दिसून येते. काही फुटांच्या अंतरावरती उभे राहून ते आपली सोंड पुढे करतात. परंतु तरीसुद्धा जेव्हा कधी हत्ती व माणूस या दोन प्रजाती एकमेकांसमोर येतात, तेव्हा अचानकपणे काहीही अनपेक्षित घडू शकते. एकदा असाच एक सायकलस्वार दुर्दैवाने नेमका एका कळपात घुसला. त्याच्या सायकलच्या खडखड आवाजाने एक सवत्स हत्तीण एकदम दचकली, भेदरली आणि त्या सायकलस्वारावर धावून गेली. पाठलाग करून तिने त्या सायकलस्वाराला सोंडेत पकडले व ती पुनःपुन्हा त्याला जमिनीवर आपटत राहिली. केवळ 'देव तारी त्याला कोण मारी,' या न्यायानेच तो बिचारा त्यातून कसाबसा वाचला.

आफ्रिकेतील इतर ठिकाणांप्रमाणेच स्वाझीलॅन्डमधील हत्ती 'हत्ती विरुद्ध मानव' या लढाईत कसेबसे तग धरून आहेत. अमेरिकन लोकांची आफ्रिकेबद्दलची अशी कल्पना आहे की, इथे विस्तीर्ण असा भूप्रदेश आहे की, जिथे अनेक प्रजाती अगदी क्षितिजापर्यंत – कदाचित पलीकडे – निर्धास्तपणे आरामात हिंडू-फिरू शकतात. वास्तव हे आहे की, इथेदेखील मानवाने इतका प्रदेश व्यापलेला आहे की, अनेक प्राण्यांचे जगणे केवळ अभयारण्यापुरतेच मर्यादित झाले आहे. ही सर्व अभयारण्ये निश्चितच विस्तीर्ण आहेत – काहीतर अनेक, शेकडो मैल पसरलेली आहेत – तरीदेखील मानवी सीमा, मानवी विस्तार व मानवी प्राधान्यक्रम यामुळे प्राण्यांच्या अस्तित्वावरती मर्यादा येत असलेल्या दिसतात.

जेव्हा एका बाजूला पृथ्वीवरील मानव ही प्रजाती इतर प्रजातींचे अस्तित्व संपुष्टात आणत आहे, त्या इतर प्रजातींचे जगणे संकुचित करते आहे, तेव्हाच दुसऱ्या बाजूला अमर्याद स्वातंत्र्याच्या कल्पनेचा आपण केवळ आधार शोधतो आहोत.

आपापल्या घरात मुलाबाळांसमवेत आपण 'द लायन किंग' पाहात असतो – ज्यात अमर्याद पठारी कुरणांमधून सिंहराज सिम्बा, पुम्बा आणि टिमॉनबरोबर आनंदगीत गात असतात. या सर्वांच्या प्रगाढ मैत्रीमधून जीवनचक्र जणू पूर्णत्वास

पोहोचलेले भासते. परंतु सत्य हे आहे की, जीवनचक्र प्रतिदिन आक्रसते आहे. आफ्रिकेतदेखील जरी तुम्ही एखादा खरोखरचा सिंह पाहाल तरी तो तारेच्या कुंपणातच असेल, हे निश्चित!

न्यूजर्सीपेक्षा लहान असणाऱ्या स्वाझीलॅन्डमध्येदेखील मानव विरुद्ध इतर प्राणी हा संघर्ष छोट्या स्वरूपात का होईना पण उपस्थित आहेच. कधीकाळी या ठिकाणी हत्ती मुक्तपणे वावरत असले, तरी सध्या मात्र फक्त मखाया अभयारण्य व ल्हाना राष्ट्रीय उद्यान या दोनच ठिकाणी हत्ती आढळून येतात. स्वाझीलॅन्डच्या शेजारील देश व दक्षिण आफ्रिकेतील इतर विस्तीर्ण अभयारण्याच्या तुलनेत ल्हाना व मखाया ही अभयारण्ये खूपच मर्यादित व विस्ताराने छोटी आहेत. या दोन्ही ठिकाणी आढळणाऱ्या हत्तींची संख्या काही डझनच असेल.

पन्नास वर्षांपूर्वी स्वाझीलॅन्डमध्ये एकही हत्ती नव्हता. एकतर ते शिकाऱ्यांकडून मारले जायचे किंवा त्यांना नैसर्गिक मृत्यू येत असे. अशावेळी मिकचे वडील टेड यांचे या भागामध्ये कार्य सुरू झाले. टेडचा जन्म स्वाझीलॅन्डमधे झाला होता. लहानपणापासूनच सभोवताली फिरणारी काळविटे, मातीमध्ये चोचीने बीळ करून घर करणारे खंड्या पक्षी पाहात इथल्या झाडाझुडपांत तो मोठा झाला. त्याने तरुणपणात घर सोडले, ते आधी पर्यावरण संरक्षणाचा अभ्यास करण्यासाठी व नंतर दक्षिण आफ्रिका व झिम्बाब्वे या शेजारच्या देशांमधील अभयारण्यामध्ये क्षेत्ररक्षकाचे काम करण्यासाठी. १९६० साली जेव्हा तो परत आला तेव्हा त्याला जाणवले की, त्याच्या अनुपस्थितीमध्ये बहुतांशी अरण्यजीवनाचा गंभीररित्या ऱ्हास झाला होता. पूर्वी तेथे प्रचंड संख्येने असणाऱ्या बहुविध प्रजाती नाहीशा झाल्या होत्या.

त्या अंतर्धान पावलेल्या सगळ्या प्राण्यांना परत आणण्याचा टेड रेलीने निश्चय केला. सर्वप्रथम त्याने म्लिल्वाना येथील कुटुंबशेती एका वन्यपशू अभयारण्यात रूपांतरित केली. त्याने वृक्षारोपण केले, कुरणे बनवणाऱ्या गवताची पेरणी केली, दलदलीचा प्रदेश निर्माण करण्यासाठी छोटे बंधारे बांधले. आणि मग काही प्राणी स्वत: पकडून म्लिल्वाना येथे आणले. काही प्राणी त्याने दुसऱ्या देशातूनही मागवले. या त्याच्या धाडसाने त्याला प्रचंड प्रतिष्ठा व प्रसिद्धी प्राप्त झाली. जझाबेल नावाच्या त्याच्या जीपमधून इम्पाला व वॉर्टहॉग प्राण्यांच्या शोधात त्याने तिथले जंगल अक्षरश: पिंजून काढले. अनाठायी धाडस करून आत शिरणाऱ्या चोरट्या शिकाऱ्यांवरदेखील करडी नजर ठेवली. विंचू, पाली, बेडकं यांनी स्वाझीलॅन्ड संपन्न केले. लंडन प्राणिसंग्रहालयातील एक हिप्पो – पाणघोडा – मादी विमानातून आणली. त्याच प्राणिसंग्रहालयातील एक हिप्पो नर जहाजातून इंग्लिश कालव्यामधून पॅरिसपर्यंत व तिथून पुढे विमानातून आणवला. त्याच्या क्षेत्ररक्षकांनी कोमती नदीकाठी नऊ फूट लांबीची मगर पकडली, तीदेखील ट्रकमध्ये घालून म्लिल्वाना येथे आणवली.

परंतु एकदा एक यातनादायक दिवस उगवला. तीस-एक जणांना बरोबर घेऊन टेड स्वत: गुंगीचे औषध दिलेल्या एका गेंड्याला ट्रकमध्ये घालून आणत होता. गुंगीत झोपलेल्या गेंड्याभोवती बसलेले लोक अचानकपणे दचकले. तो गेंडा एकदम गुंगीतून जागा होऊन बांधलेल्या दोरीशी खेचाखेच करू लागला. तो त्या लोकांसमोर चक्क उभा राहिला. सर्व बाजूंनी बांधलेला गेंडा अशक्त होता, पण तितकाच भयावह होता. तो जागा होऊन उठून उभा राहाताच काही लोकांनी पटापट ट्रकमधून बाहेर उड्या टाकल्या. इतर काही जण ओरडत राहिले. त्यांचे ओरडणे ऐकून चालकाने ट्रक थांबवला. त्या गेंड्याला परत बंदिस्त करण्यात आले.

रेलींच्या या वन्यजीव पुनर्वसनाच्या मोहिमेमुळे राजा दुसरा सोभुझा यांचे त्यांच्याकडे लक्ष वेधले गेले. स्वाझीलॅन्डमधील दुसरा सोभुझा हा आफ्रिकेतील अखेरचा सार्वभौम राजा होय. पन्नास राण्या असणारा राजा म्हणून तो अधिक प्रसिद्ध होता. तिथे दरवर्षी साजरा केल्या जाणाऱ्या रीड नृत्याच्या दिवशी अनेक कुमारिका कंचुकी न घालता अनावृत छातीने नाचत असत. अशाच कुमारिकांमधून तो आपली नवी राणी निवडत असे. देशाच्या संपन्नतेचे चिन्ह म्हणून राजाला खूप राण्या असणे व त्या राण्यांपासून राजाला पुष्कळ संतती असणे गृहीत धरले जात असे. शेजारच्या दक्षिण आफ्रिकेमध्ये स्वाझीलॅन्डला मुख्यत: एक बॅकवॉटर प्रदेश समजला जाई. अशा या स्वाझीलॅन्डमधील कंचुकीविरहित कुमारिकांचा नाच व तेथील राजा यांविषयी दक्षिण आफ्रिकेत डोळे विस्फारून भुवई वाकडी करून तिरकस टीका होत असे. पण राजेशाही पद्धतीला मनापासून मान्यता व आदर देणाऱ्या रेलींनी राजा व इथल्या परंपरांबद्दल नाके मुरडणाऱ्या लोकांकडे कधीच लक्ष दिले नाही. शिवाय वन्यजीव पुनर्वसन मोहिमेदरम्यान त्याने अनेक अवैध शिकारी, चोरटे यांच्याशी शत्रुत्व पत्करले होते. त्याचे पडसाद संसदेतदेखील उमटत होते. अशा वेळी मोहिमेचे सातत्य अबाधित राखण्याकरिता रेलींना राजाच्या पाठिंब्याची नितांत गरज होती.

या दोन्ही अभयारण्यातील सर्व प्राणी परत यावेत, असे राजा सोभुझा यांचीदेखील मनोमन इच्छा होती. परिणामस्वरूप रेलींना सोभुझांच्या रूपात एक निष्ठावान मित्र मिळाला. म्लिल्वाना येथील अभयारण्य ही तर फक्त त्यांच्या एकत्र कार्याची सुरुवात होती. राजा सोभुझा व त्यानंतर गादीवर आलेला त्यांचा मुलगा तिसरा मस्वाती यांच्या संगतीत काम करत रेलींनी ल्हाना येथे पहिल्या राष्ट्रीय उद्यानाची स्थापना केली. त्यापुढे जाऊन मखाया इथे काळा गेंडा, न्गुनी कॅटल यांसारख्या अस्तित्व धोक्यात असणाऱ्या प्राण्यांच्या रक्षणाकरिता व संगोपनाकरिता एक आरक्षित अभयारण्य उभे केले. ना नफा तत्त्वावर पशुकल्याण कल्पनाधिष्ठित एक विश्वस्त व्यवस्था तयार करण्यात आली. या व्यवस्थेमार्फत तीनही वन्यपशू उद्यानाचा कारभार चालू लागला. एकीकडे रेलींनी अधिकाधिक वन्यक्षेत्ररक्षकांना प्रशिक्षण दिले, ज्यामध्ये त्यांचा

मुलगा मिक याचाही समावेश होता, तर दुसऱ्या बाजूला या तीनही अभयारण्यात चित्ते, रानगवे, सेबल ॲन्टिलोप (काळवीट) व सिंह यासारख्या प्राण्यांच्या संख्येत ते वाढ करत राहिले.

१९८७मध्ये मिकने किशोरावस्था नुकतीच पार केली होती. याच सुमारास हत्तींचा या अभयारण्यात प्रवेश झाला. परंतु त्यांचे इथे येणे नेहमीच वादग्रस्त राहिले. एक वर्षे वयाची पिल्ले मोजली, तरी हे सगळे जास्तीत जास्त डझनभर हत्ती होते. त्यांना दक्षिण आफ्रिकेमधून ट्रकमध्ये घालून इथपर्यंत आणले होते. दक्षिण आफ्रिकेतील हत्तींची संख्या कमी करण्यासाठी दरवर्षी केल्या जाणाऱ्या 'सामूहिक हत्ये'मधून या पिल्लांचा स्वतःचा जीव वाचलेला असला, तरी त्यांनी आपल्या आत्मजांची हत्या समक्ष अनुभवलेली होती. त्यांना इथे आणण्यात काही शहाणपणा आहे याच्याशी सगळेच सहमत होतील असे नव्हते. ही अशी इतक्या लहान वयाची पिल्ले आईविना कशी जगतील? आणि जरी ती जगली तरी त्यांच्या कुटुंबीयांच्या निर्मम हत्येची स्मृती त्यांना सतावत राहील का? असे अनेक प्रश्न निर्माण होत होते.

टेड रेलींनी या सर्व प्रश्नांकडे दुर्लक्ष केले. त्यांना हे मान्य होते की, आपल्या आईच्या संगतीत जंगलात भटकणे ही पिल्लांकरिता सर्वांत आनंदाची गोष्ट असते. परंतु वर्तमानातील सत्य असे आहे की, त्यांची आई आता जिवंत नाही. अशा परिस्थितीत मखाया व ल्हाना या आरक्षित अभयारण्यात सुरक्षित राहणे; त्यांना का आवडणार नाही?

आणि खरोखरच ती हत्तीची पिल्ले नवीन वातावरणात लवकरच सहजतेने रमून गेली. इथे आल्यानंतरच्या काही वर्षांतच येथील सर्व सामग्री स्रोतांचा त्यांनी यथोचित उपभोग घेतला. खरेच, हत्ती हा भूतलावरचा अतिशय प्रेमळ असा प्राणी आहे. पण त्याचबरोबर तो अतिशय खादाड असा प्राणी आहे. दिवसातील १८ तास तो चरतच असतो. त्याच्याठायी सभोवतालच्या पर्यावरणाला स्वतःच्या सोईनुसार बदलण्याची विलक्षण क्षमता असते, जी त्यांच्याखेरीज इतर प्रजातींमध्ये सहसा आढळत नाही. मखाया व ल्हाना इथे वाढणारे हे हत्ती झाडांचे बुंधे मोडत होते, इतर अनेक झाडे उद्ध्वस्त करून नैसर्गिक जंगलांचा ऱ्हास करत होते. या सर्व विध्वंसातून झाडांवर वस्ती करणाऱ्या गरुड, गिधाड व घुबड कुलातील पक्ष्यांच्या अस्तित्वाला धोका निर्माण झाला होता. आफ्रिकेतील धोक्यात असणाऱ्या काळ्या गेंड्याच्या अस्तित्वालाही एक मोठे आव्हान निर्माण झाले होते. कारण गेंडा व हत्ती समप्रकारच्या वनस्पतीवर – गवतावर – जगतात.

सध्या बोईंग ७४७ या विमानामधून प्रवास करणाऱ्या या ११ हत्तींना विमानात चढवण्याअगोदर अनेक प्राणीहक्क संघटनांनी असा युक्तिवाद केला होता की, मखाया व ल्हानाच्या जंगलामध्ये हत्तींना वावरण्यासाठी पुरेशी मोकळी जागा

उपलब्ध आहे; इथे होणाऱ्या हत्तींच्या गर्दीचा मुद्दा अनाठायी आहे. या हत्तींना प्राणिसंग्रहालयाला विकण्याचे पोकळ समर्थन करण्यासाठी रेलींनी हत्तींच्या होणाऱ्या गर्दीचा खोटाच मुद्दा शोधला आहे.

परंतु आजदेखील या अभयारण्यांची डोळस पाहाणी करणाऱ्या कोणालाही या समस्येची गंभीरता कळू शकते. मखाया अभयारण्यातील वनसंपदेचा लक्षणीय विध्वंस झाला आहे. ल्हानामध्ये तर तो अगदी विनाशकारी आहे. जिथे हत्तींचा वावर नाही अशा तारांच्या कुंपणाने सीमित केलेल्या अभयारण्यातील टापूकडे नजर टाकली, तरी तिथला हिरवागर्द वनराईचा प्रदेश नजरेत भरतो. तिथेच उभे राहून जर आपली नजर केवळ काही इंच दुसऱ्या बाजूला जिथे हत्तींचा वावर आहे तिथे वळवली तर तेथील उजाड भकास भूप्रदेश दिसून येतो. बरीच झाडे जमिनीवर आडवी झालेली आहेत, इतर काही झाडे पर्णहीन, मोडलेल्या फांद्यांनी अस्थिपंजर होऊन उभी आहेत.

चंद्रप्रकाशात उजळणाऱ्या त्या उजाड रानाकडे पाहिले की वाटते, इथे हत्तीच काय कोणतीही जीवप्रजाती जगणे अशक्य आहे.

अथांग पसरलेला अटलांटिक महासागर आणि त्याच्यावर ढगांच्या समवेत बोईंग ७४७ विमानाची वेगवान आगेकूच चालू होती. विमानाच्या चकचकीत पंखांवर सूर्य तळपत होता. निळ्याभोर आकाशाच्या पाटीवर बहि:सारकाची एक अस्पष्टशी रेषादेखील उमटत जात होती.

विमानातील हत्ती गुंगीच्या प्रभावातून कधी आत, कधी बाहेर येत होते. काही जणांसाठी ॲझ्पेरॉन व ॲक्यूफेज या गुंगीच्या इंजेक्शनचा प्रभाव हळूहळू ओसरत होता. थकवा व शीण याची अधिकतम मर्यादा ओलांडलेला मिक अजूनसुद्धा पिल्लांच्या पिंजऱ्यासमोरून लक्षपूर्वक येरझाऱ्या घालत त्यांच्या ओळखीच्या सीस्वाती या स्वाझीलॅन्डच्या भाषेत हळुवार शब्दांत त्यांच्याशी बोलत होता, ''बाळांनो, शांत राहा! सगळं काही ठीक होणार आहे.''

मिकच्या बरोबर आफ्रिकेतील नामांकित पशुवैद्य ख्रिस किंगस्ले हत्तींना वारंवार तपासत होता. तो त्यांच्या श्वसनक्रियेवर लक्ष ठेवून होता. विमानाच्या होणाऱ्या घरघर आवाजाला पिल्ले काही प्रतिक्रिया देतात का, तसेच या स्थित्यंतरामुळे मानसिक धक्का बसून त्यांना हुडहुडी भरते आहे का, या गोष्टींची खातरजमा करत होता.

मिक व ख्रिस दोघेही गेले चाळीस-एक तास सलग सक्रिय होते. त्या बुधवारी पहाटेच्या अगोदर त्यांनी कामाला सुरुवात केली होती. प्रवासाला नेण्याअगोदर पिल्लांना ज्या तात्पुरत्या कुंपणघरात ठेवले होते, तिथे त्यांना आधी गुंगीचे औषध

दिले गेले मग क्रेन व वाहकपेट्यांच्या साहाय्याने उचलून ट्रकमध्ये ठेवले गेले अकरा पिल्लांना ट्रकमध्ये उचलून ठेवण्यास जवळ-जवळ सर्व दिवस गेला. तिथून मांझिनी या विमानतळ असणाऱ्या शहराकडे नेण्यात आले. या मांझिनीपर्यंतच्या प्रवासात सगळी रात्र सरली. मांझिनीची विमानधावपट्टी बोईंग ७४७सारख्या मोठ्या आकाराच्या विमानासाठी योग्य नसल्याने मांझिनी येथे या पिल्लांना अल्युशन आयएल-१६ या प्रकारच्या दोन विमानांत चढवून जोहान्सबर्गपर्यंत आणण्यात आले. इथे आल्यावर सर्वांना त्यांच्या पिंजऱ्यासह दोन छोट्या विमानातून उतरवून एका मोठ्या बोईंग विमानात चढवण्यात आले. या भागामध्ये सध्या हिवाळा सुरू होता. धावपट्टीवर बारीक हिमकण दिसत होते. या गोठवणाऱ्या थंडीखेरीज कागदपत्रांची देवाणघेवाण, सीमाशुल्क अधिकाऱ्यांच्या भारंभार कागदावरील सह्या इत्यादी औपचारिकबाबींची पूर्तता करणे होतेच. हे सर्व पूर्ण करून शेवटी जेव्हा विमानाने जोहान्सबर्ग धावपट्टी सोडली, तेव्हा गुरुवारची सकाळ उजाडून चकचकीत उन्हे चांगलीच वर आली होती.

या सर्व कामगिरीकरिता सात लाख डॉलर्सच्या भाडेतत्त्वावर घेतलेल्या या विमानात सध्या लादण्यात आलेल्या वजनापेक्षा आणखी काही टनांचे वजन पेलण्याची क्षमता होती. परंतु या विमानातून प्रवास करणाऱ्या या विशेष प्रवाशांना कोणत्याही प्रकारची गैरसोय होऊ नये अशी वैमानिकांची प्रामाणिक इच्छा होती. आणि म्हणूनच दक्षिण आफ्रिकेच्या विस्तीर्ण भूप्रदेशाच्या शेवटच्या टोकावरून अटलांटिक महासागरावर झेप घेताना वैमानिकांनी एका विशिष्ट कोनांतून हळुवार वळण घेतले.

जसजसा त्या बोईंग विमानाचा विषुववृत्तावरून वेळेने मागे सरकणाऱ्या आठ 'टाइम झोन' मधून प्रवास पुढे सरकू लागला तसतशी सकाळ आणि दुपार यामधील सीमारेषा अधिक पुसट होऊ लागली. एका बाजूला विमानाची घरघर आणि दुसऱ्या बाजूला पिल्लांच्या श्वासोच्छ्वासाची लय यामध्ये मिक आणि ख्रिस गुंगून गेले होते, त्यांच्या सुस्थितीची वारंवार खातरी करत होते. हातामध्ये पाण्याचे कॅन घेऊन त्यांना पुरेसे पाणी देत असतानाच पिंजऱ्याखालील ट्रे त्यांच्या मूत्राने ओसंडत नाहीत ना हेदेखील पाहात होते. हत्तींचे मूत्र इतके उग्र असते की, त्यामध्ये अनेकदा धातूही जळू शकतो.

हे सगळे ११ हत्ती १० ते १४ वयोगटातील म्हणजेच त्यांच्या किशोरावस्थेतील होते. यांपैकी चार जण ताम्पा येथे उतरणार होते, तर उरलेले सात जण सॅनडिएगो येथे जाणार होते. आत्तापर्यंत तरी त्यांची स्थिती ठीक होती. प्रवासाच्या सुरुवातीला ख्रिसला म्बाहलीची थोडी काळजी वाटत होती. या ११ जणांमध्ये ती आकाराने छोटी व वयाने लहान होती. मिकच्या दोन मुलींपैकी छोटीचे नाव तिला देण्यात

आले होते. विमानाने उड्डाण घेतले त्या सुमारास म्बाहली काहीच न खाता-पिता फक्त पिंजऱ्यात पडून राहिली होती. ख्रिसला वाटले तिला निराश, उदास वाटत असावे. पण काही वेळानंतर ही छोटी हत्तीण टवटवीत दिसू लागली. पायावर उभे राहून खाऊ-पिऊ लागली. एवढेच काय, कोणी बोलले तर आपल्या सोंडेने सौम्य स्वरूपात प्रतिसादही देऊ लागली. इतर हत्तीदेखील घुत्काराच्या स्वरस्पंदनाने एकमेकांशी बोलू लागले. जेव्हा त्यांच्यापैकी एकाने आपली सोंड उंचावून दमदार गर्जना केली तेव्हा मिक व ख्रिस तर दचकलेच. अकरा जणांमधील माद्यांपेक्षा नर अधिक अस्वस्थ दिसत होते.

अशा तऱ्हेने कोंडले जाण्याबद्दलची नाखुशी ते व्यक्त करत होते. पिंजऱ्याच्या भिंतींवर पाठ घासून, पाय ढकलून आपटून त्या भिंतींची शक्ती आजमावत होते. त्यांच्या हालचाली बारकाईने टिपत असताना मिकच्या मनात उगाचच एक अपशकुनी विचार उठला – जर या अकरापैकी एखाद्याने जबरदस्तीने स्वत:ला सोडवून घेतले तर...?

एक दृश्य त्याच्या मन:श्चक्षूंसमोर तरळले... यामधील एक नर विमानाच्या कॉकपिटच्या दिशेने जातो आहे, वैमानिकांना चिरडून विमानाचा पुढचा निमुळता भाग छेदून बाहेर पडतो आहे... तो हत्ती सागरलाटांच्या दिशेने खाली जातो आहे, विमानाचा ताबा सुटलेले वैमानिक व त्यांच्यामागून इतरही एका पाठोपाठ एक खाली कोसळत आहेत....

सर्वप्रथम जेव्हा रेली कुटुंब हत्ती समस्येवरती साधक-बाधक विचार करत होते तेव्हा त्यांच्यासमोर प्राणिसंग्रहालयाचा पर्याय अजिबात नव्हता. अनेक दशके हत्तींना मोकळे अवकाश मिळावे म्हणून निकराची लढाई केल्यानंतर त्याच हत्तींना प्राणिसंग्रहालयाच्या बंदिवासात पाठवण्याची कल्पना त्यांना धक्कादायक वाटत होती. जेव्हा मिकची बहीण ॲन रेली हिला कळले की, तिचे वडील व भाऊ काही हत्तींना ताम्पा व सॅनडिएगो येथील प्राणिसंग्रहालयात धाडण्याचा विचार करत आहेत तेव्हा तिला मोठा धक्काच बसला. "मला वाटते की, हत्तींना प्राणिसंग्रहालयाच्या बाहेर ठेवण्यासाठीच तर आपण त्यांना इथे आणले आहे, होय ना?" तिने रागाने विचारले होते.

टेड व मिकलाही मनोमन जाणवत होते की, प्राणिसंग्रहालयाचा विचार करणेही त्यांच्याकरिता कठीण जात आहे. असा फक्त विचार करतानादेखील मिकच्या मनामध्ये खूप उग्र दर्प येणाऱ्या पिंजऱ्यात, येरझाऱ्या घालणाऱ्या हत्तींचे चित्र उभे राहून तो अस्वस्थ होत असे.

“व्यक्तिश: आम्हाला प्राण्यांनी मुक्त जंगलात परत जावे, हेच अधिक योग्य वाटत होते. मी स्वत: प्राणिसंग्रहालयात क्वचितच गेलो आहे. माझी प्राणिसंग्रहालयाची कल्पना ही अगदी ५० वर्षांपूर्वीची जुनी आहे.”

नसबंदी करणे किंवा शस्त्रक्रियेने जननेंद्रिय काढणे, हे पर्यायदेखील योग्य नव्हते. मुक्त रहिवास असणाऱ्या हत्तींवर असे थोडेफार प्रयोग झाले होते, परंतु कोणतीही खातरीशीर पद्धत सापडत नव्हती. माद्यांचा नेमका ऋतुकाल निश्चित करणे किंवा नराच्या नसबंदीसाठी लागणारा नेमका वेळ माहीत नसणे; तसेच एका नरावर शस्त्रक्रिया करताना पाहाणाऱ्या इतर हत्तींची हिंस्र प्रतिक्रिया इत्यादी समस्यांमुळे अशा उपायप्रक्रियांविषयी विचार करता येत नव्हता. तसेही अभयारण्यातील हत्तींची संख्या अगोदरच अधिक होती.

येथील अतिरिक्त हत्तींना ठेवून घेतील, अशा स्वाझीलॅन्ड शेजारील दक्षिण आफ्रिकेमधील इतर अभयारण्यांचा विचार रेली कुटुंबाने केला होता. परंतु प्रत्येक वेळेस जेव्हा या हत्तींना नवीन घराची आशा निर्माण झाली, तेव्हा नेमकी त्यांना परवानगी नाकारण्यात आली. कारण दक्षिण आफ्रिकेकडे असणाऱ्या हत्तींची संख्या आधीच अतिरिक्त झाली होती व दक्षिण आफ्रिकेचे सरकार बाहेरून हत्ती आणण्यास परवानगी देत नव्हते.

मग त्यांनी दक्षिण आफ्रिका सोडून आफ्रिकेतील इतर ठिकाणांचादेखील विचार केला. पण जिथे-तिथे चोरट्या शिकारीचा धोका मोठ्या प्रमाणात असल्याचे दिसून येत होते. दक्षिण आफ्रिकेपेक्षा हत्तींची संख्या अधिक असणाऱ्या बोस्वानामध्ये तर एखादा श्रीमंत हौशी शिकारी पन्नास हजार डॉलर्स देऊन अभयारण्यातील एखाद्या नराची शिकार करू शकत असे. शिकार केल्यानंतर मग तो शिकारी मृत हत्तीच्या शरीरावर एक पाय ठेवून ऐटीत फोटो काढत असे. रेली कुटुंबाची अशी अजिबात इच्छा नव्हती की, त्यांच्या मखाया व ल्हाना अभयारण्यातील हत्तींचा शेवट अशा

शिकारीत होऊन त्यांचे शरीर कुणाच्या निर्घृण यशाचे प्रतीक व्हावे, त्यांचे मांस व हस्तिदंत काळ्या बाजारात विकले जावे. परंतु जर इतर कोणता पर्याय मिळालाच नाहीतर मात्र माइक व त्याच्या वडिलांनाच त्यांच्याकडे असलेल्या कळपातील काही हत्तींना ठार करण्याशिवाय गत्यंतर नव्हते. अशा या ‘सामूहिक हत्ये’च्या मार्गाने त्यांनी त्याच जंगलातील वॉर्टहॉग (सुळ्याचे रानडुक्कर) व इम्पाला (वेगाने धावणारे काळवीट) या प्राण्यांची संख्या मर्यादित केली होती. तोच मार्ग हत्तींच्या बाबतीत अवलंबण्यास ते तयार होते. अर्थात मनोमन त्यांना या गोष्टीची पूर्ण जाणीव होती की, ‘सामूहिक हत्येचा’ मार्ग इतर कोणत्याही प्राण्यांपेक्षा हत्तींसाठी वापरताना मनात कमालीची चलबिचल होते.

हत्तींचा अवाढव्य आकार, त्यांची कुशाग्र बुद्धी व गुंतागुंतीची भावनिकता

यामुळे त्यांना कमीत कमी विरोध होतो. कळपातील पिल्लांचे केवळ त्यांच्या आईकडूनच नव्हे, तर मावश्यांकडूनसुद्धा ज्या प्रेमाने संगोपन होते, त्याचे माणसाला खूप कौतुक आहे. त्यांची असामान्य स्मृतिक्षमता ही त्यांच्याठायी आढळणाऱ्या स्वज्ञानाचा व भूत-भविष्याच्या जाणिवेचा पुरावा ठरते. नीतिशास्त्रज्ञांच्या मते तर या सर्व क्षमतांमुळे हत्तींना व्यक्तिविशिष्ट स्थान प्राप्त होते आणि म्हणूनच मानवाला असलेले सर्व अधिकार हत्तींनादेखील असले पाहिजेत, असा एक विचार पुढे येतो. हत्तींचा कळपप्रमुख एक नर नसून एक मादी असते, जिला 'मॅट्रिआर्क' म्हणजे 'कुटुंबस्वामिनी किंवा महामाता' असे संबोधले जाते. अशा कुटुंबस्वामिनीने कोणत्याही नराच्या अधिक्षेपास न जुमानता कळपाचे नियंत्रण करावे, ही हत्तींची सामाजिक श्रेणीरचना मानवामधील स्त्रीवादी विचारांना पुष्टी देणारी ठरते. अनेकांसाठी हत्ती हा प्राणी निसर्गरक्षण व आधुनिक विकास यांमधील समन्वयाचे प्रतीक आहे. केवळ एक भयावह प्राणी यापेक्षा निसर्ग प्रबोधनाचे माध्यम म्हणून त्याला अधिक मान्यता दिली जाते. या सर्व कारणांमुळे इतर कोणत्याही प्राण्यांपेक्षा हत्ती हा प्राणी माणसाला अधिक जवळचा वाटतो.

तरीदेखील हत्तींची 'सामूहिक हत्या' हे आफ्रिकेतील देशांमध्ये असणारे विदारक सत्य आहे. विशेषकरून विसाव्या शतकाच्या उत्तरार्धात हस्तिदंताच्या व्यापारावर घातलेल्या कडक बंदीचा परिणाम म्हणून आफ्रिका खंडाच्या दक्षिणेकडील प्रदेशांमध्ये हत्तींची संख्या एकदम वाढलेली दिसून आली. १९६० ते १९९०च्या दशकादरम्यान झिम्बाब्वे, झाम्बिया, नामिबिया व दक्षिण आफ्रिकेत कळपातील हत्तींची संख्या कमी करण्यासाठी 'सामूहिक हत्ये'चा सररास वापर केला जाऊ लागला. युगांडात एक थोडी जुनी पद्धत वापरली जात असे. काही शिकारी एकत्रितपणे हत्तींच्या कळपाचा ठावठिकाणा अगोदरच हेरून त्या ठिकाणी दबा धरून बसत. जेव्हा ते हत्ती बऱ्यापैकी टप्प्यात येत तेव्हा खोकून, खाकरून किंवा एखादी झाडाची फांदी तोडून हत्तींचे लक्ष वेधून घेतले जाई. दचकलेले, घाबरलेले हत्ती आपल्या बछड्यांभोवती सुरक्षारिंगण तयार करत. या रिंगणाच्या परिघावर असणाऱ्या मोठ्या हत्तींना बंदुकीने ठार करणे सोपे जाई. झिम्बाब्वेमध्ये दरवर्षी जवळपास ५०,००० हत्तींची हत्या केली जात असे. त्यांचे तंत्रही अधिक सफाईदार होते. कमी उंचीवरून उडणाऱ्या विमानामार्फत हत्तींना अशा ठरावीक ठिकाणी आणले जायचे की, जिथे अगोदरच स्वयंचलित शस्त्रे घेऊन शिकारी वाट पाहात असत. प्रजननक्षम कळपातील नर अगोदर मारले जात, त्यांच्यानंतर कळपातील 'कुटुंबस्वामिनी किंवा महामाता' व इतर माद्यांना मारले जात असे. कळपातील 'कुटुंबस्वामिनी किंवा महामाता' हिला प्रथम मारण्याचा अनेक देशांत प्रघात होता. कारण तीच संपूर्ण कळपाला सूत्रबद्ध नियंत्रित करत असते. तिच्या अनुपस्थितीत सगळा कळप गोंधळून जातो, दिशाहीन

होतो. काही वेळेला तर बंदूकधारी शिकारी कुटुंबप्रमुख स्त्रीचे मेलेले शरीर चिरून उघडे करून ठेवत. त्या ओढीने इतर हत्ती तिथे पोहोचले की, त्यांचीदेखील हत्या केली जात असे.

दक्षिण आफ्रिकेतील क्रुगर राष्ट्रीय उद्यानात या निर्मम हत्याप्रकाराचा उदय झाला. हे एक अतिविस्तृत असे वन्यपशुउद्यान आहे की, जिथे एका दशकादरम्यान १४,००० हत्तींची 'सामूहिक हत्या' केली गेली. या उद्यानात दरवर्षी सांभाळता येण्याजोगी एक संख्या निश्चित केली जात असे आणि मग आकाशात हेलिकॉप्टर्सची घरघर सुरू होत असे. ठरावीक कळपाला पूर्वनियोजित प्रदेशात गोळा केले जायचे. काही वेळेला तर हत्तींना अनेक मैल पळवले जात असे. हा हत्याप्रदेश पर्यटकांच्या नजरेपासून दूर परंतु गस्त घालण्याच्या रस्त्याजवळ असे, जेणेकरून या महाहत्येनंतर ती जागा लवकरात लवकर साफ करण्याची सोय करता येईल. आकाशात हत्तींच्या डोक्यावर घिरट्या घालणारी हेलिकॉप्टर्स कळपाला घाबरवून हत्याप्रदेशाकडे घेऊन येत असत. तिथे पोहोचल्यावर तीच हेलिकॉप्टर्स कळपावर चारही बाजूने काही काळ घिरट्या घालत, जेणेकरून तो कळप अधिकाधिक जवळ येईल. आपल्या आईच्या जवळ राहण्याचा प्रयत्न करणारी बछडी अडखळत, पडत असत. हेलिकॉप्टरच्या सावल्या त्यांच्या अंगावरून सरकत तेव्हा प्रौढ हत्ती आकाशाच्या दिशेने सोंड उंचावून गर्जना करत.

मधल्या काही काळात एक वेगळी 'हत्या' पद्धत वापरली गेली. माणसाला शस्त्रक्रियेदरम्यान दिले जाणारे स्कोलाइन हे गुंगीचे औषध लावलेले बाण; हेलिकॉप्टरमधून हत्तींना मारले जात. जमिनीवरती सुमारे ६० जणांचा गट या गुंगीत असणाऱ्या प्रचंड धुडाचा खातमा करत. परंतु ही पद्धत अमानुष समजून लवकरच बंद करण्यात आली. बऱ्याच वेळेला गुंगीच्या औषधाचा बाण लागलेला हत्ती दीर्घकाळापर्यंत बेशुद्ध होत नसे. उलट जमिनीवरील लोकांनी त्याला गोळ्या घालताना गुदमरून, श्वास घुसमटूनच तो मरत असे. स्कोलाइनच्या वापरावरही परिणामी बंदी घालण्यात आली. त्याऐवजी हेलिकॉप्टरमधील नेमधारी व्यक्तीकडे लांब पल्ल्याची बंदूक असे. हेलिकॉप्टर नेमके त्या कळपावर मागच्या बाजूला स्थिर केले की, तो बंदूकधारी हत्तीच्या पाठीमागून त्याच्या गळ्यावर व कवटीच्या खाली गोळ्या झाडत असे. हत्तीवर नेम धरणे, अगदी सहज व सोपे असते. ते सहजपणे टप्प्यात येऊ शकतात. विशेषकरून ते डोके स्थिर ठेवून सरळ रेषेत धावतात. गोळी त्यांच्या नेमकी मेंदूवर लागली असता त्यांचा तत्काळ मृत्यू होतो. अगदी अर्ध्या पावलात ते कोसळतात, तेही इतक्या जलद व जोरात की, त्यांचा सुळा जमिनीमध्ये नांगराच्या फाळासारखा खोलवर घुसतो.

हत्तींवर नेम धरणाऱ्या, त्यांची हत्या करणाऱ्या माणसांना लवकरच समजून

चुकले की, इतर प्राणी तसेच उद्यानातील अतिशय दुर्मीळ व मौल्यवान वनसंपदा वाचवण्याकरिता हत्तींच्या निष्ठुर हत्येला पर्याय नाही. क्रुगरमधील सातत्याने वाढणाऱ्या हत्तींच्या संख्येने अनेक वनराया उजाड केल्या होत्या, बाओबाबच्या फळबागा उद्ध्वस्त केल्या होत्या. यातील बाओबाबची काही झाडे तर गेल्या ४०० वर्षांपासून इथल्या पठारी कुरणांमध्ये तगून होती. या सर्वांचा अर्थ असा मुळीच नाही की, या अनेक कारणांनी एखाद्या हत्तीणीला गोळी घालणे व तिच्या कोसळलेल्या प्रेताशेजारी चिखलात धडपडणारे तिचे निष्पाप पिल्ल्लू पाहाणे सोपे आहे.

"हे सगळे करण्यात मला आनंद मिळतो का, हे तुम्ही मला विचारूच नका." एक शिकारी वनरक्षक एका ब्रिटिश वार्ताहराला म्हणाला. या वार्ताहराने गेल्या शतकाच्या नव्वदीच्या पूर्वार्धात 'सामूहिक हत्या' समक्ष पाहिली होती. त्या एका दिवशी त्या क्षेत्ररक्षकाच्या चमूने ३०० हत्तींची हत्या केली होती. तो क्षेत्ररक्षक पुढे म्हणाला, "हत्ती हा सर्वांत सुंदर व राजस प्राणी आहे. क्रुगरमधील इतर प्राण्यांपेक्षा मी हत्तींचा सर्वांत जास्त आदर करतो. मला जाणीव आहे की, आम्ही जणू देव असल्यासारखे वागतो. निश्चितच आम्ही देव नाही. जेव्हा कधी ही 'सामूहिक हत्या' केली जाते, आपल्यातील अमूल्य अशी सृष्टता संपत जाते. हे काम अजिबात चांगले नाही. पण माणसांना हे केलेच पाहिजे."

या महाहत्याकांडानंतरचा परिणामदेखील विघातकच असतो. स्वत:चे पालनपोषण करण्याइतपत सक्षम असणाऱ्या पिल्लांना बहुधा एकतर दुसऱ्या आरक्षित उद्यानात पाठवले जाते किंवा मग इंग्लंड-अमेरिकेतील प्राणिसंग्रहालयांना विकले जाते. काही वेळेस आईची हत्या पाहिलेले पिल्लू भेदरून पळून जाते. त्याने असे पळून जाऊ नये म्हणून त्याला ट्रकमध्ये चढवेपर्यंत त्याच्या आईच्या प्रेताला बांधून ठेवतात. त्यांच्या आजूबाजूलाच प्रेताची विल्हेवाट लावणारी माणसे पांढरे बूट व अंगभर कपडे घालून त्या प्रेताची करवतीने चिरफाड करून तुकड्या-तुकड्यांमध्ये ते प्रेत तिथून हालवत असतात. उरलेल्या हाडा-मांसावर ताव मारण्यास अधीर झालेली गिधाडे जवळच्या झाडावर पंख फडफडवत असतात. थोड्या दूरवर तरसदेखील वाट पाहात असतातच.

प्रेताची विल्हेवाट लावणाऱ्या लोकांकडून हत्येची जागा शक्य तितकी स्वच्छ केली जाते. इतर कळपांना तिथे येऊन तिथे झालेल्या हत्याकांडाची दखल घेऊ नये याची ते खबरदारी घेतात. अनेक वर्षे अभयारण्यातील अनेक प्रजातींचा जवळून अभ्यास केल्यानंतर इथल्या प्रत्येक कर्मचाऱ्याला ठाऊक आहे की, हत्तींना मृत्यूची तीक्ष्ण जाणीव असते. आपल्या नातलगांच्या, सहृदांच्या मृत्यूच्या ठिकाणी ते न चुकता पोहोचतात. अनेक वेळेला तर आपल्या मृत नातलगाला गवत आणि फांद्या घालून झाकूनही टाकतात. काही संशोधकांचे तर असे म्हणणे आहे की, जिवंतपणी

कधीतरी भेटलेल्या हत्तीचे कलेवरदेखील ते ओळखू शकतात. युगांडामध्ये अशाच एका हत्याकांडानंतर वनरक्षकांनी ठार केलेल्या हत्तींचे पाय आणि इतर काही अवयव एका पडवीमध्ये रचून ठेवले होते. त्या रात्री हत्येमधून वाचलेले हत्ती त्या पडवीत घुसले व आपल्या नातलगांचे शेष अवयव फांद्या व पाला घालून त्यांनी दफन केले.

क्रुगरमधील अधिकाऱ्यांची अशी अजिबात इच्छा नसते की, मागे जिवंत राहिलेल्या हत्तींच्या मनात भीतीची किंवा सुडाची भावना रेंगाळत राहावी. भावनांचे ओरखडे उठलेल्या मनामध्ये माणसांबद्दल सूडभावना निर्माण होऊन उद्यानाला रोज भेट देणाऱ्या पर्यटकांवर त्यांनी हल्ला करू नये म्हणून प्रेताची विल्हेवाट लावणारे हत्येचा प्रदेश पूर्ण स्वच्छ करतात. किंचितसाही मागमूस राहू नये याची काळजी घेतात. रक्ता-मांसाने भिजलेल्या जमिनीवर ट्रक आणि क्रेन पुढे-मागे करत ते मृतदेह क्रुगरच्या कत्तलखान्याकडे रवाना करतात. हस्तिदंत गोळा करून गोदामामध्ये रचले जातात. मांस आणि कातडे विकले जाते. अशा तऱ्हेने मृतांची निशाणी पूर्णपणे नाहीशी कली जाते.

इतके सगळे उपाय, प्रयत्न केले तरी क्रुगरमधील मागे राहिलेल्या हत्तींना कळून चुकते की, काहीतरी भयंकर घडलेले आहे. अशा या हत्येनंतर बाकीचे हत्ती अनामिक गुरुत्वाकर्षणाने खेचल्यासारखे सर्व दिशांतून हत्याप्रदेशाकडे गोळा होतात. जणू त्या जागेची तपासणी केल्यासारखे त्या ठिकाणी काही काळ रेंगाळतात. त्यांच्या एकूण वर्तनातून तर असेही जाणवते की, हत्याप्रकार संपण्याअगोदरच त्यांना या सर्व प्रकाराची जाणीव झालेली होती. एका ठिकाणी हत्या चालू असताना, त्या ठिकाणाहून दूर असणाऱ्या हत्तींना त्या हत्त्येची जाणीव होऊन ते हेलिकॉप्टर्स आणि बंदुकीच्या गोळीबारापासून दूर जाताना दिसून आले होते. झिम्बाब्वेमध्ये तर हत्याप्रदेशापासून ९० कि.मी. अंतरावर असलेले हत्ती इतके घाबरलेले आढळले की, त्यांनी लपण्यासाठी आसरा घेतला होता. नंतर आढळून आले की, अभयारण्याच्या दूरच्या कोपऱ्यात ते सगळे एकवटून राहिले होते.

त्यांना अशी ही भीतीची चाहूल लागते तरी कशी? काही प्रसंगी हत्येदरम्यान वाऱ्याबरोबर रक्ताचा वास त्यांच्या अतिसंवेदनशील घ्राणेंद्रियापर्यंत पोहोचत असावा किंवा हेलिकॉप्टरच्या पात्यांची घरघर त्यांनी ऐकली असावी. १०० कि.मी. अंतरावरील वादळाचा आवाजदेखील हत्ती ऐकू शकतात, असे म्हटले जाते. हत्तींच्या शरीर शास्त्राचा व त्यांच्या सवयींचा अभ्यास करणाऱ्या संशोधकांना असे दिसून आले आहे की, अस्वस्थ असणारा कळप वस्तुत: दूर अंतरावर कत्तल केल्या जाणाऱ्या हत्तींच्या हताश हाकेला प्रत्युत्तर देत असतो.

दैनंदिन जीवनात हत्ती चित्कार, किंकाळी, गर्जना इत्यादी निरनिराळ्या आवाजांतून

एकमेकांशी संवाद साधत असतात. माणसाला ऐकू येणार नाही, अशा घोगऱ्या कंठस्थ आवाजात ते एकमेकांना माहिती देत असतात. हत्तींच्या आसपास असणाऱ्यांना हा घोगरा संवाद, ज्याला 'हवेची स्पंदने' म्हटले जाते, अशा ढगांच्या गडगटाप्रमाणे जाणवू शकतो. नीचतम ध्वनीलहरींची नोंद करणारे संवेदनशील उपकरण वापरून हवेतील ध्वनीकंपनांचे मुद्रण करणाऱ्या केनियातील एका संशोधकाला हत्तींचा हा घोगरा आवाज मांजराच्या गुरगुरण्यासारखा वाटला. ही अतिसूक्ष्म ध्वनीकंपने हत्ती आपल्या कानाने तर ऐकतातच, पण त्याचबरोबर त्यांच्या पायानांदेखील या ध्वनीलहरींची जाणीव होते. चालत असताना त्यांच्या पायाच्या तळव्यातील मऊ मांसल भागात असलेल्या गती संवेदनक्षम पेशींच्या साहाय्याने त्यांना भूगर्भीय तरंगांचे कंपन जाणवते. आपल्या जोडीदाराला आकृष्ट करण्यासाठी, वर्चस्व स्थापित करण्यासाठी तसेच खड्ड्यातील चिखलात पडून हरवलेल्या बछड्यांचा शोध घेण्यासाठी हत्ती या नीचतम तरंगक्षमतेच्या ध्वनीलहरींचा वापर करतात.

आपल्याच कळपातील इतरांच्या सामूहिक हत्येचा बसणारा मानसिक धक्का पूर्णपणे काबूत ठेवणे कठीण असते. जेव्हा हेलिकॉप्टरमधून होणाऱ्या हल्ल्यामुळे हत्ती सैरभैर होतात, इतस्ततः धावपळ करतात तेव्हा ते निश्चितच क्षितिजापलीकडील आपल्या बांधवांना धोक्याचा संदेश पाठवतात. दूरवर असलेले इतर हत्ती क्षणभरात स्थिर व निश्चल होतात. डोके पुढे-मागे करतात, आणखी संदेश स्पष्टपणे मिळण्यासाठी पूर्ण पसरलेले कान अधिकच टवकारतात. मरणाऱ्या हत्तींच्या वेदनेतून येणारी ही अस्फुट साद कोण जाणे किती वेळपर्यंत येत राहाते. कदाचित दहा मिनिटे, कदाचित अर्धा तास, पण मग मात्र ही साद मुकी होत जाते.

स्वाझीलॅन्डमधील हत्तींचा जन्म अशा रक्तरंजित इतिहासातूनच झाला होता. ते क्रुगरमधील हत्येमधून वाचलेल्या शेकडो बछड्यांपैकीच होते. तेदेखील हेलिकॉप्टरची घरघर ऐकून भांबावून इतस्ततः धावले होते. त्यांनीही बंदुकांचे बार ऐकले होते, आणि त्यांनीही त्यांच्या कुटुंबीयांची कत्तल होताना पाहिली होती.

त्या वेळेपासून या अनाथ झालेल्या हत्तींनी प्रचंड उत्पात माजवला होता. दक्षिण आफ्रिकेत निरनिराळ्या वन्यजीव उद्यानांमधील हत्तींच्या वर्तनात मानसिक धक्क्यानंतर निर्माण होणाऱ्या तणाव असंतुलनाची चिन्हे स्पष्ट स्वरूपात दिसून येत होती. ते एकदम मोठ्या प्रमाणात दचकत, किरकोळ कारणाने आक्रमक बनत. त्यांच्या वर्तनावर संस्कार करण्यासाठी त्यांच्याबरोबर कोणीही प्रौढ म्होरक्या नसल्याने धुडगूस घालण्यात ते सर्व वाकबगार बनले होते. ते कुंपणांची मोडतोड करत नळ्या ओढून काढत, शेतकऱ्यांची पिके तुडवून नष्ट करत. माणूस त्यांना नजरेसमोर सहन

होत नव्हता. दिसलेल्या प्रत्येक माणसावर ते धावून जात. क्वचित उदाहरणात तर या अस्वस्थ हत्तींनी लैंगिक भावनेने गेंड्यांवर आक्रमण करून त्यांना ठार मारले होते.

रेली कुटुंबानेही त्यांच्या हत्तींच्या अनाथ पिल्लांबाबत अशाच काही समस्या व अडचणी अनुभवल्या होत्या. गेल्या काही वर्षांमध्ये मखाया व ल्हानामधील काही नर हत्तींनी पांढऱ्या गेंड्यांवर आक्रमण केले होते. एका नर हत्तीने तर २४ तासांमध्ये गेंड्यावर तीन वेळा गंभीर स्वरूपाचे हल्ले केले होते. मिकने स्वत: त्या आक्रमक नराला गोळी घालून ठार केले होते. सुदैवाने अशा घटना मोजक्या व क्वचितच घडणाऱ्या असतात. मिकच्या अभयारण्यात असणाऱ्या तीन डझन हत्तींमध्ये अधिकतर माद्याच होत्या. इथे उपलब्ध असणारे जंगल व आपली भूक यांचे प्रमाण समस्थिर ठेवून सभोवतालच्या परिसराशी त्यांनी चांगले जुळवून घेतले होते.

क्रुगर अभयारण्यातून काही हत्तींना मखाया व ल्हाना इथे आणल्यानंतर बरोबर सात वर्षांनी म्हणजेच २००१ साली या दोन्ही अभयारण्यातील जंगलांचा विध्वंस इतका पराकोटीला पोहोचला होता की, रेली कुटुंबासमोर त्यांच्या अभयारण्यात सामूहिक हत्येशिवाय इतर कोणताही पर्याय राहिला नव्हता.

''सभोवताली होणारा विनाश पाहाता आमच्याकडे वेळच शिल्लक नव्हता.'' मिक म्हणाला.

नेमक्या याच वेळी सॅनडिएगो व ताम्पा या अमेरिकेतील दोन प्राणिसंग्रहालयांनी वेगळा पर्याय सुचवला. दोन्ही प्राणिसंग्रहालयाचे अधिकारी रेली यांच्या अभयारण्यात आले. या हत्तींचे नवे घर कसे असेल, किती सुविधांनी परिपूर्ण असेल, याचे सविस्तर वर्णन केले. सॅनडिएगो प्राणिसंग्रहालयाकडे हत्तींकरिता अगोदरच तीन एकर राखीव जागा होती. ताम्पा येथील लॉवरी पार्क प्राणिसंग्रहालय तितक्याच क्षेत्रफळाची जागा उपलब्ध करण्यास तयार होते. दोन्ही प्राणिसंग्रहालयांनी त्यांच्याकडे असणाऱ्या सुविधांची खातरजमा करण्यासाठी रेलींना आमंत्रित केले. मिक तत्काळ विमानाने अमेरिकेला गेला, त्याने दोन्ही ठिकाणांना भेटी दिल्या. तिथल्या केवळ सुविधाच नाहीतर तेथील कर्मचाऱ्यांचे ज्ञान, त्यांची प्रेमळ वृत्ती हे सर्व पाहून तो खूश झाला.

अमेरिकेला जाऊन आल्यानंतर मिक म्हणाला की, सॅनडिएगो प्राणिसंग्रहालयातील पशुऔषधालय हे स्वाझीलॅन्डमधील कोणत्याही पशुऔषधालयापेक्षा अत्याधुनिक व सर्व सोयींनी युक्त होते. लॉवरी पार्कमधील मॅनेटी माशांकरिता असणारे रुग्णालय पाहून तर मिक अवाकच झाला. या रुग्णालयात अनेक जखमी, आजारी मॅनेटींवर उपचार होऊन त्यांना पुन्हा निसर्गामध्ये यशस्वीरीत्या सोडण्यात येत होते.

आणि मग अशा तऱ्हेने पक्कं ठरलं! जर मखाया व ल्हानामध्ये हत्तींना जागा अपुरी पडत असेल तर सॅनडिएगो व लॉवरी पार्कचाच पर्याय उत्तम होता.

टेडने सांगितले, ''अहो, बाहेरच्या जगात अनेक प्राणिसंग्रहालये आहेत व

असतील ज्यांचा आपण सामूहिक हत्येला सशक्त पर्याय म्हणून विचार करू शकतो.''

स्वाझीलॅन्डमधील राजा तिसरा मस्वाती यांच्या संमतीने व आशीर्वादाने आफ्रिकेत रेली कुटुंब तर अमेरिकेत दोन्ही प्राणिसंग्रहालयाचे अधिकारी आवश्यक ती राजकीय व कायदेशीर परवानगी घेण्याच्या दीर्घ प्रक्रियेत गुंतून गेले. प्रत्येक हत्तीकरिता बारा हजार डॉलर्स देण्याचे दोन्ही प्राणिसंग्रहालयांनी मान्य केले. रेली कुटुंबीयांनी स्पष्ट केले की, ही सगळी रक्कम मखाया व ल्हाना अभयारण्याचे विस्तारीकरण व तेथील प्राण्यांचे संरक्षण या कामी खर्च होणार होती. लॉवरी पार्क व सॅनडिएगो प्राणिसंग्रहालयांनी त्यांच्या विनंती अर्जात नमूद केले होते की, हत्तींचे आगमन अमेरिकेतील इतर प्राणिसंग्रहालयांनादेखील हितकारक होणारे होते. अमेरिकेत गेल्या ५० वर्षांत एकही आफ्रिकन हत्ती आणला गेला नव्हता. पन्नास वर्षांपूर्वी आणलेले हत्ती आता वयस्क होऊन अनेक समस्या निर्माण करत होते. आता मुक्त जंगलातून येणारे हत्ती हे पुढील प्रजननाकरिता योग्य ठरून एकूणच जीवनचक्र पुन्हा सचेतन करतील याची खातरी होती.

सरकारी प्रशासन कार्यालय व कायदेपंडितांकडे कागदपत्रांचे ढीग जमा होत गेले. प्राणिसंग्रहालयांना तर अधिकच कागदपत्रे तयार करायची होती. अटलांटिक महासागरावरून होणारे हत्तींचे स्थलांतर व हत्ती येऊन पोहोचल्यानंतर त्यांना दिल्या जाणाऱ्या सुविधा यांची सविस्तर माहिती देणे त्यांना आवश्यक होते. सॅनडिएगोकडे आफ्रिकन हत्तींकरिता आधीच जागा तयार केलेली असली तरी असलेले इतर काही प्राणी दुसऱ्या ठिकाणी स्थलांतरित करून येणाऱ्या हत्तींकरिता थोड्या अधिक जागेची सुविधा करणे आवश्यक होते. १९९३ साली लॉवरी पार्कमध्ये एका हत्तीने तेथीलच एका स्त्री कर्मचाऱ्याला ठार केले होते. तेव्हापासून गेल्या १० वर्षांत तिथे हत्ती ठेवला गेला नव्हता. त्या स्त्री कर्मचाऱ्याच्या मृत्यूनंतर तेव्हा असलेले दोन हत्ती इतर प्राणिसंग्रहालयात पाठवून तिथे हत्ती ठेवणेच बंद केले होते. आता लॉवरी पार्कला नवीन हत्तींकरिता जागा निर्माण करणे, केवळ त्यांच्याकरिताच असणाऱ्या रक्षकांची नेमणूक करणे, एकंदर कर्मचाऱ्यांच्या सुरक्षेकरिता नवीन अद्ययावत शिष्टाचार व वर्तननियमावली तयार करणे, इत्यादी बरीच कामे करायची होती.

इकडे स्वाझीलॅन्डमध्ये रेली कुटुंबीयांनादेखील अमेरिकेला पाठवण्याकरिता हत्तींची निवड निश्चित करून, निवडलेल्या हत्तींना तात्पुरत्या कुंपणघरात ठेवून प्रवासाकरिता सिद्ध करायचे होते. दोन्ही प्राणिसंग्रहालयांच्या अधिकाऱ्यांबरोबर सल्लामसलत करून रेली कुटुंबाने १३ हत्तींची निवड केली. वस्तुत: ११ हत्ती पाठवायचे होते. परंतु आयत्या वेळी अचानक एखादा आजारी पडला, तयारी दरम्यान मानसिक धक्क्याने मरण पावला तर 'राखीव' म्हणून जादाचे दोन हत्ती निवडण्यात आले. या ११मध्ये सवत्स मादी किंवा गरोदरपणाच्या तिसऱ्या व

शेवटच्या टप्यात असणरी मादी यांचा समावेश हेतुपुर:सर टाळण्यात आला. तयारी किंवा प्रवासादरम्यान मानसिक धक्याने अशा गर्भवती मादीचा गर्भपात होण्याची भीती होती. शरीरांतर्गत तपासणीखेरीज हत्तीणीच्या गर्भारपणाबद्दल निश्चित असा निर्णय घेता येत नाही. स्थलांतरासाठी निवडलेल्या ११मध्ये अशी कोणी गर्भार हत्तीण नाही, याची खातरजमा करण्यासाठी दोन्ही प्राणिसंग्रहालयांनी बर्लिनहून दोन पशुवैद्यक तज्ज्ञांना आणण्याचे ठरवले. हे दोघेही तज्ज्ञ हत्तींच्या प्रजननशास्त्रात आंतरदेशीय स्तरावर मान्यता मिळालेल्या काही निवडक तज्ज्ञांपैकी होते.

आणखीन इतर काही आव्हाने समोर होतीच. निवडल्या न गेलेल्या हत्तींना आपल्यापैकीच काही जणांना गुंगीचे औषध देऊन नाहीसे केले आहे हे कळल्यानंतर, त्यांना काही मानसिक धक्का बसेल का याची रेली कुटुंबाला चिंता वाटू लागली. त्यांच्याकरिता तात्पुरत्या कुंपणघरातून इतक्या मोठ्या संख्येने हत्तींचे जाणे ही गोष्ट सामूहिक हत्येच्या तोलामोलाचीच होती. मानसिक धक्का बसून परिणामत: हत्तींच्या मनात निर्माण होणारी सूडभावना टाळण्यासाठी रेली कुटुंबीयांनी एक वेगळी योजना केली. मार्च, २००३मध्ये जेव्हा १३ हत्तींची निवड करून त्यांना बाजूला काढावयाचे होते, तेव्हा अभयारण्यातील सर्वच्या सर्व हत्तींना हेलिकॉप्टरमधून गुंगीचे बाण मारण्यात येतील. म्हणजे तेरा हत्तींना बाजूला काढण्याची कृती पाहायला कोणी शुद्धीवरच असणार नाही. जर्मनीहून आलेल्या दोन तज्ज्ञ पशुवैद्यांनी बेशुद्ध झालेल्या हत्तींमध्ये कोणी गर्भार हत्तीण नसल्याची तपासणी केली. दोन हत्तीणी गर्भार आढळल्या, पण त्यांच्यापैकी कोणीच तिसऱ्या व शेवटच्या टप्यात नव्हत्या. निवडलेल्या हत्तींना ट्रकमध्ये चढवून मखाया येथील तात्पुरत्या कुंपणघरात आणले गेले. या ठिकाणी हे हत्ती काही आठवडेच राहातील, अशी रेली कुटुंबीयांची अपेक्षा होती. परंतु नेमके याच सुमारास 'बॉर्न फ्री' व 'पीपल फॉर एथिकल ट्रीटमेंट ऑफ ॲनिमल्स' (पीइटीए – पेटा) यांसारख्या प्राणिहक्क संघटनांचा प्रतिकार सुरू झाला. या संघटनांनी लोकांच्या सह्यांची मोहीम चालवणे, हत्तींचे स्थलांतर थोपवण्यासाठी संरक्षण न्यायालयात खटला भरणे इत्यादी. हालचाली जोरात सुरू केल्या. या हत्तींच्या स्थलांतराला विरोध करणाऱ्यांनी त्या हत्तींना 'स्वाझी-अकरा' असे नवीन नाव दिले होते.

कॅथरीन मेयर या प्राणी अधिकार संघटनेच्या वकिलाने न्यायाधीशांसमोर मुद्दा मांडला की, 'जर या प्राण्यांचा – हत्तींचा जीव व त्यांचे आरोग्य अबाधित ठेवण्यासाठी हा स्थलांतराचा निर्णय घेण्यात आलेला आहे, तर त्यांना पिंजऱ्यात कोंडून विमानातून प्रवास करून अमेरिकेत आणणे आणि त्यानंतरदेखील दोरखंडाने बांधून उरलेले आयुष्य बंदिवासात ठेवण्याचा निर्णय घेणे, हे हत्तींचे आरोग्य व आयुष्य अबाधित ठेवण्यास कसे काय मदतीचे ठरणार आहे?'

स्वाझीलॅन्डमध्ये संसद सदस्यांनी, स्थानिक वर्तमानपत्रांनी इतकेच काय इतर हत्ती तज्ज्ञांनीदेखील रेली कुटुंबीयांचा धिक्कार केला. हत्तींचे वर्तन व संप्रेषण पद्धती यांचा अभ्यास करणारे सिंथिया मॉस व जॉइस पूल या दोन मान्यवरांनी व केनियात जंगली हत्तींचा अभ्यास करणाऱ्या नऊ संशोधकांनी या स्थलांतराचा निषेध करणारे एक अनावृत पत्र जाहीर केले. या पत्रात बंदिवासामुळे अगोदरच गुंतागुंतीची भावनिकता असणाऱ्या हत्ती प्रजातीवर होणाऱ्या अनिष्ट परिणामांची मीमांसा केली होती. संशोधकांनी लिहिले होते :

> आमचा असा दृढ विश्वास आहे की, प्रत्येक पकडलेल्या, विकलेल्या आणि प्रदर्शित केलेल्या हत्तींना केवळ पैसा कमवायचे माध्यम न समजता, त्यांना एक संवेदनशील सजीव प्राणी समजले पाहिजे. हत्तींसारख्या शानदार प्राण्याचा दुरुपयोग आपण थांबवला पाहिजे.

'पेटा'ने त्या हत्तींना आफ्रिकेतील दुसऱ्या आरक्षित उद्यानात हालवण्याचा प्रस्ताव सादर केला. एका राजकीय अधिकाऱ्याने तर रेली कुटुंबावरती हत्तींच्या तस्करीचा आरोप केला. रेलींनी सादर केलेली हत्तींच्या 'सामूहिक हत्येची' चर्चा ही केवळ अमेरिकेतील संबंधित अधिकाऱ्यांवर मानसिक व नैतिक दबाव आणण्यासाठी वापरलेली एक युक्ती होती, असेही काही जण म्हणू लागले.

मिक व टेड हे दोघे इतक्या सगळ्या कडवट विरोधाला सामना करण्याच्या मन:स्थितीत नव्हते. विरोधपत्रावर सही करणाऱ्या डॉ. मॉस यांची प्रसिद्धी व सर्वमान्यता त्यांना चांगली माहिती होती. तथापि केनियातील परिस्थिती व स्वाझीलॅन्डमधील परिस्थिती वेगळी होती. सामूहिक हत्येला पेटाने सुचवलेल्या पर्यायाबद्दल रेली कुटुंब साशंक होते. केवळ दुसरी अभयारण्ये या प्राण्यांना स्वीकारायला तयार आहेत म्हणून परवानगी मिळेलच असे नाही. रेलींनी याही गोष्टीचा ऊहापोह केला की, जेव्हा त्यांच्या अभयारण्यातीलच इम्पाला व वॉर्टहॉग्ज या प्राण्यांची सामूहिक हत्या करण्यात आली तेव्हा बॉर्न फ्री किंवा पेटासारख्या प्राणी अधिकाराकरिता लढणाऱ्या संस्था आक्षेप घेण्यासाठी का पुढे आल्या नाहीत? त्या वेळी ना त्यांनी वृत्तपत्रांत काही आक्षेपपत्र सादर केले होते, ना कोर्टात विनंती अर्ज सादर केला होता. त्याच वेळी दुसऱ्या बाजूला प्राणिहक्क संघटना आघाडी वृत्तपत्रे व इतर माध्यमांतून ठासून सांगत होते की, सॅनडिएगो व लॉवरी पार्क कसेही करून हत्तींना अमेरिकेत आणण्याचा प्रयत्न करत आहेत, कारण सर्व प्राण्यांमध्ये हत्ती ही सर्वांत अधिक प्रतिष्ठित समजली जाणारी प्रजाती आहे. हत्तींची या दोन प्राणिसंग्रहालयांतील उपस्थिती त्यांचे आर्थिक उत्पन्न व एकूण नफा वाढवणारी असणार आहे. या युक्तिवादाला रेलींनीही प्रत्युत्तर दिले की, वस्तुतः प्राणी अधिकार संघटना हत्तीसारख्या

'प्रतिष्ठित' प्राण्याच्या मुद्याचे भांडवल करून जगभरातील ढोंगी प्राणिप्रेमींकडून भरमसाठ देणग्या मिळवून स्वत:चा फायदा करून घेत आहेत. जर या प्राणिहक्क संघटना आघाडीला मखाया व ल्हाना अभयारण्यातील अणीबाणीची परिस्थिती ही केवळ एक कपोलकल्पित रचलेली कथा वाटत होती, तर या अभयारण्यातील उद्‌ध्वस्त वने पाहायला त्यांनी त्यांचे स्वत:चे निरीक्षक का पाठवले नाहीत? हत्तींच्या तस्करीच्या मुद्याची तर त्यांनी चेष्टाच केली. अकरा प्राणी – तेही अवाढव्य आकाराचे हत्ती-सीमाशुल्क अधिकाऱ्यांच्या अपरोक्ष सीमेपलीकडे कसे काय नेता येतात?

इतक्या सगळ्या रामायणात ऑगस्ट, २००३ सुरू झाला. हत्तींना तात्पुरत्या कुंपणघरात येऊन आता पाच महिन्यांचा कालावधी लोटला होता. त्यांना आरामदायी वातावरण मिळावे म्हणून कर्मचारी प्रयत्नांची पराकाष्ठा करत होते. अनेकदा हत्तींचे मारूला हे आवडते फळ स्वत:च्या हातांनी त्यांना भरवत होते. तरीसुद्धा त्यांच्या हालचालींवर आलेल्या नियंत्रणामुळे हत्ती अगदी घायकुतीला आले होते. या ना त्या मार्गाने बंदिवासातून बाहेर पडण्यासाठी धडपडत होते. कुंपण तोडण्याचे प्रभावी साधन म्हणून त्यांनी त्यांच्यामध्ये सर्वांत लहान असलेल्या म्बाहलीचा वापर केला.

सगळ्यांनी मिळून तिला कुंपणातून बाहेर ढकलण्याचा प्रयत्न केला, जेणेकरून ती बाहेर पडली की, तिच्या मागून इतरही पसार होऊ शकतील. परंतु जेव्हा म्बाहलीलाच कुंपण तारेतील विजेचे झटके बसले तेव्हा मात्र त्यांनी त्यांचा विचार बदलला.

तिकडे अमेरिकेत वॉशिंग्टन येथे देखील संरक्षण न्यायालयात वाद प्रतिवादाच्या फैरी झडत होत्या. सरकारी परवानगी देण्यात आली होती, पण त्या परवानगी विरुद्धच हा मुद्दा सार्वजनिक मताला टाकण्याचा अर्ज सादर करण्यात आला होता. न्यायालयाच्या होकारार्थी आज्ञापत्राची मागणी होऊ लागली, न्यायालयात टीका टिप्पणी सादर केली गेली. सरतेशेवटी १५ ऑगस्ट, या दिवशी वॉशिंग्टनमधील 'यूएस कोर्ट ऑफ अपील्स'मधील दोन मंडल न्यायाधीशांनी प्राणिहक्क संरक्षण संघटनेचा शेवटचा 'इमर्जन्सी मोशन' अर्ज फेटाळला.

ही बातमी कळल्याबरोबर रेलींनी हत्तींना लवकरात लवकर विमानात बसवण्याचा निर्णय घेतला.

अशा तऱ्हेने आता बोईंग विमानाचे इंजीन घरघरत पुढे सरकत होते. पिंजऱ्यांसमोर अजूनही पहारा देणाऱ्या मिकला तर वेळेचा अंदाजच येत नव्हता. त्याला फक्त इतकेच जाणवले की, सूर्यदेव आकाशातून अस्तंगत झाले आहेत व ११ हत्ती घेऊन जाणारे हे विमान अंधार कापत पुढे जाते आहे. काही वेळापूर्वीच बार्बाडोस इथे विमानांत इंधन भरण्याकरिता ते थांबले होते व आता ते फ्लोरिडाच्या दिशेने जात होते.

सगळे हत्ती आपापल्या पिंजऱ्यात ठीक असल्याचे दिसून येत होते. अझॅपरोनच्या

जादाच्या डोसमुळे नर हत्ती शांत होते. मिकने कल्पनेत पाहिलेल्या प्रसंगाची शक्यता पूर्णपणे नाहीशी झाली होती. पण तरीसुद्धा हा प्रवास हत्तींकरिता अगदी सोपा होता असे नव्हते. खरेतर ही त्यांची भुकेची वेळ होती. त्यांच्याकडे पाहून मिकने त्यांची समजूत काढली –

'तुम्ही जिथे जात आहात ना, तिथे तुम्हाला भरपूर खायला मिळणार आहे. बरं!'

छोटी म्बाहली थोडी चुळबुळ करून पुन्हा शांत झाली. झोप आणि जागृती यामध्ये तिचे आत-बाहेर चालले होते. ती एखादे स्वप्न तर पाहात नसेल? तात्पुरत्या कुंपणघरातून बाहेर पडण्यासाठी सगळ्यांनी मिळून दिलेला धक्का तिला आठवत असेल का? तिच्या स्वप्नात ती अभयारण्यातील गवत, काटे यातून मनमुराद फिरण्याचा आनंद घेत असेल का?

विमानाला थोडासा धक्का बसून त्याचा समतोल बदलल्याचे जाणवले. दिव्यांनी चमचमणाऱ्या धावपट्टीवर उतरण्यासाठी विमान ढगातून खाली येत होते.

समोर ताम्पा शहर दिसत होते.

नवनिर्मितीचे धाडस

पहाट झाली तसे दैनंदिन व्यवहार चालू झाले. नुकतीच कुठे दिवसाची सुरुवात असली, तरी महामार्गावरती वाहनांची गर्दी झाली होती. लोखंडी पिंजऱ्यात कोंडल्या गेलेल्या हत्तींनादेखील खूप कंटाळा आला होता. आतल्या आत त्यांची कुरबुर सुरू होती. आंतरराज्य महामार्ग क्रमांक २७५वरून ताम्पा शहराच्या दिशेने त्यांचा प्रवास चालू होता.

वातानुकूलित वाहनात असूनदेखील वाहन चालकांना रस्त्यावरच्या इतर वाहनांच्या गर्दीचा रागच येत होता. बरोबर सेल फोन, आयपॉड्स शिवाय उपग्रह निर्देशित नकाशादर्शन प्रणाली इत्यादीने सज्ज असूनदेखील या गर्दीमध्ये ते केवळ काही इंचानेच पुढे सरकू शकत होते. गाडी एखाद्या वळणाला सर्रकन वळवून, रस्त्याच्या बाजूला होऊन या कंटाळवाण्या प्रवासातून मुक्त होण्याची ऊर्मी त्यांच्या मनात पुन:पुन्हा उसळी घेत होती. परंतु स्टीअरिंगवरती मूठ आपटणे, आजूबाजूच्या इतर वाहकांना शिव्या घालणे याखेरीज ते दुसरे काहीच करू शकत नव्हते. स्ली अव्हेन्यूच्या निर्गमनद्वाराजवळ आणखीन एका समूहाचा आवाज येत होता, जो ड्रायव्हर्सना ऐकू येत नव्हता.

लॉवरी पार्कमधील प्राणिविश्वाला जाग येत होती. पहाटेच्या उजळणाऱ्या प्रकाशात मलायी टपीर इतरांना शीळ घालत होते. ओरांगउटान्स त्यांच्या जाळीदार झोक्यात बसून विश्वाची चिंता करणाऱ्या तत्त्ववेत्त्याच्या आवेशात सुस्कारे टाकत होते. कोमोडो ड्रॅगन्स आपल्या करवतीसारख्या दातातून गळणाऱ्या विषारी लाळेतून फुसकारत होते. खडक व ओंडक्यांच्या सांदरीत लपलेले 'न बोलून शहाणे' असणारे क्लाउडेड लेपर्ड्स सावलीत नीट दिसत नव्हते. फक्त त्यांच्या धपापण्याचा व पुटपुटण्याचा आवाज येत होता. एक जंगली कावळा पंख फडफडत कर्कशपणे काव-काव करत होता. तर गेको लेपर्ड चिरकत होती. न्यूगिनी सिंगिंग डॉग्ज भुंकत होते. स्लॉथ बेअर जोराने श्वासोच्छ्वास करत जिथे-तिथे हुंगत फिरत होते. चालताना त्यांच्या पंज्यांची लांब नखे दगडावरती

क्लक्ऽऽ क्लक्ऽऽऽ आवाज करत होती. उथळ पाण्यामध्ये स्टिंग रे मासे सावकाश गतीने गोल-गोल रिंगण घालताना त्यांच्या पंखांनी पृष्ठभागावर पाणी उडवत होते. या सर्व आवाजांपेक्षा उच्चरवाने सायरस आणि नादिर यांचे द्वंद्वगीत अवकाशात घुमत होते. एशियन गिबन्स प्रजातीची ही नर व मादीची जोडी स्यामंग प्रकारची माकडे होती. यांच्या घशाशी एक फुगीर पिशवी असते. ते काळ्या जाडजर लांब हाताने जमिनीपासून ३० फुटांवर एखाद्या तुळईला हवेमध्ये लोंबकळत राहतात. सभोवती होणारे फूत्कार, बुभूत्कार, कण्हणे, रडणे तेही ऐकत होते. माणसांप्रमाणे ते पति-पत्नी म्हणून जन्मभर एकमेकांस साथसंगत करतात. एकत्र गाणे गाऊन आपला सरमिसळ इतिहास कथन करतात, 'कबाब में हड्डी' बनण्याचा प्रयत्न करणाऱ्यास ताकीद देतात. प्राणिसंग्रहालयातील ध्वनीक्षेपकामधून प्रसारित होणाऱ्या जंगली ताल-संगीताहूनसुद्धा त्यांचे द्वंद्वगीत नेहमी सरस ठरत असते.

या आवाजमेळ्यात इतरही काही सूर मिसळत होते. इच्छा, अभिलाषा, भूक याचे कळवळणे होते, विरोधाचे, रागाचे घुत्कार होते, तर कुठे उल्लासाची आनंदगाणी होती. पृथ्वीवरील अनेक देश-प्रदेशातून एकत्रित झालेल्या सूरांची सतत वृद्धिंगत होणारी ही विविधता ऐकताना देवाच्याच नव्हे, तर माणसाच्याही सर्जनशीलतेचे आश्चर्य वाटत राहाते.

पिसांवरती लक्ष-लक्ष डोळे असणाऱ्या मोरापासून ते पक्षी खाणाऱ्या प्रचंड कोळ्यापर्यंत लॉवरी पार्कमधील १,६०० प्राण्यांमधील प्रत्येक जण म्हणजे जणू निसर्गाने दिलेली एक अनुपम भेट होती. त्यांच्या कवटीवरील वक्ररेषा, त्यांच्या पंखांचे स्नायू, त्यांची हाडे आणि रक्त यामधून प्रवाहित होणारा प्रजाती विशिष्ट 'डीएनए' यांमध्ये पृथ्वीवरील अब्जावधी वर्षांचा जीवशास्त्रीय इतिहास दडलेला होता. या सर्व जीवप्रजातींकरिता बंदिवास निर्माण करणारी अशी प्राणिसंग्रहालये स्थापन करणाऱ्या मानव प्रजातीची अहंमान्यता सिद्ध होत होती. येथील सर्व प्राण्यांचा त्यांच्या मूळ ठिकाणापासून लॉवरी पार्कपर्यंत झालेल्या प्रवासाचा वृत्तान्त जाणून घेतला तर त्या प्राण्यांच्या वर्तन-विचारावर प्रकाश तर पडेलच पण 'होमो सॅपिअन' म्हणवल्या जाणाऱ्या माणसाच्या वृत्ती-प्रवृत्तींचीही माहिती मिळू शकेल. यातील प्रत्येक प्राणी नेमका कुठे जन्मला, त्याला त्याच्या आईपासून दूर करून ताब्यात कसे घेण्यात आले, या प्राणिसंग्रहालयाची एक 'खास मालमत्ता' बनण्यापर्यंतच्या प्रवासात त्यांनी पाहिलेले, सोसलेले प्रसंग याबद्दलच्या सविस्तर वृत्तान्तामध्ये माणसाचे वर्तन, त्याची मानसिकता, त्याची भूराजनीती, इतिहास व व्यापार इत्यादींविषयी अनेक ज्ञानकोश तयार होण्याइतके ज्ञान व माहिती उजेडात येऊ शकते. लॉवरी पार्कचे अस्तित्वात येणेच प्रामुख्याने माणसाने स्वतःच गृहीत धरलेल्या स्ववर्चस्वाचा, माणूस हा सर्व सजीव प्राण्यांमध्ये अत्युच्च स्थानावर मानला जाण्याच्या प्राचीन

विचारांचा व इतर प्राण्यांना माणूस त्याच्या इच्छेनुसार कसाही वागवू शकतो, या विचारसरणीचा एक ठोस पुरावा आहे. प्राचीन काळापासून मानवाने सर्व सजीवांमध्ये स्वत: श्रेष्ठ असल्याचे गृहीतच धरले आहे. त्याचे स्थान हे सर्वोच्च आहे व म्हणूनच तो इतर सजीवांना त्याला हवे तसे वापरू शकतो, वागवू शकतो, या त्याच्या अहंकाराचे लॉवरी पार्क हे उत्तम प्रतीक होते. हे प्राणिसंग्रहालय म्हणजे मानवाच्या मनात दडलेल्या भीतीचे, छंदी वृत्तीचे व झपाटलेपणाचे एक उदाहरण आहे. इतर प्राण्यांच्या संदर्भात मानव स्वत:ला कसे पाहातो किंवा त्याला स्वत:ला नको असलेले पाहाण्यास कसे टाळतो याची इथे आपल्याला प्रचिती येते. कोणत्याही किमतीवर स्वत:चे मनोरंजन व रटाळ जीवनापासून मुक्तता हे मानवाचे ध्येय कसे असते याचा इथला प्रत्येक कानाकोपरा साक्षीदार आहे. आपल्यामधून नाहीशी झालेली मुक्ततेची भावना या प्राण्यांच्या रूपात अनुभवण्याची आपली आंतरिक इच्छाच अशी प्राणिसंग्रहालये निर्माण करते. निसर्गाला उन्नत करत असतानाच त्यावरील आपले अधिपत्यही अबाधित राखायचे असते. एकीकडे इतर जीव प्रजातींचे रक्षण करत असताना, त्यांच्यावर लोभ, माया करत असताना दुसरीकडे मात्र आपण त्यांची जंगले ओरबाडून घेतो, त्यांच्या नद्या प्रदूषित करून त्यांना त्यांच्या अंताच्या पलीकडे ढकलतो. लॉवरी पार्कसारख्या बंदिजनांच्या बागेत या सर्व गोष्टी आपल्याला पाहाण्यास, अनुभवण्यास मिळतात.

आता सूर्यनारायणाचा रथ आकाशमार्गाने वर सरकत होता. लॉवरी पार्कची पुढची प्रवेशद्वारे अजूनही उघडली नव्हती. पण सर्व कर्मचारी मात्र प्राण्यांना खाऊ घालणे, पिंजरे साफ करत असताना वाऱ्याबरोबर उडून आलेला किंवा पर्यटकांनी फेकलेला छोटामोठा कचरा काळजीपूर्वक साफ करणे, यात दंग होते. सगळे काही व्यवस्थित स्वच्छ झाल्याची खातरी झाली की, मग प्राण्यांना पिंजऱ्याच्या दर्शनी भागात पर्यटकांच्या भेटीसाठी सोडले जाणार होते.

एक भारतीय गेंडादेखील असाच दर्शनी भागात आल्याबरोबर आपल्या रक्षकाला पाहून अक्षरश: कुत्र्याच्या छोट्या पिल्लाप्रमाणे कुईऽऽ कुईऽऽ करत राहिला. रक्षकाचे स्वत:कडे लक्ष वेधण्यासाठी दोघांच्या मध्ये असणाऱ्या जाडजूड लोखंडी गेटला हलकेच धक्के देत राहिला.

'हाय नॅबो' म्हणत त्या रक्षकानेही पिंजऱ्याच्या गजातून गेंड्याचे नाक खाजवले. पर्यटकांसाठी त्या गेंड्याचे औपचारिक नाव 'अर्जुन' होते. पण खाजगीत 'स्टार वॉर्स' या दूरदर्शन मालिकेतील एका व्यक्तिरेखेचे 'नॅबो' हे नाव वापरले जायचे. तिथल्या सगळ्याच रक्षक व अधिकारी यांनी आपल्या 'पाल्य' प्राण्याला आपल्या आवडीची नावे

दिली होती. तिथे चेवबाक्का नावाचा ऑटर होता, तर 'लिया' हे एका उंटाचे नाव होते. एका छोट्या हाउलर मंकीचे 'अनाकिन' या नावाने बारसे झाले होते. अनाकिन स्कायवॉकर हे डार्थ वेडरचे प्रसिद्धीपूर्व नाव होते. नंतर अनेक सिनेनटांप्रमाणे तोही विस्मृतीच्या अंधारात लुप्त झाला. जन्मताना या हाउलर मंकीचे केस तपकिरी रंगाचे असतात आणि प्रौढ होताना ते डार्थ वेडारच्या विस्मृतीच्या अंधारासारखे काळ्या रंगाचे होतात. असा हा नावांचा अर्थ व सूचक विनोद फक्त रक्षकांनाच माहीत असतो.

सर्प विभागामध्ये विविध प्रकारचे साप, कासव आणि इतर थंड रक्ताचे प्राणी ठेवलेले आहेत. तोंडावाटे विषाची पिचकारी मारणारा निळ्या रंगाचा बेडूक (ब्लू पॉइझन डार्ट फ्रॉग) त्याच्या धुक्याच्या घरातून डोकावत होता. पर्जन्य जंगलाचा आभास निर्माण करण्याकरिता असे मानवनिर्मित धुके पसरवले होते. तिथे असलेल्या दगडांच्या खोबणीत नर बेडूक अंडी घालत. त्यांचा निळा रंग इतका भडक चकचकीत होता की, जणू ते 'किरणोत्सारी' (रेडिओॲक्टिव्ह) आहेत असे वाटावे. त्यांच्या पावलांच्या ठिकाणी असणाऱ्या हृदयाच्या आकाराच्या मऊ मांसल भागाने ते कोणत्याही वस्तूला व्यवस्थित पकडू व चिकटू शकतात. त्यांनी माद्यांना घातलेली साद इतकी सौम्य व दबल्या आवाज़ातील असते की, कृत्रिम धुक्याच्या घरामध्ये वायूवीजन करणाऱ्या मशीनच्या आवाजात ती ऐकूही येत नाही.

हे विषाची पिचकारी टाकणारे बेडूक जंगलातून नाहीसे होत आहेत. पनामामधील हिरव्याकंच जंगलापासून ते टान्झानियामधील धुवाधार कोसळणाऱ्या धबधब्यांच्या 'तुषार प्रदेशा'पर्यंत पृथ्वीतलावरील अनेक प्रकारचे छोटे व मोठे बेडूक अस्तंगत होत आहेत. त्यांच्या विनाशाचा वेग डायनॉसॉरच्या व्यापक स्वरूपातील विनाशाहून कितीतरी पटीने अधिक आहे. त्यांचा एखादा शेवटचा नमुना हस्तगत करणेही दुरपास्त होत आहे. त्यांच्या अनेक प्रजाती तर काळाच्या उदरात अशाच नष्ट होणार आहेत. अस्तित्व राखण्याकरिता निवडले आहेत, ते उरलेले आयुष्य एखाद्या मत्स्यालयात किंवा लॉवरी पार्कमधील कृत्रिम वातावरण तयार केलेल्या छोट्याशा खोलीतच राहाणार आहेत. अस्तित्वाकरिता, जगण्याकरिता फारसे पर्याय उपलब्ध नसताना कसे जगायचे याचा नित्यनूतन धडा अशा या प्राणिसंग्रहालयात शिकवला जात आहे.

शिकारी पक्ष्यांच्या विभागातील मिलनोत्सुक पक्ष्यांकडून परस्परांना दिले जाणारे चिवचिवाट, कावऽ ऽऽ कावऽऽ व चिर्रऽऽचिर्रऽऽ असे आवाज सिमेंटच्या भिंतीवर प्रतिध्वनित होत आहेत. आपल्या उंचावर असलेल्या निरीक्षण मचाणाच्या दांडीला नख्यांनी गच्च पकडून बाल्ड ईगल (पांढरे डोके असलेला गरुड), मर्लिन फाल्कन (बहिरी ससाणा), युरेशियन ईगल आउल (युरोप-आशियाचे मिश्रण असणारे गरुड घुबड), हॅरिस हॉक्स इत्यादींची फौजच उभी दिसत होती. जंगलामध्ये असते, तर त्यांनी ससे, सॅमन मासे यांची झडपी शिकार केली असती. पांढरे डोके असलेला गरुड तर

कुत्र्यांना पकडतो, छोट्या मुलांना उचलतो अशीही माहिती आहे. वाळवंटात परस्पर संगनमताने शिकार करण्यासाठी हॅरिस हॉक प्रसिद्ध आहे. आता मात्र शेजारच्या फ्रीजरमधले उंदीर-खारींचे आयते खाद्य मिळेल, या आशेने त्यांचे काळेभोर डोळे चमकत होते. तिथल्या कर्मचाऱ्यांनी त्यांना 'उंदीरखाऊ' म्हणूनच नाव ठेवले होते.

या अशा पक्ष्यांच्या एका प्रशिक्षिकेने स्मेडली नावाच्या एका कृष्ण-गिधाडा (ब्लॅक व्हल्चर)कडे हात पुढे केला. ही त्याची वजन करायची वेळ होती.

"कशी काय आहेस तू बुबा?" ती म्हणाली.

स्मेडलीलाही तिचे आमंत्रण समजले. या पायावरचा त्या पायावर होत ते नाचत राहिले. प्रशिक्षिकेने त्याला एका गोगलगाईचा घास देऊ केला आणि धूपऽऽ असा आवाज केला. आवाजासरशी स्मेडलीदेखील तिच्या हातावर येऊन मिळालेल्या गोगलगायीचा खाऊ आनंदाने खाऊ लागले.

या विभागाच्या दाराशी आलेल्या कोणत्याही पक्ष्याचे इथे स्वागतच असते. घरट्यातून पडून जखमी झालेला चिरक्या घुबड, वीजेच्या तारांमध्ये सापडलेला पेरिग्रिन फाल्कन (पेरिग्रिन ससाणा), जन्मजात व्यंगामुळे उघड्या जंगलातील अस्तित्वाच्या लढाईत मरण निश्चित असणारे शिकरे व गरुड यांसारख्या असंख्य पक्ष्यांची इथे शुश्रूषा केली जाते. काही पक्ष्यांचा जन्मच बंदिवासातील आहे. त्यामुळे मग माणसावर पूर्णपणे विसंबून राहिल्याने स्व-हिमतीवर जगणे ते विसरूनच गेले आहेत. आजारी, दुखापत होऊन इथे आलेले, बरे होऊन सक्षम झाल्यानंतर त्यांना मोकळ्या आकाशात परतण्याची संधीही दिली जाते. झाडांकडे झेप घेणाऱ्या अशा पक्ष्यांना पाहून इथल्या कर्मचाऱ्यांना कृतकृत्य वाटते. अर्थात पक्ष्यांचा हा परतावा इतका सोपाही नसतो. आजारादरम्यान उंदीर-खारींचे आयते खाद्य मिळण्याची त्याला सवय झाल्यानंतर स्वतःचे अन्न स्वतःच मिळवताना त्या पक्ष्याला पहिली लढाई स्वत:शीच करावी लागते. याकरिता येथील कर्मचाऱ्यांनी 'संथ मुक्तता' ही कल्पना अमलात आणली. बरे झाल्यानंतर त्या पक्ष्याला केवळ त्याच्या मूळ ठिकाणी सोडून देण्यापेक्षा रात्री फक्त त्याला बाहेर सोडले जाते. पण त्याचवेळी 'गरज लागली तर,' म्हणून त्याच्यासाठी थोडे खाद्यही बाहेरच कुठेतरी ठेवले जाते. काही रात्रींच्या अशा स्वातंत्र्य प्रयोगानंतर काही दिवसांनी तो पक्षी परत येत नाही. त्याला आपली कुवत व आपले विश्व दोन्ही परत मिळालेले असते. परंतु काही वेळेला काही पक्ष्यांच्या बाबतीत हा प्रयोग यशस्वी होत नाही. असे पक्षी कायमचे इथले रहिवासी होतात.

अलीकडेच काही दिवसांपूर्वी इथल्या कर्मचाऱ्यांनी मार्टल नावाच्या मोर्निंग डव्ह याच्यावरती हा 'संथ मुक्तता' हा प्रयोग केला होता. हा होला कुणाला तरी नवीनच जन्मलेल्या नवजात पिल्लाच्या रूपात मिळाला होता. अजून पुरेशी पिसेही न फुटलेल्या अवस्थेत, घरट्यापासून दूर जमिनीवर पडलेला होता. त्या व्यक्तीने

त्याला उचलून लॉवरी पार्कमध्ये आणले. एक औंसभरसुद्धा वजन नसणारे ते पिल्लू लोकरीच्या मऊसूत गोळ्यासारखे होते. अनेक दिवस त्याची शुश्रूषा चालू होती. ते मादी पिल्लू सगळ्यांचे इतके लाडके होते की, सगळे जण त्याला जोजवायचे, कानात बोबडं बोलायचे, इमारतीतच आतल्या बाजूला त्याच्यासाठी छोटसे घरटे ही बनवले होते. त्याला जीव लावण्यापासून स्वत:ला थोपवणे शक्य नाही, हे माहीत असतानाच त्यांना याचीही जाणीव होती की, त्या पिल्लानेच स्वत:हून थोडं फडऽऽफडऽऽ करत, थोड्या उड्या मारत उडायला शिकायची वेळ आली आहे. मोर्निंग डव्ह जेव्हा उड्डाण करतो, तेव्हा त्याच्या पंखातून एक प्रकारची शीळ ऐकू येते. सर्व कर्मचारी अशी शीळ ऐकायला अधीर झाले होते. एक दिवस अशीच शीळ ऐकून त्यांनी सांजवणाऱ्या आकाशात भरारी घेणाऱ्या मार्टलला 'शुभास्ते पंथानाम' म्हटले. पण दररोज सकाळी ते परत येऊ लागले. त्या मार्टलमधील 'घरकोंबडेपणाची' प्रवृत्ती काढून टाकण्यासाठी त्या विभागाच्या पर्यवेक्षिकेने त्याला प्राणिसंग्रहालायापासून ५०कि.मी. दूर असलेल्या आपल्या घरी नेले. तिच्या घरामागे असणाऱ्या विस्तीर्ण प्रदेशात त्याला मुक्त केले. पहिल्या एक-दोन रात्री मार्टल घराच्या आजूबाजूलाच राहिला. पण मग एके दिवशी सकाळी त्या पर्यवेक्षिकेला त्याचं 'गुटरगूं' ऐकू आले नाही. शेवटी त्याने आपले विश्व शोधले होते.

यानंतर काहीच दिवसांनी मार्टलच्या त्या प्रशिक्षिकेच्या स्वप्नात मार्टल दिसला. स्वप्नात तिने पाहिलं की, मार्टल पुन:पुन्हा लॉवरी पार्ककडे परतत होता. पण यावेळेला रात्रीच्या निवाऱ्याकडे न जाता मार्टल थेट शिकारी पक्ष्यांच्या विभागात एका लाल शेपटीच्या बहिरी ससाणा (रेड टेल्ड हॉक)समोर येऊन ठेपला. जादाच्या फराळासाठी तयारच असणाऱ्या ससाणाने मार्टलला पटकन पकडून गट्टम केलं. पुढे कितीतरी दिवस हे स्वप्न तिला छळत होते. त्या स्वप्नाचा नीट अर्थ ती लावू शकत नव्हती. मुक्ततेनंतर कोणत्याही हिंस्रतेचे सहज भक्ष्य होऊ शकणाऱ्या मार्टलचे काही भयंकर झाल्याचे ते स्वप्न सांगत होते का? कदाचित कोणताही नवीन प्राणी लॉवरी पार्कमध्ये आल्यापासून त्याच्या सुरक्षित मुक्ततेपर्यंत त्या प्राण्यामध्ये प्रेमलोभाने गुंतत जाणाऱ्या मनाच्या अंतर्गाभ्यातून उमटलेली ही केवळ एक दंतकथाच असेल.

२००३ सालच्या प्रदीर्घ उन्हाळ्यात लॉवरी पार्क ११ हत्तींची आतुरतेने वाट पाहात होते. 'स्वाझी अकरा'करिता संरक्षण न्यायालयातील वाद-युक्तिवाद संपुष्टात आल्यावर तर पेटा व इतर प्राणी अधिकार संघटनांची आघाडी अधिकच चेकाळली. त्यांनी दोषारोप व छुप्या टीकेची झोड उठवली. जगभरातील प्राणिप्रेमींनी कडवा विरोध नमूद करणारी ई-मेल लिहिणे सुरू केले. या सर्व अनिश्चिततेला कंटाळलेल्या लॉवरी

पार्कमधील कर्मचाऱ्यांना कळत नव्हते की, हत्ती खरोखरच येणार आहेत की नाही आणि येणार असतील, तर ते फ्लोरिडा व कॅलिफोर्नियाच्या दिशेने कधी निघणार आहेत?

अशा तऱ्हेने दोन्ही गटांमधील युद्ध अधिकच पेटत राहिले. 'स्वातंत्र्यात जन्मले पण विकले गेले – स्वाझी हत्ती' असे फलक घेऊन असंख्य प्राणिप्रेमी लॉवरी पार्कसमोर निदर्शने करत राहिले. पेटा या संघटनेने नाट्यशास्त्रातील काही अजब युक्त्या वापरल्या. त्यांनी सॅनडिएगो येथील प्राणिसंग्रहालयासमोर प्रसार माध्यमांना साक्षी ठेवून एक पथनाट्य सादर केले. राखाडी रंगाच्या जाड्या-भरड्या कापडाचे हत्तीसदृश कपडे घातलेल्या माणसाने लॉवरी पार्कच्या प्रवेशद्वारासमोरच एक मालवाहू ट्रक लावली, ज्यामधून भरून आणलेली घोड्याची लीद प्रवेशद्वारासमोरच ओतली. हत्तीच्या वेषातील माणूस स्वत:ला अटक करवून घेण्याच्या व न हालण्याच्या आविर्भावात होता. आणि मग तो हत्तीचा वेष बाजूला करून म्हणाला, ''मी तर तुरुंगात चाललो, पण काही दिवसांकरिताच! ते हत्ती मात्र बिचारे आयुष्यभर तुरुंगातच राहाणार आहेत.''

एका बाजूला जेव्हा स्वाझीलॅन्डमधील ११ हत्तींचे येणे रेंगाळत होते, तेव्हाच दुसऱ्या बाजूला लॉवरी पार्कने इतर अनेक प्राण्यांना दाखल करून घेतले होते. आत्तापर्यंत पडीक असणाऱ्या लॉवरी पार्कच्या दक्षिणेकडील प्रभागात बुलडोझर जमीन नांगरून सपाट करत होते, बांधकाम कामगार नेटाने काम करत होते. आफ्रिकेतून येणाऱ्या परदेशी प्रजाती पाहुण्यांकरिता 'एक्झिबीट (प्रांगण)' बनत होते. जर हत्तींचे आगमन निर्धोक आणि सुरक्षित झाले तर हे हत्ती लॉवरी पार्कच्या प्राणिसंग्रह धोरणाचे दृढ प्रतीक बनण्याबरोबरच लॉवरी पार्कचे प्रमुख आकर्षण बनणार होते.

लॉवरी पार्कला विकास करण्याची, मोठे होण्याची, प्रसिद्धी मिळवण्याची घाई झाली होती. नवीन शतकामध्ये स्वत:चा शोध पुन्हा घेत मध्यम आकाराच्या या प्राणिसंग्रहालयाला त्याच्या संपूर्ण इतिहासातील सर्वांत महत्त्वाकांक्षी विस्तार करावयाचा होता. येणारे हत्ती त्या मौलिक नवनिर्माणाचे प्रमुख आधारस्तंभ होते. आर्थिक नफ्याबरोबर येणारी प्रसिद्धीच्या रूपातील मिळकत ही हत्तींसारखीच प्रचंड असणार होती. गेल्या अनेक वर्षांमध्ये लॉवरी पार्कने या प्राणिसंग्रहालयात कोणते प्राणी असणे पर्यटकांना अधिक आवडेल याची पाहाणी केली होती. प्रत्येक खेपेला हत्तींना पर्यटकांची प्रथम पसंती होती. पण या एकंदर योजनेमधील धोकेही तितकेच अवाढव्य होते.

हत्ती इथे हवेसे होते पण ते लॉवरी पार्कच्या क्षमतेची अंतिम मर्यादा ही जोखत होते. त्यांचे राहाणे, त्यांचे खाणे खूप खर्चीक होते. त्यांच्याबरोबर काम करणे अतिधोक्याचे होते. हत्तींकडे असणारी अतर्क्य व स्वनियंत्रित बुद्धिमत्ता, त्यांची भावनिक संवेदनशीलता, संघटित वृत्ती व एका दिवसात अनेक मैल चालण्याची क्षमता या सर्व गोष्टींचा विचार करता, त्यांची कुचंबणा व गैरसोय होणार नाही किंवा त्यांना कोणतीही यातना, दु:ख

सोसावी लागणार नाहीत, असा परिसर पुरवणे महाकठीण काम होते. खरे तर अमेरिकेतील काही प्राणिसंग्रहालये याच नैतिक व पारिवाहिक समस्यांमुळे त्यांच्याकडील हत्ती विभाग बंद करत असताना लॉवरी पार्क या प्राणिसंग्रहालयाने हत्ती विभाग इतक्या कष्टाने सुरू करावा, हे तर्कशास्त्र समजण्यासारखे नव्हते. हत्तींच्या मूळ जंगली वास्तव्यातून त्यांना तोडून, बंदिवासातील प्राणिसंग्रहाच्या शिरोभागी आणून ठेवणे, हे संतापजनक होते. या योजनेमुळे लॉवरी पार्क कधी नव्हे इतके लोकांच्या नजरेत येत होते. विमान प्रवासादरम्यान किंवा इथे आल्यानंतर जर काही अनिष्ट घडले, तर मात्र लॉवरी पार्कला जनतेचा पराकोटीचा रोष सहन करावा लागणार होता. जगभरातील प्राणी अधिकार संघटना ही घटना अपयशाचा पुरावा म्हणून असा वापर करतील की, इथून पुढे कोणत्याच प्राणिसंग्रहालयात हत्ती ठेवले जाणार नाहीत.

त्या उन्हाळ्यापर्यंत तरी लॉवरी पार्कने आंतरराष्ट्रीय स्तरावरील रोष अनुभवला नव्हता. ते एक छोट्या आकाराचे, स्वत:ची एक मामुलीशी ओळख असणारे, जनतेच्या पसंतीस उतरलेले प्राणिसंग्रहालय होते. असोसिएशन ऑफ झूज ॲन्ड ॲक्वेरियम्स – एझेडए (अझा) – यांनी त्यांचे मूल्यांकन करून, फ्लोरिडामधील संकटग्रस्त प्राण्यांची काळजी व निगा राखण्यासाठी अव्वल मानांकन दिले होते. जंगली हत्ती आणण्याच्या निर्णयामधून नवीन शक्यता, उच्चक्षमता पातळी गाठण्याचे, व आव्हाने पेलण्याचे हे ध्येयच लॉवरी पार्कने उद्घोषित केले होते.

लॉवरी पार्कचा समर्पित वृत्तीचा मुख्य कार्यकारी अधिकारी – सीईओ – चीफ एक्झिक्युटिव्ह ऑफिसर – लेक्स सॅलिसबरी याला या योजनेतील धोक्यांची पूर्ण जाणीव होती. भुऱ्या केसांच्या उंच सडपातळ लेक्सच्या चालण्यात चंदेरी पाठीच्या गोरिलाची ऐट होती. देशातील एक अव्वल दर्जाचे प्राणिसंग्रहालय बनवण्याकरिता कोट्यावधी डॉलर्सबरोबर तो स्वत:ची प्रतिष्ठाही पणाला लावत होता. त्याला फारसे पसंत न करणारे असंख्य लोकदेखील एक द्रष्टा म्हणून त्याचे कौतुक करत होते. त्याच्या हाताखाली काम करणाऱ्या सगळ्या कर्मचाऱ्यांकरिता एक द्रष्टा माणूस किती राक्षसी वृत्तीचा असू शकतो, याचा तो जिवंत पुरावा होता. परिस्थितीनुरूप कधी तो प्रोत्साहन देणारा प्रेषित किंवा सूड भावनेने बेफाम झालेला शत्रू, तर कधी मोहित करणारा प्रेमी किंवा जुलमी सत्ताधीश होऊ शकत होता. एखाद्या धर्मप्रसारकाच्या प्रगाढ श्रद्धेने तो प्राणिसंग्रहालयाबद्दल असे काही भरभरून बोलत असे की, ऐकणारा भारावून जात असे. पण लॉवरी पार्कला तो स्वत:ची खाजगी सत्ता समजत असे. त्याला विरोध करणारे, आवाहन देणारे कर्मचारी तो कधीही सहन करत नसे. त्याच्या चेहऱ्यावर नेहमी एक लबाड हास्य पसरलेले असे. सार्वजनिक ठिकाणी जाणे, फोटो काढून घेणे, त्याला मनापासून आवडत असे. या सगळ्या सार्वजनिक फोटोंमध्ये किंवा प्राणिसंग्रहालयाच्या वार्षिक अहवालामध्येदेखील जंगल सफारीहून

नुकताच परत आल्याप्रमाणे खाकी गणवेशात असण्याची तो काळजी घेत असे. निळ्या डोळ्यांचा, पिंगट केसांचा, तुकतुकीत चेहऱ्याचा लेक्स 'आउट ऑफ आफ्रिका' चित्रपटांतील रॉबर्ट रेडफोर्डने साकारलेल्या शिकाऱ्यासारखा दिसत असल्याचे एका वार्ताहराने एकदा नमूद केले होते.

दहा वर्षांपूर्वी जेव्हा लेक्स हा लॉवरी पार्कचा अभिरक्षक होता, तेव्हा त्याची प्रतिष्ठा व प्रसिद्धी दोन्ही प्रस्थापित झाली होती. एका कर्मचाऱ्याने त्याला एल डायब्लो ब्लँको – 'दैत्य ब्लँको' असेच म्हणायला सुरुवात केली होती, अशी कथा सांगितली जाते. या कर्मचाऱ्याने लेक्सची वारा पाहून पाठ फिरवण्याची कार्यपद्धती चांगलीच जोखली होती. तो म्हणायचा, ''पाहा, एक दिवस हा ब्लँको दैत्यच लॉवरी पार्क चालवेल.'' पार्कच्या आजी-माजी सर्व कर्मचाऱ्यांमध्ये तो आजही 'गोरा दैत्य' याच नावाने ओळखला जायचा.

'लेक्सला' त्याचे हे टोपणनाव माहीत होते, पण त्यामुळे तो कधीच अस्वस्थ झाला नाही. त्याला नेहमी काहीतरी नेत्रदीपक, देदीप्यमान, जीवनाहून मोठे काम करायला आवडत असे. जर एखादी गोष्ट लॉवरी पार्कला प्रगतीच्या मार्गावर पुढे नेत असेल, तर त्याबाबतीत स्वत:बद्दल एक सकारात्मक दरारा निर्माण करायलाही तो कचरत नसे. एखादे काम कोणत्याही किमतीवर पूर्ण करून कसे घ्यायचे याचे तंत्र तो जाणून होता. आणि हाच लेक्स नवीन आफ्रिकन हत्तींना लॉवरी पार्कमध्ये आणून त्यांच्याभोवती एक नवीन प्राणिसंग्रहालय बनवण्याच्या योजनेचा निर्माणकर्ता होता. त्याने दीर्घकाळ या योजनेच्या बारकाव्यांचा अगदी लक्षपूर्वक छाननी अभ्यास केला होता. स्वत: स्वाझीलॅन्डला जाऊन ताम्पाच्या त्याच्या संग्रहालयात नेमके कोणते चार हत्ती येतील त्यांची निवड केली होती. स्वाझी राजा मस्वाती तिसरा याच्यापुढे स्वत:ला सविनय सादर करून हत्तींची किंमत ठरवून घेतली होती. इकडे फ्लोरिडाच्या नगरपरिषदेमध्ये विरोधकांचे मत वळवून लॉवरी पार्कच्या विस्तार कार्याकरिता अधिक जमीन तसेच हत्तींना द्यावयाच्या सुविधांकरिता जादाचा निधीही मिळवला होता. हत्तींबरोबर काम करणाऱ्या रक्षकांच्या सुविधा व सुरक्षितता यांकरिता काटेकोर नियमावलीचा त्याने आग्रह धरला होता. हत्तींच्या आगमनानिमित्ताने आदर्श प्राणिसंग्रहालयाची एक नवीन व्याख्या पुढे मांडण्याची त्याची इच्छा होती. या सगळ्या कृती व घटना यांमुळे 'पेटा' चा रोष ओढवत असेल, तर त्याला त्याची पर्वा नव्हती.

जर सगळ्या शहरवासीयांचा भक्कम पाठिंबा असेल, तर गोष्टी कशा पूर्णत्वास जाऊ शकतात हे लेक्स चांगले जाणून होता. पंधरा वर्षांपूर्वी लेक्स जेव्हा लॉवरी पार्कमध्ये एक साहाय्यक अभिरक्षक म्हणून रुजू झाला , तेव्हा त्याने याच लॉवरी पार्कमध्ये एक महास्थित्यंतर पाहिले होते. समाजाला लांछनास्पद झालेल्या एका संस्थेचा चेहरामोहरा पूर्णपणे बदलून त्या संस्थेचे पुनर्निर्माण करण्यासाठी नेमलेल्या

संघाचा सदस्य म्हणून त्याने काम पाहिले होते.

१९३० साली केवळ काही प्राण्यांचे छोटे संग्रहालय म्हणून लॉवरी पार्कची सुरुवात झाली. काही रॅकून्स, तीन-चार मगरी व आठ-दहा सुंदर रंगीत पक्षी यांच्या संग्रहापासून सुरुवात होऊन हळूहळू पुढे सिंह, वाघ, अस्वले, आणि एक हत्तीसुद्धा, यांची भर घालण्यात आली होती. १९६१मध्ये भारतातून जेट विमानातून आणलेली शीना नावाची हत्तीण लॉवरी पार्कची पहिली 'हवाई सुंदरी' म्हणता येईल. इथे आल्यानंतर सुरुवातीला ती जणू सर्वमान्य व सर्वांची आवडती राणी होती. दिवसातून दोनदा सर्कसच्या रिंगणात करामती, मजेच्या कसरती करणे व लहान मुलांना पाठीवरून फिरवून आणणे ही तिची कामे होती. 'द फेअरी लॅन्ड झू' नावाने असलेल्या या प्राणिसंग्रहालयात प्रेक्षकांना मुक्त प्रवेश होता. या ठिकाणाचे नाव फेअरी लॅन्ड ठेवण्याचे कारण म्हणजे या प्राणिसंग्रहालयात प्राण्यांच्या आकर्षणाबरोबरच छोट्या मुलांच्या पुस्तकातील 'मदर गूज' अशा गोष्टीतील प्रसंग व देखावे तयार केले होते. छोटी मुले इथे इंद्रधनूच्या पुलावरून सात बुटक्यांच्या घरी जाऊ शकत होती. हम्टी-डम्टी, बिग बॅड वुल्फ – मोठा वाईट लांडगा व 'थ्री लिटल पिग्ज – तीन छोटी पिग्ज,' यांना भेटू शकत होती. वळणे घेत बोगद्यांमधून खडखडाटाच्या संगीतावर धावणाऱ्या छोट्या आगगाडीमध्ये बसून शीना हत्तीणीने पुढे केलेल्या सोंडेत खाऊ भरवायला मजेत जात होती. दक्षिणेकडच्या भागात 'सुरक्षित खेडे' म्हणून ताम्पा शहराची प्रतिकृती मांडलेली होती. त्यामध्ये छोटा शॉपिंग मॉल होता. छोटे आगीच्या बंबाचे घर आणि तसाच छोटा 'सिटी हॉल' होता. बालनागरिकांना येथील पोलीस अधिकारी रस्त्यावरील ट्रॅफिक लाइट्स कसे बदलतात व ते बदलले की, आपण सुरक्षितपणे रस्ता कसा ओलांडायचा याचे मार्गदर्शन करत असत. तिथेच लहान मुलांना त्रास देणाऱ्या गुंडांना कसे टाळायचे याचेही धडे दिले जायचे. या सगळ्या अभ्यासानंतर पहिली-दुसरीतल्या मुलांना विद्युतचलित वाहनामध्ये बसून आनंदरपेट ही मिळायची.

या सर्व उपक्रमांचे प्रणेते ताम्पाचे नगराध्यक्ष निक निकिओ अभिमानाने म्हणायचे, "हे प्राणिसंग्रहालय लहानग्यांचा स्वर्ग आहे" पण सरत्या वर्षाबरोबर जणू लॉवरी पार्कचे वैभवही सरते झाले. एकेकाळी रम्य व आल्हाददायक असणारा परिसर भकास उजाड होत गेला. छोटी आगगाडी गंजून गेली. रोलर कोस्टरशी खेळताना दोन छकुल्यांना गंभीर दुखापत झाली. याच दरम्यान शीना हत्तीणीची जहाजातून कॅनडाला रवानगी केली गेली. तिथे ती बिचारी हृदयाच्या झटक्याने मरण पावली. सर्वांत अधिक हृदय पिळवटणारी गोष्ट होती ती म्हणजे दुर्लक्ष व उपासमारीने मोठ्या संख्येने प्राणी पिंजऱ्यातच मरत होते. सरतेशेवटी द नॅशनल हयुमन सोसायटीने 'द फेअरी लॅन्ड' हे अमेरिकेतील सर्वांत निकृष्ट प्रतीच्या पाच प्राणिसंग्रहालयापैकी एक आहे असे जाहीर केले. "ते प्राणिसंग्रहालय जणू फक्त एक उंदीर-घुशींचे बीळ झाले

होते.'' एका नगरसेवकाने आठवण सांगितली.

प्राणिसंग्रहालयातील अशा या तेथील दुर्दशेबद्दल सर्वदूर पसरलेल्या निंदानालस्तीचा परिणाम म्हणून १९८०च्या दशकात जुने संग्रहालय मोडून काढून नवीन संग्रहालय उभे केले गेले. पूर्वीचे पिंजरे काढून प्रत्येक प्रजातींकरिता मोकळेपणाने वावरण्यासाठी वेगळी ऐसपैस जागा देण्यात आली. या राखीव जागेभोवती खंदक, चर तयार करून प्राणी व प्रेक्षक दोघांनाही एकमेकांपासून दूर, सुरक्षित ठेवण्यात आले. फ्लोरिडातील स्थानिक प्रजातींकरिता असलेल्या विभागामध्ये लाकडी फळकुटांच्या रस्त्यावर रमत-गमत फिरत जाताना वाळवीसाठी मातीचे ढिगारे उकरणारे अस्वल, प्रियतमेला खूश करण्यासाठी नृत्य करणारे व्हूपींग क्रेन्स (करकोचा) व सावलीत बागडणारी छोटी की-डीअर (हरीण) पाहू शकत होते. याच निरुंद रस्त्याच्या शेवटी बंकरसदृश एक इमारत होती की, जिथे प्रेक्षक जमिनीखाली जाणाऱ्या रस्त्याने एका अद्‌भूत विश्वात प्रवेश करत. जमिनीखालच्या या अंधारलेल्या जागेत नितळ स्वच्छ पाण्याने भरलेल्या तळ्यात आनंदाने 'बॅस' मासे उसळत आहेत, छोटी कासवं पाण्यावर चपचप आवाज करत पोहत आहेत, मॅनेटी मासे नेहमीच्या आवडत्या लेट्यूसची छोटी फांदी घेऊन सूर मारत, स्वत:भोवती गिरक्या घेत खेळत आहेत अशी आभासी पण पाहाणाऱ्याला खिळवून ठेवणारी चित्रे लावली होती.

ताम्पा शहराच्या परिसरातील लोकांना लॉवरी पार्क आकर्षित करू लागले. आधुनिक रूपातील नवे संग्रहालय जनतेसाठी खुले केल्यावर दहाच वर्षांमध्ये त्याबद्दल निर्माण झालेल्या सकारात्मकतेने तेथील निवासी आणि अधिकारी इतके खूश होते की, ते 'नवीन' प्राणिसंग्रहालयाबद्दल भरभरून बोलू लागले. नगराध्यक्ष व नगरसेवक देखील अस्तित्व धोक्यात आलेल्या प्राण्यांच्या घेतल्या जाणाऱ्या निगराणीचे कौतुक करू लागले. नवनवीन प्राणी विभागाच्या उद्‌घाटनप्रसंगी हातामध्ये मोठी कात्री घेऊन प्रसारमाध्यमे कॅमेऱ्यांपुढे चेहऱ्यावर लांब-रुंद हास्य दाखवणारे नगरसेवक मनातून खूप खूश व समाधानी होते. प्रत्येक वर्षीच्या अर्थसंकल्पाच्या वेळी प्राणिसंग्रहालयावर होणारा खर्च हा खऱ्या अर्थाने कशी काटकसरच होती, हे लेक्स त्यांना पटवून द्यायचा. 'जरी मूळ भांडवली स्वरूपातील बांधकाम वाढत असले, तरी आपल्या खर्चाची मर्यादा लॉवरी पार्कने कधीच ओलांडली नव्हती.' या लेक्सच्या म्हणण्याचे माना डोलावून सर्व जण समर्थन करत असत. अशा तऱ्हेने लांछनास्पद स्थितीमधून प्रतिष्ठेच्या मार्गावर लॉवरी पार्क पावला-पावलाने प्रगती करत होते.

ना नफा तत्त्वावर चालवले जाणारे लॉवरी पार्क हे बहुतांशी ताम्पा शहराने उदारपणे दिलेल्या आर्थिक व नैतिक पाठबळावर अवलंबून होते. हिल्सबॉरो नदीच्या पश्चिम तीरावरची ५६ एकर जमीन शहरप्रशासनाच्या मनोरंजन विभागाकडून काही वर्षांच्या कराराने मिळाली होती. कधीकाळी याच जागेवर जुने प्राणिसंग्रहालय होते

व याच जागेवर आता नवीन साकारत होते. ही जागा फारशी मोक्याची नव्हती. ही जागा शहराच्या उत्तरेला बुजलेल्या मातीच्या पाऊलवाटा असलेल्या दूरवर पसरलेल्या जुनाट बंगल्याच्या वसाहतीच्या मागील बाजूस होती. या वसाहतीमध्ये अनेक दिवस उभ्या असलेल्या धूळभरल्या गाड्यांखाली कुत्री, मांजरे लपतछपत, भटकत असत. आइसेन हॉवरच्या प्रशासन काळापासून जिथे कोणी खुरपेही चालवले नसेल अशी दुर्लक्षिलेली उजाड अंगणे इथे होती. या अंगणांच्या पलीकडे असणाऱ्या ओकच्या झाडांवर स्पॅनिश शेवाळ्याच्या लांब-लांब दाढ्या मात्र लोंबकळत असत. या वसाहतीतील काही घरे तर संग्रहालयाच्या बाह्यकुंपणाला इतकी लागून होती की, दोन्हीमध्ये कमी-जास्त केवळ ५० फुटांचे अंतर होते. अनेक सकाळी तेथील रहिवाशांना स्यामंग वानरांच्या द्वंद्वगीताने किंवा सिरामास माकडांच्या कर्कश ओरडण्याने जाग येत असे.

या सगळ्या यशोगाथा रचल्या जात असतानाच शेजारच्या मध्य फ्लोरिडा प्रदेशातील दोन मोठ्या प्राणिसंग्रहालयांशी होणाऱ्या स्पर्धेची काळी छाया लॉवरी पार्कवरून हटत नव्हती. लॉवरी पार्कपासून सुमारे एक तासाच्या अंतरावर ओरलॅन्डोच्या बाहेरच असणारे 'डिस्नेज ॲनिमल किंगडम' व २७५ क्रमांकाच्या महामार्गावर काही वळणानंतर असलेले 'बॉश गार्डन्स ऑफ ताम्पा' ही दोन्ही प्राणिसंग्रहालये अटीतटीची स्पर्धा निर्माण करत होते. या दोन्ही प्राणिसंग्रहालयाकडे प्रचंड संख्येने

पर्यटक आकर्षित होत असत. कारण दोन्ही संग्रहालयात रोलर कोस्टर व इतर थीम पार्कमधील रोमांचकारी खेळ होते. शिवाय सिंह, वाघ, झेब्रा, गेंडे, जिराफ व नाईल नदीतील मगरी, सुसरी (ॲलिगेटर) या सर्वांची वस्ती असणाऱ्या बनावट कुरणांमधून त्यांची भेट घडवून आणणारी जंगल सफारीदेखील होती. बॉश गार्डनमध्ये असलेला एक 'सेरेन्गेटी विभाग' लॉवरी पार्कमधील सर्व प्राण्यांसाठी असलेला प्रदेश एकत्रित केल्यावर होणाऱ्या एकूण प्रदेशापेक्षा अधिक विस्तृत होता. ॲनिमल किंगडम तर ताम्पा प्राणिसंग्रहालयाच्या दसपट मोठे होते. त्यामध्ये १४५ फूट उंच बाओबाब झाडाची प्रतिकृती होती, ज्याच्या प्रचंड आकाराच्या बुंध्यावर डॉल्फिन्स, माकडे व इतर अनेक प्राण्यांची नक्षी कोरलेली होती. या उंच, रुंद झाडाच्या मुळ्यांमध्ये एक सिनेमागृहदेखील होते. इथे मुलांकरिता एक 'इट्स टफ टू बी अ बग' नावाचा थ्रीडी सिनेमा दाखवला जात असे. त्याकरिता असणारे विशिष्ट चष्मे घालून लहानथोर हसत, आरडाओरडा करत, शेणातील किडे, झुरळे इत्यादी असंख्य किडे-मकोडे यांच्या वेदना किंवा विजयाच्या गोष्टी पाहात.

लॉवरी पार्क, अर्थसंकल्पातील आपल्या अपुऱ्या निधीसह या दोन प्राणिसंग्रहालयांची स्पर्धा करू शकत नव्हते. 'डिस्ने ॲनिमल किंगडम'कडे कल्पकतेला साकार करणारी अभियंत्यांची फौज होती, तर 'बॉश गार्डन'कडे करोडो डॉलर्सचा निधी

होता. लॉवरी पार्ककडे थ्रीडी सिनेमा नव्हता, धबधब्यांच्या प्रतिकृती नव्हत्या, जंगलातून खट्कऽऽ खट्कऽऽ आवाज करत फिरवून आणणारी छोटी आगगाडी नव्हती, सर्व प्राण्यांना उंचावरून पाहाता येईल, अशी 'स्काय कार' नव्हती. इथे फक्त अस्तित्व धोक्यात आलेल्या प्राण्यांच्या पाठीवर बसून गोल-गोल फिरवणारा झोपाळा होता. या गिरगिऱ्यात फिरताना मुलांना गिरगिऱ्यात बसल्याचा अधिक आनंद होता की, दुर्मीळ होत जाणाऱ्या प्राण्यांच्या पाठीवर बसण्याचा आनंद अधिक होत असे हे स्पष्ट होत नव्हते. अर्थात याने काही बिघडत होते असे नाही. लेक्स व इतर पदाधिकाऱ्यांना हे चांगल ठाऊक होते की, 'डिस्ने ॲनिमल किंगडम' किंवा 'बॉश गार्डनची' उंची आपण गाठू शकणार नाही, आणि त्याची कोणी इच्छाही केली नव्हती. त्यांच्याकरिता ही गोष्ट अगदी स्पष्ट होती की, ते एक प्राणिसंग्रहालय चालवतात, 'थीमपार्क' नाही. त्यांच्याकडील प्रवेशशुल्क नाममात्र होते. पर्यटकांच्यादेखील त्यांच्याकडून भव्य-दिव्य अपेक्षा नव्हत्या. रोलर कोस्टरवरती ओरडत किंचाळत उंच जाणे, खाली येणे याकरिता किंवा ॲनिमेशन केलेल्या बगलाही पाहायला ते येत नव्हते. येणाऱ्या पर्यटकांना फक्त जिवंत प्राणी पाहायचे असत आणि ते तर लॉवरी पार्कमध्ये भरपूर होते. जिवंत प्राण्यांच्या संख्येच्या बाबतीत मात्र बॉश गार्डनची व लॉवरी पार्कची स्पर्धा बरोबरीत होत असेल.

लॉवरी पार्कमध्ये हत्ती येण्याआधीदेखील, ज्याला प्राणिसंग्रहालयच्या परिभाषेत 'करिस्मॅटिक मेगाफाउना – बृहतप्राणी आकर्षण' म्हटले जाते, अशा प्राण्यांचा बराच मोठा संग्रह सुदैवाने उपलब्ध होता. या बृहतप्राणी आकर्षणामध्ये विशेषकरून मोठ्या आकाराच्या सस्तन प्राण्यांचा समावेश होतो, उदाहरणार्थ गेंडे, अस्वले आणि मॅनेटीसारखे मासे इत्यादी. असे प्राणी पाहाणे समस्त पर्यटकांना अधिक आवडते. एमू पक्षी किंवा मोरे ईल मासे यांच्यापेक्षा या मोठ्या आकाराच्या सस्तन प्राण्यांबरोबर मानवांना एक प्रकारचे भावनिक तादात्म्य जाणवते. या प्राण्यांच्या प्रियाराधन, मैथुन व बालसंगोपन वगैरे कृतींमध्ये स्वत:च्या जीवनराहाटीचे प्रतिबिंब असल्याचे जाणवते. प्राणी आणि मानव यांच्या विभाजन सीमारेषेपलीकडूनदेखील या प्राण्यांचे व्यक्तिविशिष्ट वेगळेपण ओळखता येते. मानसिकतेतील अशा समरूपतेमुळे एखादा प्राणी तर अधिक चांगल्या प्रकारे जाणता येतोच, शिवाय त्या प्राण्याच्या निमित्ताने आपल्या 'स्व'च्या गूढ गाभ्यातही चंचुप्रवेश करता येतो.

अशा या सर्व 'करिस्मॅटिक मेगाफाउना – बृहतप्राणी आकर्षण' समजल्या जाणाऱ्या प्राण्यांमध्येदेखील लॉवरी पार्कमधील राजा व राणीला आकर्षकता व मोहिनी यांचे दैवजात वरदान होते.

अल्फा चिंप – चिंपांझी प्रमुख – त्याच्या सिंहासनावर ऐटीत बसला होता. दररोज सकाळी धबधब्याजवळच्या दगडांच्या खोबणीमध्ये तो त्याच ठिकाणी बसत असे. कारण सबंध राज्यावरती लक्ष ठेवण्यासाठी ती जागा योग्य होती. हा धबधबा म्हणजे एका पीव्हीसी (प्लॅस्टिकचा प्रकार) नळीद्वारे पडणारे पाणी होते, ज्यामध्ये धबधब्याचा केवळ एक आभास होता आणि दगडदेखील खोल दरीच्या कड्याचा आभासच निर्माण करत होते. पण त्या दगडांवर आसनस्थ असणाऱ्या हर्मनबद्दल काहीच आभासी नव्हते. गेली तीन दशके त्याने लॉवरी पार्कमध्ये राज्य केले होते. तो या लॉवरी पार्कमधील कोणाही प्राण्यापेक्षाच नव्हे तर कर्मचाऱ्यांपेक्षाही अधिक काळ राहिलेला होता. तो लॉवरी पार्कच्या बदलत्या इतिहासाचे चालते बोलते प्रतीक होता. हर्मनच्या रूपांत जणू लॉवरी पार्कच्या गतस्मृती जिवंत आहेत. तो इथला सर्वज्ञात असा रहिवासी होता. प्राणिसंग्रहालयातील १,६०० प्राण्यांपैकी प्रत्येकाला एक नंबर दिलेला होता. हर्मनचा नंबर ००००१ असा होता.

अलीकडे त्याचे वय दिसू लागले होते. त्याच्या गालावरचे केस भुरकट झाले होते. अलीकडे तो कशानेही चटकन दचकत असे. तरीसुद्धा कोणतीही गोष्ट त्याच्या नजरेतून सुटत नसे. जर त्याच्या कळपातील दुसरा कोणी चिंप अस्वस्थ असेल, तर हर्मन त्याला धीर देत असे. जर त्यांच्यामध्ये वाद झाला, भांडण उसळले, तर तो हस्तक्षेप करत असे. अर्थात याखेरीज एरवी मात्र तो कळपातील इतरांपासून दूर वेगळा बसत असे. जेव्हा उभे राहाण्याचा कंटाळा येई, तेव्हा मग त्या दगडाच्या खोबणीतच आडवा होऊन स्वत:च्या बोटांची काळीभोर नखे निरखीत राही. अशा वेळेला त्याच्या पोकळ नजरेत केवळ तात्पुरता कंटाळा नाहीतर मनामध्ये खोलवर पसरलेला थकवा, भरलेली उदासी असे. पण यात त्या बिचाऱ्याचा तरी काय दोष? खरे तर अल्फाची – कळपप्रमुखाची जबाबदारी त्याने आपणहून कधीच मागितलेली नव्हती. त्याच्यावर ती लादण्यात आली होती – खूप पूर्वीपासून, खूप साऱ्या जन्मांआधी जेव्हा तो पृथ्वीच्या दुसऱ्या गोलार्धात, वेगळ्या देशात होता.

"ते बघ ते माकड, पाहिलंस?" त्याच्याकडे बोट दाखवून एक आई आपल्या छोट्या मुलाला विचारत होती.

स्त्रीच्या आवाजाबरोबर हर्मनने तिच्याकडे पाहिले. तिचे तांबट केस पाहून टुणकन उडी मारून तो दोन्ही पायांवर उभा राहिला. लगेच तो सावध झाला, कुणावरती तरी छाप पाडता येईल या विचाराने उत्साहित झाला. तो भिंतीला समांतर पुढे-मागे चालत राहिला, जणू तो सैन्याचा सेनापती होता. आपली छाती फुगवून, पुढे मागे झुलत राहिला. पाठीवरचे, खांद्यावरचे केस ताठ करून आपण किती शक्तिवान व सामर्थ्यवान आहोत याचे प्रदर्शन करू लागला.

त्या स्त्रीने स्मितहास्य केले. निश्चितच ती त्या माकडाला आवडली होती. या

विचाराने तिला हसू फुटले.

"कसा मजेशीर आहे ना तो?" ती म्हणाली. तिच्या मुलाने मान हलवून होकार दिला.

अशा या छोट्या मुलांना घेऊन येणाऱ्या स्त्रिया – त्यांच्या कपाळावरचे केस, त्यांचे 'टॅन' झालेले खांदे या सगळ्यात हर्मनला विश्वासाची एक चमक दिसून येई. हर्मनच्या मनात नेमके काय घडते आहे, याची त्या स्त्रियांना खबरही नसे. पण कधीतरी, नकळत जर त्या हर्मनच्या पिंजऱ्यासमोर काही क्षण अधिक रेंगाळल्या आणि फेऱ्या घालणाऱ्या हर्मनकडे त्यांनी रोखून पाहिलं तर त्याच्या नजरेत एक अस्पष्टशी ठिणगी चमकताना त्यांना दिसली असती – जशी ठिणगी एखाद्या बारमध्ये किंवा पार्टीमध्ये एखाद्या खुशमस्कऱ्या पुरुषाच्या नजरेत उमटत असेल.

अर्थात हर्मनच्या नजरेतली ही ठिणगी त्यांना समजली किंवा नाही समजली तरी त्या काही क्षणाने आपल्या मुलांना घेऊन तिथून पुढे जायच्या. तेव्हा मात्र हर्मन त्यांच्या मागे ओरडायचा. अशा तऱ्हेने आपल्याला दूर केल्याच्या, सोडून दिल्याच्या भावनेशी त्याचा चांगला परिचय होता. लॉवरी पार्कमधील ३० वर्षांच्या वास्तव्यामध्ये अशी ही धुत्कारल्याची भावना नको इतकी त्याच्या वाट्याला आली होती. खरे सांगायचे, तर तो केवळ साधे माकड नव्हताच. चिंपांझी हे 'एप' – आदिमानवाचे पूर्वज असतात. पण हर्मन या चिंपांझीकडून कोणी स्त्री अपमानित होत असेल, तर मात्र ते अयोग्यच आहे. कोणतीही स्त्री प्राणिसंग्रहालयात एका 'एप'च्या नजरेत तिच्याकरिता अशी ठिणगी दिसण्याच्या अपेक्षेने येत नसते. परंतु हर्मनचा संमिश्रित 'लिबिडो-कामवासनाकेंद्र' हा त्याचा दोष नाही, हे जर त्या स्त्रीने समजून घेतले, तर हर्मनचे वागणे ती अपमानास्पद समजणार नाही. जर त्याचा पूर्व इतिहास जाणून घेतला तर कदाचित त्याच्या अंतर्मनातील सखोल, गहिऱ्या प्रवाहांचा गुंता स्पष्ट होईल.

डिकन्स आणि डार्विन या दोघांनी एकत्रित लिहिलेल्या कथेसारखे हर्मनचे बालपण होते. पश्चिम आफ्रिकेच्या घनदाट जंगलात जन्मलेल्या हर्मनला अगदी तान्हा असतानाच त्याच्या आईपासून दूर करून फळांच्या टोकरीतून पंचवीस डॉलरला विकले गेले. आपल्या जन्मठिकाणाहून दूर जाताना या तान्हुल्याच्या अजाण मनाच्या अंधाऱ्या कोपऱ्यात त्याला वाचवण्याची धडपड करणाऱ्या त्याच्या आईच्या हत्याप्रसंगाची छबी उमटली असणार. पहिली काही वर्षे त्याला एका मानवी कुटुंबामध्ये पाळीव प्राण्यासारखे सांभाळण्यात आले. आणि मग जन्मभर डांबलेल्या स्थितीत अनोळखी माणसांच्या अपुऱ्या प्रेमावर जगण्यासाठी त्याला प्राणिसंग्रहालयात 'दान' करण्यात आलं. त्याने जेन गुडआलला आकर्षित केले होते, ताम्पाच्या नगराध्यक्षावर धूळफेक केली होती. पुढे-पुढे तो टाळ्या वाजवणे, सिगरेट ओढणे इत्यादी गोष्टी करायला शिकला – लोकांच्या मनोरंजनासाठी...

स्वत:चे अस्तित्व टिकवण्यासाठी!

हर्मनने जुन्या लॉवरी पार्कचा अस्त व नवीन लॉवरी पार्कचा उदय समक्ष पाहिला होता. लोकांच्या मनोरंजनासाठी तो अजूनही हातावरच्या कसरती करत, 'फ्लाईंग किस' देई. पण अलीकडे या सगळ्या कृतीमध्ये केवळ काही गंमत इतकाच भाव नसून या सर्व खेळकरपणाच्या तळाशी स्वामित्व व अपेक्षाभंगाचे विचित्र मिश्रण असे. सगळ्या महिला रक्षक तो त्याच्या मालकीच्या समजत असे. अशा महिलेच्या जवळ जर कोणी पुरुष उभा असलेला दिसला तर त्या आगंतुक पुरुषाच्या दिशेने धूळ-माती फेकली जायचीच.

अशा वेळेला ती महिला रक्षक म्हणायची, ''आपण थोडं बाजूलाच थांबू या!''

हर्मनच्या पिंजऱ्यासमोर जास्त वेळ रेंगाळणाऱ्याला लगेच कळून येईल की, हर्मन हा 'स्वओळख समस्येत' अडकलेला आहे. आपली सर्व बुद्धिमत्ता व व्यक्तिमत्त्व क्षमता वापरूनसुद्धा तो हे पूर्णपणे समजू शकत नव्हता की, तो फक्त एक चिंपांझी होता. त्याच्या अजाणतेपासून जाणतेपणापर्यंतच्या प्रवासादरम्यान तो एका मानवी कुटुंबात होता. जिथे त्याला शर्ट-चड्डी घालायला, टेबलाशी बसून जेवायला शिकवले गेले. पण याच माणसांनी जेव्हा त्याला प्राणिसंग्रहालयातील एकटेपणात सोडून दिले तेव्हा तो गोंधळला, प्रचंड गोंधळला. त्या एकाकीपणाच्या विमनस्कतेतून मानवाच्या सहवासाची, प्रेमाची निकड त्याच्या मनात तीव्र होऊ लागली. इथे तो कळपप्रमुखाच्या भूमिकेतून त्याच्या कळपातील तीन माद्यांशी जुगण्याचा अधिकार बाळगत होता. तरीदेखील त्यांच्याबरोबर प्रजनन करण्याची इच्छा त्याने कधी दाखवली नाही. पण त्याऐवजी तो मानवी स्त्रीकडे – विशेषकरून तांबट केसांच्या धष्टपुष्ट स्त्रीकडे मात्र आकर्षित होत असे. असे हे परप्रजाती आकर्षण हर्मन दररोज व्यक्त करत असे. सकाळी-सकाळी जेव्हा महिला रक्षक त्याला 'हॅलो' करत आणि विशेषकरून लॉवरी पार्कच्या गणवेशातून त्या महिला रक्षकांचा खांदा दिसून येई तेव्हा तो उत्तेजित होत असे.

असा हा अनाठायी व्यक्त होणारा 'लिबिडो' हर्मनसाठी घातक होत होता. आपल्या प्रजातीशी एकरूप होऊन, स्वत:च्याच प्रजातीत प्रजनन करण्यास, त्यांच्याशी एकजीव होऊन जगण्यास तो असमर्थ होता. सभोवताली इतर चिंप्स असूनदेखील तो त्यांच्यापासून मूलत: विभक्त होऊन जगत होता. त्याची ही स्थिती महिला रक्षक समजून होत्या. एका चिंपच्या मनात आपल्याकरिता प्रणयभावना असावी ही भावना ओंगळ असली तरी त्याकरिता त्या महिला रक्षक हर्मनला दोष देत नसत. उलट त्याच्या सर्व दोषांसकट त्याच्यावर त्या माया करत. कारण या एका दोषाला झाकणारे अनेक गुण हर्मनकडे होते. इतर चिंप्सबरोबर त्याचे निरीक्षण करता कळून येत असे की, कळपातील प्रत्येक हळव्या व्यक्तीला भक्कम असा नैतिक व

मानसिक आधार करणारा तो एक सद्वर्तनी म्होरक्या होता. तो कळपातील सर्व सदस्यांचे म्हणणे पूर्णपणे ऐकून, समजून घेई. तो प्रामाणिक होता, समंजस व क्षमाशील होता. त्याच्या नजरेत पाहिले की, कोणालाही जाणवून यायचे की, त्याला मनच नव्हे तर आत्माही आहे.

कळपाचा म्होरक्या होणे, ही काही सोपी गोष्ट नव्हती. त्यांचे रक्षक तर इतर सगळ्या चिंप्सना 'नखरेल नटव्या'च म्हणत. ते अगदी योग्य होते. रोजची त्यांची नवी नाटके, नवीन अध्याय असत. आपल्या ओरडण्या-किंचाळण्याने ते इतका प्रचंड गोंगाट निर्माण करत की, ते फक्त सहाच जण आहेत. यावर विश्वास ठेवणे कठीण होते. हात हवेत उंच झटकत ते गोल-गोल रिंगणात एकमेकांचा पाठलाग करत, त्यांच्या प्रांगणाभोवती खणलेल्या चरात उड्या मारत किंवा मग मागच्या बाजूला असलेल्या जाळीच्या भिंतीवर चढून जे कोणी ऐकेल त्याच्यासाठी तार स्वरात ओरडत राहात. हा सगळा धिंगाणा नेमका कशाकरिता आहे हे त्यांच्या रक्षकांना कधी कळायचे नाही. पण हा सगळा धिंगाणा हर्मन नीट शांत करणार आहे याची मात्र त्यांना खातरी असे. सामाजिक औपचारिकता पाळून शांतता कशी प्रस्थापित करायची याचे ज्ञान हर्मनला उपजतच होते. नेमका कधी हस्तक्षेप करून एखाद्याला कसे नमवायचे किंवा कधी मुकाट्याने बाजूला होऊन परिस्थितीमधील तणावाला नैसर्गिक ढील द्यायची याचाही सूज्ञपणा त्याच्याकडे होता.

परिणामत: इतर चिंप्स शांत होत, कोणी एकमेकांच्या उवा, पिसवा काढत बसायची तर कोणी मध्यभागी असलेल्या झाडाच्या माथ्यावर जाऊन क्षितिजरेषा शोधत राहात. पण वरवर प्रस्थापित झालेल्या शांतीसागराच्या तळाशी दृश्य किंवा अदृश्यपणे फिरणारे आंतरप्रवाहाचे भोवरे अनेकदा भयप्रद असत. जणू कोणता तरी अनामिक, अव्यक्त आवेग व्यक्त होण्याकरिता अधीर आहे.

त्या अव्यक्त आवेगाला योग्य दिशा देणे, प्रसंगी संयमित करणे हे हर्मनचे काम होते. या प्राणिसंग्रहालयातील कुणाच्याही स्मरणात नसेल अशा वेळेपासून त्याने हेच काम केले आहे आणि जोपर्यंत हे काम करण्यासाठी हर्मन उपस्थित आहे तोपर्यंत सगळं काही आलबेलच असणार.

एका रात्रघराच्या चिंचोळ्या अंधाऱ्या वाटेतून दमदार पावले टाकत साम्राज्ञी बाहेर येते. जाळीबाहेर वाट पाहाणाऱ्या प्रेक्षकांना दर्शन देते. आत्तापर्यंत ही सुमात्रन वाघीण तिच्या खाजगी विश्रांतीकक्षात होती. याच कक्षात तिचा जन्म झाला होता. इथेच तिने आपल्या आईचे अखेरचे दर्शन घेतले होते. अलीकडे हा तिचा खाजगी शयनकक्ष होता, जिथे पहाटेच्या निरव शांततेत ती आरामात लोळत असे. तिच्यावरती हावी होऊ पाहाणाऱ्या नरांना तिने इथेच खेळवले होते. सध्या मात्र ती सहज

म्हणूनच फिरायला बाहेर पडली होती.

एक दार उघडलं गेलं. एक भेदक व तितकीच मादक शांतता अंगभर लपेटून इन्शाल्ला सर्वांपुढे सामोरी आली. तिच्या प्रत्येक पावलात एक वचन होते, एक ताकीद, एक दटावणी होती. ठिपकेदार सावल्यांच्या नक्षीतून उन्हात येऊन रक्त व हाडे विखुरलेल्या जमिनीवरून ती मोठ्या दर्शनी खिडकीजवळ आली. इथे वाट पाहाणारे अनेक प्रेक्षक तिच्यापासून काही अंतरावरच होते. तिचे चमकणारे हिरवेगार पाचूचे डोळे व पिवळ्या जर्द पट्ट्याखाली हालचाल करणारे खांद्याचे तिचे पिळदार स्नायू डोळे विस्फारून बघताना ते अवाक होत. "ए... किटी-किटी-किटी..." एका माणसाने आवाज दिला. इन्शाल्लाने त्याकडे पूर्ण दुर्लक्ष केले. आपला वजनदार माथा उन्नत करून नाक उंचावून तिच्या रक्षकांनी तिच्याकरिता त्यांच्या प्रेमाचं प्रतीक म्हणून काही खाऊ ठेवला आहे का, याचा वासाने अंदाज घेतला. वाघांना वेगवेगळे सुगंध पसंत असतात हे तिच्या रक्षकांना चांगले ठाऊक होते. जेव्हा इन्शाल्ला अजूनही तिच्या अंतर्कक्षात बंद असायची तेव्हा तिचे रक्षक तिच्या प्रांगणात लवंग, पेपरमिंट किंवा एखाद्या सुवासिक अत्तराचे फवारे मारून जात. या सर्वांमध्ये तिला कस्तुरी सुगंध अधिक पसंत होता, त्यातल्या त्यात 'ऑब्सेशन' अधिक आवडत होते.

त्या ऑगस्टमध्ये तेथील कर्मचारी इन्शाल्लाची ओळख एरिक नावाच्या सुमात्रन वाघाशी करून देणार होते. त्यांना खूप अपेक्षा होती की, या दोघांची वंशवेल बहरेल. पण तशी काही लक्षणे मात्र दिसत नव्हती. एरिक फक्त चार वर्षांचा होता व प्रणयशास्त्रात अनभिज्ञ होता. इन्शाल्लाने वयाची १२ वर्ष पूर्ण केली होती. तिला जगाचा अनुभव होता. तिच्याकडे जबरदस्त आत्मविश्वासही होता. लॉवरी पार्कमध्येच जन्मलेल्या इन्शाल्लाला 'वाघविभाग' स्वत:च्या मालकीची 'टेरिटरी-अधिकारप्रदेश' वाटत असे. तिथे ती आपल्या समर्थ व्यक्तिमत्त्वाच्या प्रभावाने अधिपत्य गाजवत असे. या प्राणिसंग्रहालयातील इतर सर्व प्राण्यात ती सर्वांत देखणी होती आणि तितकीच भयावहदेखील! ती अहंमन्य व स्वतंत्र्य बाण्याची होती. माणूस असो किंवा दुसरे वाघ असो, कुणाच्याच अपेक्षांची तिने कधी पर्वा केली नव्हता.

मानवी दृष्टिकोनातून पाहिले तर इन्शाल्लाचा कुटुंब इतिहास हा ग्रीक शोकांत नाटकाप्रमाणे होता. तिच्या आई-वडिलांना दोन निरनिराळ्या भूप्रदेशातील प्राणिसंग्रहालयातून इथे आणले गेले होते. तिच्या आईने तिच्या अगदी पहिल्या एका बछड्याला अनवधानाने मारले होते. त्यानंतर, जेव्हा इन्शाल्ला अगदी पिल्लू होती तेव्हा तिच्या वडिलांनी अनेक प्रेक्षकांच्यादेखत तिच्या आईची शिकार केली होती.

इन्शाल्लाच्या आठवणीत तिचे आई-वडील होते की नव्हते, ते कळायला काही मार्ग नव्हता. भूतकाळाच्या जाणिवेचे ओझे नाही, भविष्याची पर्वा नाही, अशा निरंतर 'आज'मध्ये ती मस्तपैकी तरंगत असायची. तिच्या दिमाखदार चालीचे वर्णन

करायला शब्दच सापडणार नाहीत. पण टेड हयूजेस हा कवी दुसऱ्या वाघाचे वर्णन करताना जे म्हणतो की, तिच्यामध्ये 'विमुक्ततेची वन्यता' सामावलेली होती, ते वर्णन इन्शाल्लाच्या वर्णनाच्या जवळपासचे वाटते. इन्शाल्लाच्या प्रत्येक स्पष्ट-अस्पष्ट हालचालींमध्ये, अगदी दुपारची डुलकी घेण्यासाठी स्वत:चे वेटोळे करण्यामध्येदेखील एक प्रवाही, चैतन्यमय सौंदर्य व्यक्त होत असे, एका भयप्रद ताकदीचे अस्तित्व जाणवत असे.

सर्व कर्मचाऱ्यांवर तिने जणू मोहिनी टाकली होती. तिच्या आडमुठेपणाचेदेखील ते कौतुक करत. पिवळ्याधम्म मखमली कातडीवरील धारदार काळेभोर पट्टे आणि मानेजवळ आयाळीसारख्या केसांचा पांढराशुभ्र रंग पाहाणे त्यांच्याकरिता एक आनंदी अनुभव होता. तिच्या प्रांगणात पुढच्या बाजूस असलेल्या पाण्याच्या कुंडात स्वत:ला कौशल्यपूर्वक कोरडे ठेवून पाणी पिण्याची तिची अदा त्यांना आवडत असे. खरे तर सुमात्रन वाघाचे पंजे जाळी-जाळीचे असतात, ते पाण्यात छानपैकी पोहू शकतात. पण इन्शाल्लाला मात्र कोरडे राहाणेच अधिक पसंत होते. तिच्या नाजूक दिसण्यावर कुणी जाऊ नये. ती कमालीची आक्रमक होती – विशेषत: बंदिवासात जन्मलेल्या दुसऱ्या वाघांच्याप्रती! तिच्या सीमाबद्ध प्रांगणामध्येसुद्धा रक्षकांनी तिचे अव्वल प्रतीचे शिकारीचे कौशल्य पाहिलेले होते. जेव्हा कधी शेजारच्या कुठल्या पिंजऱ्यातील वेडाबावरा पक्षी चुकून तिच्या प्रांगणात जात असे तेव्हा पाहाणारे सगळे जण आपापला श्वास रोखून धरत.

गेल्या काही वर्षांमध्ये अनेक इच्छुक नवरदेव इन्शाल्लाच्या संमतीसाठी सादर करण्यात आले होते. पण प्रत्येक वेळी कुणाचे वर्चस्व सिद्ध झाले ते सर्वज्ञातच आहे. सुमात्रन नर अंगाने बोजड, अवाढव्य असतात, त्यांच्याकडे एक जंगली, रांगडी ताकद असते. पण १८० पौंड वजनाची सडपातळ इन्शाल्ला त्यांना भारी पडत असे. आपल्या इच्छाशक्तीने ती दाखवून देत असे की, हा तिच्या अधिपत्याखालील प्रदेश आहे. इथे तिच्या मनात येईल तेच व तेव्हाच घडू शकते. ऋतुकालात असताना सादर केलेल्या नराप्रती ती प्रणयातूर आहे हे सुचवण्यासाठी हळवेपणा दर्शवत असे. ती त्यांना हुंगत असे, त्यांच्या गालाला आपला गाल घासत असे, लाडाने त्यांच्या पायाशी लोळण घालत असे. पण त्या नराने काही सकारात्मक व मीलनोत्सुक हालचाल केल्याबरोबर दूर पळून जात असे किंवा मग रागाने त्याच्यावरच आक्रमण करत. त्या नराने ठरवले तर तो तिला ठार ही करू शकतो याची पूर्ण जाणीव असूनही ती त्याचा पाठलाग करून त्याला पळवून लावत असे, कोपऱ्यात अडवून भक्ष्यावर झडप घालावी तशी त्यांच्यावर झडप घालत असे.

आता एरिक तिच्या चतुराई व चपळाईची परीक्षा घेणार होता. रक्षकांनी अजूनतरी दोघांना एकाच पिंजऱ्यात ठेवायला सुरुवात केली नव्हती. फक्त रात्रीच्या

वेळी त्यांना शेजार-शेजारच्या गुहेमध्ये ठेवत असत. जेणेकरून मधल्या भक्कम जाळीतून ते नजरेतून व गंधातून एकमेकांची ओळख करून घेतील आणि महत्त्वाचे म्हणजे या ओळख प्रक्रियेदरम्यान कोणालाही दुखापत होणार नाही. एरिक या नवीन नवरदेवाकडून कोणत्याही प्रकारची घातक हिंसा होण्याची चिन्हे दिसत नव्हती. वॉशिंग्टन डीसीमधील प्राणिसंग्रहालयातून उधारीवर आलेला एरिक अजूनही नवीन परिसराशी एकरूप होण्याच्या प्रयत्नात होता. त्याच्या नजरेत भेदकता होती, आवाजात जरब होती. जेव्हा तो गुरगुरायचा तेव्हा त्याच्या मागे सरकलेल्या ओठामागे असलेले माणसाच्या बोटाएवढे मोठे दातसुळे दिसून यायचे. पण इथे आलेल्या इतर नरांपेक्षा एरिक स्वस्थ व शांत दिसत होता. खरे तर त्याला सोपवलेल्या कामासाठी तो नको इतका शांत वाटत होता. इन्शाल्लाने लालबुंद संतापाने दिलेल्या धमकावणीला तो सरावला नव्हता. तिचा अनुभव, तिची लबाडी यापुढे त्याचा किती पाडाव लागेल याची शंकाच होती.

पण तमाम कर्मचाऱ्यांना मात्र आशा होती की, इन्शाल्लाचा प्रतिकार मोडून तिच्यावर काबू मिळवण्याची कोणती तरी युक्ती एरिक शोधून काढेल. प्राणिसंग्रहालयातील अनेक प्राण्यांप्रमाणे सुमात्रन वाघदेखील त्यांच्या अंताकडे वाटचाल करत होते. जगातील जंगलांमधील सर्व मिळून सध्याची त्यांची संख्या केवळ ६०० होती. वाघांच्या उपजातींपैकी सुमात्रन वाघ सर्वांत अधिक 'संकटग्रस्त' होते. तसेच साऱ्या पृथ्वीवरील 'अतिशय दुर्मीळ' अशा प्रजातींपैकी ते एक होते. जर या सुमात्रन वाघांना टिकून राहायचे असेल तर इंडोनेशियातील त्यांच्या मूळ जंगलामध्ये किंवा लॉवरी पार्कसारख्या संस्थेमध्ये त्यांचे प्रजनन होणे आवश्यक होते. एरवीदेखील प्राणिसंग्रहालयामध्ये कोणत्याही प्राण्यांची पिल्ले असणे हे त्या प्राणिसंग्रहालयाकरिता एक जादाचे गुणांकन मिळवून देते, त्याचा पाया पक्का करण्यात मदत करते. अशा वेळी तिकीट खिडकीवर अधिक तिकिटे खपून आर्थिक फायदा होत असतो. त्यातल्या त्यात मखमली कातडीचे, नाजूक, मुलायम आवाजाचे वाघाचे बछडे तर जणू एक सोन्याची खाणच ठरते.

पण लॉवरी पार्कमध्ये या फायद्याच्या मुद्यावर कोणीही मोठ्याने चर्चा करू इच्छित नव्हते. कारण कुणीही अशी चर्चा करायची नाही असा अलिखित नियम होता.

लॉवरी पार्कच्या कर्मचाऱ्यांची इन्शाल्ला व एरिक यांच्या बछड्यांनी लॉवरी पार्कची तिजोरी भरण्याची इच्छा नव्हती. त्यांची केवळ एकच इच्छा होती की, पृथ्वीतलावरील वाघांच्या संख्येत वाढ व्हावी. तसे पाहायला गेले तर या दोघांनी एकत्र यायचे की नाही, हे येथील कर्मचारी किंवा लॉवरी पार्कचे प्रशासनदेखील ठरवू शकत नव्हतेच. 'द असोसिएशन ऑफ झूज अँड ॲक्वेरियम' यांनी बंदिवासातील 'संकटग्रस्त' प्रजातींच्या कल्याणाकरिता बनवलेल्या 'स्पीसीज् सर्व्हायवल प्लॅन' या कृतिकार्यक्रमान्वये या दोघांमार्फत होणाऱ्या प्रजननाची लॉवरी पार्कला परवानगी घेणे

आवश्यक ठरते. एझेडएच्या निर्देशनांतर्गत अनेक योजनांमार्फत बंदिवासातील सुमात्रन वाघाबरोबरच, बेडूक, करकोचे, मोठा पांडा, लोलँड गोरिला (सखल भागातील गोरिला) इत्यादी बंदिवासातील अनेक प्रजातींच्या प्रजनन इतिहासाचा मागोवा घेऊन कोणाही एका प्राण्याचा डीएनए अधिक प्रभावी होऊ न देण्याविषयी सातत्याने लक्ष ठेवले जाते. इन्शाल्ला किंवा एरिक यापैकी कुणालाच अजून बछडे झाले नव्हते. त्यामुळे त्यांना एकत्र आणण्यामध्ये कोणती कायदेशीर अडचण नव्हती. जर त्यांना जुळे किंवा तिळे बछडे झाले तर त्यांच्याच प्रजातीच्या वांशिक इतिहासात अमूल्य भरच पडणार होती... आणि लॉवरी पार्कच्या खजिन्यातदेखील.

लॉवरी पार्क प्राणिसंग्रहालयात उदात्त महत्त्वाकांक्षा व आर्थिक हेतू यांची सरमिसळ होत होती. पृथ्वीला सुरक्षित ठेवण्याची इच्छा त्यांच्या स्वत:च्या आर्थिक प्रगतीशी निगडीत केली जात होती. हे प्राणिसंग्रहालय जरी 'ना नफा' तत्त्वावर चालत असले तरी त्याला स्वत:साठीची कमाई करणे क्रमप्राप्तच होते. २००३ सालच्या वसंतऋतूमध्ये आफ्रिकेतून येणाऱ्या हत्तींसाठी प्रांगण तयार करून या प्राणिसंग्रहालयाच्या विस्तारीकरणाला सुरुवात झाली होती. हे सगळे जर वास्तवात खरोखर साकार करायचे तर अधिक निधिची गरज होती. प्रवेशद्वारातून आत येणाऱ्या प्रेक्षकांची संख्या वाढवणाऱ्या आकर्षणांची गरज होती. वाघांच्या काही बछड्यांची इथल्या प्राणिविश्वात भर पडत असेल तर दुधात साखरच!

हे सगळे घडायचे असेल तर सर्वप्रथम इन्शाल्लाने निर्णय घ्यायचा होता की, ती एरिकला समर्पित होणार की नाही. तो फक्त तिचा आणि तिचाच निर्णय होता. एरिकचा नाही. सध्यातरी हे अशक्य कोटीतीलच भासत होते.

फळकुटांच्या पदपथावरून चालताना तिच्या पिंजऱ्यात आलेल्या चिमणीच्या दिशेने दबक्या चालीने जाणाऱ्या इन्शाल्लाकडे पाहिले की, तिच्याबद्दल संमिश्र भावना अधिक दृढ होतात. पृथ्वीच्या पूर्वगोलार्धातील तिचे मूळ ठिकाण असणाऱ्या सुमात्रा या देशामधील पर्जन्य जंगलापासून दूर अमेरिकेतील प्राणिसंग्रहालयातील बंदिवासात तिने आपले सगळे आयुष्य घालवले आहे याची आठवण झाली की, तिच्याबद्दल कणव दाटून येते. पण तिच्याकडे नुसती नजर टाकली तरी मनामध्ये तितकेच आश्चर्य उफाळून येते आणि क्षणार्धात जगामध्ये, शिल्लक असलेल्या काही थोडक्या सुमात्रन वाघांपैकी ती एक आहे याची जाणीव होते. ही तर जगाच्या पाठीवरून अस्तंगत होत असलेल्या सुमात्रन जातीची आहे! तिचे शरीरसौष्ठव तिच्या हालचालीतील नेमकेपणा, तिच्यातील स्वत:खेरीज इतर सर्व गोष्टींना नाकारण्याची बेदरकार वृत्ती या सर्वांनी भारलेलं तिचं अस्तित्व बघणाऱ्याला अगदी बधीर करते.

अशीच काहीशी अनामिक अस्वस्थ भावना हर्मनच्या पिंजऱ्यासमोर उभ्या असलेल्या प्रेक्षकांच्या अंतर्मनातही येते. प्राणिसंग्रहालयात गोळा केलेले एकेक प्राणी बघून पुढे जाताना आनंदाला दु:खाचे विरजण लागते. मनातील समाधान अपराधी भावनेत बदलत जाते.

कितीही उद्‌बोधक ध्येय घेऊन कार्यरत असणारी प्राणिसंग्रहालयेदेखील अशा एका कपटी व तिरस्करणीय कल्पनेवर आधारित असतात की, आपण मानव नैसर्गिकतेच्या अगदी अंतिमतेपर्यंत जाऊन सौंदर्यास्वाद घेऊ शकतो. पण त्याकरिता ती नैसर्गिकता प्रथम आपल्यात सामावलेली असली पाहिजे. सर्व प्राणिसंग्रहालयांचे म्हणणे असे असते की, ते पृथ्वीचा सांभाळ करत आहेत, समाजाला निसर्गसंपत्तीबद्दल सुजाण बनवत आहेत व संपुष्टात येणाऱ्या प्रजातींना आश्रय देऊन त्यांचे संरक्षण करत आहेत. त्यांचे म्हणणे बरोबर आहे. दुसरीकडे प्राणिहक्क संरक्षण संघटनांचा प्रतिवाद आहे की, प्राणिसंग्रहालये सजीव प्राण्यांचा व्यापार करतात; माणसाच्या मनोरंजन व फायद्यासाठी त्यांना वापरतात. त्यांचेही म्हणणे बरोबरच आहे.

परंतु या परस्परविरोधी वादामध्ये संग्रहालयातील प्राणिविश्व आणि या प्राणिविश्वाची काळजी घेणारे प्राणिसंग्रहालयातील त्यांचे रक्षक कर्मचारी दोघेही अडकलेले आहेत. संग्रहालयातील दैनंदिन वास्तव प्राणिरक्षक जवळून पाहात असतात. प्राण्यांची कधी व कशी काळजी घेतली जाते आणि कधी घेतली जात नाही ही बाब इतर कोणापेक्षाही त्यांना अधिक चांगली माहीत असते.

दुसऱ्या एका संस्थेमध्ये कार्यरत असलेले एक प्राणिरोगतज्ज्ञ म्हणतात, 'येथील रक्षक हे प्राणिसंग्रहालयाच्या विवेकबुद्धीचा गाभा आहेत.'

लॉवरी पार्कमध्ये काम करणारे रक्षक खाजगीत किंवा उघडपणे बोलताना हे मान्य करतात की, ते एका सर्वोत्तम नाही पण अशा एका उत्तम प्राणिसंग्रहालयात काम करत आहेत की, जिथे प्राण्यांची बऱ्यापैकी देखभाल केली जाते; अनेक प्राण्यांच्या अस्तित्वाकरिता प्रामाणिक प्रयत्न केले जातात. अर्थात हेच रक्षक दुसरीकडे हेही मान्य करतात की, प्राणिसंग्रहालयात काम करत असताना त्यांना समाजाच्या संमिश्र प्रतिसादाला सामोरे जावे लागते – कधी कौतुक तर कधी अनाठायी कुतूहल! साध्या किराणामालाच्या दुकानात गेल्यावरदेखील त्या रक्षकांच्या शर्टवरील लॉवरी पार्कचा शिक्का पाहून काही दुकानदारांचे चेहरे आनंदाने उजळत तर इतर काही जण चेहरा फिरवत व कडवट प्रतिक्रिया देत. रक्षकांच्या स्वत:च्या अशा खास समस्या असतातच. त्यांच्या ताब्यात असणाऱ्या प्राण्यावर ते जिवापाड प्रेम करतात. त्यांच्यात भावनिक गुंततही जातात. परंतु त्याचवेळी एका सजीव प्राण्यावरती असलेल्या त्यांच्या नैतिक जबाबदारीचेही भान ठेवतात. जेव्हा लॉवरी पार्क व सॅनडिएगो प्राणिसंग्रहायात नवीन हत्ती येणार हे सर्वांना ठाऊक झाले, अनेक

रक्षकांनी अस्वस्थ प्रतिक्रिया व्यक्त केल्या. हत्तींची काळजी घेताना येणाऱ्या अडचणी रक्षक परिवारात सर्वांनाच माहिती होत्या. अनेक तास बंद पिंजऱ्यात कोंडलेल्या अवस्थेत विमानातील त्यांच्या – हत्तींच्या – प्रवासाची कल्पनादेखील त्यांना अस्वस्थ करत होती. एका भूखंडातून, एक विस्तीर्ण महासागर ओलांडून दुसऱ्या भूखंडात हत्तींना आणण्याची कृती निसर्गनियमाचे उल्लंघन करणारी होती. एका महत्त्वाकांक्षी मनातील पोलादी आत्मविश्वासच अशी अफलातून कृती करू शकतो.

आफ्रिकेतून आणल्या जाणाऱ्या हत्तींना सामूहिक हत्येपासून वाचवण्याकरिताच त्यांना अनोळखी असलेल्या बंदिवासात आणले जात आहे अशी तर्कमीमांसा रक्षकांनी लॉवरी पार्क प्रशासनाच्या तसेच प्रसारमाध्यमांच्या अधिकृत फतव्यांमध्ये वाचली होती. परंतु या सर्व कल्याणकारी योजनेमधून लॉवरी पार्कला या चार हत्तींच्या रूपात जणू चार सन्मानचिन्हेच मिळणार होती. एकदा का ते हत्ती प्रदर्शित होऊ लागले की, लॉवरी पार्कचा नफा निश्चितच उसळी घेणार होता. हे सगळे हत्ती आफ्रिकेच्या जंगलातून सुरक्षितपणे ताम्पापर्यंत आणणे अतिशय कष्टप्रद तसेच जोखमीचे निश्चितच होते. परंतु लॉवरी पार्कची प्रगती, उन्नती ही त्यांच्याच पाठीवर लादायची का? काही रक्षकांना हत्ती इथे पोहोचल्यावर त्यांच्या स्वास्थ व सुस्थितीची, हत्तींना आणण्याच्या आग्रहापोटी अनाठायी केल्या जाणाऱ्या तडजोडींची तसेच लॉवरी पार्कच्या इतर ध्येय-धोरणांचीही चिंता होती. हत्तींकरिता तयार होणारा काही एकराचा प्रदेश बुलडोझरने सपाट करण्याच्या कोट्यावधी डॉलर्सच्या योजनेअगोदर लॉवरी पार्कमधील इतर मूल स्रोत खऱ्या अर्थाने संपत आले होते. हत्तींच्या या नवीन योजनेकरिता जर इतका प्रचंड निधी वळवला जात असेल, तर लॉवरी पार्कमधील इतर सर्व प्राण्यांचे भविष्य कसे असणार? अशा अनेक दृष्टिकोनातून हे हत्तींचे आगमन लॉवरी पार्कच्या अस्तित्वाविषयी अर्थपूर्ण व मूलभूत प्रश्न उपस्थित करत होते. ही घटना म्हणजे प्राण्यांच्या अस्तित्वाला व त्यांच्या सुस्थितीत असण्याला सर्वोच्च महत्त्व देणाऱ्या एका नैतिक अधिष्ठान असणाऱ्या संस्थेच्या कल्याणकारी कार्याची जणू एक सत्त्वपरीक्षाच ठरत होती.

पेटा आणि त्यांचे इतर सहकारी यांच्या बाबतीतील काही मुद्दे त्यांच्या आदर्शवादी तत्त्वांना धूसर व अंधूक करत होते. पण म्हणून त्यांना पूर्णपणे चुकीचे ठरवता येणार नव्हते. खरोखरीच या हत्तींना अमेरिकेत आणण्यात काही शहाणपण होते का? लॉवरी पार्कमधील काही कर्मचाऱ्यांनाच अशी धास्ती होती की, विस्तारीकरणाच्या वेडापायी लॉवरी पार्क हे परतीचा मार्ग नसलेली लक्ष्मणरेषा तर ओलांडत नाही ना?

आगमन

'स्वाझी अकरा'जण मध्यरात्रीच्या सुमारास, भर पावसात आणि तितक्याच गुप्ततेत अमेरिकेत पोहोचले. अखेर जेव्हा ७४७ बोईंग विमान ताम्पा येथील आंतरराष्ट्रीय विमानतळाच्या धावपट्टीवर उतरले, तेव्हा साध्या पोशाखातील एफबीआय व पोलीस अधिकारी यांच्या गाड्यांची फौज त्यांना प्राणिसंग्रहालयापर्यंत सुरक्षित पोहोचवण्यासाठी सज्ज होती. आकाशात घिरट्या घालणारी हेलिकॉप्टर्स कुठे काही गडबड, धोका नाही ना याची खातरी करत होती.

"आम्हाला अशी खबर लागली होती की, या सगळ्या तांड्यालाच पळवून लावले जाण्याचा प्रयत्न होणार होता" पोलीस मुख्याधिकाऱ्याने माहिती दिली.

महासागरावरून ११ हत्तींना घेऊन येणारे विमान लपवून ठेवण्याची कल्पना विचित्र होती. तरीदेखील एक पर्याय म्हणून लॉवरी पार्कने हेतुपुरःसर या विमानाचे आगमन रात्रीच्या दाट धुक्यात होईल अशी योजना केली होती. या आगमनाच्या काही दिवस अगोदर जेव्हा प्राणिहक्क संरक्षण आघाडीचा अर्ज फेडरल कोर्टाने फेटाळला व हत्तींचा विमान प्रवास सुनिश्चित झाला तसा स्थलांतराला होणारा विरोध अधिकच तीव्र बनला. सॅनडिएगोमध्ये तर एका अज्ञात व्यक्तीने सगळे प्राणिसंग्रहालय जाळण्याची फोनवर धमकी दिली ,तर एका स्त्रीला संचालकांच्या ऑफिसमध्ये विनापरवानगी घुसण्याबद्दल अटक करण्यात आली. ताम्पामध्ये एका पेटा सदस्याबरोबर इतर दोन कार्यकर्त्यांनी धुमाकूळ घातला. व्हर्जिनियामधील मुख्यालयातून तो पेटा सदस्य खास याच कामाकरिता ताम्पा इथे आलेला होता. प्रथम त्याने लॉवरी पार्कचे प्रवेश तिकीट घेऊन आत प्रवेश मिळवला. आत आल्यानंतर थेट प्रशासन विभागात जाऊन 'स्वाझी हत्तींना मुक्त करा', 'बॉर्न फ्री, लिव्ह फ्री – मुक्त जन्मले, मुक्त जगू द्या!' अशा घोषणा देत काही वस्तूंचा विध्वंस करण्याचा प्रयत्न केला. पोलिसांनी तिघांनाही ताब्यात घेतले, बेड्या ठोकल्या आणि 'घरफोडी', 'मर्यादा

उल्लंघन' व 'कायदाविरोधी वर्तन' इत्यादी कलमांखाली तुरुंगात पाठवले. या

सगळ्या घटनांनी लॉवरी पार्कमधील कर्मचारी हादरले. त्यांना समजेना की, असा विरोध किती दिवस चालणार? याचे उत्तर अर्थात ताबडतोबच मिळाले. आफ्रिकेतून विमानाने उड्डाण घ्यायच्या काही वेळापूर्वीच सॅनडिएगोमधील एफबीआयच्या कार्यालयातून पोलिसांची एक तुकडी पुढे पाठवली गेली. कारण ७४७ या विमानातून हत्तींना उतरवल्यापासून त्यांना प्राणिसंग्रहालयात पोहोचवेपर्यंतच्या मार्गावरती विरोधी चळवळ कार्यकर्ते अडथळा निर्माण करतील अशी शंका होती. एफबीआयच्या अधिकाऱ्याने एका गोपनीय पत्रामध्ये म्हटले होते, ''आमच्या सर्व प्रयत्नांनिशी धावपट्टीवरच हत्तींना आमच्या ताब्यात घेण्यात येईल अशी आमची खातरी आहे.''

जेव्हा ७४७ बोईंग विमान, सामान उतरवायच्या ठिकाणी अखेरचे थांबले तेव्हा लॉवरी पार्कमधील अनेक जण स्वागताकरिता सज्ज होते. पार्कमधील पशुवैद्य डेव्हिड मर्फी यांना बरोबर घेऊन लेक्स सॅलिसबरी स्वत: हजर होते. कधीकाळी सर्कसहीरो असणारे पण अलीकडे बरीच वर्षे हत्ती प्रशिक्षक म्हणून काम पाहाणारे ब्रायन फ्रेंच हेही होते. या नवीन निर्मिलेल्या आफ्रिका विभागाचे साहाय्यक अधिरक्षक म्हणून त्यांची तात्पुरती नेमणूक केली होती. तसेच संपूर्ण लॉवरी पार्कची अभिरक्षक असणारी ली ॲन रॉटमन ही तर होतीच. ली ॲन ही लॉवरी पार्कमधील प्राणिविश्वाच्या कल्याणकारी कामामध्ये श्रद्धा बाळगणाऱ्या काही निवडक लोकांमधील एक होती. संग्रहालयातील प्राणी व त्यांचा सांभाळ करणारी माणसे या सर्वांची ती काळजी घेणारी होती. असे करत असताना तिचे व्यक्तिमत्त्व संस्थेच्या एकंदर कार्याशी इतके एकरूप झाले होते की, कोणीही तिच्याशिवाय संस्थेचा विचारच करू शकत नव्हते. लॉवरी पार्कमधील प्रत्येक प्राणी तिला अंतर्बाह्य ठाऊक होता. अनेकदा ती त्यांच्या वैयक्तिक गुणदोषांबद्दल अशी बोलत असे की, जणू ती तिची अपत्येच आहेत. काही काळ मॅन्ड्रिल जातीच्या माकडांसाठी तणावाचा होता, त्यांना धीराची, मानसिक आधाराची गरज होती. ॲन त्यांच्या पिंजऱ्यात जाऊन त्यांची पाठ खाजवणे, केस विंचरणे असे करून त्यांच्यावर अशी माया करायची जणू ती स्वत: त्यांच्यातीलच एक मॅन्ड्रिल आहे. एकदा गव्हाणी घुबडाचे एक पिल्लू बिचारे अनाथ झाले. त्या अबोध, बिन आकाराच्या गोळ्याला ती घरी घेऊन गेली. जेव्हा ती निश्चिंतपणे झोपत असे तेव्हा रात्रभर तिच्या झोपायच्या खोलीत ते उडण्याचा सराव करत असे. ती म्हणत असे, ''ज्या ठिकाणी कोणीच पशू, प्राणी नाहीत तिथे मी अजिबात जाणार नाही, अगदी स्वर्गातसुद्धा!''

जेव्हा बोईंग ७४७ धावपट्टीवरून येत होते, ॲनचे मन हत्तींची स्थिती कशी असेल या विचारांनी अस्वस्थ होत होते. मिक रेली व आफ्रिकेतील पशुवैद्य ख्रिस

किंगस्ले हे दोघेही डोळ्यांत तेल घालून हत्तींवर बारीक लक्ष ठेवून आहेत हे तिला पक्के माहीत होते. तरीसुद्धा अगदी थोड्या अंतरावरील प्राणिसंग्रहालयांमध्ये

स्थलांतरित करत असताना तणाव किंवा मानसिक धक्क्याने प्राणी मरण पावल्याचे तिने अनेक ठिकाणी वाचले होते. गेल्याच वर्षी ताम्पाच्या उत्तरेला केवळ ९० मैलांवरील ओकाला या शहरातून वॉलबी या कांगारू सदृश प्राण्यांना ट्रकमधून डॉ. मर्फी आणत असताना रस्त्यातच या प्राण्यांचा मृत्यू झाला होता. हत्तींच्या बाबतीत परिस्थिती निराळी होती. त्यांचे बलवान शरीर व हिकमती मन यामुळे ते नेहमीच आव्हानात्मक असतात. काही वेळेला ते अनपेक्षित रीतीने प्रतिकार करतात. अशाच एका प्रसंगादरम्यान एका हत्तीला एका प्राणिसंग्रहालयातून अधिक चांगल्या सोई-सुविधा असणाऱ्या दुसऱ्या ठिकाणी हालवले जात होते. केवळ १० मैलांचे अंतर शिल्लक असताना एका कर्मचाऱ्याला हत्तीची सोंड जमिनीवर लोंबकळत असलेली दिसून आली. ताबडतोब ट्रक थांबवण्यात आला. पाहातात तर त्या हत्तीणीने आपला गुडघा आपटून-आपटून ट्रकच्या जाडजूड फळीमध्ये तिचा एक पाय सहज जाईल इतके भगदाड तयार केले होते. खरे तर ती हत्तीण खूप सौम्य स्वभावाची, बंदिवासाची सवय असणारी होती. हे स्वाझीलॅन्डहून येणारे हत्ती अरण्यवासी होते. जबरदस्तीने पिंजऱ्यात कोंडून, ५० तासांहून अधिक काळाचा हजारो मैलांचा प्रवास त्यांच्यावर लादण्यात आला होता. ॲनने मनातल्या मनात कोणत्या अनिष्ट गोष्टी घडू शकतात याची उजळणी केली होती. कदाचित एखाद्या हत्तीच्या मृत्यूची शक्यताही मान्य करण्याची तिने मानसिक तयारी केली होती. हत्तींना पाहाण्यासाठी ती इतकी अधीर होती की, विमानाने इंजिन बंद केल्याक्षणी ती 'कार्गो' विभागाकडे धावली. जेव्हा कधी एकदा तिने त्या हत्तींना शांत, तणावरहित असल्याचे पाहिले तेव्हा तिच्या मनावरील प्रचंड ओझे उतरले. खरे तर ते सर्व हत्ती अगदी निवांत दिसत होते. ॲनने त्यांच्या पिंजऱ्यात डोकावून त्यांना 'हॅलो' केले, ती त्यांच्याशी गोड आवाजात बोलली; हत्तींनीसुध्दा आपली सोंड तिच्यापर्यंत नेऊन तिचा वास घेतला. अर्थात विमानतळावर फारसे रेंगाळता येणार नव्हते. एका बाजूला कॅलिफोर्नियाच्या पुढील प्रवासासाठी विमानात इंधन भरले जात होते. तेव्हाच दुसरीकडे ताम्पा इथे उतरवल्या जाणाऱ्या चार हत्तींचे पिंजरे मोठ्या क्रेनच्या साहाय्याने ट्रकमध्ये चढवले जात होते. सीमाशुल्क व वन्यपशू विभागाच्या अधिकाऱ्यांनी तत्परतेने सगळी 'परवानगी कागदपत्रे' बारकाईने तपासली. अशा तऱ्हेने दीर्घ अशा प्रवासाच्या शेवटच्या काही मैलांच्या टप्प्याकरिता हत्तींच्या ट्रकचा काफिला सुरक्षितपणे निघाला. मध्यरात्रीनंतर कधीतरी ट्रक्स, निशाणी नसलेल्या मोटारगाड्या, डझनभर प्रखर दिवे लावलेली बोजड वाहने यांची लांबच लांब ओळ विमानतळावरून बाहेर पडली. हत्तींचे पिंजरे असलेल्या एका ट्रकमध्ये बसलेली ॲन ही लांब पलटण पाहून अचंबित झाली, "ही तर राष्ट्राध्यक्षांची विजय मिरवणूक झाली", ती म्हणाली.

हिल्सबरो अव्हेन्यूपाशी हा काफिला पूर्वेकडे वळण घेऊन डेल मार्बी हायवेवरून

लॉवरी पार्कच्या दिशेने धावू लागला. काफिल्याची रचना व त्यामधील वाहनांची हालचाल विचारपूर्वक व पूर्वनियोजित होती. काही गाड्या अगोदर वेगाने पुढे जात, पण अचानक त्यांचा वेग कमी होऊन मागील वाहाने वेग पकडून पुढे धावत. महामार्गाला छेद देणारे सर्व आडवे रस्ते बंद करण्यात आले होते. माथ्यावर गस्त घालणारी हेलिकॉप्टर्स, गाड्यांच्या पुढे-मागे अंधारात प्रखर प्रकाशझोत टाकून टेहळणी करत होती. असे ऐकले होते की, काही मोक्याच्या आडोशाच्या जागी तरबेज नेमबाज बंदुकीसह पेरण्यात आले होते.

सभोवतालचा परिसर अजूनही गाढ झोपेत होता. जेव्हा दोन ट्रक्स संग्रहालयाच्या मागच्या प्रवेशद्वारातून हत्तींकरिता नव्याने बनवलेल्या प्रांगणापर्यंत पोहोचले तेव्हा बंद पिंजरे उघडण्यात आले व आतील हत्तींना 'यावे, यावे' म्हणून पिंजऱ्यातून बाहेर बोलावण्यात आले. त्यांच्या स्वागताची जंगी तयारी दिसत होती. पडवीमध्ये भरपूर पाणी, गवत व त्याचबरोबर सफरचंद, गाजर, केळी या फळांची रास मांडलेली होती.

पृथ्वीच्या दुसऱ्या उपखंडावरती प्रथमच पाऊल टाकणाऱ्या या अतिथींना ब्रायन फ्रेंच लक्षपूर्वक निरखीत होता. त्यांच्यावरील गुंगीच्या औषधाचा प्रभाव ओसरत होता. पण तरीदेखील ते काळजीपूर्वक पावले टाकत होते. त्यांचे कान पुढे केलेले होते, नवीन गंध ग्रहण करण्यासाठी सोंड दाही दिशांना वळवून ते खोलवर श्वास घेत होते.

जेव्हा ते हत्ती त्यांच्याकरिता राखीव असलेल्या हत्तीखान्यात आले, ब्रायनने प्रत्येकाचे अनेक दृष्टिने बारीक निरीक्षण केले. त्यांच्यापैकी पिंजऱ्याच्या जाड लोखंडी सळ्यांमधून सोंड बाहेर काढून मैत्रीची भावना कोण व्यक्त करतो, कोण मागे राहातो; त्यांची चाल, त्यांची ढब, त्यांचे कान झटकणे, शेपूट हालवणे याकडेही त्याचे लक्ष होते. या नवीन ठिकाणी, नवीन वातावरणात त्यांच्या हालचाली सहज, नैसर्गिक होत आहेत की कृत्रिम तणावपूर्वक आहेत; ते कोणत्याही छोट्या गोष्टीने दचकत आहेत का; त्यांच्या वर्तनामध्ये अस्वस्थता दिसत होती का; एकाने केलेल्या हालचालींचा इतरांवर काही परिणाम होतो का इत्यादीबाबीचा तो सूक्ष्म अभ्यास करत होता. त्याचे सर्वांत अधिक लक्ष हत्तींच्या कपाळाकडे होते. त्याला माहीत होते की, जेव्हा कधी हत्ती एका विशिष्ट इन्फ्रासोनिक आवाजामधून एकमेकांशी संवाद साधतात, तेव्हा अशा संवादादरम्यान त्यांच्या कपाळावरील स्नायूंमध्ये काही हालचाल जाणवते. यामार्फतच कोण कोणाशी हितगूज करत आहे ते समजणार होते. कारण मानवी कानाला हा आवाज जरी ग्रहण करता आला नाही तरी त्यांच्या सवयी, त्यांचे स्वभाव त्यांच्या विक्षिप्त अभिवृत्ती, त्यांना घाबरवणाऱ्या किंवा शांत करणाऱ्या गोष्टी इत्यादी त्याला माहीत करून घ्यायच्या होत्या. त्यांच्या अंतर्मनाचा ठाव घेणारी

कोणतीही आणि प्रत्येक बाब त्याला जाणून घ्यायची होती.

'प्राण्यांना वाचायला शिकवणे' असे तो ज्या कृतीला म्हणायचा त्यामध्ये तो चांगला तज्ज्ञ होता. आत्ता तो वयाने फक्त २९ वर्षांचा होता. पण अजून नीट चालताही येत नव्हते त्या वयापासून तो हत्तींबरोबर होता. सर्कशीत काम करणाऱ्या ख्रिस्टीऑनिस नावाच्या कुटुंबामध्ये त्याचा जन्म झाला होता. तेव्हा ते कुटुंब प्राण्यांबरोबर काम करणाऱ्या सातव्या पिढीत व हत्तींना प्रशिक्षण देण्याच्या चौथ्या पिढीत होते. तीन वर्षे वयापासून तो हत्तींच्या सोंडेवर घसरगुंडी खेळायचा, सहा वर्षे वयापासून जपानमध्ये सर्कशीच्या रिंगणात त्यांच्या पाठीवरून चक्कर मारायचा. 'रिंगलिंग ब्रदर्स' यांच्या तसेच जगभरातील इतर सर्कशीतील हत्तींना प्रशिक्षण देण्याचे तो काम करत असे. सर्कशीतील इतर लोकांप्रमाणेच हत्तींबरोबरच नाही तर वाघ, घोडे यांच्याबरोबरही तो काम करू लागला. सर्कशीतील मृत्युगोलात मोटारसायकल चालवणे तसेच सात पुरुषी पिरॅमिडच्या माथ्यावर चालणे इत्यादी साहसाची कामेही तो करत असे. त्याबद्दल आता विचारले असता खांदे उडवून तो म्हणत असे, "मला त्यात फारसे विशेष काही वाटत नाही. माझ्याकरिता ती एक दैनंदिन बाब होती."

हवेमध्ये ४० फूट उंच तारेवरती तोल सांभाळत कसरत करणाऱ्या ब्रायनची कल्पना करणे दोन कारणांसाठी कठीण जात असे. पहिले कारण म्हणजे त्याला उंचीवरून खाली पाहिल्यास भोवळ येत असे. दीर्घ सरावानंतरच ही उणीव तो दूर करू शकला होता आणि दुसरे कारण म्हणजे एखाद्या नर्तकाचा असतो तसा त्याचा बांधा सडपातळ नव्हता. श्वानप्रशिक्षक त्यांच्या श्वानांसारखे दिसतात, तसेच ब्रायनदेखील हत्तींप्रमाणे उभा-आडवा वाढलेला होता. तो अंगाने बोजड व शक्तिशाली होता. पण चालताना त्याची चपळाई व ऐट आश्चर्यकारक होती. जन्मल्यापासूनच हत्तींबरोबर त्याचे एक गूढ अनामिक नाते होते. त्यांची बुध्दिमत्ता, त्यांच्या व्यक्तिमत्त्वातील अबोध गुंता व त्या जाड राखट कातडीखाली असणारे प्रत्येकाचे वैशिष्ट्यपूर्ण व्यक्तिमत्त्व या त्यांच्या सगळ्या गुणवैशिष्ट्यांचे त्याला प्रेम व कौतुक होते. हत्तींबरोबर काम करताना त्यांच्याशी तादात्म्य साधण्याच्या कलेची व जवळीक साधण्यासाठी सोशिकतेची गरज असते. आपल्या रक्षकापेक्षा आकाराने अधिक मोठे

व अधिक शक्तिशाली असणाऱ्या हत्तींकडे 'नाही' म्हणण्याची शक्ती निश्चितच असते.

ब्रायन म्हणत असे, "सर्वांना वाटते की, हत्तींनी तुमचा आदर केला पाहिजे. मला तर वाटते की, तुम्ही हत्तींचा आदर केला पाहिजे आणि हे हत्ती जाणून असतात. खरे तर जेव्हा ते तुमच्यावर प्रेम करू लागतात ते प्रेमच दोघांमधील नात्याचे बंध दृढ करतात."

हत्तींबरोबर निर्माण झालेल्या नात्याविषयी तो काहीशा गूढतेने बोलतो. प्रशिक्षणादरम्यान काही हत्ती तो असे काही अंतर्बाह्य समजू लागला की, ते काय

विचार करतात याची त्याला आंतरिक जाणीव होत असे आणि त्यांनादेखील त्याचे विचार व भावना कळत असत. या अशा अभूतपूर्व एकात्मतेत हत्ती व मानव यांच्यातील सीमारेषा व अंतर अस्पष्ट होत जाते. अशा अवस्थेला तो 'प्रवाही एकरूपता' असे नाव देत असे. तथापि, स्वाझी हत्तींबरोबर अशी एकरूपता व आंतरिक नाते निर्माण करणे, ही सहजसाध्य गोष्ट नव्हती. जंगलकुरणातून उचलून आणलेल्या हत्तींबरोबर ब्रायनने कधीच काम केले नव्हते. त्याच्या अनुभवानुसार आफ्रिकन हत्ती – मग ते बंदिवासातले का असेनात – हे आशियातील हत्तींपेक्षा हाताळायला मुळातच कठीण व अधिक आव्हानात्मक असतात असे त्याचे म्हणणे होते. ''खेचर आणि घोडा यांच्यामधील फरकासारखाच हा फरक असतो,'' ब्रायन स्पष्ट करतो. आफ्रिकन हत्ती हा चंचल, चळवळ्या वृत्तीचा व हट्टी स्वभावाचा असतो. एखादी गोष्ट त्यांच्या मनासारखी झाली नाही तर किंवा एखादी गोष्ट त्यांच्या मनाविरुद्ध झाल्यास लहान मुलाप्रमाणे ते फुरंगुटूनही बसतात.

सततच्या सहवासाने मानवी रक्षक व त्यांचे पाल्य असणारे हत्ती यांच्यामध्ये एक भावनिक बंध निर्माण होतो. असे असूनदेखील, हत्ती आफ्रिकन असो की आशियन असो, हत्तींच्या सहवासात धोक्याची शक्यता राहातेच. या बाबतीत केलेल्या एका संशोधन अभ्यासात असे आढळून आले की, अमेरिकेत १५ वर्षांच्या कालावधीत प्रत्येक वर्षी सरासरी एक हत्तीरक्षक त्याच्या हत्तीकडून मारला जातो. आणि हे मृत्यूचे प्रमाण अमेरिकेतील फेडरल लेबर डिपार्टमेंटने सर्वांत अधिक प्राणघातक म्हणून घोषित केलेल्या कोळशाच्या खाणीत होणाऱ्या मृत्यूच्या प्रमाणाच्या तीनपट अधिक आहे. विशेषकरून मुक्त सहवास या पद्धतीने काम करत असताना तो रक्षक हत्तींच्या बरोबरीने वावरत राहातो व ही शारीरिक जवळीकच त्या रक्षकाकरिता प्राणघातक ठरते. मुक्त सहवासामध्ये रक्षकाला केवळ हत्तींच्या कळपामध्ये वावरावे लागते असे नाही, तर त्या हत्तीकळपात त्यांना आपला वचक, आपले वर्चस्व निर्माण करावे लागते. मातृसत्ताक पद्धती प्रचलित असणाऱ्या या प्रजातीमध्ये त्या रक्षकाला 'मानवी स्वरूपातील कुटुंबस्वामिनी' बनावे लागते. आकार व शक्तीमधील फरकामुळे ही गोष्ट कधीच सहजसाध्य नसते. नेहमीच्या रक्षकाच्या अनुपस्थितीमध्ये जेव्हा नवखा – हत्तींना अनोळखी – रक्षक येतो तेव्हा ही प्राणघातक शक्यता अनेक पटींनी वाढते. त्यांच्या कळपामध्ये प्रत्येक हत्तीची एक ठरावीक स्थाननिश्चिती असते व त्यानुसार त्याचे वर्तन असते. या नवागत रक्षकाचे शक्तिपरीक्षण करून त्याचे स्थान निश्चित करण्याकरिता इतर हत्ती त्याला ढकलणे, उचलणे अशा हालचाली करतात. जर तो रक्षक अननुभवी असेल व हत्तींच्या अशा खोड्यांमुळे तो घाबरला, मागे सरकला, मागे आपटला तर कळपातील इतर हत्तींना आपले वर्चस्व सिद्ध करण्याची ती एक सुसंधी आहे असे वाटून ते अधिक आक्रमक बनतात.

१९९३मध्ये जेव्हा एका आशियन हत्तीणीने तरुण हत्तीरक्षक चार-ली-तॉरे हिला ठार केले होते तेव्हा लॉवरी पार्कमध्ये मुक्त सहवास पद्धत वापरली जात असे. चार-ली-तॉरे हिने या प्राणिसंग्रहालयात नव्याने कामाला सुरुवात केली होती. चार-ली-तॉरेच्या मृत्यूची घटना ही लॉवरी पार्कच्या संपूर्ण इतिहासातील अतिशय दुर्दैवी व दुःखद अशी घटना होती. सध्या लॉवरी पार्कचे सीईओ असणारे लेक्स सॅलिसबरी हे त्या वेळी प्रमुख अभिरक्षक होते. पिसाळलेल्या हत्तीणीने चार-ली-तॉरेवर हल्ला केल्यानंतर निर्माण झालेली आत्यंतिक गोंधळाची परिस्थिती त्यांना अजूनही स्पष्टपणे आठवत होती. एका बाजूला इतर रक्षक त्या पिसाळलेल्या हत्तीणीला नियंत्रित करायचा आटोकाट प्रयत्न करत होते, तर लॉवरी पार्कमधील प्रथमोपचार करणारी टीम चार-ली-तॉरेला दवाखान्यात पोहोचेपर्यंत जिवंत ठेवण्याची पराकाष्ठा करत होती. त्या घटनेच्या बरोबर एक दशकानंतर लॉवरी पार्कमध्ये पुन्हा हत्तींकरिता जागा निर्माण केली जात होती. यावेळी मात्र अशी कोणतीही दुर्दैवी घटना घडू न देण्याचा लेक्स व तेथील व्यवस्थापनाने जणू पण केला होता. स्वाझीलॅन्डमधून ते चार नवीन हत्ती येऊन पोहोचायच्या अगोदरच 'सुरक्षित सहवास' नावाची हत्ती व्यवस्थापन प्रणाली स्थापित केली गेली होती. देशभरातील इतर प्राणिसंग्रहालयात 'सुरक्षित सहवास' ही प्रणाली सर्रासपणे वापरली जात होती. या प्रणालीनुसार कोणत्याही प्राण्याचा रक्षक हा त्या प्राण्यापासून काही सुरक्षित अंतर राखूनच त्या प्राण्याची देखभाल करत असे. संगोपनाच्या अगदी दैनंदिन व्यवहारापासून ते त्यांचे पंजे तपासणे, त्यांना खरारा करणे यासारख्या कृतींकरितादेखील रक्षक व प्राणी यांच्यामध्ये जाळीस्वरूप अडथळा बाळगला जात असे. ही पर्यायी प्रणाली हत्तींकरितादेखील अधिक श्रेयस्कर समजली जात असे. कारण यात दोघामध्ये सकारात्मकता दृढ होत जाते. यानुसार हत्तींना शिक्षा करणे, ठोसणे, ओढाताण करणे इत्यादी कृती केल्या जात नसत. 'मुक्त सहवासा'मध्ये याच कृतींचा वापर आवश्यक बनतो. पण 'सुरक्षित सहवासा'मध्ये 'खाऊ'चे बक्षीस देऊन रक्षकाची आज्ञा पाळण्याकरिता प्रोत्साहित केले जाते. शारीरिक जवळीक टाळली जाते. त्यामुळे रक्षकांना दुखापत होणे त्यांचा मृत्यू होणे अशा घटना जवळ-जवळ बंदच झाल्या होत्या. सॅनडिएगो प्राणिसंग्रहालयाचे 'वाइल्ड ॲनिमल पार्क'देखील बोईंग ७४७ या विमानातून येणाऱ्या सात स्वाझी हत्तींकरिता 'सुरक्षित सहवास' प्रणालीचाच वापर करणार होते. 'सुरक्षित सहवास' ही प्रणाली जरी गेल्या एक दशकभर वापरात असली तरी त्याचा वापर जंगली हत्तींकरिता अजूनही केला गेला नव्हता. काही टीकाकार तर या प्रणालीच्या कुचकामी असण्याची व संभाव्य अपयशाची आत्तापासूनच चर्चा करू लागले होते. या टीकाकारांच्या मते जे हत्ती मुक्त नैसर्गिक जंगलाच्या वातावरणामध्ये वावरले आहेत, ज्यांना मानव प्रणीत कोणतेच प्रशिक्षण दिले गेलेले नाही, त्यांना 'खाऊ'च्या

बक्षिसाने भुलवता येणार नाही.

या सर्व युक्तिवादाने लेक्स विचलित होणार नव्हता. त्याचा विश्वास होता की, 'अप्रशिक्षित, भाबड्या स्वभावाचे जंगली हत्तीदेखील 'सुरक्षित सहवासाने' नियंत्रित करता येतील. जंगली जीवनापासून बंदिस्त जीवनापर्यंत होणारा हत्तींचा प्रवास हा सहज व सुरक्षित होईल या दृष्टिने 'सुरक्षित सहवास' प्रणालीकरिता त्याने बऱ्याच कृतियोजनाही आखलेल्या होत्या. हत्ती विभागाच्या इमारतीमध्ये रिमोट कंट्रोलद्वारा नियंत्रित स्वयंचलित दरवाजे, हत्तींना आत, बाहेर नेण्या-आणण्यास मदत करतील असे घसरते मार्ग, तसेच हत्तींची तपासणी करणे, किंवा इतर काही कारणाने हत्तींच्या जवळ सुरक्षितपणे जाण्यासाठी एक अवाढव्य आकाराचा 'हगर बॉक्स' अशा अनेक सुविधांकरिता लेक्सने पाच दशलक्ष डॉलर्स खर्च केले होते. इमारतीच्या बाहेर अनेक एकर मोकळी जागा होती, ज्यामध्ये नर हत्तींची संप्रेरके कृतिशील झाली असता त्यांना कळपातील इतरांपासून वेगळे काढण्याकरिता दोन वेगळी प्रांगणे, तसेच पाण्यामध्ये मनसोक्त डुंबणे, पाणी उडवणे या हत्तींना अतिशय प्रिय असणाऱ्या खेळांकरिता विस्तृत तलावाची सोय केलेली होती.

नवीन येऊ घातलेल्या चार हत्तींना नवीन वातावरणांशी जुळवून घेण्यास मदत व्हावी या हेतूने लॉवरी पार्कने आणखी एका पाचव्या हत्तीणीची तरतूद केली होती. एली नावाची ही हत्तीणसुध्दा आफ्रिकेतच जन्मलेली होती. परंतु अगदी पिल्लू असतानापासूनच तिला बंदिवासात ठेवले गेले होते. तेव्हापासून ती अमेरिकेतील प्राणिसंग्रहालयातच राहात होती. येणाऱ्या चौघांपेक्षा ती वयानेही मोठी होती. त्यामुळे ती कळपप्रमुखाची भूमिका अधिक चांगल्या प्रकारे पार पाडेल, नवीन वातावरणाशी जुळवून घेऊन प्राणिसंग्रहालयाच्या संरचनेचे व मर्यादेत राहाण्याचे धडे देऊ शकेल अशी लॉवरी पार्क प्रशासनाला आशा होती. त्याचप्रमाणे हे चार नवागत हत्तीदेखील एलीला हत्ती प्रजातीच्या काही पद्धती शिकवतील अशीही अपेक्षा होती. एली तिच्या लहानपणी फ्लोरिडामधील 'गल्फ ब्रीझ' प्राणिसंग्रहालयात राहात होती. पण ते एक छोटेसे प्राणिसंग्रहालय होते व तिथे एली ही एकमेव हत्ती असल्याने हत्ती प्रजातीची कळपातील सामाजिक कौशल्ये तिला ठाऊकच नव्हती. परिणामत: तिला नॉक्सव्हिल प्राणिसंग्रहालयातील हत्तीकळपामध्ये नेण्यात आले. पण तिथे ती इतकी संकोचलेली व बावरलेली असायची की, इतर हत्ती तिला त्रास देत असत. अखेरीस एलीच्या रक्षकांनी तिला इतर हत्तींपासून वेगळेच ठेवण्यास सुरुवात केली. आता तर एली माणसांबरोबरच अधिक आनंदाने राहू शकत होती.

लॉवरी पार्कमधील तिचा सांभाळ करणारी रक्षक म्हणते, ''एलीला हत्ती असणे म्हणजे काय ते ठाऊकच नाही.''

आता ती ताम्पामध्ये असल्याने तिचे वर्चस्व निर्माण करण्यास प्रत्येक गोष्ट

अनुकूल करण्याचे लॉवरी पार्कने ठरवले होते. चार नवीन हत्ती येण्याच्या बरेच दिवस अगोदर तिला नॉक्सव्हिल प्राणिसंग्रहालयातून लॉवरी पार्कमध्ये स्थलांतरित केले होते; जेणेकरून नवीन पाहुणे येईपर्यंत हत्ती विभागाच्या इमारतीशी व प्रांगणाशी तिचा चांगला परिचय होऊन ती तो परिसर 'स्वत:चा प्रदेश' म्हणून मान्य करेल. तिला प्राणिसंग्रहालयाच्या दैनंदिन व्यवहारांची चांगली सवय होती. इतरांपेक्षा दोन फूट उंच असल्याचाही तिला नैसर्गिक फायदा होता. असे असले तरी हत्तींमध्ये माणसाच्या योजना धुडकावून लावण्याचा ताकद व कुवत असते. येणाऱ्या काही दिवसांमध्ये तयार होणाऱ्या हत्तीकळपातील परस्पर स्थानरचना नेमकी काय व कशी होईल याचा अंदाज करणे कठीण होते. कदाचित कुटुंबप्रमुख होण्यासाठी लागणारा आत्मविश्वास सिद्ध करणे एलीसाठी कधीच शक्य होणार नव्हते. जंगलामध्येच वाढल्यामुळे स्वत:चे स्थान प्रस्थापित करण्यासाठी इतरांना कसे हाताळायचे याचे निसर्गत:च प्रशिक्षण घेतलेले जंगली हत्तीच कदाचित स्वत:चे वर्चस्व प्रस्थापित करतील.

इतका दूरचा प्रवास करून आलेल्या चार थकलेल्या पाहुण्यांवरती लक्ष ठेवण्यासाठी ब्रायनने पहिली संपूर्ण रात्र जागून काढली. त्यांच्या खाण्यापिण्यामध्ये कमी-जास्त बदल होतो का, पिंजऱ्याच्या जाड लोखंडी जाळीवर ते धडका देतात का इत्यादी गोष्टींबद्दल तो वेळोवेळी बारकाईने माहिती घेत होता. प्राण्यांच्या पडवीबाहेरच त्याने स्वत:ची कॉट टाकली होती. येणारे काही आठवडे तान्ह्या बाळावर रात्रंदिवस लक्ष ठेवावे या प्रमाणे सगळे हत्ती सुरक्षितपणे नवीन जागा, नवीन माणसे, नवीन वातावरण यांच्याशी समरस होईपर्यंत तो त्यांच्या सहवासातच राहाणार होता.

रात्रीच्या अंधारातही हत्ती काय आणि कसे वर्तन करतात याचे निरीक्षण करण्यासाठी त्यांच्या तबेल्यामध्ये अंधारातही फोटो घेणारे कॅमेरे बसवले होते. कळपातील कोण डुलक्या घेतो, कोण जागे राहातो याचे निरीक्षण तो ऑफिसमधील मॉनिटरवर करत होता. हत्ती आडवे होऊन किंवा उभ्यानेही झोप घेऊ शकतात. पण जेव्हा ते आडवे होऊन झोप घेतात तेव्हा त्याचा अर्थ असतो की, ते खऱ्या अर्थाने निवांत झाले आहेत. प्रवासानंतरच्या पहिल्या काही तासांमध्ये ब्रायनने पाहिले की, चारपैकी तिघे जण निवांत जमिनीवर आडवे होऊन विश्रांती घेत होते. परंतु एकदम दचकून चारही पायांवर उभे राहात. कदाचित माणसाला विमानाच्या दीर्घप्रवासानंतर होणाऱ्या 'जेट लॅग'चे हे हत्तीस्वरूप असण्याची शक्यता नाकारता येत नाही. आफ्रिकेतील कुरणांमध्ये उगवणाऱ्या व मावळणाऱ्या दिवसरात्रीशी एकरूप झालेले हत्तींचे शरीरांतर्गत घड्याळ, पृथ्वीच्या विरुद्ध गोलार्धातील निसर्गचक्राशी जुळून येण्यास काही अवधी जाण्याची गरज होती. प्रवास सरला, गुंगीही उतरली तसे त्या

चौघांनी गवताचा भरपूर आहार घेतला. अनेक गॅलन पाणी प्यायले – ब्रायनसाठी हे एक चांगले लक्षण होते. येणारी नवीन सकाळ आशा व आनंदाची किरणे घेऊनच आली. रात्री प्रवासाहून आलेले पाहुणे सकाळपर्यंत ताजेतवाने वाटत होते. ब्रायन व इतर रक्षकांबरोबर जुनी ओळख असल्यासारखे तबेल्याच्या जाड लोखंडी सळ्यांमधून आपली सोंड बाहेर काढून संवाद साधण्याची, नाते जोडण्याची इच्छा दर्शवत होते. सोंडेच्या टोकाशी असणाऱ्या, उघडझाप करणाऱ्या नाकपुडीने सर्वांची 'गंधओळख' करून घेत होते.

पाहुण्यांच्या आगमनानंतरचे काही महत्त्वाचे तास अपेक्षेप्रमाणे कोणतीही अनुचित घटना न घडता सरत होते. तरीदेखील हत्तींच्या मनामध्ये या सगळ्या नवीन नाट्यप्रवेशाचा नेमका अर्थ, नेमकी छबी कोणत्या स्वरूपात उमटत होती याचा तर्क करणे कठीण होते.

'याअगोदर यांपैकी कोणीच बंदिवासात राहिले नव्हते' या एकाच वाक्यामध्ये इथे पोहोचल्यानंतरचे अनुभव त्यांना किती नावीन्यपूर्ण व परके वाटत असतील याचे सार मांडता येणार नाही. इथे येण्याच्या क्षणापर्यंत त्यांनी कधीही कोणत्याही इमारतींमध्ये पाऊल ठेवले नव्हते. इतकेच नव्हे तर 'इमारत' ही संकल्पनाही त्यांच्याकरिता अस्तित्वात नव्हती. त्यांना फक्त माहिती होते ते म्हणजे माथ्यावरती असणारा आफ्रिकेतील उजळ, नितळ, विस्तृत, विन्मुक्त आकाश घुमट, पायाखाली कुरणातील गवत, माती आणि हिंदमहासागरावरून येणारा, काटेरी झाडांमधून वाहाणारा वारा! चार भिंतींनी सीमित झालेल्या जमिनीवरती चालणे त्यांना माहीत नव्हते. एखाद्या चौकटबद्ध दरवाज्यातून आत-बाहेर जाणे त्यांनी कधी केलेले नव्हते. किंवा कृत्रिम पंख्यांनी निर्माण केलेली थंडीही त्यांनी अनुभवलेली नव्हती. वर्षानुवर्षे झरे, नद्या, पाणवठे इथूनच ते पाणी प्यायले होते. आता अगदी प्रथमच

पाणी शुद्धीकरण मशीनमधून स्टेनलेस स्टीलच्या प्रचंड घंगाळ्यात ओतलेले पाणी ते चाखत होते. आत्तापर्यंत पाणघोड्यांचे हंबरणे, सर्पगरुडाचा चित्कार व इतर जंगली श्वापदांचे बुभूत्कार यांनीच त्यांचे आवाजविश्व व्यापलेले होते. या प्राणिसंग्रहालयामध्ये ते सर्व आवाज संदर्भ पुसले गेले होते. त्याऐवजी त्यांच्या आजूबाजूला त्यांनी कधीच न ऐकलेल्या प्रजातींचे आवाज, वाघांची डरकाळी, स्यामंग माकडांचे द्वंद्वगीत असे आवाज त्यांना ऐकू येत होते. स्वाझी अभयारण्यामध्ये येणारे पर्यटक व वनरक्षकांची उपस्थिती या हत्तींनी अनुभवलेली असली तरी अभयारण्यातील त्यांच्या दैनंदिन हालचाली त्यांच्या अनुभवी कुटुंबप्रमुख मादीकडूनच निर्देशित व नियंत्रित केल्या जात असत. परंतु इथे मानवनिर्मित परिसर व वातावरणामध्ये ते मानवाकडून

नियंत्रित केले जाणार होते.

या निर्णायक स्वरूपातील महाबदलाचा त्यांच्यावर नेमका प्रभाव कशा स्वरूपाचा असेल? ते सर्व जण या घटनांचा नेमका अर्थ कसा घेत असतील? परिसरामधील लक्षणीय बदलामध्येदेखील त्यांचा विशिष्ट असा जो काही जीवनमार्ग त्यांनी निवडला असेल त्याकरिता नेमक्या कोणत्या क्षमता त्यांनी सांभाळून ठेवल्या असतील? ते नवीन कोणत्या क्षमता कमवण्याचा प्रयत्न करत असतील? त्यांच्या बाबतीत जे काही घडले किंवा घडत आहे त्याची त्यांना कितपत जाण होत असेल, त्याची समज त्यांना आली असेल? या मुद्द्यांवरील चिंतनाकरिता हत्तींच्या अंतर्मनाचा वेध घेणे, त्यांच्या भावविश्वाशी तादाम्य अनुभवणे आवश्यक होते. मुळात अनेक शतके, तत्त्वज्ञ व नीतितज्ञ मानवाला प्राण्यांच्या आंतरिक विश्वाचा ठाव सापडणे शक्य आहे का यावर चर्चा करत आहेत.

विटगेनस्टेइन आपल्या 'फिलॉसॉफिकल इनव्हेस्टिगेशन्स' या पुस्तकामध्ये म्हणतात, "जरी सिंह बोलून आपल्या भावना व्यक्त करू लागला तरी आपण त्याला समजून घेऊ शकणार नाही."

मानवाच्या क्षमतांची हार मान्य करणारी वरील चलाख उक्ती हेच सुचवते की, प्राणी वर्तनाचा अर्थ लावण्याचा प्रयत्न करणे निष्फळ आहे. तरीदेखील वरील उक्तिमध्ये काही उणीव असल्याचेही जाणवते. विटगेनस्टेइनचे वरील वाक्य प्रसिद्ध झालेल्या दशकापासूनच संशोधकांनी काजव्यापासून ते डॉल्फिनपर्यंत – असंख्य प्रकारच्या प्राण्यांच्या – भाषिक, कायिक, मौखिक, विद्युत, कंपनीय, वर्तनप्रवर्तक – संप्रेषणप्रणालींचा अन्वयार्थ लावयाचा प्रयत्न सुरू केला आहे. लॉवरी पार्कमध्ये प्राण्यांबरोबर काम करणाऱ्या रक्षकांनाही पूर्ण जाणीव होती की, ज्या प्राण्याबरोबर ते इतका वेळ राहातात, त्या प्राण्यांचे मानसिक अंतरंग ते पूर्णपणे जाणू शकत नाहीत. पण म्हणून त्यांचे प्रयत्न करणे कधीच थांबत नाही. वानरविभागातील रक्षकांना माहीत होते की, जेव्हा हर्मन किंवा इतर चिंपांझी दात विचकतात तेव्हा ते हसत नसून उलट ते घाबरलेले असतात. जेव्हा इन्शाल्ला तिच्या रक्षकावर डुरकावते तेव्हा ती तिची धमकी नसून तो तिचा 'नमस्कार' असतो. विस्तृत प्रमाणावर आलेखन केलेल्या संप्रेषणाचे-संवादाचे कदाचित विटगेनस्टेइनने कधी निरीक्षण केले नसावे. केनियामध्ये हत्तींच्या कळपाचा अभ्यास करणारे संशोधक व कॉर्नेल युनिव्हर्सिटीमधील जैवध्वनिशास्त्र प्रयोगशाळेतील प्राध्यापक मिळून ७०पेक्षा अधिक आवाजांचा शब्दार्थ कोश बनवण्याचा प्रयत्न करत आहेत. हत्तींच्या कळपाच्या कुटुंबस्वामिनीने आपल्या कळपाला पुढे जात राहाण्याकरिता केलेला गजात्कार, चित्कार, घुसखोरांना दूर राहाण्याची ताकीद देण्यासाठी केलेली गर्जना, किंवा नवीन पिल्लाचा जन्म झाल्यावर सर्व हत्तीणींनी सोंड उंचावून केलेली तुतारीगाज या सर्वांचा

अर्थ त्या संशोधकांना व प्राध्यापकांना लक्षात येतो.

अशा वेळी हजारो मैलांवरून बंदिवासात पोहोचलेल्या हत्तींच्या अंतर्मनात निर्माण होणाऱ्या भावनातरंगांची एक शब्दरूप कथा करणे फारसे अवघड नाही. जरी हे सर्व हत्ती सुरक्षित पोहोचले असले तरी प्रवासादरम्यान म्बाहलीची स्पष्टपणे जाणवणारी अस्वस्थता, या ११मधील नरांनी गर्जना करणे व अस्वस्थ होऊन त्यांच्या पिंजऱ्यात धडका मारणे इत्यादी कृती सूचित करत होत्या की, हा अवघड प्रवास त्यांना किती अस्वस्थ करत होता. जेट विमानाच्या अटलांटिक महासागरावरील लांब पल्ल्याच्या प्रवासामध्ये जर कोणी कधी मधल्या सीटवर बसला असेल तर विमानपोकळीत पिंजऱ्यात डांबलेल्या हत्तींच्या स्थितीची त्यांना कल्पना येऊ शकेल. आपण नेमके कुठे जात आहोत याची संकल्पना मेंदूमध्ये स्पष्ट नाही, पुढे नेमके काय व कसे घडणार आहे याची सुतराम कल्पना नाही अशा दिशाहीन स्थितीत पूर्ण दोन दिवस राहाण्याचे वर्णनही कठीण आहे. जेव्हा त्यांना विमानात चढवले जात होते तेव्हा यातील काही हत्तींनी विमानाचे बाह्यरूप पाहिलेले होते. प्रवासादरम्यान आपण एखाद्या प्रचंड पंख असणाऱ्या पक्ष्याच्या पोटात असल्याची त्यांची भावना झाली असेल का?

ताम्पामध्ये त्यांच्या उतरण्याची कल्पना करता येईल. ढगातून अलगद उतरणे, कुठेतरी खोल-खोल बुडण्याची व उतरत्या उंचीची अद्‌भुत जाणीव या सर्व गोष्टींचे हत्तींना कशा तऱ्हेने आकलन झाले असेल? त्यांनी कान टवकारले असतील. त्यानंतर जमिनीला स्पर्श करणाऱ्या विमानाची घरघर व पायांना होणारी उताराची संवेदना, कमी होणाऱ्या उंचीबरोबर वाढणारा हवेचा दाब, जमिनीवर विमानाची चाके लागल्यावर एकदम बसणारा धक्का, टणक रस्त्यावरून वेगाने धावण्याची जाणीव, आणि शेवटी बाहेरच्या उंचावलेल्या आवाजातील गलक्यासह गतीला मिळालेला पूर्ण विराम! कुठेतरी काहीतरी उघडले जाते की, ज्यामधून अनोळखी चेहरे व गंध त्यांच्या पिंजऱ्यापर्यंत पोहोचतात. एकीकडे आपल्याला उचलले जाण्याची संवेदना तर त्याचबरोबर क्रेनच्या इंजिनाचे गुरगुरणे व पिंजरे उचलणाऱ्या त्याच्याच हाताचे घरघरणे. मोकळ्या प्रसन्न हवेचा झोत, पावसाची रिपरिप, त्यांचे सर्व अस्तित्व बंदिस्त करणाऱ्या लोखंडी पिंजऱ्यातूनच उलगडणारी रात्र, त्यांचे पिंजरे ट्रकमध्ये चढवले जातानाची यांत्रिक गुरगुरणारी हालचाल, विजेरीच्या प्रकाशझोतांचे आजूबाजचे दाट जंगल व डोक्यावर कुठेतरी फिरणाऱ्या हेलिकॉप्टरच्या पात्यांचा 'चपऽचप्' आवाज....

स्वाझी हत्तींनी हा शेवटचा आवाज चांगलाच ओळखला असणार. गेली अनेक दशके आफ्रिकेतील हत्ती त्या आवाजापासून दूर पळण्याचा प्रयत्न करत होते. या चौघांनीदेखील ते अगदी छोटी पिल्लं असताना हा आवाज ऐकलेला होता. त्यांच्या कळपावर हेलिकॉप्टरमधून गोळ्या झाडून 'सामूहिक हत्या' केली गेली होती. त्यांच्याकरिता दुरून येणारा हेलिकॉप्टरचा घरघर आवाज हा जणू येणाऱ्या मृत्यूचाच

आवाज बनत असे. अगदी माथ्यावर हेलिकॉप्टर अशीच घरघर करत, दणादण गोळ्या झाडल्या जात आणि मग लहान पिल्लांच्या आया, मावश्या, इतर भावंडे एकामागून एक जमिनीवर कोसळत, ...पुन्हा कधीही न उठण्यासाठी. अशा हत्येतून वाचलेल्या पण अनाथ झालेल्या त्या पिल्लांच्या मनात रेंगाळणाऱ्या त्या प्रचंड धक्क्याच्या जाणिवांचे बरेच ठिकाणी वर्णन आढळून येते. परंतु ज्या सामूहिक हत्येतून ते वाचले आहेत त्या प्रसंगाची नेमकी कोणती आठवण त्यांनी सांभाळली आहे, हे सांगणे खूपच कठीण आहे. किंवा विमानतळापासून ताम्पाकडे प्रवास करत असताना डोक्यावर घिरट्या घालणाऱ्या हेलिकॉप्टरचा त्यांनी नेमका काय अर्थ घेतला असेल? या अशा आवाजाने जंगलामध्ये सैरभैर धावत असताना त्यांचे तनमन चिरत जाणारी भीतीची भावना ते या प्रवासादरम्यानही अनुभवत असतील का? धुळीच्या वावटळीत मृत आईच्या शवाशेजारी उभे राहिल्याचा प्रसंग त्यांना आठवत असेल का? आपल्या सग्यासोयऱ्यांच्या प्रेतांची विल्हेवाट लावणारे पांढऱ्या गणवेशातील अनेक कर्मचारी मृत देहाची चिरफाड करत असताना त्यांच्या मनात उठलेली तिडीक, शिसारी त्यांना आठवत असेल का?

या स्वाझी हत्तींना त्यांच्या विमानप्रवासाच्या अगोदर आणखीन एका हेलिकॉप्टरने भेट दिली होती. याच हेलिकॉप्टरमधून त्यांना गुंगीच्या औषधाचा तीर मारून बेशुद्ध केलेले होते व त्यांच्या कुंपणघरात आणले होते. परंतु या खेपेला डोक्यावर घिरट्या घालणाऱ्या हेलिकॉप्टरचा हेतू पूर्णतया वेगळा होता हे त्यांना कळण्याचा कोणताच मार्ग नव्हता. त्यांच्याकरिता तर हा आवाज म्हणजे बेशुध्द करण्याचा प्रसंग व कळपाच्या सामूहिक हत्या प्रसंगाचा संदर्भध्वनी होता. त्या खेपेलाही जेव्हा त्यांना हेलिकॉप्टर भिरभिरताना दिसले तेव्हा त्यांच्या सभोवतालचे सगळे हत्ती एकामागून एक जमिनीवर कोसळले. त्यापैकी काही नर व माद्या जेव्हा कुंपणघरात शुद्धीवर आले तेव्हा त्यांना इतकेच जाणवले की, ते कोणत्यातरी अनोळखी ठिकाणी आले आहेत, आणि त्यांच्या कळपातील इतर सदस्य त्यांच्याबरोबर नाहीत.

अशा तऱ्हेने या स्वाझी हत्तींकरिता पूर्वीच्या किंवा अलीकडच्या अनुभवातील हेलिकॉप्टरच्या आवाजाची आठवण ही मृत्यू, विस्थापित अवस्था व एका अनोळखी जगातील प्रवेश यांच्याशीच निगडित होती. म्हणूनच त्या रात्रीच्या काळोखात लॉवरी पार्कच्या दिशेने होणाऱ्या प्रवासात आपण आणखी एखाद्या हत्या प्रदेशात नेले जात आहोत अशी त्यांच्या भावना झाली असेल का? कोणत्याही क्षणी होणाऱ्या बंदुकीच्या 'ठोऽऽ' ला सामोरं जाण्यासाठी त्यांनी सारा जीव एकवटला असेल का?

कदाचित जन्मापासून आत्तापर्यंतच्या आयुष्यात सोसलेल्या अनेक दुःखाच्या व संकटाच्या अनुभवानीच स्वाझीलॅन्डमधील नैसर्गिक जंगलापासून प्राणिसंग्रहालयातील कृत्रिम कुरणापर्यंतच्या प्रवासामध्ये त्यांनी लवचीकपणा दर्शवला असेल. ताम्पामध्ये

पोहोचण्याअगोदरच्या काही महिन्यांमध्ये त्यांना विस्थापित, निर्वासित, करुण नायक, राजकीय ओलीसबंदी, प्रजातीय आशादूत अशा अनेक नावांनी, अनेक रूपात ओळखले गेले होते. परंतु त्यांचे आणखी एक, सर्वांत साधे वर्णन होते – ते या सर्व प्रकारच्या अनुभवातून टिकून, तगून राहिलेले होते. दोन प्रकारच्या मृत्युदंडातून ते शिल्लक राहिले होते – एक त्यांच्या स्थलांतरासंबंधात उठलेले राजकीय व कायदेविषयक वादळ आणि दुसरे म्हणजे त्यांनी पूर्ण केलेली पृथ्वीची जवळ-जवळ अर्धी प्रदक्षिणा – आफ्रिका खंडातून अमेरिका खंडापर्यंतचा अटलांटिक महासागरावरील विमानप्रवास! अशा या नवागतांचा लॉवरी पार्कमधला पहिला दिवस संपला. विश्रांतीला परतलेले रक्षक व इतर कर्मचारी यांनी त्यांची नावे पाठ करायला सुरुवातदेखील केली होती.

म्शॉलो,
म्हच्येगुह,
स्तुदलू,
म्बाहली!

मखाया व ल्हाने अभयारण्यातील वनरक्षकांनी त्यांना ही नावे दिलेली होती. म्शॉलोचा सिस्वाती या आफ्रिकन भाषेमध्ये अर्थ होतो – अकस्मात अवतरणारा – जे वर्णन टेड रेली व त्याचे शत्रू असलेले चोरटे शिकारी या दोघांकरिता अगदी योग्य ठरते. म्हच्येगुह म्हणजे बाकदार हस्तिदंत. स्तुदलूचा अर्थ होतो 'दणकट किंवा धिप्पाड.' म्बाहली हा शब्द 'गोजिरवाणे फूल' या अर्थाने वापरला जातो.

इथून पुढे हे चौघेही पोलिसांच्या नजरेतून दूर राहाणार होते. प्राणिसंग्रहालयात कसे राहायचे असते हे शिकण्यासाठी त्यांना काही महिने लागणार होते. पण जर सर्व काही पूर्वनियोजित रूपरेषेनुसार होत गेले तर लवकरच त्यांच्यासाठी राखीव असलेल्या विस्तीर्ण कुरणामध्ये ते भटकू लागणार होते, एकमेकांच्या पाठीवर धूळ फवारणे, पर्यटकांसमोर सोंडेने तुतारी वाजवणे अशा गोष्टी ते लवकरच शिकणार होते. आपल्या मुलाबाळांना अंगा-खांद्यावर घेऊन येणारे आईबाबा त्यांच्या पिंजऱ्यासमोर रेंगाळतील. शाळेतल्या मुलांना त्या चौघांची नावे सांगतील. ती मुलेसुद्धा तत्परतेने ओरडून-ओरडून त्यांची नावे पुकारतील. जितक्या तत्परतेने ही नावे पुकारतील तितक्याच तत्परतेने विसरूनही जातील. या लहानथोरांना कधीही कळणार नाही की, हे चौघे नेमके कोणत्या जंगलातून आले आहेत, इथे येईपर्यंत त्यांनी किती मौल्यवान गोष्टी गमावलेल्या आहेत, त्यांच्या अंतरंगात नेमक्या कोणत्या स्मृती कशा स्वरूपात तरंगत आहेत. इथे सर्वांपुढे उभे राहून स्वत:ला सादर करण्यासाठी त्यांनी कोणत्या व किती हालअपेष्टा सहन केल्या आहेत.

जलपरीचे गीत

प्राणिसंग्रहालयात कार्यरत असणारी 'वेळ' ही मानवनिर्मित किंवा मानवनियंत्रित नसते. तिथे मानवी विचार व अपेक्षा ओलांडून, कोणतीही मानवी सूत्रबद्धता न पाळता, अस्थिर व अंदाज न करता येण्याजोगी विशिष्ट अशी वेळ नेहमी कार्यरत असते. त्या वेळेची ठरावीक अशी लयबद्धता व वैविध्यपूर्ण गतिमानता असते की, जी या ठिकाणी राहाणाऱ्या अनेक जीवप्रजातींची हृदय स्पंदने, त्यांचे श्वास-निश्वास व त्यांच्या वर्तनप्रणालींशी निगडीत असते.

लॉवरी पार्क येथील कर्मचाऱ्यांकडे मनगटावरील घड्याळे, अनेक तऱ्हेने तास, मिनिट अशी वेळ दर्शवणारे सेलफोन्स असतात. पण एकदा का त्यांनी इंडोनेशिया, ऑस्ट्रेलिया येथून आणलेल्या इंद्रधनुशी रंगांच्या पोपटांचे इथले निवासस्थान असणाऱ्या पक्षी-कक्षात प्रवेश केला की, त्यांचे वेळेशी असणारे नाते गळून पडते. या कक्षात प्रवेश करणे म्हणजे जणू एका अनोळखी अद्‌भुत विश्वात बुडून जाणे. इथे पक्ष्यांचे कुजबुजणे, पुटपुटणे, चिवचिवणे अखंडपणे सुरू असते. दाही दिशांच्या परिघावरील सर्व बिंदूंना स्पर्श करणारी त्यांची चंचल गतिमान झेप मखमली बंदुकीतून सुटलेल्या गोळीचा आभास निर्माण करते. त्याचबरोबर लाल, पिवळ्या, निळ्या रंगरेषांचा एक जाळीदार रंगपटही निर्माण करते. रंगीबेरंगी वेगवेगळ्या आकारांचे पोपट पर्यटकांच्या खांद्यावर, डोक्यावर, हातावर बसतात; क्षणभराने आपापल्या हिंदोळ्यावर परत येतात. त्यांचा पर्यटकांना त्रास तर काहीच नसतो, कारण या पक्ष्यांना तेथील गिफ्टशॉपमध्ये विकत मिळणाऱ्या पर्यटकांच्या हातातील कपातून मधाचे फक्त काही थेंब टिपून घ्यायचे असतात. तरीदेखील जेव्हा हे पक्षी त्यांच्या दिशेने झेप घेतात, लोकांच्या हृदयाचे ठोके गतिमान होतात, धमन्यांतील प्रवाहाचा वेग वाढतो, व त्यांचे अस्तित्व विखुरल्यासारखे होते. काही जण तर इतके भावनाविवश होतात की, पक्षी परत जाईपर्यंत जमिनीवर पडून राहातात. काही जण स्वत:च्याच भोवती गिरक्या घेत राहातात. त्यांना कळतच नाही की, मशिनगनच्या गोळीचा सूंऽ ऽ ऽ

ऽ ऽ ऽ आवाज नेमका कोणत्या दिशेने येतो आहे. सभोवती घिरट्या घालणाऱ्या लॉरिकिट्सच्या पंखातून तो येतो आहे हे कळल्यावर तो नेमका कसा येतो याचे निरीक्षण करण्यात ते रंगून जातात. सभोवती भिरभिरणाऱ्या या लॉरिकिट्सकडे पाहाताना पर्यटक आणखीन एका गोष्टीने अचंबित होत असतात. लॉरिकिट्स जेव्हा तिरकस होऊन वर-खाली, सभोवताली रिंगणाकार, उभी-आडवी पंखभरारी घेतात तेव्हा फटाक्यांच्या आतशबाजीसारखी ठीक एक अंगारलाल छटा त्यांच्या छातीजवळील आंतरपिसांना निसर्गाने नेमकी कशी दिली असेल या विचाराने ते विस्मयचकित होतात.

आपल्याच नकळत त्यांच्या तोंडून उद्‌गार उमटतो, 'वाऽ ऽ ऽ व!' या रंग आणि ध्वनीच्या धूसरतेत इथल्या विश्वाची गती धीमी-जलद अशी आंदोलत राहाते. तिथे आपण नेमके किती वेळ थांबतो याचा पर्यटकांना विसर पडतो. खरे तर ते तिथे अगदी ३० सेकंदच उभे राहिलेले असतात, पण त्यांची अशी काही भारावलेली मनोवस्था असते की, ३० या आकड्याची व सेकंद या वेळपरिमाणाची जाणीव मनातून नाहीशी झालेली असते. त्यांच्याकडे काळ, वेळ या संकल्पनेवर विचार करण्यास वेळच नसतो. त्यांच्यासमोर सादर होत असलेल्या लॉरिकिट्सच्या अतुलनीय नर्तनकलेमध्ये ते पार हरवून गेलेले असतात.

आलेले पर्यटक लॉवरी पार्कच्या कोणत्याही विभागात गेले, कोणतेही प्राणी पाहात असले तरी दैनंदिन जीवनातील वेळेची ठरावीक चाकोरी त्यांनी ओलांडलेली असते व दुसऱ्याच एका अनामिक कालपर्वात त्यांनी प्रवेश केलेला असतो. पक्षी-विभाग पूर्ण करून पर्यटक काही पावलांवरील सर्प विभागात येतात. तिथे उभ्या-आडव्या वेटोळयांचे जाळे करून बसलेला १५ फूट लांबीचा अजगर, दोन कार्पेट अजगर व तीन बर्मीज अजगर पाहायला मिळतात. हे सगळे अजगर काचेच्या पलीकडे स्वत:चे वेटोळे करून निश्चल पडलेले असतात. पर्यटकांच्या दिशेने असणारी त्यांची तोंडे अजिबात हालत नसतात. सताड उघडे असणारे डोळे निमिषभरसुद्धा लवत नसतात. त्या अजगरांच्या या दगडी निश्चलतेचे कोडे वाटून ते कधीकाळी तरी हालचाल करतील का, हा पर्यटकांना प्रश्न असतो. एरवी सरळ रेषेत पुढे सरकणाऱ्या काळाने जणू एक पूर्णविराम घेऊन एक निष्प्राण प्रतिक्षा उभी केलेली असते. जर तो अजगरांना खाद्य देण्याचा दिवस असेल तर तेथील कर्मचारी अजगरांच्या पिंजऱ्यात मेलेला ससा सरकवतात. तेव्हा मात्र तो अजगर आपले वेटोळे सोडून निमिषार्धात इतक्या वेगाने त्याच्या भक्षाकडे झेपावतो की, ते पाहाणाऱ्याची नजर मागे राहाते. आणि तितक्याच वीजवेगाने त्या सशाचे कान, डोके अजगराच्या घशात अंतर्धान पावतात. या एकाच संवेगी क्षणासाठी जणू काळाच्या गतीचा स्फोट होऊन काळ पुन्हा एका निर्जीव निश्चलतेमध्ये स्थिर होतो. काचेला तोंड लावून, आत पाहाणारी मुले क्षणभर अवाक होतात परंतु दुसऱ्याच क्षणी आश्चर्यानंदाने ओरडतात.

मॅनेटी विभागात जीवन थोडे संथ असते. तिथे पोहोचण्यासाठी जमिनीखालच्या बोगद्याने जाऊन या विभागासमोर उभे राहून पर्यटक मॅनेटींना पाहू शकतात. गंमत म्हणजे मॅनेटी त्यांना अजिबात घाबरवत नाहीत. या अगडबंब आकराच्या सागरी सस्तन प्राण्यांना लगटून चालणारी नर कासवे मात्र कामवासनेने प्रेरित होऊन पुन:पुन्हा त्यांच्यावर आक्रमण करत असतात. प्रसंगी मॅनेटी त्या समुद्रकासवांशी झटापट करतात. काही वेळेला ते डोक्याने एकमेकाला ढुसण्या देण्याचा किंवा शेपटीने एकमेकाला ढकलण्याचा प्रयत्न करतात. अर्थात या लुटुपुटीच्या लढाईत कोणीही जखमी होत नाही. बऱ्याच वेळा मॅनेटींचे आपल्या प्रजातीच्या इभ्रतीला शोभेलसेच वर्तन असते. तळ्यात निवांतपणे भटकावे, पाण्यावरती स्वत:ला उलथेपालथे करून डुंबत राहावे, मध्येच सुळकी मारून गाजर आणि हायड्रिला वनस्पती चघळत राहावे असा त्यांचा दिनक्रम असतो. कधीकधी मध्येच थबकून काचेपलीकडून त्यांच्याकडे पाहाणाऱ्या पर्यटकांनाच ते न्याहाळत राहातात, विशेषकरून कामाच्या दिवशी दुपारी जेव्हा परिसर बऱ्यापैकी शांत असतो. अशा वेळी काळही अव्याहत आणि सहजसुंदर होतो.

तळ्याच्या दुसऱ्या बाजूला अधिकच नि:शब्दता नांदत असते. तळ्याच्या काठावरून कर्मचारी शांतपणे काम करत असतात. पर्यटकांची गडबड, त्यांचा गोंधळ इथे पोहोचत नसल्याने इथे एक प्रकारची नितळ संमोही शांतता असते. खालती पाण्यात राखट काळे आकार आवाज न करता मनसोक्त, स्वच्छंदिपणे फिरत असतात. मध्येच त्यांच्या शेपटीने सऽ ऽ ऽ ऽप् करून उडवलेल्या पाण्याचा आवाज ऐकू येतो. दर काही मिनिटाला आपल्या मिशीवाल्या नाकाने पाण्याच्या पृष्ठभागावर घेऊन टाकलेल्या उच्छ्वासाचा भला मोठा प्फू ऽ ऽ ऽ ऽ ऽ ऽ ऐकू येतो. मग ते मॅनेटी खोलवर श्वास घेतात आणि पुन्हा पाण्यात डुबकी मारतात. अशाच दुसऱ्या उच्छ्वासाची वाट पाहात असताना आपण आपलाच श्वास विसरून जातो. पलीकडे कोणाच्यातरी बोलण्याने आपण भानावर येतो. पण आपल्याला जाणवते की, आपण फक्त आत्ताची वेळच नाही तर आजचा दिवसही विसरलो होतो. आपल्याच नकळत आपण आपल्यातून निसटलेले असतो.

असे अद्‌भुत दृष्टान्त अनुभवण्यासाठीच लोक लॉवरी पार्कसारख्या प्राणिसंग्रहालयाला भेट देतात. तिथे अनेक गैरसोई असतीलही कदाचित, परंतु ती प्राणिसंग्रहालये प्रत्येकाला 'मी'च्या बंधनापलीकडे घेऊन जातात. तेथील प्राणी त्यांच्या वागण्या-बोलण्यातून अस्तित्व टिकवण्यासाठी निसर्गाने उपलब्ध करून दिलेल्या अनेक शक्यतांवर विचार करायला लावतात. रोजच्या उदरभरणासाठी दुसऱ्या प्राण्याची शिकार करत असतानाच ते स्वत: इतर कोणाच्या भुकेचे भक्ष्य ठरू नये याकरिता त्यांना सतर्क राहावे लागते. दैनंदिन गरजांच्या पलीकडे जाऊन प्रजाती सातत्य

टिकवण्यासाठी प्रियाराधन, मैथुन, अपत्य जन्म व त्यांचे संगोपन करण्यासाठी कळप करणे, त्यामध्ये वर्चस्व स्थाननिश्चिती करणे या निसर्गनियमांचा दृष्टान्त ते आपल्याला करून देतात. त्यायोगे निसर्गनिर्मिती प्रक्रियेतील विविध शक्यता आपल्यापुढे उकलून दाखवतात. पृथ्वीवर जंगलात वास्तव्य करणे काय असते, त्या जंगलावरील अनंत अवकाशात विहार करणे काय असते, किंवा सखोल सागरात डुबकी घेणे काय असते याचा काल्पनिक का होईना पण ते प्राणी आपल्याला अनुभव देतात; जरी ते स्वत: यातील एकही गोष्ट मुक्त निसर्गात कधीही करू शकत नसतील तरीही!

लॉवरी पार्कमधील कर्मचाऱ्यांना हा विरोधाभास रोजच पदोपदी अनुभवास येत असे व त्यातील आभासापेक्षा कठोर सत्यच त्यांच्या अंतर्मनाला अधिक टोचणी देत असे. रोज नजरेशी नजर मिळवणारे धारदार सत्य आत्म्याला छेदणारे असते. एखाद्या प्राण्याला बंदिवासात सांभाळण्यात असणाऱ्या अंगभूत अडचणींशी रोजच त्यांचा सामना होत असतो. परंतु ते कर्मचारी हेदेखील जाणून असतात की, लोकांना निसर्गाचे स्वच्छंदिकरण करायला आवडते. निसर्गातील स्वातंत्र्य ही एक मानवनिर्मित कविकल्पना आहे. खरे तर जंगलामधील कोणताही प्राणी आपली प्रदेश मर्यादा, आपली भूक व प्रतिक्षणाला दुसऱ्या प्राण्याच्या भक्ष्यस्थानी पडण्याच्या भीतीपासून कधीही मुक्त व स्वतंत्र नसतो.

या सर्व तर्कशुद्ध विचारांना छेद देऊन लॉवरी पार्कमधील कर्मचाऱ्यांना मनापासून वाटत होते की, या प्राण्यांना प्राणिसंग्रहालयातून सोडून द्यावे. त्यांना त्यांचे जीवन त्यांच्या पद्धतीने जगण्याकरिता मुक्त करावे.

एका संध्याकाळी लॉवरी पार्क बंद झाल्यावर एका वरिष्ठ अधिकाऱ्याने आपले मन मोकळे केले. तो म्हणाला, 'येथील प्रत्येक कर्मचाऱ्याच्या मनात खोलवर टोचणारी एक सल असते. असे अनेक दिवस असतात की, सकाळी कामावर रुजू झाल्यावर प्राण्यांकडे पाहात असताना मनात एकच भावना उफाळून येते की, या सर्व प्राण्यांनी इथे नाही तर त्यांच्या निसर्गदत्त आवासातच असायला हवे!'

लॉवरी पार्कमध्ये खरोखरच एक असा विभाग आहे की, जिथे या विरोधाभासाला हद्दपार केले गेले आहे. मॅनेटी विभागातील बऱ्याच मॅनेटी माशांना त्यांच्या नैसर्गिक वसतिस्थानात नित्यनियमाने पाठवले जाते. इथे एका ऐसपैस पाण्याच्या टाकीशेजारी मॅनेटीकरिता एक छोटासा दवाखाना आहे. अनेकदा मच्छीमारांच्या बोटीला धडकल्यामुळे, त्यांच्या जाळ्यात वेडेवाकडे अडकल्यामुळे, किंवा पाण्यातील थंडीचा त्रास होऊन अनेक मॅनेटी दुखावलेल्या, आजारी किंवा जखमी स्थितीत सापडतात. तर कधीकधी समुद्रभरती दरम्यान काही विषारी द्रव्ये त्यांच्या खाण्यात आलेली असतात. अशा

या बेवारशी, अनाथ सापडलेल्या मॅनेटी माशांना काही जण विनोदाने 'जलपरी' म्हणून संबोधतात. त्यांना झालेल्या विषारी संसर्गापासून वाचवण्याकरिता लॉवरी पार्क त्यांना प्रतिजैविके देते, झालेला शक्तिपात भरून येण्यासाठी जीवनसत्त्वांचा मारा करते, गरज असल्यास शस्त्रक्रिया करून त्यांना परत निरोगी, स्वस्थ बनवण्याकरिता आवश्यक ते सर्व प्रयत्न करते. एकदा का ते पुन्हा सुदृढ झाले की, ते मुक्त करण्यास पात्र होतात. गेल्या दशकात लॉवरी पार्कने अंदाजे ६४ मॅनेटींना त्यांच्या नैसर्गिक आवासात परत सोडले आहे.

डॉक्टर मर्फी म्हणतात, 'आम्ही मॅनेटींना पकडतो, तंदुरुस्त करतो आणि त्यांना त्यांच्या निसर्गदत्त घरी परत पाठवतो.' लॉवरी पार्ककधील कर्मचाऱ्यांच्या अथक परिश्रमाचा हा एक प्रथम उद्देश आहे. अर्थात या उद्देशाबरोबरच येणारे महाकठीण आव्हान विसरता येत नाही. मुक्त निसर्गात वावरलेल्या, वजनास सुमारे एक टन असणाऱ्या प्राण्याबरोबर काम करणाऱ्याकडे प्रचंड सहनशीलता व बलदंड शारीरिक क्षमता असणे आवश्यक असते. एक नेहमीची आरोग्य तपासणी प्रक्रिया म्हणून लॉवरी पार्कमधील बऱ्याच प्राण्यांचे रक्त किंवा मलमूत्र नमुने घ्यावे लागतात. मॅनेटींचे असेच नमुने घ्यावयाचे झाल्यास, तपासणी करायच्या मॅनेटीला एका वेगळ्या तलावात घेतले जाते. त्या तलावातील सर्व पाणी काढून टाकले जाते, जेणेकरून काही कर्मचाऱ्यांना पशुवैद्यांबरोबर आत उतरून त्या मॅनेटीला पकडून ठेवता यावे. मग काही कर्मचारी त्या मॅनेटीला चारही बाजूने सैलसरपणे पकडतात, त्याचे जाड निबर कातडे थोपटतात, त्याच्या कानात कुजबुजतात, त्याला कोणताही शारीरिक किंवा मानसिक तणाव येणार नाही याची काळजी घेतात. कर्मचाऱ्यांना याकरिता मॅनेटीला अलवार पकडणे व घट्ट पकडणे या दोन्ही कृती एकाच वेळी कराव्या लागतात. कारण जर त्या मॅनटीने ठरवले तर आपल्या चपट्या शेपटीच्या एकाच फटक्याने कर्मचाऱ्याला तो जखमी करू शकतो. तो मॅनेटी खरोखरच जेव्हा असा चवताळतो, डॉ. मर्फी म्हणतात, 'सांभाळून घ्या. त्याला जरा शांत होऊ द्या.'

आपल्याला कोणी असे हाताळावे हे मॅनेटींना अजिबात आवडत नाही. बऱ्याच वेळा कर्मचारी अशा प्रकारे त्यांच्यबरोबर काम करत असताना मॅनेटी भरपूर प्रमाणात मल उत्सर्जित करतात. डॉ. मर्फींचे बूट त्या मलात बरबटले तरी त्यांना अशा असभ्यतेची सवय असल्याने ते त्याकडे दुर्लक्ष करतात.

ही सर्व प्रक्रिया जितकी दमवणारी तितकीच धोक्याची असूनदेखील सर्व प्राणिसंग्रहालयातील रक्षक कर्मचारी त्यामध्ये स्वत:हून आनंदाने सहभागी होतात. कारण यानंतर त्या मॅनेटीला त्याच्या नैसर्गिक वास्तव्याच्या ठिकाणी सोडण्याची

प्रक्रिया केली जाते. कोणत्याही कर्मचाऱ्यासाठी स्वस्थ निरोगी झालेला मॅनेटी विस्तृत पाणीपसाऱ्यात परतलेला पाहाण्यासारखी दुसरी कोणतीही समाधानकारक

गोष्ट नाही. एक गट मॅनेटीभोवती एक सैलसर फास टाकतो, मऊसर गादी घातलेल्या ट्रकमध्ये त्याला क्रेनने उचलून ठेवले जाते. कर्मचारी त्याच्या सभोवती बसून त्याच्यावर पाण्याचा मारा करत, त्याच्या श्वसनावर लक्ष ठेवून असतात. नदी, स्वच्छ नाला किंवा मेक्सिको आखाताचा एखादा अंतरप्रवाह अशा ज्या कोणत्या ठिकाणी तो मॅनेटी पूर्वी सापडलेला असेल त्या ठिकाणाच्या शक्यतो जवळपास त्याला परत मुक्त केले जाते. त्याच्या शेपटीला बांधलेल्या पट्ट्यावर सॅटेलाइट ट्रान्समीटर बसवलेला असतो. त्याला पाण्यामध्ये सोडल्यानंतर दीर्घकाळपर्यंत त्या ट्रान्समीटरच्या साहाय्याने त्याच्या प्रगतीचा, स्थितीचा मागोवा घेतला जाणार असतो. अशा तऱ्हेने सज्जता झाल्यावर मग त्याला पाण्यामध्ये उतरवले जाते. आपसूकच तो मॅनेटी आनंदाने शेपूट हालवत पाण्यात दूरवर दिसेनासा होतो. इकडे किनाऱ्यावर कर्मचारी डोळ्यांत आनंदाश्रू घेऊन हर्षोल्लास करत राहातात.

लॉवरी पार्कपर्यंत पोहोचलेले सर्वच मॅनेटी स्वगृही परतू शकत नाहीत. मुळात इथे पोहोचतानाच त्यांची इतकी दयनीय स्थिती असते की, ते कमी-जास्त प्रमाणात मृत्युपंथाला लागलेले असतात. आईने सोडलेल्या किंवा ज्यांच्या आईला मारले गेले आहे अशा नवजात पिल्लांची तर अगदी केविलवाणी स्थिती असते. सापडल्यानंतर काही वेळात रेस्क्यू टीमने त्यांना दवाखान्यात पोहोचवायच्या अगोदरच त्यांचा मृत्यू होतो. दवाखान्यात पोहोचलेल्या पिल्लांची स्थितीही फारशी आशादायक नसते. इतक्या तान्हेपणी आई गमावलेल्या पिल्लांचे संगोपन व समायोजन दोन्ही गोष्टी खूप कठीण असतात. डॉ. मर्फीबरोबर मॅनेटी विभागाची काळजी घेणाऱ्या साहाय्यक अभिरक्षक असणाऱ्या व्हर्जिनिया एडमॉड्स म्हणतात, 'ती पिल्ले इतकी असाहाय्य व अबोध असतात की, त्यांना जगरहाटीची कल्पनाच नसते.'

२००३ सालच्या मे महिन्यातील एक दिवस, लॉवरी पार्कमध्ये अजून हत्ती यायचे होते. नेपल्सच्या जवळ बटनवुड खाडीत दोन नावाड्यांना समुद्रकिनाऱ्यावर राखट रंगाची एक वस्तू दिसली. पाहिले तर ते नुकतेच जन्मलेले मॅनेटीचे पिल्लू होते. जास्तीत जास्त एक दिवसाचे, असाहाय्य! त्याला आईने टाकून दिलेले असावे. त्याला लॉवरी पार्कमध्ये आणण्यात आले. कर्मचाऱ्यांनी त्याचे नाव बटनवुड असेच ठेवले. सर्वसाधारणपणे मॅनेटींची नावे ही ते ज्या प्रदेशात सापडतात त्या प्रदेशाचरूनच ठेवली जात. नाव तर झालेच आणि त्याला परत सोडताना त्या प्रदेशातच सोडायचे आहे याची खूणगाठही झाली. मॅनेटींच्या सापडलेल्या इतर पिल्लांप्रमाणेच बटनवुडचे सापडल्यानंतरचे ४८ तास महत्त्वाचे होते. पहिले दोन दिवस निर्धोक पार पडले की, मग पुढे धोका कमी होणार होता.

सर्वांत प्रथम त्याच्या पोटात पुरेसे अन्न जाणे आवश्यक होते, जेणेकरून हालचाल करण्यास त्याला थोडी शक्ती मिळू शकेल. कर्मचाऱ्यांनी त्याला जीवरसत्त्वयुक्त

पातळ पदार्थ बाटलीने पाजण्याचा प्रयत्न केला पण त्या तान्ह्या बाळाला हेही जमले नाही. वजन आधीच कमी होते, अन्नाअभावी ते आणखीनच अस्थिर होऊ लागले.

डॉ. मर्फी खूप अस्वस्थ झाले, म्हणाले, 'कचराकुंडीत सापडलेल्या बाळासारखी याची स्थिती अगदी तोळामासा आहे. त्याच्याकरिता आपण देवाची प्रार्थना करत राहूया.'

इतक्या नाजूक अवस्थेत असणारा बटनवुड मीडियात झळकू लागला. फेंदरलेल्या मिशा आणि त्याचा मलूल चेहरा सबंध राज्यभरात दूरदर्शनच्या पडद्यावर तसेच वर्तमानपत्रांच्या पहिल्या पानावर दिसू लागला. शाळेतील मुलांचे त्याच्या प्रकृतीची चौकशी करणारे फोन येऊ लागले. अशा वेळी लॉवरी पार्कने बटनवुडला प्रदर्शित करण्याचा जोखमीचा निर्णय घेतला. त्याचे जगणे मुळातच अनिश्चित होते. या निर्णयानुसार त्याला मागील बाजूला असलेल्या तपासणी टाकीमधून उन्हाने उजळलेल्या दर्शनी भागातील टाकीमध्ये हालवण्यात आले. या टाकीमध्ये कर्मचारी सर्वांसमोर सगळ्या संगोपन प्रक्रिया करत. पर्यटकदेखील कुतूहल, आश्चर्य, काळजी अशा संमिश्र भावनेने त्या क्रिया-प्रक्रिया पाहात राहात. येणाऱ्या पर्यटकांची संख्या वाढू लागली. टँकभोवती असलेल्या कुंपणापलीकडून ते बटनवुडला पाहू शकत होते; त्याला गोंजारणे, थोपटणे हे मात्र करू शकत नव्हते.

ठरावीक वेळाने बटनवुडला खाऊपिऊ घालण्याचे काम कर्मचारी अगदी मायेने करत होते. काही वेळेला तर तो त्यांच्या हातात झोपी जात असे. परंतु त्याची प्रकृती दोलायमान होती. त्याला पुन्हा मागील बाजूच्या टाकीमध्ये हालवण्यात आले. या खेपेला सानी नावाच्या स्तनपान अवस्थेत असणाऱ्या मादी-बरोबर त्याला ठेवण्यात आले. आशा होती की, ती त्याला आपले दूध पाजेल, आईच्या मायेची ऊब देईल. दोन-चार दिवस सानीने बटनवुडला आपले बाळ म्हणून मान्य केले, त्याचे संगोपन केले. पण मग तिनेही त्याला नाकारले. मग कर्मचाऱ्यांनी त्याला थेट नळीद्वारे पोटात अन्न देण्यास सुरुवात केली. याचा मात्र चांगला परिणाम होऊन बटनवुड थोडा धष्टपुष्ट दिसू लागला. काही आठवडे आनंदात गेले. जुलैच्या मध्याला एके दिवशी एक कर्मचारी नेहमीप्रमाणे त्याची तपासणी करण्यासाठी गेला असता, बटनवुडचे काळे-निळे निर्जीव शरीर पाण्यावर तरंगताना आढळले. इतर विभागातील कर्मचाऱ्यांचा तर या बातमीवर विश्वासच बसला नाही. कारण आत्तापर्यंत बटनवुडच्या सुधारत असलेल्या प्रकृतीच्या बातम्या येत होत्या. मग हे असे अचानक कसे झाले? मॅनेटी विभागातील कर्मचारीही या बातमीने इतके हेलावून गेले की, त्यांनाही या प्रश्नाचे उत्तर देता आले नाही.

त्या वर्षीच्याच हेमंत ऋतूत आईने सोडून दिलेले काही दिवसांचेच मॅनेटीचे दुसरे पिल्लू लॉवरी पार्कमध्ये आले. त्याचे नाव लू असे ठेवण्यात आले. कारण लॉवरी पार्कपासून काही तासांच्या अंतरावर असलेल्या कॅलूसाहच्ची नदीत ते सापडले होते. बटनवुडप्रमाणेच लूला वाचवण्यासाठी व्हर्जिनिया व इतर कर्मचारी

दिवसरात्र मेहनत घेत होते. भावनांची अनेक आंदोलने अनुभवल्याने त्यांना या प्रयत्नातील अडचणी माहीत होत्या. त्यांच्याचबरोबर लॉवरी पार्कच्या जनसंपर्क विभागालाही त्या अडचणींची कल्पना आली होती. या खेपेला वृत्तपत्र व इतर प्रसारमाध्यमांना लॉवरी पार्कच्या आत घडणाऱ्या नाट्यपूर्ण घटनांची बातमी दिली गेली नाही. जे काही घडणार होते ते फक्त लू व त्याचे रक्षक कर्मचारी यांच्याशी संबंधित राहाणार होते. लूला एका तपासणी टँकमध्ये ठेवण्यात आले. दर दोन तासांनी बाटलीने त्याला अन्न देण्यात येत होते. प्राणिसंग्रहालय रात्रीसाठी बंद झाल्यावरदेखील लूवर लक्ष ठेवण्यासाठी एका कर्मचाऱ्याला रात्रपाळी देण्यात आली. इतर सर्व प्राणिसंग्रहालयातील सस्तन प्राणी विभागाप्रमाणे लॉवरी पार्कमध्येदेखील सगळ्या स्त्री कर्मचारीच होत्या. रात्रीतदेखील ती कर्मचारी पुन:पुन्हा पाण्यातील गणवेश घालून अंधारात पाण्यात चालत जाऊन लूचा शोध घेत होती. लू वजनाने कमी होता – फक्त सहा पौंड! ती कर्मचारी त्याला आपल्या मांडीवर घेत असे, कुरवाळून जोजवत असे व बाटलीतून दूध पाजत असे! एक-दोन औंस खाद्य जरी लूच्या पोटात गेले तरी परिस्थिती बदलणार होती.

काही आठवडे असेच रात्रं-दिवस अन्न देणे चालू राहिले. व्हर्जिनिया व इतर कर्मचारी हार मानणार नव्हते. त्यांनी कधी उघड चर्चा केली नाही, पण मनोमन त्यांना माहीत होते की, फक्त तेच लूला वाचवू शकतात. आजूबाजूच्या प्राणिविश्वाला नुकतीच कुठे जाग येत असे अशा पहाटेच्या वेळी लूला अन्न देण्याचे काम सुरू व्हायचे. जरी ती वेळ शांत असली तरी जमिनीखालच्या मॅनेटी विभागात जाताना त्यांना इतर प्रौढ मॅनेटींची अस्पष्टशी साद ऐकू येत असे. ही साद डॉल्फिनच्या 'स्वीईईईईऽ ऽऽ ऽ' सारखीच पण थोडी हळुवार असते. म्हणूनच मॅनेटींना 'मृदूभाषी' म्हटले जाते. शास्त्रज्ञांच्या मते हा ठरावीक आवाज मॅनेटी भीती किंवा राग व्यक्त करण्यासाठी, एकमेकाच्या संगतीत राहण्यासाठी किंवा दूर भटकणाऱ्या पिल्लाला जवळ बोलवण्यासाठी वापरतात. हेच तर जलपरीचे गीत होय!

जलपरीचे गीत समजली जाणारी मॅनेटींची ही तार स्वरातील साद, मोठी सुरेल व अद्‌भुत असते. या अशा शिट्ट्यांमधून ते एकमेकाला नेमके काय सांगतात, हा आवाज पाण्याच्या लहरीतून त्यांच्यापर्यंत नेमक्या कोणत्या स्वरूपांत पोहोचत असेल हे एक कोडेच आहे. काही का असेना, पण प्रजाती स्वकीयांचे हे सगळे गीत लू ऐकत होता.

उन्हाळा संपून कॅलेंडरमध्ये ऑक्टोबर महिन्याचे पान उघडले तरीदेखील लॉवरी पार्कमध्ये फेरफटका मारताना जणू एखाद्या मोठ्या भट्टीतून चाललो आहोत

असे वाटत असे. दिवस उजाडत नाही तोवर वातावरण तापवणारी उष्णता प्राण्यांच्या पिंजऱ्याभोवती असणाऱ्या वाटेवर अधिक परावर्तित होत असे. प्राणीदेखील आपापल्या पिंजऱ्यांमध्ये काहीतरी उद्योग करत असत. बाबिरूझा या रानडुकराचे शिंगसुळ्याने माती उकरणे सुरू असे. आशियन हरीण सावलीचा शोध घेत रिंगटेल लीमर व कॉलोबस माकडांच्या पिंजऱ्याभोवती असलेल्या चरखड्ड्यातील पाण्यात बागडून येई. लॉवरी पार्कमधील एकमेव लाल लांडगा गस्त घालण्याच्या आविर्भावात पिंजऱ्याच्या कडेकडेने फिरत असे.

अशा तापणाऱ्या उन्हातही पर्यटकांचे लोंढे कमी होत नसत. छोट्या-मोठ्या गाड्यांतून येणाऱ्या लहानथोरांच्या गर्दीचा ओघ लॉवरी पार्कच्या प्रवेशद्वाराशी अखंड वाढत असे. अशा ओघवत्या गर्दीच्या लाटा पाहात असताना वाटायचे की, जणू आपण कोणत्यातरी जीव प्रजातीच्या पिंजऱ्यासमोरच उभे आहोत व या पिंजऱ्यातील दृश्य सतत नावीन्याने बहरते आहे. अर्थात या पिंजऱ्यातील अनोखी प्रजाती अजिबात 'मृदू भाषिक' नाही. मोठ्या बसमधून ओतली जाणारी प्राथमिक शाळेतील विद्यार्थ्यांची चुळबूळ करणारी, ढकलाढकली करणारी गर्दी म्हणजे या प्राणिप्रजातीचा एक उत्कृष्ट नमुना होती. बसमधून उतरल्याबरोबर मुलींचा एक वेगळा गट तयार होतो, ज्यामध्ये एक तर जुनीच मैत्री अधिक दृढ केली जाते किंवा नवीन स्नेहबंध निर्माण होतात. मुले मात्र ढकलाढकली करून आपल्या घोळक्यातील स्वत:चे स्थान निश्चित करण्यासाठी धडपडत असतात. तरुण जोडपी एकमेकांना हाताने लपेटून केवळ त्यांनाच कळणाऱ्या सांकेतिक भाषेत बोलून खिदळत असतात. त्यांच्यातील परस्पर व व्यक्तिगत संबंधाची अशी काही अभिव्यक्ती होत असते की, जिथे कोणत्याही स्पर्धकाला किंवा तिऱ्हाईताला मज्जाव असतो. तिकिटाच्या खिडकीकडे जाताना खांद्याला खांदा घासणे, एकमेकांच्या कपड्यावर दिसणारी कोणतीतरी छोटी गोष्ट झटकणे, एकमेकांच्या केसातून हात फिरवणे, इत्यादी मैथुनपूर्व (किंवा मैथुनपश्चात) हालचाली ठळकपणे दिसून येतात. हेतुपुर:सर आपल्या मुलांच्या पलटणीच्या मागे चालणारे आई-वडील दाखवून देत असतात की, त्यांच्या वंशवेलीचे ते किती काळजीपूर्वक संगोपन करत आहेत. त्यांच्याबरोबर असणाऱ्या बाबागाडीत छोट्या बाळांचे डायपर्स, ज्युस पॅकेट्स, तान्ह्या बाळाची दुपटी, लंगोट इत्यादी खचाखच भरलेले असतात. गाडीच्या सीटवर माकडाच्या पिल्लांप्रमाणे त्यांची खोडकर छोटी मुले स्वत:कडे लक्ष वेधून घेण्यासाठी हात-पाय झटकत असतात, कुरकुरत असतात; जणू एखादा हुकूमशहा आपला लवाजमा पुढे नेण्यासाठी अस्वस्थ असतो.

या सगळ्या गर्दीतही थोडे लक्षपूर्वक ऐकले, तर एरिक या सुमात्रन नर वाघाची डरकाळी ऐकू येते. कदाचित पिंजऱ्याच्या दर्शनी भागात येण्यासाठी तो अस्वस्थ व अधीर असावा. इन्शाल्लाच्या प्रियाराधनाच्या प्रयत्नात तो असफल झाला होता,

कारण इन्शाल्लाकडून घुत्कार व तिरस्काराखेरीज त्याला काहीच मिळालेले नव्हते. प्राणिवर्तनाबद्दल अधिक जाण असणाऱ्यांना कळेल की, त्याच्या डरकाळीत जोश नव्हता. तो मरगळलेला आवाज डरकाळी व कोल्हेकुई या मधला कोणतातरी होता पण एका हिंस्त्र भुकेलेल्या प्राण्याचे अस्तित्व मात्र सुचवत होता.

पर्यटक तिकीट घेऊन जसे आत प्रवेश करत, तेव्हा त्यांना पहिली जाणीव होत असे की, ते जे काही पाहाणार आहेत, ते खरेखुरे नैसर्गिक जंगली वातावरण नसून अशा विश्वाची एक कृत्रिम कलात्मक प्रतिकृती आहे. ध्वनिप्रक्षेपकावरून ऐकू येणारे अनेक प्राण्यांचे आवाज हेच सुचवत की, तेथील चित्ते, बिबळे, अस्वले व वाघ हे सर्व हिंस्त्र पशू कडी-कुलुपांत सुरक्षितपणे बंद आहेत. ते कितीही भुकेलेले असले तरी त्यांना मुला-बाळांचा फराळ करता येणार नाही.

प्राणिसंग्रहालय पाहायला आलेल्या आई-वडिलांच्या सोई-सुविधा तसेच अडचणींचा बारकाईने अभ्यास करून त्यानुसार आतील भटकंतीचे आयोजन करण्यासाठी लॉवरी पार्कला स्वत:चाच अभिमान होता. एकीकडे विस्तार होत असतानादेखील लॉवरी पार्कची घडण अशी आटोपशीर होती की, महत्त्वाचे प्राणी पाहायला एक-दोन तासांपेक्षा जास्त वेळ लागत नसे. विनाकारण होणारा फापटपसारा मुळातच ठेवला गेला नव्हता. चार वर्षांच्या बालकाच्या अवधान कक्षेत मावेल इतकाच त्याचा आवाका होता. वातावरणातून झिरपणाऱ्या उष्णतेला थोपवून धरेल इतके पाणी पिऊन सगळे प्राणी आरामात बघत आणि दाखवत आपल्या पिलावळीसह आई-वडील निर्गमन दारापाशी नेमके तेव्हा पोहोचायचे जेव्हा हाताशी असलेले पोर कुरकुरायला व कडेवरचे बाळ डुलक्या घ्यायला लागत असे. पहिल्या पिंजऱ्यापासून ते शेवटच्या पिंजऱ्यापर्यंत होणारी पायपीट इतक्या रेखीवपणे बेतलेली होती की, समज आलेल्या मुलाचे कुतूहल, औत्सुक्य टिकून राहून ते मूल कंटाळत नसे. दर्शनी भाग एका कारंजाने सजवलेला होता जिथे मॅनेटींचे पुतळे हवेत पोहत होते. फेसाळणाऱ्या कारंजाच्या फवाऱ्यातून जाताना छकुल्यांचे मन व आवाज फवाऱ्यांइतकाच फुलून येत असे. छकुल्यांच्या 'दादा'साठी ऑस्ट्रेलियातील प्रजातींची प्रतिकृती सादर करणाऱ्या 'वॉलरू स्टेशन' इथे एक छोटी प्रस्तरारोहण भिंत होती. जलचर विभागाशेजारी 'स्टिंग रे बे'मध्ये मुले एका उथळ टाकीजवळ येत, जिथे शेपटीचे काटे काढलेल्या सदर्न स्टिंग रेंच्या गुळगुळीत पाठीवरून ते हात फिरवू शकत. 'स्पिरिट्स ऑफ द स्काय' या शिकारी पक्ष्यांच्या उघड्या मैदानातील प्रयोगाकरिता मुला-बाळांचा कुटुंबकबिला रोज गर्दी करत असे. या खेळाचा सूत्रधार स्मेडली नावाचे गिधाड व पर्यटक पाहुणे यांच्यात प्रेमाची भेट घडवून आणत असे. ईव्हान नावाचे युरेशियन ईगल आउल सगळ्या प्रेक्षकांच्या डोक्यावरून झुंऽऽ ऽ ऽ ऽ ई करून अशी भरारी घेई की, त्याच्या पंखाच्या झोताने प्रेक्षकांचे केस विस्कटून जात.

डिस्कव्हरी सेंटरमध्ये मुलांना विषारी बेडूक तसेच रॅकून या प्राण्याची 'शी' अगदी जवळून पाहाता येत असे. मुलांचे वाढदिवस लॉवरी पार्कमध्ये साजरे करण्यासाठी प्रोत्साहन दिले जाई. त्या दिवशी एखाद्या सापाबरोबर ते बाळ मैत्री करू शकत असे किंवा ऑक्टोपसबरोबर एखादा खेळ खेळू शकत असे. काही विशिष्ट दिवशी संध्याकाळी लहान मुलांना 'स्लीपिंग बॅग'मध्ये घालून मॅनेटींच्या पोहण्याच्या तलावात नेण्याचा कार्यक्रम केला जाई. हॅलोविन या समारंभा दरम्यान शाळापूर्व वयोगटातील मुलांना वटवाघुळे व कोळ्याचा प्रकार असलेल्या टॅरॅन्ट्यूलाबरोबर मुक्काम करण्याचा अनुभव मिळत असे. ख्रिसमसच्या दिवशी मुलांना खरेखुरे रेनडीअर व खोटा-खोटा सान्ता भेटत असे.

संपूर्ण वर्षभर लोकप्रिय असणारा कार्यक्रम म्हणजे 'प्राण्यांशी दोस्ती' हा होय. बेंऽबेंऽ करणाऱ्या शेळया-मेंढ्यांच्या धूळ-मातीने भरलेल्या मेंढवाड्यातील कळपात चालत जाऊन त्यांच्या कपड्यांनाही चघळायचा प्रयत्न करणाऱ्या शेळयांचे ओंगळ दात व हिरड्यांकडे दुर्लक्ष करत लहान मुले त्यांना खाऊचा तोबरा देऊ शकत. या मुलांच्या आई-वडिलांना माहीत नसलेला कॉडी नावाचा एक बकरा या कळपात ठेवलेला होता. कसे कोण जाणे पण स्वत:ला स्प्रिंगसारखे वळवून तो स्वत:च्याच डोक्यावर सू-सू करत असे. अर्थातच अशा विचित्र करामतींनी त्याच्या कळपातील आजींना खूश करण्यासाठी!

एके दिवशी त्या बकऱ्यांपासून सुरक्षित अंतर ठेवून एका कर्मचाऱ्याने हळूच आवाजात सांगितले, "आम्ही त्याला 'सू-सू बकरा' म्हणतो. तो खूप किळसवाणा आहे."

अर्थात अनेक छोट्या मुलांना कॉडीचा हा गुण माहीत होणे, ही अत्यानंदाची बाब होती. रॅकूनने शेपटी कडून 'पु र् ऽ ऽ' आवाज काढला किंवा दुर्गंधी पसरवणारा बकरा दिसला की, मुले खिदळत सुटत. मुलांच्या नजरेत या सगळ्या गोष्टीत एक निराळीच गमजा, निराळेच मनोरंजन होते.

काही थोड्या उंचीवरील टेहळणीच्या ठिकाणी बसून म्हाताऱ्या माणसासारखा चेहरा असणारी दोन सोनेरी लायन टॅमरिन जातीची माकडे लहानसे तोंड बाहेर काढून टुकू-टुकू बघत होती. तोंडाने 'चिर्र ऽ ऽ ऽ चिट्' असा अखंड आवाज करत होती जणू ती माकडे नसून चिवचिवणारे पक्षीच आहेत.

ही दोन माकडे आपल्या खांद्यावरती वळणाऱ्या सोनेरी मऊ-मुलायम आयाळीमुळे अगदी सिंहाची छोटी प्रतिकृतीच वाटत व त्यासाठीच ती लॉवरी पार्कमधील एक मोठे आकर्षण होती. केविन व कॅन्डी नावाच्या या दोन माकडांचे वजन प्रत्येकी दोन पौंडही नव्हते. सिंहासारखे दिसण्याबरोबरच जर ते सिंहासारखी गर्जनाही करू शकत

असते, तर हीच वेळ होती. कारण आत्ता, या क्षणी ते ली ॲन रॉटमनकडे रागाने पाहात तिच्याबरोबर महत्त्वाच्या मुद्यावर तावातवाने भांडत होते.

त्यांच्याकडे बोट दाखवून ॲन म्हणाली, ''पाहिलेत, ते माझ्याकडे कसे बघत आहेत? ''

वादाच्या पावित्र्यात असणारी ही दोन माकडे व लॉवरी पार्कच्या अभिरक्षक ली ॲन अशा प्रकारे पक्षी-विभागात एकमेकांसमोर ठाकले होते. लॉवरी पार्कला भेट देणाऱ्या तमाम प्रेक्षकांना टॅमरिन माकडे अतिशय आवडतात हे माहीत असल्याने एमराल्ड स्टर्लिंग्ज (हिरव्या साळुंक्या) व मास्क्ड लॅपविंग्ज (बुरखी टिटव्या) यांच्या विस्तृत पण बंदिस्त पिंजऱ्यात टॅमरिन माकडांची एक जोडी आवर्जून ठेवली होती. मूळ रहिवासी असलेल्या ब्राझीलमधील जंगलामध्ये टॅमरिन झाडांच्या नैसर्गिक छत्रीखाली, झाडांच्याच ढोलीत राहतात. लॉवरी पार्कमध्ये मात्र ते पक्षी-विभागातील ओक झाडांमधून भटकत असतात. रात्रीच्या निवासासाठी त्याच झाडाच्या फांद्यांच्या रंगाशी एकरूप होणाऱ्या इग्लूसारख्या घरात राहतात. गेली अनेक वर्षे केव्हिन व कॅन्डीच्या अगोदर टॅमरिन माकडांची दुसरी एक जोडी इतर पक्ष्यांच्या व मानवी पर्यटकांच्या सहवासात आनंदाने व शांतपणे राहिली होती. पण अलीकडे ते दोघेही खूप म्हातारे झाल्यामुळे त्यांच्या जागी केव्हिन व कॅन्डीला आणण्यात आले होते. या दोघांची एकच गोष्ट थोडी त्रासाची होती. त्या दोघांना एका ठरावीक फांदीवर बसायला आवडत असे. ही झाडाची फांदी पर्यटकांच्या चालण्याच्या अगदी वाटेवर येत असे. घरी पाळलेल्या मांजरापेक्षा आकाराने लहान असणारी ही माकडे तशी निरुपद्रवी होती. परंतु त्यांचे दात खूप तीक्ष्ण, धारदार होते. त्यांना फळे व कीटक खाऊ घालणाऱ्या रक्षक कर्मचाऱ्यांचा चावा घेतल्याच्या घटना या आधी घडलेल्या होत्या. पर्यटकांसाठीसुद्धा प्राणिसंग्रहालय व्यवस्थापनाने या टॅमरिन माकडांना हात लावू नये, अशी पाटी लावलेली होती. पण मुळात ती माकडे इतकी छोटी गोजिरी दिसत की, ती पाटी असूनदेखील पर्यटकांना मोह होण्याची शक्यता नाकारता येत नव्हती. दुसऱ्या बाजूला एरवी निरुपद्रवी वाटणाऱ्या टॅमरिन माकडांच्या दर्शनी सभ्यतेवरही अधिक विश्वास ठेवता येणार नव्हता. कधीतरी अचानकपणे एखाद्या पर्यटकाचा हात कलम होण्याची शक्यता नाकारता येत नव्हती. केव्हिन व कॅन्डीने ती रस्त्यावर येणारी फांदी सोडून आतल्या बाजूची फांदी निवडावी याकरिता त्या पिंजऱ्याची काळजी घेणाऱ्या रक्षकांनी खूप प्रयत्न केले. अगदी टोकाचा प्रयत्न म्हणून एरिक या वाघाचे मूत्रसुद्धा त्या फांदीवर शिंपडले होते. त्या दर्पयुक्त वासाने तरी ही माकडे दुसरी जागा शोधतील, असे वाटले होते. पण त्याचाही परिणाम झाला नाही. त्यांना ना कशाची भीती होती ना कोणती काळजी होती. एके दिवशी तर त्या फांदीच्या जवळ असलेल्या बोट-बिल्ड हेरॉन प्रकारच्या बगळ्याच्या

घरट्याजवळ गेल्याने त्या बगळ्याने आपली नापसंती दाखवली होती. ॲन म्हणाली, 'ते बगळे माकडांना चोच मारत होते, पण त्या माकडांनी त्याची फिकीरच केली नाही.'

त्या दोघांमधील कॅन्डी ही जास्त प्रदेश अधिकार मानणारी होती. तिला दुसऱ्या कोणत्याही प्रजातीकडून – तिच्यापेक्षा आकाराने कितीही मोठे असले तरी – आज्ञा घेणे मान्य नव्हते. जेव्हा कधी रक्षक कर्मचारी तिच्याकडे जाण्याचा प्रयत्न करत ती संतापाने 'चिट्‌र्‌ ऽ ऽ पिट्‌र्‌ ऽ ऽ ऽचिट्'ची बडबड सुरू करत असे. आत्ता तिची अशीच बडबड अभिरक्षक ॲनकरिता सुरू होती. त्यावर ली ॲन म्हणाली, 'ती जरा चिडकूच आहे.' अर्थात केव्हिन व कॅन्डी या पक्षी-विभागात कायमचे राहणार नव्हते. येथील कर्मचारी त्यांना त्यांच्या वानर विभागातील छोट्या पिंजऱ्यात इतर टॅमरिन व मॉर्मोसेट्स माकडांबरोबर हालवणार होतेच. ली ॲनच्या 'करण्याची कामे' या यादीत टॅमरिनचे त्यांच्या मूळ पिंजऱ्यात स्थलांतर हेही एक काम होते. लॉवरी पार्कमधील अनेक प्राणिप्रजातींच्या अडचणी,समस्या, तक्रारी, चौकशा, मानसिक आजार या सर्वांसाठी ली ॲन ही एकमेव उपाय होती. जर एखाद्या चिंपांझी मादीने आपल्या पिल्लाला नाकारले असेल, तर ली ॲन त्याला दूध पाजणारी आई मिळवून देई; जर एखाद्या कांगारूचा गर्भपात झाला असेल तर, एखाद्या सारस पक्ष्याला भूक लागत नसेल, तर तिला या सर्वांची कारणे, उपाय माहीत असत. जर एखादे ओरांग उटांग माकड एखाद्या बँकेच्या अध्यक्षावर घाण फेकत असेल किंवा बॅक्ट्रियन प्रकारचा उंट दुय्यम दर्जाच्या सहलीत जागचे उठतच नसतील, तर त्यावरती ती नक्कीच विचार करेल. तिच्या विभागातील एखादा कर्मचारी पत्नीपासून कायदेशीर फारकत घेत असेल, तर तो ली ॲन पाशीच आपल्या दुःखाचा पाढा वाचेल. काही वेळेला माणूस हा इतर प्राण्यांसारखे वर्तन करतो की, जे ली ॲनच्या दृष्टिकोनातून कधीच वाईट नसते. या उलट काही प्राणी उपद्रवकारक माणसासारखे वागतात. ली ॲन या दोन्ही प्रकारच्या समस्यांची काळजी घेत असते.

आकाराने अगदी लहान व प्रकृतीने नाजूक असणारी ली ॲन ही प्राणिसंग्रहालयात पाळल्या जाणाऱ्या शारीरिक शक्ती व आकार यांच्या वर्चस्वाच्या सर्वसाधारण नियमाला एक अपवाद होती. पाच फूट उंच, सडपातळ बांधा असणारी ली ॲन तिच्या संकोची स्वभावामुळे अशक्त वाटत असे. वास्तवात मात्र तिच्याकडे मानसिक शक्ती व चिकाटीचा असा अदृश्य साठा होता की, ज्यायोगे ती अनपेक्षित व किचकट अडचणींतून तरून जात असे. या सगळ्या वर्षांमध्ये तिने लॉवरी पार्कमधून घेतलेल्या रजा काळात ती युगांडा व कॅमरूनमधील जंगलवासी चिंपांझींचा अभ्यास करण्याकरिता जात होती. या प्रवासादरम्यान ती मुदतीचा ताप, आमांश, मेंदूज्वर इत्यादी आजारातून गेली होती. एके दिवशी इतर काही लोकांबरोबर ती टायर-ट्यूब घेऊन नदीत पोहत होती. अचानकपणे एक पाणघोडा नेमका तिच्या मित्राच्या

जवळच पाण्यातून वर येऊन मित्राला पाण्यात खाली ओढून घेऊन गेला. पाणघोडे हे जसे दिसतात, तसे सभ्य व मवाळ अजिबात नसतात. आफ्रिकेमध्ये तर सिंह व हत्ती दोघांनी मिळून जितकी माणसे मारली नसतील तितकी केवळ पाणघोड्यांनी मारलेली आहेत. ली ॲनच्या नजरेसमोर तिच्या मित्राला पाण्यात नेले जात होते. ती किंचाळत, ओरडत होती. तिचा मित्र असा किती वेळ पाण्याखाली राहिला ते ॲनलादेखील कळणार नव्हते. पण एकदम स्वत:ला सोडवून घेऊन तो कसाबसा पाण्याच्या पृष्ठभागावर आला. पाणघोड्याच्या पकडीमुळे त्याला बेसुमार जखमा झाल्या होत्या व तो रक्तबंबाळ झाला होता. त्याला दवाखान्यात नेल्यानंतर डॉक्टरांनी पाहिले की, पाणघोड्याचे दात त्याच्या पाठीच्या कण्यात व मांडीत चांगलेच घुसले होते. एकंदर आजारात त्या मित्राला सतत कसलेतरी भास होत असत. तो पूर्ण बरा होईपर्यंत ली ॲन त्याचा हात धरून त्याच्या पलंगाशेजारी जमिनीवर झोपत असे.

तो मित्र अपघातातून वाचला, पण त्यांचे नाते मात्र तगले नाही. एखादा प्राणी किती भयानक असू शकतो, याची नवी जाणीव व दृष्टी घेऊन ली ॲन लॉवरी पार्ककडे परत आली. आफ्रिकेच्या जंगलापेक्षा प्राणिसंग्रहालयात निश्चितच नियंत्रित व मर्यादित वातावरण असते. तरीदेखील येथील धोके व अडचणी कमी प्रमाणात असतात असे कोणीही समजू नये. लॉवरी पार्कमध्ये तर चार-ली-तॉरे तिच्यावर हत्तीने केलेले घातक आक्रमण याचेच सुस्पष्ट असे उदाहरण आहे. लॉवरी पार्कमध्ये प्राण्यांची काळजी घेणे, हे काम शारीरिक व मानसिक दोन्ही दृष्टीने इतके कष्टप्रद होते की, अनेक कर्मचारी इथे थोडीच वर्षे काम करू शकत. ली ॲनला इथे येऊन आता एक दशक उलटले होते. तिने सुरुवातीला वानर विभागात काम केले. कष्टाने व चिकाटीने काम करत ती एकेक पायरी वर चढत गेली. सध्या तिला मिळालेले अभिरक्षकाचे स्थान हे आत्तापर्यंत केलेल्या सर्व कामात कठीण होते. ती कोणत्याही पदावर कार्यरत असली, तरी इतर अनेक पदांच्या कामावरही तिचे लक्ष असे. तिचा चेहरा नेहमी घामाने थबथबलेला असे. सांगता येणार नाही इतक्या प्राण्यांच्या लीद-मुताने तिचे बूट बरबटलेले असत. पहाटेच्या पहिल्या किरणापासून ते दिवस मावळल्यानंतर शेवटच्या क्षणापर्यंत, दिवसाचा प्रत्येक क्षण हा तिच्यासाठी उल्लास, अचंबा व उदारता यांच्या विचित्र मिश्रणाने भरलेला असे. काम करत असताना ती कधी नेता असे, कधी उपचारतज्ज्ञ, तर कधी मनकवडी होऊन दुसऱ्याच्या गरजा ओळखणारी, तर कधीमधी ती सुज्ञ अशी राजनीतीज्ञ असे. याखेरीज ती १७,००० जीवांची दाई असे, ज्यांपैकी बरेच जण चतुष्पाद होते. आणि अनपेक्षित प्रसंगी त्यांच्याकडून ती ठार देखील मारली जाऊ शकत होती.

या सर्वांमध्ये लॉवरी पार्कमधील 'रँगो' नावाचा एकमेव नर ओरांग उटांग तिचा सर्वांत आवडता होता. आत्ता ती त्याच्या पिंजऱ्यासमोर उभी राहून रँगो त्याचा लहान

मुलगा व मुलगी यांच्याकडे प्रेमळ बापाच्या नजरेने पाहात असल्याचे कौतुक करत होती. ही त्याची दोन्ही मुले सध्या शेजारच्या जाळीवर खेळत होती.

त्याच्याकडे बघून ली ॲन म्हणाली, 'किती रुबाबदार दिसतो हा! आणि त्याची नजरही मोठी भावुक व संवेदनशील आहे.'

परंतु अलीकडे रँगो ली ॲनला टाळत होता. तिच्याशी तो नजरही मिळवत नव्हता. कारण अलीकडे ती तिच्याच कामात इतकी व्यस्त झाली होती की, ती त्याला बघायला, भेटायला आली नव्हती, याचा त्याला संताप आला होता. तिलादेखील त्याकरिता अपराधी वाटत होते. पण ती तरी काय करणार? सफारी आफ्रिका उपक्रमाची सुरुवात झाल्यामुळे ती आणखनीच कामात गुंतली होती. लॉवरी पार्कमध्ये नवीन जिराफ, झेब्रा वगैरे प्राणी आणले जात होते. स्वाझीलॅन्डहून आलेले चार हत्ती व त्यांच्याबरोबर नव्याने जोडली गेलेली एली, या सर्वांचे नवीन वातावरणातील दैनंदिन व्यवहार मार्गी लावण्यात तिला क्षणाचीही उसंत नव्हती. या पाच नवीन हत्तींचा त्यांच्या मुलाबाळांसमवेत एक वंशवृद्धी स्रोत बनावा, अशी लॉवरी पार्कची अपेक्षा होती. येणाऱ्या वसंत ऋतूत प्रशासनाने एलीवरती कृत्रिम गर्भधारणेचा प्रयोग करण्याचे योजिले होते. चार स्वाझी हत्तींमधील दोन माद्या सुरक्षित गर्भधारणेस अजूनही योग्य नव्हत्या व दोन नर एलीवर आरूढ होण्याइतके उंच नव्हते. शिवाय एलीचा आपल्याच प्रजातीकरिता असणारा तुसडेपणा लक्षात घेता, या दोन नरांपैकी कोणीही तिच्याबरोबर प्रजनन करण्याचा प्रयत्न केल्यास तिची प्रतिक्रिया काय व कशी असेल याचा अंदाज करता येत नव्हता. याआधी एलीने ना कुणाशी समागम केला होता; ना तिची गर्भधारणा झाली होती. त्यामुळेच भविष्यातील तिच्या गर्भधारणेबाबत अधिक साशंकता निर्माण झाली होती. मानवी स्त्रीप्रमाणेच हत्तीणींमध्येदेखील वाढत्या वयाबरोबर एन्डोमेट्रिसिस द्रव्याची निर्मिती होऊन सिस्ट व व्रणपेशी तयार झाल्यामुळे त्याची प्रजनन क्षमता क्षीण होत जाते. या सर्व समस्या एलीसारख्या हत्तीणींच्या बाबतीत अधिक येतात, कारण एका बाजूला आत्तापर्यंत त्यांची गर्भधारणा झालेली नसते तर दुसऱ्या बाजूला त्यांचे वय वाढत असते. एलीच्या बाळाच्या जन्माची तयारी प्राणिसंग्रह प्रशासनाने लवकरात लवकर करायला हवी होती. म्हणूनच एलीच्या मासिक पाळीचा कालावधी व कृत्रिम गर्भधारणेसाठी योग्य काळ नोंदवला जात होता. या कामाकरिता बर्लिनच्या डॉ. थॉमस हिल्डेब्रान्ट आणि डॉ. फ्रँक गॉरिट्झ या दोन जगप्रसिद्ध डॉक्टरांचा सल्ला घेतला जात होता. याच दोन डॉक्टरांनी स्वाझीलॅन्डमध्ये 'फील्ड सोनोग्राम' केले होते. हे दोघे जगप्रसिद्ध व प्रथितयश असे डॉक्टर्स होते. त्यांना जगभरातील प्राणिसंग्रहालयांमध्ये 'बर्लिन बॉइज' म्हणून ओळखले जात असे.

स्वाझी हत्तींच्या आगमन प्रसंगी विमानतळावर प्राणिहक्क संरक्षण संघटनांकडून

कोणताही प्रतिकार किंवा अडथळा झालेला नसला तरीदेखील ली ॲन व तिचे साहाय्यक कर्मचारी प्राणिसंग्रहालयात कोणत्याही स्वरूपात आणखीन प्रतिरोध होऊ नये म्हणून अतिशय सतर्क राहात होते. रात्रीच्या वेळी चोरून कोणीही हत्तींपर्यंत पोहोचू नये म्हणून लॉवरी पार्कच्या परिघावरील भिंतीची उंची वाढवण्यात आली होती. इतक्या सर्व संघर्षानंतरदेखील ली ॲनच्या मनात पेटा व इतर प्राणिहक्क संरक्षण संघटना यांच्याविषयी कोणताही दुजाभाव व कटुता नव्हती. एके दिवशी संध्याकाळी एका प्राध्यापकाला ली ॲन म्हणाली की, या सर्व संघर्षाचा व विरोधाचा असा फायदा झाला की, हत्तींचे स्वास्थ्य व सुरक्षा याकडे सर्वांनीच काटेकोर लक्ष दिले.

तथापि असा हा विरोध कोणत्या थरापर्यंत पोहोचू शकतो, याची ली ॲनला पूर्ण कल्पना होती. पंधरा वर्षांपूर्वी सॅनडिएगो वाइल्ड ॲनिमल पार्कमधील एका आशियन हत्तीबद्दल अशीच टीकेची झोड उठवली गेली होती. 'ॲनिमल लिबरेशन फ्रंट' या फारशा प्रसिद्ध नसलेल्या संघटनेने बराच धुडगूस घातला होता. तीन हत्तीरक्षकांच्या घरांची नासधूस करून त्यांच्या गाड्यांवर व घरांवर लाल तैलरंग फासला होता. ॲसिडने त्यांच्या घरांच्या खिडक्यावर 'एएलएफ' अशी अक्षरे काढली होती.

ली ॲन या व अशा अनेक विदारक अनुभवांमधून गेलेली होती. लॉवरी पार्क या तिच्या संस्थेच्या थक्क करणाऱ्या प्रगतीची व इतिहासाची तिला चांगली जाण होती. अनेक दशकांमध्ये बंदिवासात अनेक प्राण्यांचा का व कसा मृत्यू झाला, हेही तिला माहीत होते. बरीच प्राणिसंग्रहालये कशा प्रकारे प्राणिव्यापाऱ्यांना जंगलात पाठवून नवनवीन प्राणी आश्चर्ये आपल्या प्राणिखजिन्यात सामिल करण्याचा प्रयत्न करतात व त्यामुळे काही मौल्यवान प्रजातींचे अस्तित्व कसे विस्कटून जाते, हेही तिने पाहिले व अनुभवले होते. या सर्वांच्या शेवटी तिला हेही माहीत होते की, लॉवरी पार्क व इतर काही प्राणिसंग्रहालये एखादी प्रजाती कायमचीच नाहीशी होऊ नये म्हणून प्रगाढ श्रद्धेने काम करत होती.

सोनेरी रंगाची लायन टॅमरिन माकडे याचेच एक उदाहरण होते. केव्हिन व कॅन्डी दोघांचाही जन्म प्राणिसंग्रहालयातच झालेला होता. परंतु गेल्या काही दशकात टॅमरिन माकडे त्यांच्या अनोख्या सौंदर्यासाठी इतकी काही लोकप्रिय झाली की, त्यांची बेसुमार शिकार होऊ लागली. प्राणिसंग्रहालये व खाजगी उपयोगाकरितादेखील पकडली जाऊ लागली. त्यांची प्रजातीच नष्ट होण्याची वेळ आली होती. सुदैवाने काही शास्त्रज्ञ व प्राणिसंग्रहालय प्रशासन यांनी एकत्रितपणे ब्राझीलमधील त्यांच्या मूळ दलदलीच्या जंगलातच त्यांचे रक्षण करण्याकरिता युद्धपातळीवर प्रयत्न सुरू केले. तीस वर्षांपूर्वी जंगलामध्ये १०० पेक्षा कमी संख्येने टॅमरिन माकडे शिल्लक होती. परंतु त्यानंतर त्यांच्या संरक्षण व वृद्धीसाठी केलेल्या योजनाबद्ध प्रयत्नामुळे

त्यांची संख्या वाढत गेली. राष्ट्रीय प्राणिसंग्रहालयाध्ये प्रजननक्षम नर व माद्यांना एकत्रित ठेवले गेले . त्यांच्या सहजीवनातून जन्मलेल्या संततीचे सुयोग्य संगोपन करून हळूहळू त्यांना जंगलातील त्यांच्या समाजात सोडण्यात आले. अशा तऱ्हेने प्राणिसंग्रहालये टॅमरीन माकडांच्या विनाशाकरिता कारण झाली, तसेच त्यांचा बचाव व वृद्धीसही साहाय्यभूत झाली असे म्हणता येईल. एखाद्या लक्षवेधक विजयचिन्हाप्रमाणे त्यांना प्रदर्शित करण्याचा मानवाचा हव्यास त्यांना विनाशाकडे नेत होता. परंतु अशा पद्धती केवळ तिरस्करणीय नाहीत तर आपल्या वसुंधरेचे भवितव्यच अडचणीत आणणाऱ्या आहेत ही जाणीव झाल्यावर त्यांच्या जपणुकीसाठी समन्वयात्मक मोहीम सुरू झाली. या सर्व प्रयत्नानंतरदेखील टॅमरीन माकडांचे भविष्य अनिश्चित व धूसर दिसते आहे. ब्राझीलमधील जंगलतोड व शेती यामुळे त्यांचा ९० टक्क्यांहून अधिक वस्ती प्रदेश उद्ध्वस्त झाला आहे. जर या परिस्थितीत काही सकारात्मक परिवर्तन झाले नाही तर शतकाच्या शेवटी जिवंत टॅमरिन माकडे आपल्याला फक्त प्राणिसंग्रहालयातच पाहायला मिळतील.

टॅमरिन माकडांची जंगलातील संख्या वाढवण्याच्या प्रयत्नामध्ये लॉवरी पार्कही क्रियाशील होते. गेली काही वर्षे लॉवरी पार्कने येथील टॅमरिन माकडांना ओक वृक्षांच्या ढोलीत ठेवले होते. ओक वृक्षात राहण्याची त्यांची सवय त्यांना ब्राझीलमधील त्यांच्या मूळ जंगलात सोडण्यासाठी उपयोगी ठरणार आहे. अर्थात अशा उपक्रमाकरिता कोणाचीही अजून तरी निवड केली गेलली नाही. परंतु लॉवरी पार्कने प्राण्यांच्या संरक्षणाकरिता बरेच प्रयत्न केले आहेत. विशेषत: मॅनेटी माशांच्या निसर्गपुनर्वसनात मोलाचे योगदान केले आहे. ली ॲनला या सर्व प्रयत्नांचा खूप अभिमान आहे. येथील अनेक कर्मचाऱ्यांप्रमाणेच तिलाही लॉवरी पार्कमधील प्राणी त्यांच्या नैसर्गिक वास्तव्य प्रदेशात गेलेले पाहाण्याची आस आहे. ती म्हणत असे, "आदर्श जगात प्राणी बंदिवासात असणार नाहीत."

तथापि लॉवरी पार्कमधील अधिकांश प्राण्यांच्या बाबतीत स्वातंत्र्य शक्य नव्हते. रँगोचेच उदाहरण घेऊ या. ली ॲन तर म्हणत असे की, हे किती छान होईल जेव्हा कोणीतरी रँगोला लॉवरी पार्कमधून उचलून अर्ध्या जगाचा प्रवास करून बोर्निओमधल्या त्याच्या मूळ ठिकाणी नेईल! तिथे रँगोचे शिल्लक राहिलेले काही नातेवाईक अजूनही उंच झाडावर राहात असतील, आंबे व लिची फळांबरोबर कोवळ्या फांद्या खाऊन राहात असतील. एक दीर्घ आयुष्य प्राणिसंग्रहालयात व्यतीत केल्यानंतर आपल्याच नातेवाइकांत रँगो परका असेल, त्याला स्वत:चे रक्षण करता येणार नाही. बंदिवासात जन्मलेले काही प्राणी स्वसंरक्षण कला आत्मसातही करतात, पण तरीदेखील त्यांच्या स्थानबदलाची प्रक्रिया खूप क्लिष्ट असते. गेल्या काही दशकात बेकायदेशीर मालकी व प्राणिव्यापार करणाऱ्यांकडून सोडवून शेकडो ओरांग उटांगना

नैसर्गिक जंगलामध्ये सोडले गेले आहे. परंतु यापैकी बरेच जण बंदिवासात संरक्षित वातावरणात जन्मलेले होते. त्यांना अन्न शोधणे, स्वसंरक्षण करणे इत्यादींचे कोणतेही प्रशिक्षण नव्हते. जेव्हा त्यांना जंगलात सोडले गेले, त्यांच्यापैकी काहींना तर झाडावर चढणेही जमले नाही. संशोधकांच्या मते जंगलात सोडलेल्यांपैकी अनेक जणांचा टिकाव न लागून मृत्यू झाला असेल. रँगोसाठी तर असा विचार करायलाही उशीर झाला होता. शिवाय ओरांग उटांगना पुरेसे जंगलही आता उपलब्ध नव्हते. त्यांचा बराच वस्तीप्रदेश सोन्याच्या खाणींकरिता, जंगल तोडीमुळे व पाम तेलाच्या लागवडीकरिता सपाट केला गेला आहे. बोर्नियोमधील ओरांग उटांगला तर इतका धोका निर्माण झाला होता की, येणाऱ्या काही वर्षांत जंगलातील ओरांग उटांग पूर्णपणे नाहीसे होतील, असे तज्ज्ञांचे मत होते.

हा कडवा विरोधाभास पुन:पुन्हा आपल्या समोर येऊन आपल्याला भेडसावतो. लॉवरी पार्कमधील बऱ्याच प्राण्यांकरिता प्राणिसंग्रहालयाच्या बाहेर राहाण्याजोगी नैसर्गिक जंगले शिल्लकच नाहीत.

म्हणूनच लॉवरी पार्कमधील प्राण्यांनी आपल्या मूळच्या जंगलात परत जाणे पसंत केले तरी ते तिथे सुखाने राहू शकतील, याबद्दल ली ॲन साशंक होती. आफ्रिकेतील चिंपांझींचा अभ्यास करताना कमावलेल्या थोड्याफार जंगल अनुभवांच्या आधारे ती सांगू शकत होती की, डिस्नेच्या सिनेमातल्यासारखा निसर्ग कधीही अस्तित्वात नसतो. तिने केलेल्या प्रवासादरम्यान भुकेने किंवा दुष्काळाने मरणारे, चोरट्या शिकाऱ्यांनी मारलेले तसेच केवळ झुडपातल्या प्राण्यांचे मांस खायचे आहे म्हणून बंदुकीने ठार झालेले प्राणी तिने पाहिले होते. ती म्हणत असे, ''प्राण्यांसाठी जंगल हे योग्य ठिकाण नाहीच.'' ज्या अनेक प्राण्यांबरोबर ती काम करत असे त्यांच्याकरिता लॉवरी पार्क हाच उत्तम पर्याय ठरला होता.

राजवंश

लॉवरी पार्कमध्ये एक राजा आणि एक राणी होती. दोन जुळ्या राज्यांचे ते सत्ताधीश होते. त्यांच्या राज्यांच्या सीमा खोल खंदकांनी, उंच भिंतींनी व विद्युतप्रवाही तारांनी मर्यादित केल्या होत्या. हे राजा व राणी या सीमा ओलांडून कधीही बाह्य विश्वात येऊ शकत नव्हते, जसे त्यांच्या या सीमांपलीकडील लोक कधी त्यांच्यापर्यंत पोहोचू शकत नव्हते.

त्यांची राज्ये जरी दोघांपासून अगदी १०० यार्डांच्या अंतरावर असली, तरी त्या दोघांनी ना कधी एकमेकांना पाहिले होते, ना कधीही एकमेकांची भेट घेतली होती. त्या दोघांच्या प्रजाती भिन्न होत्या. पृथ्वीच्या दोन विरुद्ध गोलार्धातील विषुववृत्तीय जंगलात त्यांचे मूळ स्थान होते. तथापि त्या राणीने लहानपणापासून राजाचे ओरडणे व बुभूत्कार ऐकले होते, आणि प्राणिसंग्रहालयातील इतरांप्रमाणेच राजानेही अनेक वर्षे राणीची डरकाळी तसेच कुरकुरणे ऐकले होते. त्यांचा प्रत्येकाचा इतिहास एकमेकांहून फारसा निराळा नव्हता. राजाचा जन्म आफ्रिकेच्या घनदाट जंगल-झाडोऱ्यात झाला होता, पण त्या जंगलाच्या व जंगलीपणाच्या सगळ्या खुणा कधीच्याच पुसट झाल्या होत्या. राणीचा जन्म माणसांमध्येच झाला होता. माणसांच्या मायेने व काळजी घेण्यानेच ती लहानाची मोठी झाली, पण ती तसूभरही माणसाळलेली नव्हती. आपली वन्यता तिने प्रयत्नपूर्वक जपली होती. राजा मूळचा कोण व कसा होता, हे तो पूर्णपणे विसरला होता. परंतु तिचे 'ती' असणे ती क्षणभरही विसरली नव्हती.

कोणालाही कळणार नाही, अशा गूढ अनाकलनीय पद्धतीने दोघांच्या जीवनरेषा एकमेकांना छेद देत होत्या.

डिसेंबर, १९६६मध्ये लायबेरियात एक घटना घडली. एड शुल्ट्झ नावाचा एक अमेरिकन माणूस पश्चिम आफ्रिकेच्या बुकॅनन या बंदरपरिसरात लोखंडाच्या

खाणीत काम करत होता. एके दिवशी कॅन्टीनशेजारी कोणीतरी चिंपांझीचे छोटे बाळ विकत असल्याची त्याला बातमी कळली.

जंगली प्राण्यांच्या व्यापाराविषयी शुल्ट्झने ऐकले होते. प्रौढ चिंपांझीना झाडावरून ढकलून मारले जाते, त्यांचे मांस अन्न म्हणून व त्यांची पिल्ले पाळीव प्राणी म्हणून विकली जातात. पिल्लांसहित असलेल्या मादीला मारणे सोपे असते, कारण बाळासहित ती माता वेगाने पळू शकत नाही. अशी चिंपांझी व इतर प्राण्यांची शिकार अनेक दशके चालू आहे व पुढेही चालू राहाणार आहे. यामधूनच ती प्रजाती वेगाने नष्ट होते. पाळण्यासाठी विकल्या जाणाऱ्या एका चिंपांझी पिल्लाकरिता इतर अनेक प्रौढ चिपांझींची – काही वेळेला दहा किंवा अधिक – हत्या केली जाते.

शुल्ट्झने दोन चिंपाझी पिल्लांना विकले जाण्याची बातमी ऐकली व त्यांपैकी एकाला तरी वाचवण्याचा त्याने निश्चय केला. चाळीस वर्षानंतरदेखील त्याला तो दिवस स्पष्ट आठवतो. तो कँटीनकडे गेला तेव्हा त्याने पाहिले की, एक माणूस एक उघडी फळांची टोपली घेऊन वाट पाहात होता. त्या टोपलीत काही आठवडे वयाची दोन चिंपांझी पिल्ले होती. त्यांपैकी एकाने शुल्ट्झकडे पाहून आपले दोन्ही हात उंचावले.

शुल्ट्झनेदेखील तत्काळ त्या पिल्लाला उचलून घेतले व म्हणाला, 'तू माझा हर्मन आहेस.' हर्मन हे नाव त्याक्षणी त्याच्या मनात कोठून आले त्यालाही कळले नाही. पण तेच नाव त्या पिल्लासाठी त्याला योग्य वाटले.

शुल्ट्झने त्या निरक्षर विक्रेत्याला पंचवीस डॉलर्स दिले व त्याच्याकडून अंगठ्याची निशाणी केलेली पावती घेतली. मग त्याने हर्मनची आपल्या कुटुंबाबरोबर भेट घडवली – त्याची पत्नी एलिझाबेथ, मुलगा रॉजर व मुलगी सॅन्डी. प्रथम-प्रथम या कुटुंबाने तान्ह्या बाळाप्रमाणे हर्मनची देखभाल केली – त्याला चड्डी-लंगोट घातले, सॅन्डीच्या बाहुलीसाठी असणाऱ्या बाटलीने त्याला दूध पाजले. काही महिन्यानंतर त्याने दुसऱ्याही एका चिंपांझी बाळाला घरी आणले. त्या मादी पिल्लाचे नाव 'गीता' असे ठेवले. शुल्ट्झ कुटुंबाकडे येण्याआधी गीताला एका छोट्या पिंजऱ्यात बंदिस्त करून ठेवले गेले होते. परिणामी माणसांच्या सहवासात ती खूप संकोच करायची, भेदरून राहायची. तिने जेव्हा इथे इतर माणसांबरोबर हर्मनला पाहिले तेव्हा ती चटकन त्याला बिलगली, त्यालाच गच्च पकडून राहिली. हर्मनला तिची गरज जाणवली, त्याने तिला झिडकारले नाही. रात्री हर्मन व गीता एका पाळण्यासारख्या खोक्यात व्हरांड्यात झोपत असले, तरी कुटुंबातील सर्वांकरिता ते घरातील पाळीव प्राणी नसून कुटुंबसदस्यच होते. हर्मन स्वभावत: मायाळू व मोकळ्या स्वभावाचा असल्याने एकूणच या कुटुंबाच्या दैनंदिन व्यवहारात तो सहज मिसळून गेला होता. शुल्ट्झ कुटुंबाने त्याला टेबलाशी बसून चहा पिणे, न कुस्करता कोणतेही फळ नेटकेपणाने खाणे, अशा सर्व गोष्टी शिकवल्या होत्या. ते

त्याला मुलांचे कपडे घालत, पायाला गुदगुल्या करत, खांद्यावर घेऊन फिरायला व दगडखाणीत पोहायला घेऊन जात. ते त्याला अंगणात खेळू देत, झाडावर उंच-उंच चढू देत. रॉजर व सॅन्डीबरोबरच हर्मन व गीताचीदेखील वाढणारी उंची पेन्सिलीने भिंतीवर नोंदवली जात असे.

त्या दिवसांची आठवण करताना रॉजर म्हणाला, "हर्मन माणसांच्या खूपच जवळ होता – एक चिंपाझी म्हणून नव्हे, तर एक माणूस म्हणून. आपण माणूस नसून एक चिंपांझी आहोत, असे त्याने कधीच मानले नाही."

लायबेरियात ज्या 'लॅम्को' नावाच्या बहुराष्ट्रीय कंपनीत एड शुल्ट्झ कामाला होता, त्या कंपनीत जगभरातील अनेक देशांतील लोक नोकरीला होते. या सर्व लोकांमध्ये स्वीडिश लोक अधिक संख्येने होते. कंपनीच्या सहली, मेजवानी अशा प्रसंगी हर्मन सगळ्यांचे लक्ष वेधून घेत असे, एक रुबाबदार गोंडस मुलगा म्हणून अनेक स्त्रियांच्या कडेवर फिरवला, मिरवला जात असे. बहुतांशी स्वीडिश स्त्रियांचे केस लालसर, तांबूस रंगाचे होते. याच सुमारास कदाचित लाल केसांच्या स्त्रियांप्रती हर्मनच्या मनात आकर्षण निर्माण झाले असावे. मिसेस शुल्ट्झ किंवा सॅन्डी व तिच्या घरी येणाऱ्या मैत्रिणी सगळ्यांचेच केस लाल रंगाचे होते. अगदी तान्हेपणी जर हर्मनला जंगलातून दूर केले नसते, तर तो आपल्या आईच्या अंगाखांद्यावर लहानाचा मोठा झाला असता. त्याऐवजी आज तो लालसर केसांच्या मानवी स्त्रियांमध्ये वावरत होता. त्या स्त्रियाही त्याला आदराने, प्रेमाने वागवत होत्या. कदाचित या मानवी प्रेमभावनेतून तो कधीच बाहेर येऊ शकला नाही. शुल्ट्झ कुटुंबाला अपेक्षा होती की, हर्मन गीताला आपली पत्नी म्हणून स्वीकारेल, त्यांना मुले-बाळे होतील. हर्मन मोठा होत गेला; परंतु त्याने गीतामध्ये तशा प्रकारची रुची कधीच दाखवली नाही. तो गीता किंवा इतर चिंपांझी माद्यांबरोबर मैत्री करत असे, पण त्याचे कामभावना केंद्र स्वतःच्या प्रजातीकडे कधीच आकृष्ट झाले नाही. शुल्ट्झना या सर्व गोष्टींचा अंदाज येणे कठीण होते. एक दुर्दैवी आयुष्य जगण्यापासून सुटका करण्यासाठी त्यांनी हर्मनवर मायेची पाखर घातली. परंतु त्यांना तिळमात्रही कल्पना नव्हती की, हीच मायेची पाखर हर्मनकरिता उपद्रवी होऊ शकेल.

वर्षभरानंतर शुल्ट्झ कुटुंब अमेरिकेतील ओहायो येथे नव्या नोकरीसाठी स्थलांतरित झाले. त्यांनी हर्मन व गीता दोघांनाही अमेरिकेत आणण्याचा प्रबंध केला व अमेरिकेतही ते सहा जणांचे कुटुंब बनले. नव्या घरातील पहिला नाताळ त्या सर्वांनी मिळून साजरा केला. हर्मनला थंडीचे कपडे घालून ते सर्व जण अंगणातील बर्फात मनसोक्त खेळले. हर्मनच्या अनेक पिढ्यांत कोणालाच बर्फ माहीत नव्हता. बर्फावर तो चालू लागला की, तो घसरून पडायचा. कोणीतरी त्याला उचलावे, अंगावरचा बर्फ झटकावा म्हणून रडायचा. त्या दिवशीच्या फोटोत दिसून येते की, एडने

हर्मनला आपल्या गुडघ्यावर बसवले आहे, त्यांच्यासमोर सिंहासारखा एक बर्फाचा प्राणी दिसतो आहे, जो शुल्ट्झ कुटुंबाने 'स्नो मॅन'ऐवजी बनवला होता. गोंडेवालं टोपडं घातलेला हर्मन गोठलेल्या, गारठलेल्या प्रदेशाकडे तितक्याच थंड व निर्जीव नजरेने पाहातो आहे.

लवकरच एड शुल्ट्झना ताम्पामधील एका फॉस्फरस कंपनीचा मॅनेजर म्हणून काम मिळाले. कुटुंबासह ते ताम्पामध्ये राहायला गेले. हर्मन व गीता आता पाच वर्षे वयाचे झाले होते. चिंपांझींकरिता हा वयात येण्याचा काळ असतो. शुल्ट्झ कुटुंबाने हर्मन व गीताकरिता घराच्या परसात एक मोठ्या आकाराचा पिंजरा बनवून घेतला. दोघेही दिवसाचा बराच वेळ या पिंजऱ्यातच असत. दोघेही वयाने मोठे होत होते. त्यांचे वजने व शक्ती दोन्हीमध्ये वाढ होते होती. एडची पत्नी एलिझाबेथ व मुलगी सॅन्डी घरात एकट्या असताना हर्मनला घरात घेणे, त्यांना असुरक्षित वाटू लागले होते.

दूरदर्शनच्या काही विनोदी कार्यक्रमांत दाखवल्या जाणाऱ्या गोजिरवाण्या लहान चिंपपेक्षा प्रौढ, वयात आलेले चिंपांझी खूप वेगळे व अतिशय घातक असू शकतात. आपल्या कल्पनेपेक्षा ते खूप बोजड व शक्तिशाली असतात. त्यांच्या ओळखीच्या व विश्वासातील व्यक्तींच्या उपस्थितीतदेखील ते अनपेक्षित वर्तन करू शकतात. ते अस्वस्थ किंवा रागावलेले असतात तेव्हा ते फक्त तीव्र प्रतिक्रिया दाखवतात. गेल्या काही वर्षांत माणसांची बोटे चावून तोडणे किंवा डोळे उचकटणे यांसारख्या धक्कादायक क्रूरतेने प्रौढ चिंपांझींनी त्यांना जखमी केल्याच्या घटना वारंवार घडल्या आहेत. २००९ साली स्टॅमफोर्ड कनेक्टिक्ट येथे एक मन विषण्ण करणारी घटना घडली. एका चिंपाझीला अगदी माणसाप्रमाणे संगोपन करून घरात वाढवले होते. तो नळीच्या पेल्यातून पाणी प्यायचा, माणसासारखी अंघोळ करून कपडे घालायचा. इतकेच नाहीतर संगणकदेखील वापरायचा. एके दिवशी त्याने आपल्या मालकिणीच्या टेबलावरील किल्ल्या पळवल्या व घराचे कुलूप काढून तो बाहेर आला. मालकीण आत आणि हा बाहेर! मालकिणीने आपल्या एका मैत्रिणीला त्याला अडवायला व पकडायला सांगितले. या वयात आलेल्या व २०० पौंड वजनाच्या चिंपांझीने त्या मालकिणीच्या मैत्रिणीवर गेटमध्येच हल्ला केला. तो काही केल्या तिला सोडायला तयार नव्हता, अगदी त्या मालकिणीने भल्या मोठ्या चाकूने त्याला भोसकले तरीदेखील! घटनेनंतर ती मालकीण सुन्न होऊन सांगत होती, 'तो तिला अक्षरश: फाडत होता.' पोलिसांनी येऊन त्याला गोळ्या घालेपर्यंत त्या चिंपने तिला आंधळे केले होते, तिचे हात पिरगाळले होते, तिचे नाक व चेहरा फाडला होता. या प्रसंगातून ती बिचारी वाचली, परंतु बरेच महिने तिला दवाखान्यात राहावे लागले.

आपले आवडते हर्मन व गीता आपल्यापैकी कुणावर असा क्रूर व हिंसक हल्ला करतील, हे एडला कधीच पटले नाही. तरीदेखील त्याला विषाची परीक्षा

घ्यायची नव्हती. म्हणून १९७१ साली त्याने हर्मन व गीताला लॉवरी पार्कला दोन गोष्टींच्या विनंतीसह दान केले. पहिली विनंती होती की, लॉवरी पार्ककडून या दोघांपैकी कुणालाच इतर कुठे विकले किंवा पाठवले जाऊ नये. त्यांचे आयुष्य कोणत्यातरी संशोधन प्रयोगशाळेत संपण्यापेक्षा त्यांना आयुष्यभर लॉवरी पार्कमध्येच सांभाळले जावे.

"एक प्रयोगवस्तू म्हणून आमच्या हर्मनच्या डोक्यात कुणी विद्युतप्रवाहित उपकरण बसवावे, हे आम्हाला कोणालाच आवडणार नव्हतं." शुल्ट्झचा मुलगा रॉजर ठासून सांगत होता.

दुसरी विनंती होती की, जर आणि जेव्हा हर्मन व गीताला बाळ झाले, तर लॉवरी पार्क प्रशासन त्या बाळाचा ताबा शुल्ट्झ कुटुंबाकडे देईल – निदान काही वर्षे तरी. हर्मन व गीता यांच्या बाळाची नीट काळजी घेतली जावी, अशी त्यांची इच्छा होती. लॉवरी पार्क त्यांची ही इच्छा पूर्ण करेल, असा त्यांना विश्वास नव्हता. या प्राणिसंग्रहालयाची तेव्हाची अवस्था फारशी समाधानकारक नव्हती. हर्मन व गीताला जुन्या प्राणिसंग्रहालयात ठेवण्यात आले होते. येथील छोटे व कोंदट पिंजरे नवजात चिंप बालकाच्या संगोपनास योग्य नव्हते. एडला माहीत होते की, लॉवरी पार्क हे आदर्श प्राणिसंग्रहालय म्हणता येणार नव्हते. परंतु सध्याच्या प्राप्त परिस्थितीत दोघांना लॉवरी पार्कमध्ये पाठवणे, हाच एक व्यवहार्य उत्तम मार्ग होता. शिवाय हर्मन आणि गीताला शुल्ट्झ कुटुंबाने दिलेल्या पिंजऱ्याहून मोठा पिंजरा देण्याचे लॉवरी पार्कने कबूल केले होते. इतर चिंप्सच्या मानाने या दोघांकडे स्वसंरक्षण करण्याची क्षमता कमी असल्याने त्या दोघांना इतरांपासून वेगळे ठेवण्याचे प्रशासनाने कबूल केले होते. त्यांना सांभाळणारे कर्मचारी शुल्ट्झना हवे तेव्हा या दोघांना भेटण्याची सवलतही देणार होते.

या विशेष हस्तांतरणाच्या दिवशी सकाळी शुल्ट्झ कुटुंबाने दोघांना गाडीतून प्रथम सिटी हॉलकडे नेले. तिथे जमलेल्या छायाचित्रकारांनी अंदाजपत्रकावरती गहन विचार करणाऱ्या नगराध्यक्षांच्या दोन बाजूला दोन चिंप्स बसले आहेत, असे गमतीदार फोटो घेतले. अर्थात या सगळ्या गमतीच्या हसण्यामध्ये एकीकडे या वियोग प्रसंगाची करुणा शुल्ट्झ कुटुंबाला जाणवत होती. तर दुसरीकडे सर्वांच्या कौतुकाला पात्र ठरलेल्या हर्मनला पाहाणे आनंद देत होते. त्यांच्या आयुष्यात प्रवेश केल्याच्या क्षणापासून मानवी प्रेमाला आसुसलेल्या हर्मनने इतरांना खूश करण्याची कला अवगत केली होती. त्या दिवशी वृत्तपत्रकार, छायाचित्रकार या सर्वांसाठी तो निरनिराळ्या पोझ देत होता. तेव्हाच जाणवले की, तो याच नव्हे तर लॉवरी पार्कमध्ये येणाऱ्या असंख्य पर्यटकांनादेखील करामती, खूशमस्करी कलेच्या माध्यमाने खूश करेल. या एकंदर घटनेतील अधिक-उणेची बाजू ठरवणे कठीण होते. हे मात्र

निश्चित होते की, हर्मन एक प्रसिद्ध व्यक्ती बनला होता.

नगराध्यक्षांच्या कार्यालयातील समारंभानंतर शुल्ट्झ कुटुंबाने हर्मन व गीताला लॉवरी पार्कमध्ये आणले. आत येताना मार्गावरच्या एका दिव्याच्या खांबावरती हर्मन सरसर उंच चढला. जंगलामधील त्याच्या बालपणानंतर इतक्या उंचीवर तो कधी चढलाच नव्हता. तेथील कर्मचाऱ्यांनी त्यांना या दोघांकरिता असलेल्या पिंजऱ्याकडे नेले. त्या दोघांच्या संगतीने शुल्ट्झ कुटुंबही पिंजऱ्यात चढले. त्या क्षणाला छोटा रॉजर व सॅन्डी यांना या घटनेचा अर्थ लक्षात आला. पिंजऱ्यात बंद केलेल्या आपल्या मित्रांचा निरोप घेताना त्यांना रडू आवरले नाही.

अशा या वियोगप्रसंगाचा हर्मनला नेमका मानसिक धक्का काय अन् किती बसला असेल, याची कल्पना करणे कठीण आहे. अनेक घटनांचा अर्थ न समजल्याने अगोदरच निर्माण झालेल्या गोंधळात त्याला व गीताला असे का सोडून देण्यात आले, हे तो समजू शकला नाही. पिंजऱ्याचे दार झाकून शुल्ट्झ कुटुंब जायला निघाले, तसे तो त्यांच्याकरिता केविलवाणे ओरडला. घरीदेखील ते त्याला पिंजऱ्यात ठेवून जात तेव्हा पाठ वळवून निघून जाणाऱ्यांसाठी तो अशीच आर्त हाक देत असे. दुसऱ्या दिवशीही त्याचे कुटुंबीय त्याला न्यायला आले नाहीत. किंबहुना त्यानंतर अनेक दिवस ते आले नाहीत, तरीदेखील त्यांच्या परत येण्याची त्याने आशा बाळगली असेल का? ते आपल्याला कधीच परत नेणार नाहीत, हे कटू सत्य मनोमन त्याने नेमके कधी व कसे रिचवले असेल?

अशी होती हर्मनच्या तिसऱ्या जन्माची सुरुवात. प्रथम तो जंगलात आपल्या आईला बिलगून होता. परंतु जन्मापासून त्याने जे विश्व पाहिले, अनुभवले होते त्यापासून ते पुरते समजण्याआधीच जबरदस्तीने त्याला तोडले गेले. मग त्याला एका मानवी कुटुंबाने दत्तक घेतले, जिथे तो चिंपांझी नसून त्यांच्यापैकी एक माणूसच आहे, असे वागायला त्याला शिकवले गेले. आता तर ते कुटुंब व त्यासमवेत असणाऱ्या असंख्य शक्याशक्यतेचे संपूर्ण विश्वच अंतर्धान पावले होते. आता नदीकाठच्या सहली नाहीत, टेबलावर बसून जेवणे नाही. आता फक्त सोबतीला गीता व पिंजऱ्यासमोरून अव्याहतपणे सरकणारा अनोळखी पर्यटकांचा प्रवाह!

नूतनीकरणपूर्व जुन्या प्राणिसंग्रहालयात हर्मन १६ वर्षे राहिला. ही जागा प्राणी व माणूस दोघांकरिता भीषण होती. हर्मन लॉवरी पार्कमध्ये येण्याअगोदर काही वर्षे दक्षिणेकडे वंशभेद पाळला जात असे. हेन्री कॅबॉट लॉज बोहलर याला त्याची पत्नी व तीन मुलांसह लॉवरी पार्कमध्ये केवळ हे कुटुंब निग्रो आहे म्हणून प्रवेश नाकारला गेला होता. बोहलरने 'टस्की एअरमन'बरोबर लढाऊ वैमानिक म्हणून देशाची सेवा केलेली होती. तो सहजासहजी हार मानणाऱ्यांपैकी नव्हता. लॉवरी पार्कमध्ये त्याला प्रवेश नाकारल्यावर त्याने 'वंशभेदाच्या कारणावरून' टाम्पा शहरावरच खटला दाखल केला.

शेवटी बोहलर जिंकला व फेडरल न्यायाधीशांनी ताम्पा शहरातील बागा व मनोरंजनाच्या ठिकाणी वंशभेद पाळला जाऊ नये, अशा आशयाचा हुकूम जारी केला.

बोहलरच्या विजयाची घटना ही लॉवरी पार्कच्या अंधारलेल्या इतिहासपटलावर चमकणारा एक तारा होती. लॉवरी पार्कविषयीच्या त्या दशकभरातील निवडक बातम्यांची कात्रणे पाहिल्यास आपल्याला काही भयानक गोष्टी कळून येतात. प्राण्यांना गंजलेल्या व मोडकळीस आलेल्या पिंजऱ्यात ठेवले जात असे. हे पिंजरेदेखील प्रेक्षकांच्या अगदी जवळपास असत जिथे प्राणी व प्रेक्षक दोघांचीही सुरक्षितता पणास लागत असे. पिंजऱ्यात धारदार पाती फेकली जात, कुंपणापलीकडून बाण मारले जात. तळ्यात फेकलेले नाणे पोटात गेल्याने विषबाधा होऊन एका सी लायनचा – सागरी सिंहाचा – मृत्यू झाला होता. एका मवाल्याने खाऊ घातलेल्या ॲम्फिटॅमाइन्स व बाबिट्युरेट्स या रासायनिक पदार्थांमुळे दोन बंगाली वाघांचा मृत्यू झाला होता. त्या वेळी नगराध्यक्ष असणारे डिक ग्रेको तर अवाक झाले होते, जेव्हा त्यांना विचारले गेले की, त्यांच्या कार्यालयात लटकवण्यासाठी त्यांना सिंहाचे कातडे आवडेल का? ग्रेको नंतर म्हणाले "त्या घटनेविषयी मला बोलण्याचीदेखील इच्छा नाही." असेच एकदा कुणीतरी लॉवरी पार्कमधील सिंहालाच पळवले व बेकायदेशीरपणे तीनशे डॉलर्सला विकण्याचा प्रयत्न केला. शेरिफने नियुक्त केलेल्या माणसांनी शेजारच्या डॉवर परगण्यातील एका फिरत्या घरापर्यंत चोरांचा माग काढला व त्या सिंहाची सुटका केली. पकडलेले चोर तुरुंगात गेले, तर सिंहाला प्राणिसंग्रहालयात परत आणण्यात आले. आज विश्वासही बसणार नाही, अशी काही साहसी चौर्यकर्मे इथे घडलेली आहेत.

त्याच्या सभोवतालचे प्राणी मरत असताना हर्मन मात्र त्याच्या खूशमस्कऱ्या स्वभावामुळे तगून राहिला. त्याला येणाऱ्या क्लृप्त्या व करामतींचा साठा तो सतत वाढवत राहिला. तो स्त्रियांकडे बघून डोळे मिचकवायचा, हवेतून चुंबन फेकायचा, टाळ्या वाजवत नाच करायचा व कोलांट्या उड्यांच्या कसरती करायचा. लोक त्याच्याकडे जळती सिगारेट फेकत, हर्मन ती सिगारेट बरोबर दोन बोटांत धरून ऐटीत छान झुरके घेत असे. काही वेळेला तो आचरटपणाही करत असे. बंदिवासातील इतर चिंपांझी माकडे अस्वस्थ किंवा कंटाळलेली असताना प्रेक्षकांच्या दिशेने स्वत:ची घाण फेकत असत. हर्मन कळत्या वयापासून चड्डी-लंगोटमध्ये वावरल्यामुळे तो स्वत:च्या घाणीला कधीच हात लावत नसे. त्याऐवजी तो माती फेकत असे. नगराध्यक्ष ग्रेकोवरदेखील त्याने हा प्रयोग केला होता. १९७२ साली हर्मनला लॉवरी पार्कमध्ये येऊन एक वर्ष झाले होते. येथील एकंदर भीषण व गोंधळाच्या परिस्थितीमुळे नॅशनल हयुमन सोसायटीचे लक्ष लॉवरी पार्ककडे गेले होते. सोसायटीच्या एका प्रतिनिधीने येऊन इथल्या सोई-सुविधांचा आढावा घेतला. या तपासणीदरम्यान

नगराध्यक्ष ग्रेकोदेखील त्या प्रतिनिधीसह होते. जसे ते हर्मनच्या पिंजऱ्यापाशी गेले, त्यांनी पाहिले की, हर्मन माती गोळा करत होता. ''पाहू या हं, तो माती फेकतो का ते,'' असे म्हणत ग्रेको त्याच्या पिंजऱ्याजवळ गेले.

हर्मन, नेहमीप्रमाणे इराद्याचा पक्का! त्याने ती माती उधळलीच. एक वर्षापूर्वीची सिटी हॉलमधील नगराध्यक्षांची भेट त्याला आठवत होती का? शक्यता आहे. काही वेळेला काही कर्मचारी लॉवरी पार्कमधील काम सोडल्यावर बऱ्याच दिवसांनी सर्वांना भेटायला म्हणून परत येत असत. हर्मन त्यांना ओळखत असे, आनंदाने हात उंचावून त्यांचे स्वागत करत असे. त्याने ग्रेकोचा चेहराच नव्हे तर त्याचे पदस्थानही ओळखल्याची शक्यता होती. अनेक वर्षे हर्मनबरोबर काम करणाऱ्या कर्मचाऱ्यांनी त्याच्या बाबतीत एक मार्मिक गोष्ट अनुभवली होती की, उच्चपदस्थ व प्रसिद्ध पुरुषांच्याप्रती तो कडवा विरोध व्यक्त करतो. नेमक्या कोणत्या गोष्टींवरून हर्मन एखाद्याचे पद निश्चित करतो, हे मात्र या कर्मचाऱ्यांना सांगता येत नसे. कदाचित त्या उच्चपदस्थ माणसाची आत्मविश्वासपूर्वक ऐटदार चालण्याची ढब असेल किंवा इतरांचे त्याच्यापासून अंतर ठेवून राहाणे असेल. एक गोष्ट मात्र पक्की होती की, हर्मनला कोणाचीही देहबोली अचूक वाचता येत असे. त्यामधून हेरलेल्या उच्चपदस्थासमोर स्वत:चे महत्त्व सिद्ध करण्यास तो कधीही विसरत नसे.

अशा या गमतीशीर चाळ्यांमुळे हर्मन लॉवरी पार्कमधील सर्वप्रसिद्ध लोकप्रिय प्राणी बनला. शेकडो, हजारो लोक त्याच्या पिंजऱ्यासमोर आवर्जून थांबत. काही जण वारंवार येऊन हर्मनला ओळखीची साद घालत. त्याच्या उत्तराची उत्सुकतेने वाट पाहात. हर्मन किंवा 'बिग हर्मन' या नावाने लोक त्याला ओळखू लागले. त्याने कधीही कुणाला निराश केले नाही. त्याच्या पिंजऱ्यासमोर लोकांच्या वाढणाऱ्या गर्दीबरोबर हर्मनचे रक्षक मागे-मागे सरकत व शेवटी बाजूलाच उभे राहात. हर्मन लोकांच्या मनोरंजनाकरिता वेडसर हालचाली व वेडावाकडा नाच करत राहायचा.

त्या विदुषकी करामतीमागचा उद्वेग मात्र फक्त त्याच्या रक्षकांनाच जाणवत असे. हर्मनकरिता हा केवळ एक देखावाच नसे. त्याला सर्वांत जास्त आवडणाऱ्या माणूस प्रजातीशी नाते जपण्याचा हाच एक मार्ग त्याला उपलब्ध होता. म्हणूनच दिवसामागून दिवस आणि वर्षामागून वर्षे तो स्वत:मधील सर्वोत्तम गुणांचा आविष्कार करत राहिला. तो लॉवरी पार्कमध्ये आला तेव्हा जे काही थोडे फार 'जंगीलपण' त्याच्यात शिल्लक होते तेदेखील दिवसेंदिवस गळून पडत होते. तो असा एक चिंपांझी होता ज्याला माणूस बनण्याची आस होती.

हर्मनचा सर्वांत आवडता अतिथी होता एड शुल्ट्झ! एडला इथे येऊन आपल्या जुन्या मित्रांची खबर घ्यायला मनापासून आवडत असे. प्राणिसंग्रहालय प्रशासनाबरोबर केलेल्या करारानुसार कर्मचारीदेखील एडकरिता हर्मनच्या पिंजऱ्याच्या किल्ल्या एका

ठरावीक ठिकाणी ठेवत असत. त्यामुळे एड आपल्या सवडीनुसार पिंजऱ्यातील हर्मनला भेटू शकत असे. जेव्हा तिथे सिमेंटच्या फरशीवर बसून तो हर्मनबरोबर गप्पा मारत असे तेव्हा हर्मन व गीता सफरचंद, केळी मिळवण्याकरिता त्याचे खिसे तपासत असत. एडला या दोघांची अजिबात भीती वाटत नसे. खरे तर त्यांच्याबरोबर तो अगदी मजेत, आरामात असे. एके दिवशी तर गप्पा मारता-मारता तो तिथेच झोपी गेला. उठून पाहातो तर हर्मन व गीतादेखील त्याच्या शेजारी डुलकी घेत होते.

हर्मन व गीताच्या पिंजऱ्यात जाऊन गप्पा मारण्याचा धाडसी प्रकार फार काळ टिकला नाही. एका कर्मचाऱ्याने एडला सांगितले की, आता ते दोघेही वयाने मोठे होत आहेत. त्यांच्याशी इतकी शारीरिक जवळीक धोक्याची ठरू शकते. एडने ही गोष्ट अगदी नाखुशीनेच मान्य केली. परंतु या दोघांच्या संगतीत तो अधिकाधिक वेळ व्यतीत करू लागला. शेवटी तर त्याने लॉवरी पार्कमधील स्वयंसेवकाच्या यादीतच आपले नाव नोंदवले.

वर्षे सरत गेली तसे हर्मनच्या सौष्ठवपूर्ण व्यक्तिमत्त्वाने त्याच्या चाहत्यांची गर्दी वाढतच गेली. १९८७ साली सुप्रसिद्ध चिंपांझी अभ्यासक जेन गुडालने लॉवरी पार्कला भेट दिली. हर्मनला पाहता क्षणी तो तिला खूप आवडला होता. त्याच्याकडे पाहात ती उद्गारली, 'अद्‌भूत, अतिसुंदर!' तिने त्याची चमकदार केसाळ कातडी, आनंदी व्यक्तिमत्त्व दाखवणारे त्याच्या चेहऱ्यावरील मोकळे, प्रेमळ हास्य या गोष्टींचे खूप कौतुक केले. जाता-जाता तिने हर्मनच्या कधीमधी व्यक्त होणाऱ्या मिजासखोर वर्तनावर प्रकाश टाकला. तिने स्पष्ट केले, 'त्याला नेहमी स्वत: बॉस असणे आवडते. इतरांनी कोणी बॉस असणे त्याला रुचत नाही.'

या सुमारास ताम्पा नगरपरिषदेने जुने प्राणिसंग्रहालय बंद केले व सर्व कारभार लॉवरी पार्क झूलॉजिकल सोसायटी नावाच्या विनानफा तत्त्वावर चालणाऱ्या संघटनेकडे सुपुर्द केला. त्या टप्प्यापासून ही सोसायटी प्राणिसंग्रहालयाचा संपूर्ण कारभार पाहाणार होती. जेन गुडाल ही या सर्व नूतनीकरणाची तसेच संकटग्रस्त वानर व इतर प्रजातीकडे अधिक लक्ष देण्याच्या धोरणाची खंदी समर्थक होती. नव्या प्राणिसंग्रहालयाच्या पुनर्निर्मित प्रांगणांची देखभाल करण्यासाठी ती लॉवरी पार्कला वारंवार येत असे. तिच्या अशा भेटींमध्ये टान्झानियातील गॉम्बे राष्ट्रीय उद्यानात चालू असलेल्या तिच्या चिंपांझी संशोधनाविषयी मन हेलावणाऱ्या अनेक गोष्टी सांगून ती सर्वांना मंत्रमुग्ध करत असे. एके दिवशी दुपारी गर्लगाइड आयोजित जेवणादरम्यान जंगली चिंपांझींच्या आवाजाची हुबेहूब नक्कल करून तिने सर्वांना अचंबित केले होते.

जगभर सर्वज्ञात असणारी जेन गुडाल लॉवरी पार्कच्या नवनिर्माणाविषयी भरभरून बोलत असे. तिनेच पुनर्निर्मित प्राणिसंग्रहालयाला एक कायदेशीर अधिष्ठान मिळवून दिले होते. तिने नवीन प्राणिसंग्रहालयातील हर्मन व इतर चिंपांझींकरिता

बनवल्या जाणाऱ्या पूर्ण नैसर्गिक स्वरूपाच्या प्रांगणासाठी लोकांची मानसिकता तयार केली होती. खुल्या स्वरूपातील या नव्या प्रांगणात दरी-डोंगरांची संरचना तसेच गॉम्बेमधील जंगलाप्रमाणे चिंपांझींनी काठी ढोसून मुंग्यांचे अन्न मिळवण्याकरिता वारुळे तयार करण्यात येणार होती. गुडालकरिता सर्वाधिक समाधान देणारी बाब म्हणजे हर्मन डोक्यावर सूर्य घेऊन हत्तीगवतामध्ये चालू शकणार होता.

खरे तर लॉवरी पार्कचा 'निसर्गवाद' ही एक खोटी हूल होती. खडक आणि धबधब्याच्या प्रतिकृतीप्रमाणेच मुंग्यांचे वारूळदेखील खरे नव्हते. त्या वारुळात मुंग्या, वाळवी काहीच नव्हते. त्याऐवजी लपवलेली जेली व मध मिळत असे. जगभरातील ठिकठिकाणच्या प्राणिसंग्रहालयात अशा अनेक रचना, संकल्पना विचारपूर्वक उभ्या केल्या जात ज्यामधून एका बाजूला प्राणी पाहायला येणारे प्रेक्षक, तर दुसऱ्या बाजूस तिथे राहाणारे प्राणी या दोघांचेही मनोरंजन होत असे. बंदिवासाचे चिन्ह असणाऱ्या सळ्या व पिंजऱ्यात अडकवलेले प्राणी पाहाणे लोकांना पूर्वीपासूनच आवडत नाही. निसर्गसदृश वातावरणात आनंदाने, समाधानाने विहरणारे प्राणी पाहाणे लोकांना अधिक आवडते. त्याकरिता कृत्रिम धबधबे व त्यांच्या सभोवतालचे वातावरण, खनिज रंगाने रंगवल्यामुळे उन्हा-पावसामुळे झिजल्यासारखे वाटणारे खडक ज्यावर पक्ष्यांची कृत्रिम विष्ठा विखुरलेली आहे इत्यादी गोष्टींनी जंगलाच्या नैसर्गिकतेचा आभास निर्माण केला जातो. अशा या 'नकली स्वातंत्र्याने' निर्माण केलेल्या नैसर्गिक सौंदर्याच्या पार्श्वभूमीवर दिसणारे प्राणी खूप आनंदी व स्वेच्छेने राहात असल्याप्रमाणे वाटतात. परंतु प्राण्यांना मात्र, मग त्यांची बुद्धिमत्ता मर्यादित असेल किंवा अमर्यादित असेल, या कृत्रिम व खऱ्या नैसर्गिक मधला फरक चांगलाच समजतो. कृत्रिमतेला ते कधीही भुलत नाहीत.काही प्राणिसंग्रहालये कृत्रिमतेचा अतिरेक करतात व मग त्या गोष्टींना प्राण्यांनी स्पर्श करू नये म्हणून अंतर्गत विद्युतप्रवाहित तारा घालतात.

लॉवरी पार्कमधील चिंपांझींसाठी प्रांगण तयार करत असताना असा अतिरेक केला नव्हता. प्रांगणाच्या परिघावर असणाऱ्या उंच कुंपणात त्यांनी चढून जाऊ नये म्हणून सौम्य व झटके न देणारा विद्युतप्रवाह घातलेला होता. खंदक खड्ड्यामधील उंच गवतामध्ये असा विद्युतप्रवाह नव्हता. या नवीन प्रांगणात मांडलेले एकूण पसारा दृश्य हर्मनचा जन्म झाला त्या आफ्रिकेतील जंगलाशी फारसे मिळतेजुळते नसले तरी निदान गेली १५ वर्षे ज्या संकुचित पिंजऱ्यात हर्मन राहिला होता त्याहून निश्चितच सरस होते. हर्मनसाठी तर ही पुन्हा एका नव्या आयुष्याची सुरुवात होती. गीता मात्र या नव्या आयुष्यात त्याची सोबत करणार नव्हती. प्रथम शुल्ट्झ कुटुंबासोबत आणि नंतर लॉवरी पार्कमधील पिंजऱ्यात दोघांनी इतकी वर्षे एकमेकांच्या सहवासात घालवूनदेखील दोघांना नवीन मोकळ्या प्रांगणात हालवले जाण्याअगोदर

गीता आजारी पडली व तिथेच बिचारीने अखेरचा श्वास घेतला.

हर्मन फार काळ एकटा राहाणार नव्हता. लॉवरी पार्कमध्ये इतर काही नवीन चिंपांझी दाखल झाले होते. लहान बाळ असल्यापासून ते आत्तापर्यंत हर्मन अगदी प्रथमच त्याच्या स्वत:च्या प्रजातीच्या सामाजिकतेचा एक सदस्य बनणार होता. त्याला या प्रजातीच्या सवयी व परस्पर संबंधांमधून प्रस्थापित केले जाणारे कळपातील स्थान याबाबी नव्याने शिकायच्या होत्या. नवीन प्रांगणात हर्मनने प्रथम पाऊल टाकले त्याक्षणी अनेक वर्षांनी एक नवखे विश्व त्याच्यासमोर उलगडले. हिरव्या गवतात, मोकळ्या हवेत फिरणारा हर्मन खरा वाटतच नव्हता. प्रवेश केल्यानंतर काही क्षणातच त्याने परिसराचा आढावा घेतला. तो प्रांगणातील झाडावर चढला तिथून धबधब्याजवळ जाणीवपूर्वक तयार केलेल्या कृत्रिम दगडी आसनावर जाऊन बसला. ही उच्चतम जागा इतर चिंप्स व बघ्यांची गर्दी या सर्वांवर लक्ष ठेवण्याकरिता खूपच उपयोगी होती. पहिल्या काही वर्षात त्या प्रांगणात तो स्वत: रूकिया नावाची एक मादी, जामी व ट्विगी या बहिणी आणि चेस्टर नावाचा एक तरुण नर इतके सारे जण होते. या सगळ्यांमध्ये वयाने मोठा असणाऱ्या हर्मनने या छोट्या कळपाचे प्रमुखपद सहज कमावले. पण चेस्टर वयाने वाढत होता, बलशाली होत होता. बंड करून त्याने हर्मनला आव्हान दिले. चेस्टरला आपले वर्चस्व सिद्ध करण्यास फार वेळ लागला नाही. कारण हर्मन काही कसलेला मुरब्बी प्रमुख नव्हता. चेस्टरने त्याला चार-पाच गुद्दे घालत, चावत त्याच्यावर आक्रमण केले की, हर्मन त्याला शरण येत असे.

हर्मनच्या बाजूने प्रतिहल्ला होणे शक्यच नव्हते. माणसांमध्ये लहानाचा मोठा झालेला हर्मन स्वभावाने खूप मवाळ होता. अशा युद्धात मार्गदर्शन करेल असा किंवा चिंपांझी सत्ताकारणाच्या गाभ्याशी होणाऱ्या हिंसक उत्पातामध्ये स्वत:ला कसे सांभाळायचे असते याची कल्पना देणारा अनुभवच त्याच्या गाठीशी नव्हता. जंगलात किंवा बंदिवासात सत्तेकरिता लढणारे नर नेहमी आक्रमक असतात. असे संघर्ष जरी कोणालाही फारशी दुखापत करत नसले तरी प्रसंगी प्रतिद्वंद्वी हिंसक बनूही शकतात. नेदरलॅन्डमधील अर्न्हेम प्राणिसंग्रहालयात रात्रीसाठी त्यांचे रक्षक सुट्टीवर गेल्यावर दोन नरांनी त्यांच्या प्रमुखाला ठार करण्याचा कट केला. दुसऱ्या दिवशी सकाळी त्यांचा कळपप्रमुख अनेक ठिकाणी जखमी व रक्तबंबाळ स्थितीत आढळला. त्याचे जननेंद्रिय व बोटे चावा घेऊन तोडलेली होती. एका वानरप्रजाती संशोधकाने या घटनेला 'हत्या' असेच संबोधले होते. जेन गुडाल चिंपांझींवर संशोधन करत असलेल्या गॉम्बे जंगलात एका चिंपांझी गटातील नर दुसऱ्या चिंपांझी गटाबरोबर वारंवार युद्ध करत असत. त्यांच्या कमकुवत प्रतिद्वंद्याची शिकार करून त्यांना समूळ नष्ट करत असत, माद्या व तान्ही बाळे यांना ठार करून ते नर त्यांचे मांस खात

असत. अशा युद्धात काही वेळेला अनेक नर चिंपांझी एका शत्रूला पकडून ठेवत व इतर काही जण त्याचे तुकडे करत.

"बऱ्याच लोकांना याचे आश्चर्य वाटते परंतु ते निसर्गत:च आक्रमक असतात. असे म्हणता येईल की, त्यांची संस्कृतीच आक्रमक आहे." वानरविभागातील ॲन्ड्रिया सूशने सांगितले.

सत्ता काबीज केल्यावरदेखील हर्मन व इतरांना विनाकारणच चापट्या मारणे, त्यांचा पाठलाग करणे हे चेस्टरने चालूच ठेवले होते. या दडपशाहीमार्फत त्याला आपले स्थान टिकवून ठेवायचे होते. जोपर्यंत या युद्धात कोणी दुखावले जात नाही तोपर्यंत या विभागाचे कर्मचारी हस्तक्षेप करणार नव्हते. चिंपांझींचे अंतर्गत सत्तांतर हे त्यांनीच ठरवायचे व सांभाळायचे असते, असे त्यांचे मत होते. काही वेळेला मात्र चेस्टर व हर्मनमधील तणाव वाढत असे. अशा वेळी मात्र कर्मचारी मध्यस्थी करून दोघांना वेगळे करत असत. तरीदेखील चेस्टरची दांडगाई चालूच राहात असे.

त्या वेळी ली ॲन वानरविभागातील नवशिकी तरुण कर्मचारी होती. तिला आठवते की, त्या दिवसात हर्मन किती उद्विग्न राहात असे. त्याचा पराभव हे त्याचे दु:ख नव्हते, तर तो स्वत:चे किंवा इतरांचे संरक्षण करण्यास असमर्थ असल्याचा सल त्याला अस्वस्थ करत असे. स्वत:चे शक्तिप्रदर्शन करत चेस्टर कळपातील माद्यांना त्रास देत असे. तेव्हा मात्र हर्मन पूरा गोंधळून जात असे. तो त्यांच्या प्रांगणात येरझाऱ्या घालत चिंपांझींच्या भीती दाखवण्याच्या ठरावीक पद्धतीने तोंड उघडे ठेवून दात विचकत राहायचा.

ली ॲन म्हणाली, "नेमके काय करावे तेच त्याला कळत नसे. तो खूपच भेदरलेला असे."

चेस्टर त्याच्यावर किंवा इतर कुणावर धावून गेला की, हर्मन त्याला प्रतिकार करण्याऐवजी जवळपास असणाऱ्या कर्मचाऱ्याकडे धाव घेत असे. बिच्चारा हर्मन! तो स्वत:ला मानवाशी इतके एकरूप समजत असे की, संकटकाळी त्याची सहज प्रतिक्रिया अशीच होत असे. परंतु अशा वेळी कर्मचारी मध्यस्थी करण्यास तत्पर का नसतात हेच त्याला समजत नसे. प्राणिसंग्रहालयातील त्याच्या आतापर्यंतच्या वास्तव्यात तो इतकेच जाणत होता की, माणूस हा त्याचा मित्र आहे, तो निश्चितच त्याला मदत करेल, त्याचे व इतरांचे रक्षण करेल.

चेस्टरचे वर्तन एखाद्या अल्फा चिंप (टोळीचा नायक) याला शोभेसेच होते. त्याच्या नेतृत्वाने एकंदर कळपामध्ये हरतऱ्हेने चैतन्य निर्माण झाले होते. तो हिंमतवाला होता, उत्साहपूर्ण होता आणि महत्त्वाची गोष्ट म्हणजे कळपातील माद्यांबरोबर प्रजनन करण्यास तो उत्सुक होता. या बाबतीतही हर्मनवर त्याने मात केली होती. तथापि कर्मचाऱ्यांकरिता तो एक समस्या बनला होता. त्याला एक

अतिशय ओंगळ अशी सवय होती. तो आपलीच ताजी घाण ओंजळीत घेऊन प्रेक्षकांच्या दिशेने भिरकावत असे. इतकेच नाही तर धबधब्याजवळची दगडी भिंत चढून त्यावर असणाऱ्या विजेच्या तारेशी खेळत असे. तो तिथून फारसा दूर जात नसे, फक्त त्यांच्या रात्रघराच्या छपरावर जाऊन उभा राहात असे. एखादा कर्मचारी येताना दिसला की, सरळ खाली परत येत असे. या त्याच्या रात्रघरावरील फेऱ्या अपशकुनी वाटत असत. खरेच जर तो बाहेर गेला आणि कोणाला इजा केली तर? एका वर्षानंतर त्याला दुसऱ्या प्राणिसंग्रहालयात पाठवून दिले गेले व हर्मनने कळपातील आपले सर्वोच्च स्थान परत मिळवले.

एखाद्या प्राण्याने प्राणिसंग्रहालयातून पलायन करण्याची शक्यता लॉवरी पार्कमध्ये खूप गंभीरपणे घेतली जात असे. वेगवेगळ्या आपत्कालीन प्रसंगांकरिता वेगवेगळी संकेत चिन्हे (कोड) ठरलेली होती. एक हा आकडा कोणीतरी प्राणी त्याच्या पिंजऱ्यातून बाहेर निसटल्याचा संदेश असे, तर दोन हा आकडा एखादा पर्यटकच प्राण्याच्या पिंजऱ्यात पडल्याचा संदेश असे. तीन या आकड्याचा अर्थ असे की, एखाद्या महाविषारी सापाने कर्मचाऱ्याला दंश केलेला आहे. असे संकेत क्रमांक (कोड नंबर) वापरून बिनतारी संदेश यंत्रणेवरून कर्मचारी संदेश पाठवत असत. त्याचप्रमाणे सर्व कर्मचारी या संदेश सूचनांच्या संदर्भात सदैव तत्पर असत, विशेषकरून क्रमांक एक या संदेश सूचनेसाठी! पिंजऱ्यातून सुटलेल्या ठरावीक प्राण्याला पकडण्याकरिता विशिष्ट प्रणाली ठरलेली असे व त्याकरिता सराव कवायतदेखील घेतली जात असे. उदाहरणार्थ, पिंजऱ्यातून निसटलेला प्राणी जर लांडगा किंवा ढगाळ बिबट्या असेल तर नेमके काय अन् कसे करायचे याचे प्रशिक्षण दिले जात असे. प्रशासनाने सशस्त्र गटाचीदेखील तरतूद केली होती. इतर सर्व उपाय निष्प्रभ ठरले तर या गटाच्या सदस्यांना बंदूक वापरण्याची कायद्याने परवानगी होती.

ली ॲनच्या मनात कधीकधी तिने बिनतारी संदेश यंत्रावर 'संदेश सूचना क्रमांक एक व चिंप' अशी सूचना ऐकल्याचे काल्पनिक चित्र उभे राहात असे. ती विचार करत असे की, अशा संदेशाला तिची नेमकी प्रतिक्रिया कशी असेल. बाहेर निसटणारा जर हर्मन असेल तर काय करावे लागेल किंवा मग जर रूकिया अगर ट्विगी असेल तर त्यांना परत पिंजऱ्यात कसे आणता येईल याची ती काल्पनिक योजना आखत असे. आईला आपल्या अपत्याचे वर्तन, स्वभाव माहीत असतो तसे या सर्वांचे वर्तन व व्यक्तिमत्त्व तिला अगदी बारकाईने माहीत होते. रूकिया पिंजऱ्यातून बाहेर आल्यास ली ॲनकरिता काही अडचण उभी राहाणार नव्हती कारण तिच्याबरोबर आपण सुरक्षित असल्याची ली ॲनची भावना होती. कर्मचाऱ्यांमध्ये हर्मनविषयी मात्र एक विनोद चांगलाच प्रचलित होता. ते म्हणत हर्मन कधी बाहेर

आलाच तर तो सर्वांत प्रथम एखाद्या तांबूस केसाच्या स्त्रीला पकडेल व तिचे कपडे उतरवेल. पिंजऱ्यात चिंप्स मोकळे असताना अगदीच गरज किंवा काही अडचण असल्याशिवाय कर्मचारी त्या पिंजऱ्यात जात नसत. असे करणे जिवावर बेतू शकते याची त्यांना चांगलीच जाणीव होती. ली ॲन जरी इतरांची खातरी देऊ शकत नसली तरी हर्मनपासून काही भीती असेल यावर विश्वास ठेवण्यास मात्र ती तयार नव्हती.

वानरविभागात काही जणांना चिंपांझीपेक्षा ओरांग उटांग अधिक पसंत होते, तर इतर कोणाला लंगूर जातीची माकडे अधिक आवडत असत. ली ॲन मात्र हर्मन व त्याच्या कळपात अधिक रमत असे. नवागत पाहुण्याला चिंपांझी विभाग दाखवत असताना हर्मन किती रुबाबदार आहे, तो कसा चलाख व समजूतदार आहे, तो इतर चिंप्सना कसे समजावून घेतो, एकाच वेळी तो कसा सभ्य व शक्तिशाली असतो इत्यादीबाबींवर ती अक्षरश: काव्यसुमने उधळत असे.

"जर हर्मनसारखा पुरुष मला भेटला तर मी त्याच्याशी नक्की लग्न करेन." ती म्हणायची.

हर्मनदेखील तपकिरी व तांबूस या मधल्या रंगछटेचे केस असणाऱ्या ली ॲनवर खूश होता. ती व इतर महिला कर्मचारी तो स्वत:च्या हक्काच्या समजत असे. एकदा ली ॲनचे वडील प्राणिसंग्रहालय पाहायला आले होते. हर्मनच्या पिंजऱ्यासमोर उभे असताना सहजच त्यांनी ली ॲनच्या खांद्यावर हात ठेवला, इकडे हर्मन उसळला. किंचाळत पिंजऱ्यातील भिंतीवर धडका देऊ लागला. परंतु ली ॲनला यात काही अनाठायी व गैर वाटले नाही. तिला माहीत होते की, चिंपांझी हा प्राणी भावुक व भावनाशील असतो. त्याच्या मनातील सगळी वादळे थेट त्याच्या चेहऱ्यावर प्रतिबिंबित होत असतात. शिवाय तिला हर्मनचा हा गुण माहीत होता. तीदेखील काही बाबतीत भावुक होत असे.

चेस्टरला दुसरीकडे पाठवून दिल्यानंतर हर्मनने लॉवरी पार्कमधील चिंपांझी कळपावर अबाधित राज्य केले. अर्थात त्याच्या अधिकारात अल्फा चिंपला न शोभणारा सौम्य हळवेपणा होता. एखाद्या सदस्याला वठणीवर आणायचे झाल्यास तो किंचाळत असे, त्याचा पाठलाग करत असे. पण काही वेळानंतर कर्मचारी पाहात असत की, त्याने समझोता केलेला असे. तो त्यांचा पुढारी होता, रक्षणकर्ता होता. १९९८ साली ॲलेक्स नावाचे एक चिंपांझी पिल्लू या कळपात सामील झाले. रूकिया त्याची मानलेली आई बनून त्याचे संगोपन करत असे. एके दिवशी कुंपणजाळीत अडकून ॲलेक्सच्या डोक्याला काही दुखापत झाली तर बराच वेळ हर्मन त्याच्या शेजारी बसून होता.

ॲलेक्सनंतर थोड्याच दिवसांनी आणखीन एक नर चिंपांझी लॉवरी पार्कमध्ये आणण्यात आला. बॅम्बू नावाचा हा नर हर्मनपेक्षा वयाने मोठा होता. दुसऱ्या

प्राणिसंग्रहालयातून आणलेला बॅम्बू यांच्या कळपात सामील झाला तेव्हा अगदी दयनीय अवस्थेत होता. तोंडात दात नाहीत, शरीरात शक्ती नाही अन् मनात आत्मविश्वास नाही अशा अतिशय नाजूक स्थितीत होता. हर्मनच्या ठिकाणी दुसरा कोणी कळपप्रमुख असता तर त्याने बॅम्बूला मारून, धमकावून त्याची योग्य ती जागा त्याला दाखवून दिली असती. परंतु सर्वांच्या आधी हर्मननेच त्याचे कळपामध्ये स्वागत केले.

हर्मन नेहमीच इतरांपासून निराळा- एकमेवाद्वितीय- असा होता. त्याच्या विभागाकरिता जेव्हा नवीन कर्मचारी रुजू होत असे तेव्हा तो जाळीमधून आपली बोटे बाहेर काढत असे; ती बोटे त्या कर्मचाऱ्याने आपल्या तोंडात धरावी अशी त्याची अपेक्षा असे. नवीन कर्मचाऱ्याचे स्वागत करण्याची त्याची ही खास अशी पद्धत होती. चिंपांझींच्या भाषेत ही श्रद्धा व विश्वासाची अभिव्यक्ती समजली जाते. दुसऱ्याच्या तोंडात अशी बोटे देणाऱ्याचा विश्वास असतो की, ती बोटे चावली जाणार नाहीत. हर्मनचा या नवीन कर्मचाऱ्यावर विश्वास होता व म्हणून त्यांनीदेखील हर्मनवर विश्वास ठेवावा हाच संदेश तो देत असावा.

अनेकदा विश्वास बसणार नाही इतका हर्मन मानवी असे. इतर चिंपांझींच्या लक्षात येणार नाहीत अशा कित्येक गोष्टी त्याला समजून येत असत. लॉवरी पार्कमधील पशुवैद्य डॉ. मर्फींबरोबर असणारे त्याचे अफलातून नाते हे त्याचे उत्तम उदाहरण होते. इतर चिंपांझींना डॉ. मर्फी अजिबात पसंत नव्हते. कारण त्यांच्या मनामध्ये त्यांना दिल्या जाणाऱ्या गुंगीच्या इंजेक्शनशी व इतर नको असलेल्या औषधोपचारांशी डॉ. मर्फींचा संबंध जोडलेला होता. एके दिवशी डॉ. मर्फी हर्मनला तपासण्याकिरता गुंगीचे इंजेक्शन घेऊन चिंपांझींच्या रात्रघरात आले. डॉ. मर्फींचा नेम अचूक होता. पण या खेपेला त्यांचा नेम चुकला. इतर चिंपांझी पळापळ करत आडोशाला जाऊन लपले. हर्मनने मात्र ते इंजेक्शन उचलले, जाळीपर्यंत जाऊन डॉक्टरांना ते परत देऊ केले. जणू त्याला म्हणायचे होते, ''हे घ्या आणि पुन्हा प्रयत्न करा.''

इन्शाल्लाचे जीवन अगदी साधे सरळ होते. तिच्याविषयीचे सारे काही नितळ, स्वच्छ आणि काटेकोर तसेच शुद्ध होते. ती नेमकी कोण व कशी आहे याविषयी तिने कधी कणभरही संभ्रम निर्माण केला नव्हता. तिने कधीही खोटा अभिनय केला नव्हता की, कोणती तडजोड केली नव्हती किंवा कशाबद्दल वादविवादही केला नव्हता. ती अंतर्बाह्य एक वाघ होती. दररोज तिच्या पिंजऱ्यात घोड्याची एक नवीन फासळी मिळाली की, तिला मानवाशी इतर काही देणे-घेणे नव्हते. तिच्या रात्रघरात

सफाई करणाऱ्या कर्मचाऱ्यांचे काम पूरे होईपर्यंत ती शांतपणे धीर धरत असे. काम आटोपून त्यांची पाठ वळली की, मात्र गुरगुरत, फुसफुसत जाळीतून त्यांच्यावर झडप घालत असे.

जंगलातील किंवा प्राणिसंग्रहालयातील प्रत्येक वाघाचे एक वैशिष्ट्यपूर्ण व्यक्तिमत्त्व असते. काही अतिरेकी धाडसी व दांडगट असतात, तर काही थोडे सौम्य स्वभावाचे असतात. इन्शाल्लाचा जन्म जरी बंदिवासात झाला असला तरी ती आश्चर्यकारक व सुधारण्यापलीकडे रानटी होती. ती इतकी भयावह होती की, तिच्या तिच्या हिरव्यागार पाचूसमान भेदक नजरेच्या टप्प्यात येणाऱ्या, पिंजऱ्या समोरील अंधाऱ्या पदपथावरून चालण्यासही काही कर्मचारी तयार नसत. त्यांना पक्के माहीत होते की, ती पिंजऱ्यात बंद आहे, तिच्यापासून आपण सुरक्षित अंतरावर आहोत. तरीदेखील पिंजऱ्यातून जेव्हा ती त्यांच्या दिशेने झेपावत असे तेव्हा झिरमिरत्या अंधारात चमकणारे तिचे सुळे पाहून ते अर्धमेले होत असत.

तिच्या संगतीत काम करणाऱ्यांसाठी हे तिचे अशरणागत क्रौर्यच तिच्या असामान्य सौंदर्यात भर घालत असे.

तिच्याबरोबर अनेक वर्षे काम करणारी पॅम नोएल म्हणत असे, 'तिच्या बाबतीत मला सर्वांत जास्त काय आवडत असेल तर तिचा क्रूर पाशवीपाणा! तिच्या प्रजातीला शोभेलशी ती दुष्ट आहे आणि म्हणूनच ती सुंदर आहे. स्वत:च्या

प्रजातीशी ती निखळ प्रामाणिक आहे.'

लॉवरी पार्कला भेट देणाऱ्या पर्यटकांना तिचे संमोही सौंदर्य आकर्षित करत असे. तिच्या प्रांगणाच्या बाहेरील पदपथावर ते गर्दी करत, तिथल्या सळ्यांवरती रेलून तिच्याकडे रोखून टक लावून पाहात राहात. एकमेकाला तिच्या हालचाली, तिचे सौंदर्य दाखवून आनंद व आश्चर्यमिश्रित उद्‌गार काढत. दमदार चालीने प्रांगणाला फेरी घालणे, डोळे मिटून पंजे चाटत राहाणे, उडी घेऊन उंचावलेल्या बैठकीवर बसणे या तिच्या सगळ्या हालचाली ते पापणीसुद्धा न लवता पाहात राहात. विशेषकरून तिच्या रक्षकाने कुंपणजाळी बाहेरून तिचे खाद्य तिच्या दिशेने सरकवल्याक्षणी विद्युल्लतेसम होणारी तिची हालचाल ते डोळे विस्फारून पाहात असत. एकदा एका पर्यटकाने तिला मांसच का दिले जाते असा प्रश्न तिच्या रक्षकाला विचारला. तिला शाकाहारी अन्न अधिक योग्य ठरणार नाही का असा त्याचा खरा प्रश्न होता. त्या रक्षकाने स्पष्ट केले की, शिकार करणे ही वाघांची सहजप्रवृत्ती आहे, ते जन्मजातच मांसाहारी असतात. पण या स्पष्टीकरणाने प्रश्नकर्त्याचे समाधान झाले नाही. त्याने पुढे विचारले, "तिच्या खाद्यासारखे दिसणारे एखादे टोफू किंवा केक तिला दिला तर?"

इन्शाल्लाने अशा मूर्ख बडबडीकडे कधीच लक्ष दिले नाही. तिला हाका मारून

बोलवणाऱ्या बेंगरुळ माणसांवर गुरगुरण्याचीदेखील तिची इच्छा नव्हती. अगदी काही इंच अंतरावरून तिच्याकडे बोट दाखवणाऱ्या पर्यटकांकडे तिने कधी ढुंकूनसुद्धा पाहिले नाही, झेप तर कधी घेतलीच नाही. पर्यटक तिची प्रतिक्रिया पाहाण्यासाठी पिंजऱ्याभोवतीच्या काचेवरती आवाज करत. अशावेळी राजेशाही थाटात दुसरीकडे मान वळवून अशा क्षुद्र माणसांच्याप्रती ती आपला परकेपणा व्यक्त करत असे. माणसांच्या मोठ्यात मोठ्या मूर्ख कृतींनी तिचा कान एक सुरकुतीभरही वळत नाही हे ती दाखवून देत असे.

स्वतंत्र बाणा बाळगणाऱ्या आईची तितक्याच स्वतंत्र वृत्तीची ती पोर होती. डच आणि टुका नावाचे वाघ प्रजातीमधील सुमात्रन जातीचे तिचे आईवडील लॉवरी पार्कमध्ये रॉटरडॅम व सॅनडिएगो येथील प्राणिसंग्रहालयातून आणले होते. त्यांच्या प्रणयराधनेचे पहिले पर्व हे सध्या एरिक व इन्शाल्ला यांच्या नात्यांमध्ये जाणवणाऱ्या अव्यक्त वृत्तीशी जुळणारे होते. टुकादेखील अगदी आपल्या करारी लेकीसारखीच तिच्याकरिता प्रेमी म्हणून सादर केलेल्या डचपेक्षा वयाने मोठी, अधिक अनुभवी व आत्मविश्वास बाळगणारी होती. इन्शाल्लाप्रमाणेच ती लॉवरी पार्कमध्ये डचच्या अगोदर आली असल्याने तिथला प्रदेश ती स्वत:ची अधिसत्ता समजत असे. डचचे आगमन झाल्यानंतर टुकाने त्याला आगंतुक व घुसखोर म्हणून वागवले होते. तो तिच्यापेक्षा वजनाने भारी असूनदेखील सुरुवातीला तिने त्याला गारद केले होते. तिच्या प्रक्षुब्ध कोपापासून तो एखाद्या कोपऱ्यात लपून राहिपर्यंत ती त्याला दात दाखवत फिस्कारत असे.

परंतु अंतत: टुका मीलनाकरिता डचला समर्पित झाली. तरीदेखील दोघांमधील धोका पूर्णपणे टळलेला नव्हता. वाघांमधील घातक हिंसा सर्वसामान्य असते. जंगलात ते एकांतात असतात, त्यांच्या स्वत:च्या प्रदेशात पक्के सुरक्षित असतात. एका मादीकरिता जेव्हा दोन नर समोरासमोर येतात, द्वंद्व करतात तेव्हा दोघांपैकी एकाच्या मृत्यूमध्ये सगळ्याचा अंत होऊ शकतो. मादी ऋतुकालात असल्याखेरीज नर व मादी मीलनाकरिता एकत्र येत नाहीत. आणि असे एकत्र आल्यावरदेखील नर मादीला ठार मारू शकतो. मादीने पिल्लांना जन्म दिल्यावरदेखील अपघाताने किंवा दुसऱ्या एखाद्या धोक्यापासून संरक्षण करत असताना ती मादी आपल्या एखाद्या पिल्लाला ठार करते. १९९० सालच्या वसंतऋतूत अशाच काही अपघाताने डच आणि टुकाचे शेर-ए-खान नावाचे पहिले पिल्लू दगावले होते. प्रत्यक्षदर्शी सांगतात की, छोटा शेर-ए-खान वाघांच्या प्रांगणाच्या दर्शनीभागात असलेल्या पाण्याच्या डबक्याजवळ बसला होता. एखाद्या किरकिरणाऱ्या पोराप्रमाणे फुसफुस करून त्याने आपल्या आईचे लक्ष वेधले. टुका त्या बछड्याकडे गेली आणि मानेच्या मागच्या बाजूला धरून उचलण्याऐवजी तिने त्याची मानच दातात पकडली. तिने असे

उचलल्याबरोबर घसा आवळल्याने शेर-ए-खानने सुटण्यासाठी धडपड केली, ज्यामुळे तो अधिकच गुदमरला. त्याची हालचालच थांबली. त्याची काहीच हालचाल होत नाही असे जाणवून टुकाने त्याला पाण्याकडे नेले. त्याचे निष्प्राण, सैल पडलेले शरीर पुन्हा जिवंत करण्यासाठी तिने पाण्यातून वर काढले तेव्हा प्रेक्षकांनाही हुंदका आवरला नाही. रक्षकांनी टुकाला रात्रघरातील तिच्या गुहेत हुसकावल्याने शेर-ए-खानला तिथेच ठेवून ती चालती झाली. ताबडतोब एक पशुवैद्य त्या बछड्याकडे धावले, काही कर्मचाऱ्यांच्या मदतीने तासभर सीपीआर तसेच तोंडाने कृत्रिम श्वास देण्यापर्यंत सर्व प्रकाराने प्रयत्न करत राहिले पण काहीच उपयोग झाला नाही.

सहा महिन्यांनी डच आणि टुकाला केसिल नावाचे एक मादी पिल्लू झाले. त्यानंतर २४ ऑगस्ट, १९९१ साली टुकाने तीन बछड्यांना जन्म दिला. राजा, साचा व इन्शाल्ला अशी त्यांची नावे ठेवण्यात आली. ही तीनही पिल्ले पहिले काही आठवडे टुकाबरोबर तिच्याच गुहेत राहिली. दूध पिणे, झोपा काढणे वाटलेच तर लडखडत्या पायाने पडत-झडत चालणे असा त्यांचा दिनक्रम असे. सुरक्षिततेचा उपाय म्हणून पिल्लांना त्यांच्या पित्यापासून दूर ठेवले होते. पिल्ले आठ आठवड्यांची झाल्यावर इन्शाल्लासह तिघांनाही आईपासून थोडे बाजूला ठेवण्याचे कर्मचाऱ्यांनी ठरवले. इन्शाल्लाला बाजूला घेण्याचे एक सबळ कारण म्हणजे, तिच्या कानात छोटी पुटकुळी झाली होती. काळजी घेण्याच्या दृष्टीने टुका ती पुटकुळी वारंवार चाटत होती. पण ती पुटकुळी जास्तच चिघळत होती. टुकापासून बाजूला घेतल्याने ती जखम सुकून बरी होईल या विचाराने दोन-एक आठवडे कर्मचाऱ्यांनी इन्शाल्लाला लहान बाळाप्रमाणे हातावर जोजवले. रात्रीकरिता पाळी-पाळीने तिला ते आपल्या घरी घेऊन जात.

तेव्हा साहाय्यक अभिरक्षक असणाऱ्या गेड कॅडिकला दक्षिण ताम्पामधील त्याच्या घराच्या लाकडी जमिनीवर हलक्या पावलांनी चालणारी इन्शाल्ला अजूनही आठवते. स्वयंपाकघरात तिच्याकरिता पाळीव प्राण्यांचा पाळणा ठेवला होता. त्यात झोपलेल्या इन्शाल्लाला सिरिंजमधून तिचे खाणेपिणे भरवले जात असे. त्याच्या हाताचा गंध तिच्या कातडीवर राहू नये म्हणून तिला असे भरवण्याआधी गेड हातमोजे घालत असे. तिच्या आईने तिच्या मानगुटीला धरून हलकेच उचलावे तसा तो तिला उचलत असे. तिचे शरीर सैल पडले तरी ती काही नम्र होत नसे. मुळातच तिला जवळ घेतले जाणे, गोंजारले जाणे या गोष्टी पसंत नव्हत्या.

कॅडिक म्हणत असे, ''ती आक्रमक नव्हती परंतु मानवी सोबतीकरिता कधी आसुसलेलीही नव्हती. ती एखाद्या दैत्यसैतानाच्या जादूई मोहकतेने भारलेली असे.''

कर्मचाऱ्यांना वाघाच्या बछड्याला घरी न्यायला मिळणे ही मोठी पर्वणीच असते. इन्शाल्ला एकदा मोठी झाली की, मग तिच्या खोलीत जायला मिळणे

कठीणच नव्हे, तर दुरपास्तच होणार होते. प्राणिसंग्रहालयातील मार्जार कुलातील प्राणी हे मानवाने केलेली मदत, माया विसरून कृतघ्न होऊ शकतात. मियामी मेट्रो झूमधील बंगाली वाघाबरोबर काम करणाऱ्या एका वरिष्ठ अधिकाऱ्याला ठाऊक नव्हते की, वाघ अजूनही हिरवळ असलेल्या बंदिस्त जागेमध्येच (पडॉक) आहे व अनवधानाने त्याने तिथे प्रवेश केला. रात्रघरात बसलेल्या वाघाने त्या येणाऱ्याची पावले ऐकली व तो त्याच्यासाठी दबा धरून बसला. सर्व्हिस डोअर उघडल्याक्षणी त्या अधिकाऱ्यावर झडप घालून त्याने त्याला खल्लास केले. दुसऱ्या एका घटनेत 'बुश गार्डन' नावाच्या प्राणिसंग्रहालयात एक कर्मचारी आपले आई-वडील व प्रियकर यांना प्राणी दाखवत होती. ते एका सिंहाच्या पिंजऱ्यासमोर उभे होते. बोलता-बोलता तिने नकळत कुंपणजाळीवरती हात ठेवला. आतल्या सिंहाने झडप घालून तिची बोटे चावून हात कोपरापासून तोडूनच काढला. ती वाचली परंतु डॉक्टर तिचा हात पुन्हा जोडू शकले नाहीत.

घरी आणलेल्या इन्शाल्लाला रात्री उशिराचा अन्नाचा डोस देण्यासाठी मांडीवर घेतले जाई. तेव्हा मात्र कॅंडिक व इतर कर्मचाऱ्यांना तिचे सौंदर्य जवळून निरखण्याची अनोखी संधी मिळत असे. एकदा का इन्शाल्ला मोठी झाली की, ही संधी गेलेल्या दिवसांप्रमाणे पुन्हा कधीही येणार नव्हती. हातमोजे घालून त्या वयातील तिच्या शरीरापेक्षा आकाराने मोठे असणारे तिचे पंजे ते गोंजारत. पाळण्यात दिसणाऱ्या बाळाच्या पायाप्रमाणे त्या पंजात त्यांना तिचे भविष्यातील रूप दिसत असे. पंजाच्या मध्यभागी असणाऱ्या मऊ मांसल तळव्याला स्पर्श करताना तिच्या हृदयाची संथ स्पंदने जाणवत असत. पोट भरल्यावर ती भलामोठा 'याऽ ऽ ऽ ऽ ऽ व' करत असे तेव्हा तिच्या घशातील गुरगुरकंपने त्यांना जाणवत. वाघाच्या बछड्याला छातीशी घेणे हे एखाद्या मांजराला धरण्यासारखे अजिबात नसते. पूर्ण वाढ झालेल्या मांजराचे शरीरदेखील वाघाच्या बछड्याइतके मांसल व ताकदवान नसते. आपल्या हातात होणारी मांजराची हालचाल ही हलकी, अलवार असते. परंतु वाघाच्या बछड्याची अगदी खेळकरपणे व मजेत केलेली हालचालसुद्धा त्याच्या वजनाशी तारतम्य न ठेवणारी असते. वाघाचे पिल्लू आपण जवळ घेतो, कुरवाळत राहातो तेव्हादेखील एक आंतरिक, अनामिक संवेदना होत असते की, आत्ता आपल्या कुशीत नाक घुसळणारा गोजिरवाणा, लडिवाळ प्राणी लवकरच आपली शिकार करण्याइतका क्रूर होणार आहे. त्या गोबऱ्या, गुबगुबीत लहानशा पिल्लाकरिता वाटणारी माया, ममता व त्याच पिल्लामध्ये दडलेली एक जबरदस्त हिंस्त्र श्वापदाची दहशत या दोन्ही गोष्टी विरुद्ध विद्युतध्रुवाप्रमाणे परस्परांना आकर्षित करणाऱ्या असतात.

लवकरच इन्शाल्लाला तिची आई टुकाकडे परत आणण्यात आले. त्या नोव्हेंबर महिन्यात इन्शाल्ला व तिची दोन भावंडे पर्यटकांसमोर सादर केली गेली.

त्याआधी प्रांगणतील सोई-सुविधा तीन महिन्यांच्या छोट्या बछड्यांकरिता अनुकूल केल्या गेल्या. टुका आपल्या तीन बछड्यांना मोकळ्या गवतामध्ये फिरायला घेऊन जाऊ शकेल याकरिता सभोवतालच्या खंदकातील पाणी १८ इंचापर्यंत कमी करण्यात आले. या अशा फिरण्यामधून पिल्लांनाही परिसराची ओळख होणार होती. त्याच ठिकाणी पाच फूट उंचावलेली ऐसपैस अशी बैठक बनवण्यात आली. दंगा करणाऱ्या, त्रास देणाऱ्या बछड्यांपासून थोडी मोकळीक घेण्यासाठी टुका इथे येऊन बसू शकत होती. अशा या तयारीनंतर दुसऱ्या दिवशी पिल्लांनी तिथे पदार्पण केले. या प्रवेशाच्या वेळी टुका प्रथम पुढे आली, पिल्ले आतच होती. बाहेर येऊन पिंजऱ्याकडील पदपथावर चालणाऱ्यांकडे तिने पाहिले. पिल्लांना बाहेर आणणे सुरक्षित आहे असा तिने मनोमन निर्णय घेतला. ती मागे वळून पिल्ले थांबलेल्या दाराशी गेली, नाकाने त्यांना ढकलून माणसाच्या खोकण्यासारखा आवाज केला. असा आवाज वाघ एकमेकाला भेटल्यावर किंवा मैत्रीच्या नात्याने काढतात. जमलेल्या गर्दीला तिने 'फूऽऽऽऽऽ' केल्यासारखे वाटले. या आवाजासरशी उडी मारून पिल्ले बाहेर उन्हात आली. नंतरचा एक तासभर ती आपल्या आईच्या मागेमागे फिरत होती. फिरत असताना तिच्या अंगावर उड्या मारणे, डबक्यात शिरून पाणी उडवणे, आजूबाजूच्या वनस्पती ओरबाडणे, एकमेकाला पायाने टोलवणे अशी चिक्कार मजा ती करत होती.

या बछड्यांमुळे लॉवरी पार्क एकदमच प्रसिद्धिझोतात आले. परंतु या बछड्यांचा इथे राहाण्याचा काळ फार कमी होता. टुकाची आधीची मुलगी केसिल हिलादेखील पाठवून देण्यात आले होते. महत्त्वाचे कारण म्हणजे लॉवरी पार्कमधील वाघांचे प्रांगण या सर्व वयाने व आकाराने वाढणाऱ्या पिल्लांना सामावून घेण्याइतपत प्रशस्त नव्हते. इन्शाल्ला व राजा या दोघांना उसनवारी तत्त्वावर फ्लोरिडा पॅनहँडल येथील 'झू वर्ल्ड'मध्ये पाठवण्यात आले. इन्शाल्ला 'पनामा सिटी झू' येथे पोहोचली तेव्हा तिचे वेंधळे बछडेपण संपून वयात येणे सुरू झाले होते. या वयात येणाऱ्या किशोरवयीन वाघिणीची पूर्ण वाढ झालेली नसली तरीदेखील तिच्या तापट वृत्तीची झलक आत्ताच दिसून येत होती. सध्या फ्लोरिडामधील 'क्लिअर वॉटर' येथे पशुवैद्य म्हणून कार्यरत असणारा डॉन वुडमन त्या वेळी झू वर्ल्डमध्ये इन्शाल्लाचा एक रक्षक म्हणून काम करत असे. वाघ असूनदेखील तिच्याकडे असणारे अतुलनीय सौंदर्य, तिची आक्रमकता त्याला अजूनही आठवते. तिचे मूड्स अतिशय अस्थिर व चंचल असत. प्रेम, ममता मिळवण्याची इच्छा व ती ममता देऊ करणाऱ्या कोणावरही हल्ला करण्याचा निश्चय या दोन विरुद्ध भावना तिच्यात एकाच वेळी दिसून येत. वुडमन तिच्या गुहेकडे जायचा तेव्हा ती मैत्रीपूर्ण भाव व्यक्त करण्याकरिता गालावरचे पांढरे लोकरीसारखे केस पिंजऱ्याच्या दांडीवर लाडिकपणे घासत असे.

परंतु त्याची पाठ वळली की, त्याच दांडीवर त्याच्या दिशेने झेपावत असे. तिचे हे दोन्ही भाव वुडमनला चांगलेच ठाऊक होते, तरीदेखील त्याच्या पाठीमागे तिने झेप घेतली की, प्रत्येक वेळी तो कमालीचा दचकत असे.

वुडमन म्हणत असे, ''ती म्हणजे एक कैदाशीणच होती. तुम्ही थोडी जरी हालचाल केली तर ती अशी काही फिस्कारत असे की, जणू ती तुमचे तुकडे-तुकडेच करणार आहे.''

'झू वर्ल्ड'मध्ये पोहोचल्यावर इन्शाल्लाचा भाऊ राजा एक पूरा दिवसही जगला नाही. ताम्पापासूनच्या प्रवासात त्यांना गुंगीचे औषध देण्यात आले होते. 'झू वर्ल्ड' इथे पोहोचलेल्या रात्री दोघेही त्याच प्रभावाखाली होते. रात्रभरासाठी दोघांनाही वेगवेगळ्या पिंजऱ्यात ठेवले गेले होते. सकाळी कर्मचारी त्यांना तपासावयास गेले तेव्हा मानेला झालेल्या दुखापतीने राजा मृत अवस्थेत आढळला.

सुरुवातीला राजाचा मृत्यू एक गूढच होते. कारण मृत्युसमयी तो त्याच्या गुहेत एकटाच होता. परंतु शवविच्छेदनादरम्यान त्याचा मृत्यू हा शेजारच्या पिंजऱ्यातील पूर्ण वाढ झालेल्या एका सिंहाच्या चावण्यामुळे झाल्याचे उघडकीस आले. रात्री कधीतरी त्या सिंहाने दोन पिंजऱ्यातील झडपी दरवाजा – त्याला 'गिलोटाइन गेट' असे म्हटले जाते, उघडून करून झोपेतच असलेल्या राजाला जखमी केले होते. दुसऱ्या पिंजऱ्यात ठेवली गेलेली इन्शाल्ला मात्र सुरक्षित राहिली. खरे तर ती झालेल्या घटनेपासून काही फुटांच्या अंतरावरच होती. राजाभोवती त्या सिंहाचा जबडा आवळला जात असताना गुंगीच्या झोपेतून जागे होऊन तिने पाहिले की नाही हे कधी कळलेच नाही. अशा तऱ्हेने राजाच्या मृत्यूनंतर आपली आई व इतर भावंडे यांच्यापासून दूर झालेली इन्शाल्ला इथून पुढे तिच्या आत्मविश्वासावरच जगणार होती.

इन्शाल्लाच्या साऱ्या कुटुंबाभोवतीच जणू मृत्यू घोंघावत होता. प्रथम शेर-ए-खान मग राजा, आणि १९९४च्या वसंतात तर एके दिवशी इन्शाल्लाच्या वडिलांनी तिच्या आईलाच ठार केले. डच आणि टुका अजूनही लॉवरी पार्कमध्येच होते. बछड्यांना इतरत्र पाठवले गेल्याने दोघेच एकमेकांना सोबत करत होते. त्यांचा प्रणय सुरुवातीला जरी थोडा वादळी असला तरी गेल्या पाच वर्षांच्या सहजीवनामध्ये दोघेही एकमेकाला अनुरूप बनले होते. कर्मचारीदेखील पुन:पुन्हा त्या दोघांची जोडी जमवत होते. एके दिवशी दुपारी दोघेही बाहेर मोकळ्या प्रांगणात होते. दोघांमध्ये काहीतरी विचित्र घडले आणि दोघेही अचानकच तडकले, बेफाम होऊन एकमेकांवर तुटून पडले. त्यांची ही लढाई काही क्षणच चालली असेल, पण जेव्हा ती संपली तेव्हा डचने टुकाची श्वासनलिकाच फोडली होती. डॉ. मर्फीनींच नंतर शवविच्छेदन केले. ते म्हणाले की, लॉवरी पार्कला मृत्यूचे नेमके कारण समजले नाही. या लढाईचे कारण कोणतेही असले तरी परिणामी प्रभावी ठरला, तो डचचा जागृत

झालेला पुरुषी अहंकार!

नंतरचे अनेक दिवस-रात्र घरातील गुहेत डच घुटमळताना कर्मचाऱ्यांनी पाहिला होता. नक्कीच तो टुकाला शोधत असणार! "ती हरवली आहे, हे त्याला जाणवले आहे." डॉ. मर्फी म्हणाले.

काही दिवसांनी डचलादेखील लॉसव्हिले प्राणिसंग्रहालयात रवाना केले गेले. टुकाचा मृत्यू व डचची रवानगी यामुळे लॉवरी पार्कमधील वाघांचे प्रांगण रिकामे झाले होते. मग त्याच वर्षी काही महिन्यांनी पनामा सिटीहून इन्शाल्लाला परत आणण्यात आले. आता ती तीन वर्षांची पूर्ण वाढ झालेली तरुणी झाली होती. इथून जाताना होती त्यापेक्षा शरीराने अधिक ताकदवान व स्वभावाने हट्टी झाली होती. आपल्या जन्मभूमीवर परत आल्यानंतर त्या प्रदेशावर ती स्वत:चाच अधिकार सांगू लागली.

त्यानंतरच्या नऊ वर्षांमध्ये तिच्या पसंतीकरिता काही सुमात्रन नर तिच्याकडे आळीपाळीने पाठवण्यात आले. त्या प्रत्येकासमोर अर्थातच तीच ताकदवान ठरली. तिच्या जातीच्या इतर नरांना किंवा मानवाला नाकारण्याचा जणू तिने पणच केला होता. या तिच्या निश्चयाचे लॉवरी पार्कमधील स्त्री कर्मचाऱ्यांना खूप कौतुक होते.

तिचे जेवण ठेवण्याकरिता कर्मचारी तिच्या गुहेत जात तेव्हादेखील ती अशी काही गुरगुरत असे की, जणू तिला सांगायचे असे, "इथून लवकर बाहेर पडा आणि मला शांतपणे खाऊ द्या." तिच्या प्रांगणातील प्रत्येक कुलूप पुन:पुन्हा चांगले तपासणे व तिच्यापासून नेहमी सुरक्षित अंतर ठेवणे, हा प्रत्येक कर्मचाऱ्याच्या प्रशिक्षणाचा अनिवार्य भाग होता. त्यामुळेच कोणीही कर्मचारी इन्शाल्ला किंवा इतर कोणत्याही वाघाबरोबर पिंजऱ्यात कधीही राहात नसत. अर्थात या सगळ्या पूर्वदक्षता घेतल्या तरीदेखील इन्शाल्लाची एक नजर, तिच्या शेपटीचा एक हलकासा हेलकावादेखील त्यांच्या हृदयाची धडधड वाढवण्यास पुरेसा होत असे. सकाळी-सकाळी ती अजूनही तिच्या रात्रघराच्या गुहेतच असताना कर्मचारी तिचे प्रांगण साफ करण्यासाठी जात तेव्हा त्यांना तिथे घोड्याच्या फासळ्या विखुरलेल्या दिसत. आपला प्रदेश चिन्हांकित करण्यासाठी तिने मारलेल्या मूत्रफवाऱ्याचा दर्प भरलेला असे. हे सर्व साफ करण्यासाठी तिच्या पिंजऱ्यात असताना आपण अन्नसाखळीच्या उच्चतम बिंदूवर नसल्याचे व कोणत्याही क्षणी इन्शाल्लाचे भक्ष्य ठरण्याच्या शक्यतेचे त्यांना भान ठेवावे लागत असे. इतके सारे असूनदेखील इन्शाल्ला त्यांना आवडते, त्यांचे तिच्यावर प्रेम आहे, हे तिला जाणवून देण्याकरिता तिला आवडणाऱ्या शक्यतो सर्व गोष्टी करण्याचा ते प्रयत्न करत असत. हॅलोविन प्राणिसंग्रहालयात असताना तिला फोडण्या-तोडण्यासाठी टरबूज दिले जात असे. सिंकोडीमायो प्राणिसंग्रहालयात घोड्याच्या मांसाने भरलेला पिनाटा तिला देत असत. तिचे रक्षक तिच्यासाठी खुकऽऽ असा आवाज करायलाही शिकले होते. तीदेखील तसाच आवाज करून

त्यांना प्रत्युत्तर देत असे.

तिच्याबरोबर काम करणारी, तिची रक्षक कॅरी पीटरसन नेहमी तिच्याकरिता साखरपेरणी करत असते. 'हाय बेबी गर्ल!' एके दिवशी कॅरीने तिला हाक दिली, 'हाय माझी राणी!' इन्शाल्लानेदेखील थोडेसे गुरगुरून थोडे फिस्कारून उत्तर दिले. कॅरी हसून म्हणाली, 'पाहिलंत माझ्यासाठी ती कशी वेडी आहे ती?'

या वाघिणीच्या सतत बदलणाऱ्या मनोवस्थेचा ती फार विचार करत नसे. इन्शाल्ला तिची सर्वांत लाडकी होती आणि तिने ते कधी लपवण्याचा प्रयत्न केला नाही. कॅरी पुन:पुन्हा ठासून सांगत असे की, इन्शाल्ला तिची आणि फक्त तिचीच आहे. ''ती माझीच आहे. जर ती इथून जाणार असेल, तर मीही तिच्याबरोबर जाणार.'' कॅरी म्हणत असे.

इतर कर्मचाऱ्यांप्रमाणेच कॅरीदेखील इन्शाल्ला व एरिक यांच्या प्रणयप्रवासाचा मागोवा घेत होती. इन्शाल्लाने एरिक या ब्रह्मचाऱ्याप्रती प्रेमाची इच्छा व्यक्त करावी, त्यांची वंशवेल बहरून जगातील सुमात्रन वाघांच्या संख्येला लागलेली आहोटी थांबावी, अशी ती देवाकडे प्रार्थना करत असे. आणि त्याचवेळी दुसरीकडे एक अत्याधुनिक विमुक्त वृत्तीच्या स्त्रीप्रमाणे इन्शाल्ला कोणत्याही पुरुषाच्या इच्छा व आज्ञेला शरण जात नाही, याचेही तिला प्रचंड समाधान होते. ती काम करत असलेल्या बऱ्याच प्रजातींमधील माद्या त्यांच्या प्रजातीच्या नरांवर अधिकार गाजवतात याचा तिला अभिमान होता.

''आमच्या येथील सगळ्या मुली अशाच करारी आहेत.'' असे म्हणताना तिचा चेहरा उजळलेला असे.

इन्शाल्लाचे असे हे अपराजितत्व तिच्याच प्रजातीला धोकादायक ठरत होते. समाजातील नैतिकता शिकवणारे नीतिशास्त्र व स्त्रीवादाची संकल्पना या दोन्ही गोष्टी मानवरचित आहेत. असे विचार विशेषत: वाघांना शाकाहारी टोफू देण्याचा आग्रह धरणाऱ्या शाकाहारीवाद्यांकडून मांडले जात. अशा मानवरचित कल्पनांमध्ये अंतर्भूत असलेल्या आशा व अपेक्षादेखील पूर्णपणे मानवीच होत्या. त्यांच्याकरिता निसर्ग त्याची तटस्थता दर्शवत असतो. तो मानवाच्या विकास, न्याय, चूक किंवा बरोबर या कल्पनांच्या पलीकडे जाऊन काम करत असतो. जर इन्शाल्ला पिल्लांना जन्म देणार असेल तर तिने ते लवकर करायला पाहिजे होते. आता ती १३ वर्षांची होणार होती, तिचा प्रजननक्षम कालावधी संपत येत होता. जर ती एरिकलाही नाकारत असेल तर अजून किती नवरदेव तिच्या समोर सादर करणार? निसर्गाकडून अशा आणखीन किती संधी तिला मिळू शकणार होत्या? तिच्या प्रजातीप्रमाणेच तिचीही वेळ संपून तीदेखील विनाशाकडे चालली होती का?

आपल्या प्रदेशाची रखवाली करत इन्शाल्ला शांतपणे फेऱ्या घालत होती.

चालता-चालता ती दगडी भिंतीमागे सरकली व खंदकाकाठच्या रस्त्याने चालत राहिली. तिच्याबरोबरीने चालणारे नारिंगी व काळ्या रंगाचे तिचे प्रतिबिंब पाण्यात क्षणभर थरारले... आणि अंतर्धान पावले.

इकडे चिंपांझींच्या प्रांगणात राजा त्याच्या खेळगड्यांचा पाठलाग करत होता. अनेक वर्षे हा हर्मनचा आवडता खेळ होता. कोणीतरी कर्मचारी चिंपांझी प्रांगणाच्या मागील जाळीवर बाहेरून धक्का मारत. दुसऱ्या म्हणजे आतल्या बाजूने हर्मनही मोठमोठ्याने हसून अत्यानंदाने मान डोलवत त्यांना तसेच प्रत्युत्तर देत असे.

कर्मचाऱ्यांनाही तो खेळ आवडत असे. हर्मनला त्याच्या दगडी आसनावरील आणखीन एक डुलकी सोडून हर्षभरीत झालेले, तरुणाईच्या चपळतेने धावताना पाहून तेही आनंदित होत. अनेक कर्मचाऱ्यांसाठी हर्मन म्हणजेच लॉवरी पार्क असे समीकरण होते. वानरविभागात काम करणाऱ्या कर्मचाऱ्यांच्या अनेक पिढ्या आल्या अन् गेल्या, पण हर्मन तिथेच स्थिर होता. प्राणिसंग्रहालयातील काम हे तरुणाईचे काम आहे. सध्या हर्मनबरोबर काम करणारे अनेक जण तो लॉवरी पार्कमध्ये प्रथम आला तेव्हा जन्मलेसुद्धा नव्हते. त्यांनी पाहिलेल्या लॉवरी पार्कमध्ये हर्मन पहिल्यापासूनच होता. त्यामुळे हर्मन नाही, अशा लॉवरी पार्कची त्यांना कल्पनाच करता येत नसे. असे असले तरी कुठेतरी त्यांच्या मनात शंका येत असे की, तो असा किती काळ राहाणार आहे! निसर्गनियमानुसार त्याचाही श्वास कधीतरी थांबेलच, नाहीतर मग एखादा नवीन ताज्या दमाचा चिंप त्याला त्याच्या सिंहासनावरून खाली उतरवेल.

सध्यातरी हर्मनला कोणीही प्रतिस्पर्धी नव्हता. तसे त्या कळपात सध्या दोन नर होते. हर्मनपेक्षा वयाने मोठा असणारा बॅम्बू अगोदरच कृश होता. कळपातील त्याचे स्थान इतक्या नीचतम स्तराला पोहोचले होते की, माद्यादेखील काही वेळेला त्याला जोरजबरदस्ती करत. दुसरा नर होता किशोरवयीन ॲलेक्स ! हर्मन तर त्याचा आदर्श होता. अनेकदा तो हर्मनसारखीच छाती फुगवून पुढे-मागे झुलत असे, तोच कळपाचा ताबेदार असल्याचा अभिनय करत असे. परंतु अशा या छोट्या कळपातदेखील सत्ता ही नेहमी प्रवाही व अस्थिर असते. कळपाची बांधणी व सत्तासोपान बदलत राहातात. गुप्त करार केले जातात, दुसऱ्या प्राणिसंग्रहालयातील अधिक बलदंड व महत्त्वाकांक्षी नर आणला जातो. असा नर कळपातील अत्युच्च पद बळकावतो, जसे पूर्वी चेस्टरने केले होते. ॲलेक्स वेगाने मोठा होत होता. हर्मनची धीमी झालेली चाल पाहून बदलाची वेळ आल्याचा तोच एखादे दिवशी निर्णय घेईल.

तेव्हा हर्मन काय करेल, त्याच्याकडे अजूनही कोणत्या क्षमता शिल्लक असतील, याची कल्पना करणे कठीण होते. आणि तो राजा नसेल तर मग तो कोण आणि कसा असेल?

वस्तुत: आत्ताच याची काळजी करण्याची गरज नाही. दूर क्षितिजापर्यंत त्याच्यासाठी कोणतीही धमकी, कोणतेही आव्हान दिसून येत नव्हते. जे काही त्याचे दिवस शिल्लक आहेत, त्या काळाकरिता तो आपल्या उच्चतम स्थानाचा सुंदर स्त्रियांची खूशमस्करी करण्याकरिता, बॅम्बूसह मातीत लोळून दंगामस्ती करण्याकरिता, कर्मचाऱ्यांकडून बोटांची नखे साफ करून घेण्यासाठी जाळीतून पायाची बोटे बाहेर काढून सेवा उपभोगण्याकरिता वापरू शकतो. काही वेळा दुपारच्या सांजवणाऱ्या तांबूस प्रकाशात कर्मचारी हर्मनला त्याच्या रात्रघराकडे बोलावत, तो त्यांच्याकडे दुर्लक्ष करे. तो जर अगदीच ऐकेनासा झाला, तर कर्मचारी एखाद्या तांबूस केसाच्या कर्मचारी महिलेला – तो आशिया विभागातल्या एका महिलेच्या प्रेमात होता – दरवाजापाशी उभे करत, मग मात्र हर्मन लगेच निघे, चारही पायांवर उड्या मारत! इतकी वर्षे या लॉवरी पार्कमध्ये राहिल्यानंतर तो एक सन्मानित वृद्ध झाला होता. जीवनाच्या अखेरीस येऊन ठेपलेला... एक वृद्ध!

सर्पालय

दिवसाचा सर्वांत जास्त तापमान असलेला काळ नीरव शांततेचा होता. काहीच न घडता वेळ सरकत होती. सभोवतालचे विश्व जणू एका चित्रमय निश्चलतेत अडकून गेले होते. दुडदुडणारी मुले आई-वडिलांबरोबर निघून गेली होती. प्राणिसंग्रहालयातील इतर प्रजाती दुपारच्या डुलकीमध्ये दिवास्वप्न पाहाण्यासाठी सावलीत परतत होत्या. अचानक या शांततेमध्ये दडपलेल्या आवाजाचा स्फोट होऊन निमिषार्धात लॉवरी पार्क जणू जिवंत झाले होते. एका चुटकीसरशी एक नवीन दृश्य साकारले होते – प्राणी आपल्या नवजात पिल्लाला चाटत होते; कोणी आपल्या प्रतिस्पर्ध्याचा पाडाव करण्याकरिता दुष्ट कटकारस्थान करत होते; कोणी नवीन प्रणयपर्वाची सुरुवात करत होते, तर कुठे वासना, लोभ, संताप, निष्फळता, महत्त्वाकांक्षा आणि ज्याला प्रेम म्हणता येईल, असेही काही निर्मितीच्या लाटेवर आरूढ होत होते. या सर्वांमधून जणू विश्वाचा आकृतीबंध, त्याची एक ठरावीक तार्किकता तसेच लॉवरी पार्कमधील निर्हेतुक आनंद, क्षणैक क्रूरता इत्यादी गोष्टी उलगडत होत्या.

त्या ऑक्टोबरमध्ये व्हर्जिनिया एडमाँड्स व तिच्याबरोबर मॅनेटी विभागातील इतर कर्मचारी दिवसरात्र 'लू'ला वाचवण्यासाठी झटत होते. 'लू' म्हणजे कॅलूसॅहेची नदीत आईने सोडून दिलेले एक मॅनेटीचे पिल्लू होते. त्याला दिल्या जाणाऱ्या आहाराशी जमवून घेणे त्याला अद्यापी जमत नव्हते, तो आहार त्याला पचत नव्हता. एका शुक्रवारच्या संध्याकाळी व्हर्जिनिया 'लू'बरोबर तपासणी टँकमध्ये होती. ती त्याला बाटलीने अन्न देण्याचा प्रयत्न करत होती. पण अचानक 'लू' थरथरू लागला. त्याल जणू हुडहुडी भरली होती. डॉ. मर्फींना पाचारण करण्यात आले. 'लू'च्या तोंडावर छोटा ऑक्सिजन मास्क बसवण्यात आला. पण उपयोग झाला नाही. व्हर्जिनियाच्या हातातच तो मृत झाला.

काही महिन्यांपूर्वीच बटनवुडही अशाच तऱ्हेने दगावला होता. ती तशी अलीकडील घटना असल्याने 'लू'च्या मृत्यूसाठीही कर्मचाऱ्यांची मानसिक तयारी

होती. दुसरेही पिल्लू अशा तऱ्हेने मरताना पाहताना मनाला खूप वेदना होतात. परंतु लॉवरी पार्कमधील गेल्या ११ वर्षांच्या अनुभवाने त्यांना शिकवले होते की, त्या प्राण्यांच्या अस्तित्वाकरिता प्रयत्न करणे हे केवळ आपल्या हातात असते, जीवदान देणे नाही. आपण कितीही प्रयत्न केला तरी एखादा प्राणी मरतोच.

'लू' च्या मृत्यूचे कारण शोधण्यासाठी त्याच्यावर शवविच्छेदनक्रिया केली जाईल. कदाचित डॉक्टर व कर्मचाऱ्यांना या शवविच्छेदनामधून नवीन काही माहिती मिळेल की, जी पुढील खेपेला मॅनेटीचे पिल्लू आल्यावर, त्या पिल्लाच्या मृत्यूला पराभूत करणारी एखादी जीवरक्षक योजना करत असताना उपयोगी पडेल.

मृत्यू हा येथील दैनंदिन जीवनाचा भाग आहे. कधी गरुडाच्या पोटात आजारी उंदीर जातात, तर कधी अस्वले म्हातारी होऊन मरतात. रूकिया व ट्विगीला शिकार करायची लहर येते, त्याच दिवशी एखाद्या खारीला चिंपांझींच्या पिंजऱ्यात जाण्याचा मूर्खपणा सुचतो. निमित्त काहीही असेल, पण मृत्यू हा अटळ असतो.

अनेक प्रजातींच्या विविध नाट्यपूर्ण घटनांमध्ये गुंतून राहिलेल्या कर्मचाऱ्यांना जीवन-मृत्यूच्या चक्राची पुनरावृत्ती अनुभवास येते. काही वेळेला हे चक्र इतक्या वेगाने फिरे की, कर्मचाऱ्यांना अक्षरश: भोवळ येत असे.

मत्स्य व सर्प विभागात कुचेष्टेची बरीच खसखस पिकत होती. त्यांच्या एका सी हॉर्सने – सागरी घोड्याने नवीन पिलावळीला जन्म दिला होता. होय एका नराने! सागरी घोड्याच्या बाबतीत मादी आपली अंडी नराच्या पोटावर असणाऱ्या पिशवीत घालते. तो नर त्यामध्ये बीजारोपण करून ती अंडी दोन आठवड्यापर्यंत उबवतो. या दोन आठवड्यांदरम्यान त्याला 'गरोदर पुरुष' म्हटले जाते. ती पिल्ले पोहण्याइतपत समर्थ झाली की, तो नर त्यांना पिशवीतून बाहेर पाण्यात ढकलतो. हे सगळे सागरी घोडे पोहत असलेल्या टाकीकडे बोट दाखवून सर्प विभागांत कार्यरत असणारे डॅन कॉस्टेल समाधानाने उद्गारले, ''पाहिलंत कसे सगळे निरोगी व स्वस्थ जन्मले आहेत ते!''

आई-वडिलांच्या बरोबरीने पोहणारी नवजात पिल्ले धूलीकणांसारखी इवलीशी होती. परंतु बहिर्गोल भिंगातून पाहिल्यावर पाठीवरचे थरथरणारे कल्ले व लुकलुकणारे डोळे असणारी व डोक्यावरील मुकुटापासून ते वळणदार शेपटीपर्यंत चिलखत घातलेली ती पिल्ले 'इंग्रजी एस'सारख्या आकाराचे ड्रॅगन्स दिसत होती. या विणीमध्ये १००हून अधिक पिल्ले जन्मली होती. सागरी घोड्यांच्या बाबतीत ही संख्या सर्वसामान्यच समजली जाते. खूप विस्मयकारक व दिमाखदार अशा या निर्मितीचे मृत्यूप्रमाणदेखील तितकेच आश्चर्यकारक असते. काही वेळेला जन्मलेल्या संख्येपैकी ९० टक्के पिल्ले जन्मानंतर थोड्याच कालावधीत मरूनही जातात.

अर्थात अशा या पराकोटीच्या मृत्युदराचा डॅन किंवा इतर कर्मचाऱ्यांवरती काहीच परिणाम होत नाही. सागरी घोड्याच्या बाबतीत हे एक अटळ सत्य म्हणून त्यांनी मान्यच केलेले आहे. शिवाय त्यांना माहीत आहे की, लवकरच आणखीन एक गर्भार नर सागरी घोडा एक मोठी पिलावळ जन्मास घालेल. एकंदर प्राणिजगतातील पुनर्निर्मितीचा अभ्यास करणारे संशोधक पुनर्निर्मितीचे दोन प्रकार सांगतात. पहिल्या प्रकारास 'के-निर्वाचित प्रजाती' (*K-Selected Species*) असे म्हटले जाते. यामध्ये मानव, वाघ, मॅनेटी इत्यादी मोठ्या आकाराच्या सस्तन प्राण्यांचा समावेश होतो. या प्रजाती सहसा एका वेळी एक किंवा जास्तीत जास्त तीन बाळांना जन्म देतात. त्या एकुलत्या एकाचे निगुतीने संगोपन व संरक्षण करतात. त्या एकाच्या मृत्यूने होणारी मानसिक व वांशिक हानी ही व्यापक व दूरगामी असते.

सर्प विभागात जीवन-मृत्यूचे गणित निराळ्या तऱ्हेने मांडले जाते. इथे कर्मचारी 'आर-निर्वाचित प्रजाती' (*R-Selected Species*) बरोबर काम करत असतात. या वर्गवारीमध्ये विविध प्रकारची कासवे, मासे, बेडूक, कोळी इत्यादींचा समावेश होतो. या प्रजातीचे पुनरुत्पादन मोठ्या संख्येने होत असते. त्यांचा मृत्युदरदेखील अधिक असतो. अशा परिस्थितीत पुनरुत्पादित प्रजेला वाचवण्याच्या व सुरक्षित ठेवण्याच्या प्रयत्नाबाबत आई-वडील उदासीन असतात, पिलांच्या संगोपनात ते थोडीही शक्ती खर्च करत नाहीत. जन्मणे व जगणे यामध्ये विषमतेचे प्रमाण अधिक असणाऱ्या या समीकरणात तथाकथित मानवी भावनेचे मूल्य शून्य असते. एके दिवशी डॅनने एक मनोरंजक माहिती सांगितली. काही बेडकांच्या जाती ठरवूनच झुबक्याच्या रूपातील अंड्यांच्या दोन विणींना जन्म देतात. या प्रक्रियेत त्या बेडूक प्रजातीतील मादी प्रथम अंड्यांचा एक झुबका घालते, नर त्यामध्ये बीजारोपण करून तो झुबका आपल्या पाठीवरून करवंटी किंवा शैवालिक पानांवर उबवण्याकरिता एखाद्या अंधाऱ्या ओलसर जागी घेऊन जातो. ठरावीक काळाने हा झुबका उबवला जातो व त्यामधून बेडकाची लहान पिल्ले (टॅडपोल) बाहेर पडतात. त्याच वेळी मादी अंड्यांचा दुसरा झुबका घालते. या अंड्यांमध्ये नराकडून बीजारोपण केले जात नाहीतर या झुबक्यातील अंड्यांचे एकमेव काम म्हणजे पहिल्या विणीतून जन्मलेल्या लहान पिल्लांचे अन्न बनणे. अंड्यातून बाहेर येऊन पाण्यात वळवळण्याआधीच पहिल्या विणीतील पिल्ले त्यांना गिळंकृत करतात. डॅन म्हणत असे, ''जो प्रथम जन्मतो तो जिंकतो.''

सर्प विभागातील प्राणी हे थंड रक्ताचे असतात. इथे मृत्यूचे प्रमाण तुलनात्मकतेने अधिक असते. याचा अर्थ असा नाही की, येथील कर्मचारी कामचुकारपणा करतात. उलटपक्षी ली ॲन ही रॉटमन वानर विभागात चिंपांझींची किंवा कॅरी पीटरसन वाघांची जशी व जितकी काळजी घेतात तितकीच काळजी या सर्प विभागातील प्राण्यांचीदेखील घेतली जाते. फरक इतकाच असतो की, या विभागातील कर्मचारी

हे त्यांच्या प्राण्यांबाबत घडणाऱ्या घटनांना मानवी भावना अगर मानवी मूल्ये चिकटवत नाहीत.

लॉवरी पार्कमधील कर्मचाऱ्यांमध्ये एक मजेशीर गोष्ट घडत असे. ज्या प्राणी विभागात ते काम करत असत त्यानुसार त्यांच्याबद्दल ठरावीक कल्पना रुजवल्या जातात. पक्षी-विभागाच्या बाहेर काम करणारे कर्मचारी पंख आणि चोच असणाऱ्या पक्षी-विभागातील कर्मचाऱ्यांचा 'ते पंखधारी पक्षी' असा उल्लेख करत. वानर विभागातील कर्मचाऱ्यांचे 'अती सामाजिक, अखंड वटवटे, थोडेसे वेडे, प्रेमाला आसुसलेले व रडूबाई असणारे,' असे वर्णन केले जाई. वानर विभागातील कर्मचारीदेखील या वर्णनाला कधी आक्षेप घेत नसत. उलट त्यांच्याचपैकी एक-दोघांना त्यांच्या नाट्यपूर्ण अभिनिवेश व चेष्टामस्करी कलेचा अभिमान होता.

सर्वांत अपमानकारक विनोद सर्प विभागातील कर्मचाऱ्यांविषयी पसरवले जात. समस्त मानवजात ज्या प्राण्यांची घृणा करते, त्या प्राण्यांच्या अभ्यासात रमलेली नादिष्ट माणसे असा त्यांचा उल्लेख होत असे. हे काही फारसे सत्य नव्हते. कारण या विभागात काही महिला कर्मचारी होत्या ज्या स्थिर स्वभावाच्या, कोणताही छंदिष्टपणा न करणाऱ्या अशा होत्या. पण जेव्हा डॅन व त्याचा वरिष्ठ अधिकारी व सर्प विभागासाठी असणारा साहाय्यक अभिरक्षक डस्टिन स्मिथ यांचा प्रश्न येत असे तेव्हा ते साचेबद्ध वर्णन बंद होत असे. त्यांची नावे नेहमी 'डस्टिन व डॅन' अशी एकत्रच घेतली जात असत. त्या दोघांना फक्त सर्प किंवा मत्स्य कुलातीलच नव्हेतर त्यांच्या विभागातील मोठा कोळी, चिचुंद्री अशा प्राण्यांविषयीदेखील बालसुलभ उत्सुकता व कुतूहल असे.

कमोडो ड्रॅगन्सच्या लाळेत आढळणारी जीवाणूंची विविधता व विपुलता. कासवांची लिंगनिश्चिती करण्यासाठी त्यांच्या जननेंद्रियांची खास तपासणी कशी करावी, यावरती डस्टिन लांबलचक भाषणे देत असे. नर सापांना असलेली दोन शिश्न व मादी सापाची योनी व त्या दोघांचा शरीरसंबंध याबद्दलदेखील तो बरेच काही सांगत असे. सर्प विभाग इमारतीची पाहाणी करत असताना पर्यटकांना तो एका मोठ्या टाकीच्या काठाशी नेऊन 'नेकेड मोल रॅट' हे सस्तन प्राणी असूनदेखील कसे जमिनीखालील वारुळात राहातात व त्यांचा कारभार त्यांची राणी कसा नियंत्रित करते इत्यादी समजावून सांगायचा.

" 'नेकेड मोल रॅट'संबंधी सर्वांत विचित्र गोष्ट कोणती?'' एका जिज्ञासू पर्यटकाने विचारले. डस्टिनने उत्साहाने उत्तर दिले, "त्यांच्या समूहातील कोणत्याही एका सदस्याला पिल्ले झाली तरी समूहातील नर, मादी सर्वांना अंगावरचे दूध येते.'

डस्टिनला लहान व मोठी कासवे (टर्टल व टॉर्टाईज) यांचे वेड होते – विशेषकरून जर त्या कासवाला पाठीवर ढालीसारखे कवच असेल व ते त्या

कवच्यात लंगडत चालत असेल, तर त्याला अधिक आनंद होत असे. हेच कासव जेव्हा कोणाच्याही नकळत उघड्यावर भटकत असे तेव्हा तो त्याच्याकडे दुर्लक्ष करत असे. सध्या तो आफ्रिकेच्या पूर्व किनाऱ्यावरील स्येशेल्स येथे आढळणाऱ्या 'अल्डाब्रा' या महाकाय कासवांना लॉवरी पार्कमध्ये कसे आणता येईल, या कामात गुंतला होता. पृथ्वीतलावावरील दीर्घोत्तम जीवनकाल असणारी ही विस्मयकारक प्रजाती आहे. असे म्हणतात की, ही कासवे एका शतकाहून अधिक काळ जगू शकतात. डस्टिनचा असा विश्वास होता की, लॉवरी पार्कमध्ये नव्याने सुरू होणाऱ्या 'सफारी आफ्रिका' उपक्रमाला अशा अल्डाब्रा कासवांची जोड देण्याची गरज होती. अशा अनेक अल्डाब्रांबरोबर त्याने काम केले होते. तो ठामपणे सांगत असे की, माणसाप्रमाणेच प्रत्येक अल्डाब्राला स्वत:चे व्यक्तिमत्त्व असते. ही कासवे त्याच्याकडून केळींचा खाऊ मिळवण्यासाठी त्याच्या आगेमागे 'पाळीव कुत्र्यासारखी फिरत असत, असेही तो सांगत असे.

डस्टिन कोणताही मुद्दा पटवून देण्यात तरबेज होता. कासव हा पृथ्वीवरील सर्वांत अधिक करामत्या व मनोरंजक प्राणी आहे हे, तो सहज पटवून देतो. डस्टिनच्या तुलनेने डॅन बराच शांत व संकोची स्वभावाचा होता. कोणतीही गोष्ट दुसऱ्याच्या गळी उतरवण्याचे कसब त्याच्याकडे अजिबात नव्हते. पाय नसताना साप वाळवंटात, उंच डोंगरावर किंवा समुद्रातून कसे काय जातात याचे आश्चर्य तो मोठ्याने बोलून दाखवत असे. समोर असलेल्या कोळयाला संभावित प्रतिस्पर्धी समजून पहिल्याच नजरभेटीत हल्ला करून ठार करणाऱ्या टारेन्ट्युलाविषयी तो नवल व्यक्त करत असे. सर्प विभागाच्या मागच्या खोलीत अनेक टारेन्ट्युला ठेवले होते, ज्यामध्ये जगातील सर्वांत मोठा कोळी ज्याचा एक पाय जेवणाच्या थाळी इतका पसरट असतो असा 'गोलियाथ बर्ड ईटर'चा समावेश होता. आत्ता डॅन त्यालाच उडत्या पतंगाची न्याहारी खाऊ घालत होता. या कोळयाला फक्त जिवंत असणारे किडेच लागतात, मेलेले कीटक तो खात नाही, असे तो सांगत असे.

डॅनचा सर्वांत आवडता प्राणी म्हणजे विषाची पिचकारी टाकणारा बेडूक (पॉइझन डार्ट फ्रॉग), जो लॉवरी पार्कमध्ये पर्जन्यजंगलाच्या आभासी प्रतिकृतींमध्ये ठेवलेला होता. हे बेडूक या प्राणिसंग्रहालयात न राहाता जर त्याच्या नैसर्गिक वास्तव्य ठिकाणी राहिले असते, तर त्या वातावरणात हवा, पाणी, प्रकाश यांचे असलेले मिश्रण तापमापकाच्या साहाय्याने या छोट्या खोलीतील पर्यावरणप्रणालीमध्ये तयार व नियंत्रित करणारा डॅन हा या बेडकांसाठी जणू देव होता. त्यांचे पाणी स्वच्छ आहे का, त्यांचा पाय मुरगळला नाही ना, त्या खोलीतील तपमान ७५ ते ८५ डिग्री यामध्येच स्थिर आहे ना या सगळ्या गोष्टींची तो जातीने काळजी घेत असे. 'पाउडर ब्लू' या प्रजातीसह पिचकारी टाकणाऱ्या अनेक बेडकांची तो निरीक्षणे करत असे.

सुरीनॅम या त्यांच्या मूळ नैसर्गिक ठिकाणी, तर हे बेडूक पूर्ण नामशेष झाले होते. परंतु प्राणिसंग्रहालयातील त्यांची संख्या मात्र स्थिर राहिली होती. या बेडकांना लपण्याजोगा आडोसा होईल अशा नारळाच्या करवंट्यापासून डॅनने त्यांच्यासाठी प्रजनन घरे बनवली होती. तो एका टाकीत नेहमी एक मादी व दोन नर ठेवत असे, जेणेकरून दोघा नरांमध्ये थोडी स्पर्धा, थोडी कुस्ती होईल.

''प्रणयाचा छान मूड यायचा असेल, तर असे काहीतरी प्रोत्साहन हवेच,'' तो म्हणत असे. त्याने तयार केलेल्या प्रजनन घरात अंड्यांचे झुबके आढळले की, 'पब्लिक्स' या कंपनीने तयार केलेले मिश्रखाद्य तो तिथे खाऊ घालत असे. जन्मलेली बेडकांची लहान पिल्ले (टॅडपोल) मरू नयेत म्हणून अशा वेळी तो रजेवर जाण्याचेदेखील टाळत असे.

डॅनच्या विचारातील सुस्पष्टता ही त्याचा वरिष्ठ डस्टिनच्या हरहुन्नरीपणाशी जुळणारी होती. ते दोघे म्हणजे सरपटणाऱ्या प्राण्यांकरिता समान आकर्षण बाळगणारे समरूप मित्रद्वय होते. एकदा एका बर्मिज अजगराला खाऊ घालत असताना त्या अजगराने डॅनचा हातच पकडला. काही केल्या डॅनच्या हातावरील त्या अजगराच्या जबड्याची पकड सैल होत नव्हती. इथे डॅनच्या मदतीला डस्टिनच धावला. त्याने स्वत:चा बिल्लाच अजगराच्या जबड्यात सरकवला, तेव्हा कुठे अजगराने डॅनचा हात सोडला.

डॅन व डस्टिनला अशी एकमेवाद्वितीय जोडी बनवण्याचे आणखीन एक कारण म्हणजे त्यांच्या दिसण्यातील टोकाचा फरक! सपाट माथा आणि पसरट बांधा असणारा डॅन म्हणजे जणू चालती-बोलती गढी. त्याच्या उजव्या हाताभोवती लसलसणाऱ्या जिभेच्या विळखाधारी कमोडो ड्रॅगनचे गोंदण होते. गोंदणकाराने हा ड्रॅगन अगदी मुक्त हस्ताने चितारलेला होता. तीन तास गोंदणे चालू होते, पण डॅनने एकदाही साधे 'स्स्ऽऽऽऽ'सुद्धा केले नव्हते. कधी काळी तो बालगुन्हेगारांचे प्रबोधन करत असे, तर काही काळ तो हौशी मुष्टियोद्धाही होता. अलीकडे तो 'टफमन' स्पर्धेच्या रिंगणात उतरला होता.

डस्टिन मात्र कमी उंचीचा, सडपातळ व नुकताच शाळा संपवून आलेल्या मुलासारखा दिसत असे. तो जरी २५ वर्षांचा होता,पत्नी व घर व्यवस्थित होते, तरी आपल्या किशोरावस्थेच्या आठवणीत तो रमत असे. त्याची दिवसभर इतर कर्मचाऱ्यांबरोबर दंगामस्ती चालत असे. लॉवरी पार्कच्या मागच्या रस्त्याने जाताना भेटलेल्या कर्मचाऱ्यांना नमस्कार करण्याची त्याची नेहमीची पद्धत म्हणजे तो उंचावलेल्या हाताचा आडवा अंगठा व उभी तर्जनी करून इंग्रजी एलसारखा आकार करत असे. चेहऱ्यावर चेष्टेचा भाव आणून म्हणत असे 'लूझर.' समोरचे कर्मचारी डोळे फिरवून 'डस्टिन –' असे काही बोलायला सुरू करण्याआधीच त्यांचे बोलणे

तोडून, '...म्हणजे तसेच काहीसे!' असे बोलून तिथून निघून जात असे.

मुलींच्या पुढे साप आणि कोळी धरून त्यांना घाबरावणाऱ्या खट्याळ मुलांसारखा तो कुणाच्याही हातावर अचानक एखादी केसाळ गोम ठेवत असे. लॉवरी पार्कमधील अर्ध्या अधिक महिला कर्मचाऱ्यांनी या गोष्टीचा बदला घ्यायचे ठरवले असेल, तर आश्चर्य नाही. या 'सूड कृत्यामध्ये' सातत्याने यशस्वी ठरणारी एकच स्त्री होती, ती म्हणजे लॉवरी पार्कमधील एकमेव ओरांग उटांग मादी – 'डीडी'!

सबंध लॉवरी पार्कमध्ये डीडी तिच्या पुरुषद्वेषाकरिता प्रसिद्ध होती. तिला डस्टिनचा तर विशेष राग होता. तिच्या सखोल रुजलेल्या द्वेशाचे कारण तो कधीच समजू शकला नव्हता त्याला चांगले आठवत होते की, त्याने तिचा कधीच अवमान केला नव्हता. कदाचित हर्मनप्रमाणेच तिलाही माणसांना वाचण्याचे कसब असावे. गेली अनेक वर्षे जेव्हा कधी कामानिमित्त डस्टिन तिच्या पिंजऱ्याजवळून जाई, ती आपली स्वत:ची घाण त्याच्या दिशेने भिरकावत असे. एके दिवशी तर डस्टिन गोल्फच्या मैदानावरील गाडीमध्ये बसून तिच्या पिंजऱ्याजवळून वेगाने जात होता. तरीदेखील डीडीने गती आणि स्थितीचा अचूक अंदाज करून मारलेल्या घाणीने डस्टिनचा अचूक वेध घेतला होता. डोक्यावरची घाण झटकत तो म्हणाला, 'या बायका म्हणजे –'

डस्टिनवर टीका होत असली, तरी त्याच्या चेहऱ्यावर सतत एक गबाळा भाव असे. कासवांच्या (टर्टल) टणक पाठीवरच्या खवल्यांचे निरीक्षण करणाऱ्या डस्टिनला पाहिले की, तिथे त्याचे बालपण प्रतीत होत असे. वॉटर मोकॅसिन हा सापाचा प्रकार मिळवण्यासाठी प्रत्येक ओला-सुका ढलपा उलटा-पालटा करत तासन्‌तास भटकणारा एक बालक डस्टिन तिथे दिसत असे. लहानपणी त्याने अनेक अनाथ प्राणी गोळा करून आणले असणार. घरातील मांजराला ते खायला घालणार नाही, या एका अटीवर कदाचित त्याच्या आईने ते ठेवून घ्यायला परवानगी दिली असेल. लॉवरी पार्कमधील महिला कर्मचाऱ्यांना त्याच्या पत्नीविषयी सहानुभूती होती. ती प्रचंड सहनशील असली पाहिजे, असे त्यांचे मत होते.

अलीकडे त्याची पत्नी प्रथमच गरोदर असल्याची चर्चा होती. त्या बाबतीत त्याच्या मित्रांनी तोंडाला कुलूप घालणेच पसंत केले होते.

अशा तऱ्हेने सागरी घोड्याप्रमाणे डस्टिन अंडी उबवत होता. डस्टिन असा कसाही असला, तरी कर्मचारी त्याचा मनापासून आदर करत. तो प्रखर बुद्धिवान होता, सर्पप्रजातीबद्दल त्याला अमर्याद माहिती होती. ज्या प्रजातींना स्पर्शदेखील करायला कोणी तयार होणार नाही, अशा बिळबिळीत ओंगळ प्रजातीबद्दल त्याला खूप प्रेम व आपुलकी होती. त्याच्या विभागाला पूर्वग्रहांचा कोणत्या प्रमाणात सामना करावा लागत होता, हे तो ओळखून होता. एडन बागेच्या दंतकथेपासून सरपटणाऱ्या प्राण्यांविषयी मानवाने आकस बाळगला होता. लॉवरी पार्कच्या संचालक मंडळाचे

अध्यक्ष फॅसिल गॅब्रेमरियम यांनादेखील सापांचा तिटकारा होता. एकदा हे अध्यक्ष एका लिफ्टमध्ये होते. त्याच लिफ्टमध्ये सर्प विभागातील एक कर्मचारी पेटाऱ्यातून बॉल पायथन घेऊन जात होता. हे कळल्यावर ते एकदम इतके घाबरले की, दोघांमध्ये जास्तीत जास्त अंतर ठेवण्यासाठी लिफ्टच्या भिंतीला अगदी चिकटून उभे राहिले.

डस्टिनच्या मते प्राणिसंग्रहालय पाहायला येणारे पर्यटक सर्प विभागात कमीत कमी वेळ रेंगाळतात. या मुद्यावरील संशोधनातील अनेक नोंदी तो कधीही उधृत करू शकत असे. नामशेष होणाऱ्या एखाद्या मोठा बेडूक (टोड) करिता मिळणारा निधी, दिले जाणारे संरक्षण किंवा त्याकरिता केला जाणारा विचार हा दुर्मीळ अशा सस्तन प्राण्यांकरिता मिळणाऱ्या निधी व संरक्षणापेक्षा कितीतरी कमी असतो. परंतु त्यामुळे तुडवले जाणारे उभयचर प्राणी, चुरगाळले जाणारे कोळी, विंचू, गवती टोळ यांसारखे अष्टपाद प्रजाती यांकरिता त्यांचा संरक्षक म्हणून डस्टिनचे प्रेम कमी होणारे नव्हते. त्याच्या बरोबर कुठेही जाताना या थंडरक्ताच्या प्राण्यांना हीनतेची वागणूक देऊन कसे छळले जाते, याबद्दलचे आवेशपूर्ण भाषण तुम्हाला ऐकावे लागे.

सर्प विभागाकडे जाणाऱ्या डस्टिनचा प्रश्न असे, ''नेमके कशामुळे त्यांना आपण थंड रक्ताचे म्हणतो? बऱ्याच वेळेला त्यांच्या रक्ताचे तापमान हे ८८ अंश असते. हे तुम्हाला थंड वाटते का? मला तसे कधीच वाटत नाही.''

ही काही वाक्ये म्हणजे त्याच्या एकंदर बोलण्याचा केवळ सारांश असतो. तो वेगाने चालत, आवेगाने बोलत असतो. त्याचा प्रत्येक शब्द पकडणे आपल्याला शक्य नसते, आणि खरे तर त्याचे बोलणे अजूनही संपलेलेही नसते. तो म्हणतो, ''मला वाटते आपण त्यांना थंड रक्ताचे म्हणण्याऐवजी 'एक्टोथर्म्स' म्हणू या.''

क्षणभराने त्याने स्वत:च या संज्ञेचा अर्थ स्पष्ट केला, एक्टोथर्म्स या संज्ञेत अशा प्राण्यांचा समावेश होतो की, ज्या प्राण्यांचे शरीरांतर्गत तापमान हे शरीरबाह्य वातावरणाशी जुळणारे असते. डस्टिन अशा असंख्य जीवांकरिता एक धर्मयुद्धच लढत होता. त्याची इच्छा होती की, उष्ण रक्ताच्या प्राणिविश्वाने या एक्टोथर्म्सना कवटाळावे, आपलेसे करावे. हे तितके सोपे नाही, हे त्याला माहीत होते. पण त्याला घाई नव्हती. तो स्वत:, डॅन व त्यांचे इतर सहकारी वेळेचा सौदा खेळत होते, अशा सर्व शापित, दुर्लक्षित प्रजातींच्यावतीने सन्मानाची खिंड लढवत होते. अजगराला ससे खाऊ घालत होते, बेडूक व कोळी या जीवांना त्यांची प्रजा वाढवण्यासाठी विनंती करत होते, जनतेपुढे आणखीन एक टर्टल सादर करत होते.

दिवस पुरता उजाडला नाहीतर लागलीच प्राण्यांच्या रात्रघरात प्रवेश करून तेथील रक्षक कर्मचारी दिनक्रम सुरू करत.

रात्रघरातून बाहेर सोडले जाण्यासाठी अधीर असणाऱ्या हाउलर माकडांनी (मंकी) तालबद्ध, चढत्या आवाजात सुरू केलेला गोंगाट सगळ्या आवारांत प्रतिध्वनित होत होता. त्यांच्यापासून काही फुटांच्याच अंतरावर असणारी कोलोबस माकडे मात्र हाउलर मंकीच्या आवाजाशी स्पर्धा करता येत नसल्याने त्यांच्या गुहेत शांत बसून होती. परंतु त्यांचा प्रमुख ग्रिमाल्डी याने मात्र बेंबीच्या देठापासून एक मस्त आरोळी ठोकून आपले अस्तित्व दाखवून दिले होते.

''एकदम झकास, ग्रिम!'' केव्हिन मॅके नावाचा कर्मचारी म्हणाला. या वानरांकरिता केव्हिन कुस्करलेल्या केळ्यात व्हिटॅमिन्सची पावडर मिसळून घालत होता.

आशिया डिपार्टमेंटमध्ये कॅरी पीटरसन नेहमीप्रमाणे इन्शाल्ला व एरिकबरोबर गोड गप्पा मारत होती. तिने भारतीय नर गेंडा नॅबो याला 'हॅलो' केले. तेव्हाच खूप मवाळ असण्यासाठी प्रसिद्ध असणाऱ्या मॅडिसन नावाच्या मादी ढगाळ बिबट्याची चेष्टा केली. ''तू अशी काही वेडी मुलगी आहेस ना!'' तिला कॅरी म्हणाली.

पट्टेरी कादंबाच्या-बदकांच्या (बार हेड्ड गूज) एका जोडीने, कॅरी त्यांच्या पिंजऱ्यात गेल्याबरोबर पिंजरा सरळ करण्याकरिता क्वाक्ऽऽक्वाक्ऽऽ केले. केन आणि बार्बी अशी या पट्टेरी बदकांची नावे होती. कॅरी ठासून आग्रहपूर्वक सांगत असे की, हे दोघे संपूर्ण लॉवरी पार्कमधील दोन लबाड होते. मुक्त जीवनात ते एव्हरेस्ट शिखरावरून भरारी घेत. इथे बंदिवासात त्यांचे पंख छाटल्याने ते फक्त त्यांच्या रक्षकांच्या पायाला टोचा मारत हिंडत असतात.

हातातल्या काठीने त्यांना हलकेच दूर करत कॅरी म्हणाली, ''बंद करा ते टोचणे. तुम्ही फार वात्रट मुले आहात.''

विषारी सापांच्या दालनात कॉपर हेड, खुळखुळ्या साप (रॅटलर) आणि छोट्या मगरी (क्रोकोडाइल्स) यांच्या वरच्या बाजूला लेड झेपलीन केकाटत होता. हे सारे भीतिप्रद प्राणी व त्यांचे उच्चारवातील संगीत यांच्या एकरूपतेमध्ये काहीतरी विशेष, काहीतरी अमानवी असे होते. कारण शेल्फवरच्या रेडिओवरून लेड झेपलीन नेहमीच केकाटत असे.

काही फूट अंतरावर पिचकारी बेडूक (डार्ट फ्रॉग) या विभागात डॅन कॉस्टेल बेडकं ठेवलेल्या टबमध्ये 'पाउडर ब्लू' बेडकांचे निरीक्षण करत होता. त्याने त्या बेडकांसाठी तयार केलेल्या प्रजनन घरात शोध घेतला. शोध घेता-घेता तो एकदम थबकला आणि स्वत:शीच हसला. 'हंऽऽ अंडी!' तो स्वत:शीच उद्गारला अगदी काळजीपूर्वक त्याने तो अंड्यांचा झुबका दुसऱ्या उपकरणात घेतला. जसा त्याने आधीच्या टबमध्ये हात घातला, जवळपासची बेडके अगदी छोटी वाटली. त्यांना स्पर्श करणे, त्याला धोक्याचे वाटले नाही. परंतु नैसर्गिक जंगलामधील विषारी पिचकारी बेडकांच्या अंगावर घातक अल्कालाइड असते. त्यांच्यापैकी सोनेरी विषारी

पिचकारी बेडूक (गोल्डन पॉइझन डार्ट) तर इतका विषारी असतो की, एक बेडूक त्याच्या विषाने ५० माणसांना ठार मारू शकतो. डॅनने स्पष्ट केले की, प्राणिसंग्रहालयातील बंदिवासात विषारी पिचकारी बेडूक इतके विषारी नसतात, कारण पर्जन्यजंगलातील ज्या झाडापासून असे विष बनते, त्या झाडाची पाने खाऊन विषारी बनलेल्या मुंग्या या बेडकांनी खाल्लेल्या नसतात.

या अनेक प्रकारच्या बेडकांविषयीची माहिती देत असताना डॅन नेहमी त्यांची शास्त्रीय नावे सांगत असे. धम्मक पिवळी व काळी मोठी केसाळ बम्बल बी ही माशी त्याच्याकरिता *Dendrobates leucomelas* असते, तर 'पावडर ब्लूची' ओळख *Dendrobates azareus* अशी असते. बेडकांचा आकार व इतर खुणांनी तो प्रत्येक बेडूक ओळखत असे. प्रत्येक बेडकाला प्रशासनाने एक क्रमांक दिलेला होता तो क्रमांकदेखील त्याला बऱ्याच वेळेला आठवत असे. फक्त त्याने बेडकांना नावे मात्र दिलेली नव्हती.

''जाऊ दे ना!'' तो कुत्सितपणे म्हणतो, ''मी काही बनी हगर (प्राणिप्रेमी) नाही.''

लॉवरी पार्कमधील एकंदर कर्मचारी संख्या निरनिराळ्या विभागांमध्ये तर विभागली होतीच, परंतु अनौपचारिकरित्या त्यांचे दोन प्रकार मानले जात. एक प्रकार 'बनी हगर' – जे प्राण्यांबरोबर बोबडे बोलत, केक बनवून त्यांचे वाढदिवस साजरे करत, ख्रिसमसला त्या प्राण्यांना आकर्षक वेष्टनांतील भेटवस्तू देत. आणि सर्वांत महत्त्वाचे म्हणजे दर खेपेला त्यांच्यासाठी एखादे नवीन नाव शोधत असत. ती नावे अनेकदा कॅन्डी बार, प्रसिद्ध गँगस्टर किंवा मग 'सेनफील्ड' व 'विल अॅन्ड ग्रेस' या मालिकेतील पात्रांच्या नावापासून घेतलेली असत. गेंड्याचे नाव असते, 'नॅबो', तर हाउलर मंकी होतो, 'अनाकिन'! लॉवरी पार्कमधील एक सर्वसामान्य कर्मचारी नेहमी 'स्टार वॉर्स' मालिकेतील नावे निवडत असे.

प्राण्यांना नावे देण्याचे वेड इतके वाढते की, या प्राणिप्रेमींना काही वेळेला अक्षरश: भोवळ आल्याप्रमाणे होते. आशिया डिपार्टमेंटमधील कॅरी पीटरसन तिच्या

नजरेसमोर भटकणाऱ्या प्रत्येक प्राण्याला एक नाव देत असे. अलीकडे तिची एका सरड्याशी (अॅनॉल) दोस्ती झाली होती. फ्लोरिडामध्ये कुठेही आढळून येणारा हा सरडा रस्त्याच्या कडेला उन्हं खात पडलेला असतो. अशाच एका सरड्याने सिंहाच्या पिंजऱ्यातील एका लाकडाच्या ओंडक्यात घर केले होते. कॅरीने त्याचे नाव 'टिमी' ठेवले होते.

ती म्हणत असे, ''प्रत्येकाला एक नाव असतेच असत – प्रत्येक झाडाला, प्रत्येक एमूलादेखील!''

या उलट सर्प विभागातील कोणीही अशा प्रकारचा बनी हगर नव्हता. बेडूक आणि सापांना नाव देण्याचे ते अगदी ठामपणे नाकारत असत. डॅन म्हणत असे,

''अशी काही नावे देण्याचे काहीच कारण नाही.''

प्राण्यांना अशा प्रकारे नावे देणे किंवा न देणे या खेळीमेळीच्या वादापलीकडे एक महत्त्वपूर्ण प्रश्‍न निर्माण होतो की, मानवाचे निसर्गाशी नाते नेमके कसे असते? तथाकथित बनी हगर्स त्यांच्या 'स्व'मधील कशाचे तरी प्रतिबिंब निसर्गामध्ये शोधत असतात. इन्शाल्ला जेव्हा नर वाघावर वर्चस्व गाजवते, तेव्हा स्त्रीवर्गाला स्वत:मधील स्त्रीमुक्तीची अशीच वृत्ती व इच्छा प्रतीत होते. क्लिनिकमध्ये जातानादेखील हातात हात घालून जाणारे व जन्मभरासाठी आपली जोडी सांभाळणारे स्यामंग मंकी पाहून मानवाच्या मनातील अबाधित प्रेम नव्याने जाणवते. या उलट बनी हगर नसणारे सर्व कर्मचारी प्राण्यांचे वेगळे अस्तित्व पाहू शकतात, मान्यदेखील करतात. अशा तऱ्हेने जणू त्यांनी प्राण्यांचे केवळ वेगळे अस्तित्वच नाहीतर त्यांच्यामधील भयावह किंवा तिरस्करणीय गुणही मान्य केलेले असतात.

लॉवरी पार्कमध्ये अशा तऱ्हेने बनी हगर्स असणारे व बनी हगर्स नसणारे असे दोन गट विश्रांती काळात विश्रांतीकक्षात बसून कधी मानव व निसर्ग यांच्यातील नात्यावर तात्त्विक चिंतन किंवा चर्चा करत नाहीत, तर एकमेकांविरुद्ध युद्धच पुकारतात. सर्प विभागातील कर्मचारी दुसऱ्याला घाबरवणे व धक्का तंत्र यांचा वापर करतात. अनपेक्षितपणे खांद्यावर कोळी टाकणे, बनी हगर कर्मचाऱ्यांच्या बुटात एम्परर जातीचा विंचू (स्कॉर्पियन) ठेवणे, अशा खोड्या करत असत. याला प्रतिटोला म्हणून बनी हगर प्रकारचा कर्मचारी हळूच डॅन व डस्टिनच्या केबिनमध्ये जाऊन बार्बीची चित्रे चिकटवून येत. सापासाठी म्हणून वाढवलेले उंदीर ते वाफवत, उंदीर व खारींच्या रिकाम्या टाक्या भडक रंगाने रंगवत.

असेच आघात-प्रतिआघात चालू राहात. एके दिवशी डॅनने कॅरीवर आरोप केला, ''तुझा टिमी सरडा फार रडतो, आवाज करतो. आपण त्याला काढून टाकू या.'' यावर ''नाही, तो अजिबात रडत नाही.'' असे म्हणत कॅरीने आरोप साफ नाकारला. उलट तिने स्पष्ट केले की, तिच्या बुटात जेव्हा एम्परर विंचवाची नांगी सापडली, तेव्हा ती स्वत:देखील किंचाळली नव्हती.

तथापि कॅरीने सूड वेगळ्या प्रकारे उगवला. जे कोणी ऐकेल त्याला ती सांगत सुटली की, बाहेर बनी हगर नसल्याचा बहाणा करणारा डॅन त्याच्या केबिनच्या व्यक्तिगत विश्वात पक्का बनी हगर आहे. याचा पुरावा? कॅरीचे उत्तर असे की, ज्या हळवेपणाने विषारी पिचकारी बेडकांवर (पॉइझन डार्ट फ्रॉग्ज) तो प्रेम करतो, तोच डॅनच्या बनी हगर असण्याचा पुरावा होता.

''तो त्यांच्याकरिता नारळाच्या करवंटीत प्रजनन घरे बनवतो. त्या पिल्लांविषयी इतक्या प्रेमाने बोलतो की, जणू ती त्याचीच पिल्ले आहेत.''

हे ऐकून डॅन खूप संतापला. सगळ्यांना त्याने धमकी दिली की, कॅरीशी जो कोणी सहमत होईल, त्याची बंदूक काढून घेतली जाईल. तथापि तो चांगले जाणून होता की, उष्ण रक्ताच्या प्राण्यांचे सौष्ठव, त्यांची नावे, त्यांचे प्रत्येकाचे व्यक्तिमत्त्व इत्यादी सर्व गोष्टींचे आकर्षण तोही टाळू शकत नव्हता. चिंपांझी कळपातील वयोवृद्ध बॅम्बूविषयी तो खूप हळवा होता. जरी हर्मन त्याला आवडत असे, तरीदेखील बॅम्बू हा त्याला 'जिवलग सखा' वाटत असे. त्यांच्या कळपातील तीन माद्या बॅम्बू म्हातारा झाला, तरी त्याच्या मागे लागून त्याला त्रास देत असत.

फुरसतीच्या वेळेत डॅन न चुकता चिंपांझीच्या पिंजऱ्याच्या मागे येत असे, थोडा वेळ तिथेच रेंगाळत असे. बॅम्बूदेखील अत्यानंदाने डोके हालवत दोन्ही हात वर करून डॅनच्या दिशेने धावत येत असे. बॅम्बूला मित्राची गरज आहे, हे डॅनला कळल्यावर त्याने बॅम्बूला सांगितले, ''सगळं काही ठीक होईल, दोस्ता! फक्त त्या तिघी जणी तुला त्रास देणार नाहीत, याची काळजी घे म्हणजे....''

सीमारेषा

लॉवरी पार्कमध्ये संकेत क्रमांक (कोड नंबर) एकची सराव कवायत सुरू होती. या खेपेला ती कवायत काळ्या अस्वलांकरिता (ब्लॅक बेअर) होती. 'फ्लोरिडा मॅमल्स डिपार्टमेंट (फ्लोरिडा सस्तन प्राणी विभाग)' यामध्ये सध्यातरी लेडीबग नावाची एकच मादी अस्वल होती. लवकरच एक नर अस्वल येणार होता आणि त्याचीच तयारी म्हणून व्हर्जिनिया एडमाँड्सने प्रस्तुत सराव कवायत सुरू केली होती. शिवाय तिच्या विभागातील बरेच कर्मचारी नवीन होते. अस्वल मोकळे सुटून त्यांच्या दिशेने झेपावले तर नेमके काय करायचे असते, याबद्दल ते अनभिज्ञ होते. व्हर्जिनियाला लेडीबगची फारशी चिंता नव्हती, कारण तिचा स्वभाव संयत होता. तिला पिंजऱ्याबाहेरचे आकर्षण असल्याचे थोडेदेखील चिन्ह तिने कधी दर्शवले नव्हते. तिचे प्रांगण म्हणजे दाट गवत व काही झाडांची अरुंद पट्टी, जिथे ती तिच्या अन्नाकरिता उकरत असे व तिथेच तासन्तास झोपत असे. अशी ही जागाच तिचे विश्व होते.

एखाद्या कर्मचाऱ्याने चुकून लेडीबगच्या पिंजऱ्याचे दार उघडे सोडले, तरच ती मोकळे सुटण्याची शक्यता होती आणि तेव्हादेखील तिला परत पिंजऱ्यात आणण्याकरिता एक नारिंग दाखवले जाणे पुरेसे होते. ''लेडीबगला नारिंग आणि भुईमुगाच्या शेंगा आवडतात. ती अगदी शांत व खुशाल स्वभावाची आहे.'' सभोवती अर्धगोलात उभ्या असलेल्या कर्मचाऱ्यांना व्हर्जिनियाने स्पष्ट केले.

काही कर्मचारी जसे सांगितलेले चटकन समजतात तसेच काही प्राणी अगदी साध्या गोष्टीनेही खूश होतात. हर्मनसारखे काही प्राणी प्रेमाचे, आपुलकीचे भुकेले असतात. मात्र लेडीबगसारखे काही प्राणी त्यांच्या पोटाच्या भुकेची आज्ञा पाळत असतात. कर्मचारी अशा प्राण्यांना 'अन्नप्रेरित' प्राणी म्हणत असत. येऊ घातलेल्या नर अस्वलाच्या वृत्तीस्वभावाविषयी व्हर्जिनियाला काहीच ठाऊक नव्हते. तिला फक्त इतकीच माहिती होती की, सॅम नावाच्या या नर अस्वलाला एक अनाथ पिल्लू म्हणून जंगलातून आणले होते. तो किती प्रमाणात 'अन्नप्रेरित' असेल याचा अंदाज

करता येत नव्हता. म्हणून व्हर्जिनियाने स्पष्ट केले की, जर सॅमला वळण्यासाठी अन्नाचा उपाय वापरता आला नाहीतर 'पेप्पर स्प्रे – मिरीच्या वासाचा फवारा' किंवा भोंगा वाजवणे, या गोष्टींचा वापर त्याला पिंजऱ्यात परत आणण्यासाठी करता येईल.

"पाण्याच्या जोरदार फवाऱ्याचा उपयोग होईल का?" एका कर्मचाऱ्याने विचारले.

व्हर्जिनियाने होकारार्थी मान डोलवली. कधीकधी जेव्हा प्राणी आपापसात भांडतात, एकमेकांवर हल्ला करतात तेव्हा अशा जोरदार पाण्याच्या फवाऱ्याने त्यांना वेगळे केले जाते. परंतु दोन ऑटर्स – पाणमांजरे भांडत असतील, तर अशा फवाऱ्याकडे ते अजिबात लक्ष देत नाहीत.

सॅम किंवा लेडीबग पिंजऱ्यातून निसटली तर कोणत्याही मार्गाने प्राणिसंग्रहालयाच्या संरक्षण कुंपणाच्या ते पलीकडे जाण्याअगोदर त्यांना आत आणणे आवश्यक असते. यामध्ये लोकांच्या सुरक्षिततेपेक्षा अस्वलांच्या सुरक्षिततेची समस्या अधिक असते. ही काळी अस्वले (ब्लॅक बेअर्स) एकाकी व लाजाळू असतात. शिवाय कोणताही मोठ्या आकाराचा प्राणी जेव्हा असा मानवी वस्तीत, रस्त्यावर येतो, तेव्हा एक तर गाडीने ठोकरले जाण्याची किंवा मग त्याच्यावर बरसणाऱ्या पोलिसांच्या बंदुकीच्या गोळ्यांनी त्याचा मृत्यू होण्याची शक्यता अधिक असते. खरे तर रस्त्यावर आलेल्या प्राण्याने स्वत:चा जीव वाचवण्याकरिता साधी, हलकीशी गुरगुरदेखील केलेली नसते. परंतु केवळ तो रस्त्यावर आला हीच त्याच्याकरिता घातक चूक ठरू शकते. लॉवरी पार्कच्या संकेत क्रमांक एक बरोबर स्वत:चा सशस्त्र गट होता ज्यामध्ये व्हर्जिनिया, ली ॲन रॉटमन, डॅन कॉस्टेल व इतर काही जण यांचा समावेश होता. कोणताही संभाव्य घातक प्राणी पिंजऱ्यातून बाहेर पडल्यास शेजारच्या शहरात जाण्याअगोदर त्याला ठार करण्याचे या सर्वांना आदेश होते.

सशस्त्र गटामधील व्हर्जिनिया किंवा इतर कोणालाही लॉवरी पार्कच्या अमूल्य संग्रहातील लेडीबग किंवा इतर कोणत्याही प्राण्याला मारण्याची कल्पनादेखील असह्य व अस्वस्थ करणारी होती. साहाय्यक अभिरक्षक अनेक प्राण्यांसाठी आळीपाळीने संकेत क्रमांक एकच्या सराव कवायतीचे वारंवार आयोजन करत. या सरावामधून कर्मचारी त्या प्राण्याला प्रेमाने, कौशल्याने पिंजऱ्यात परत आणण्यात असे तरबेज होत की, घातक शस्त्र वापरण्याची वेळच येऊ नये. जगभरातील प्राणिसंग्रहालये त्यांच्या संग्रहातील ठरावीक प्राण्यांना योग्य ठरेल अशा पद्धतीने पण सर्वसाधारणपणे हाच अलिखित शिष्टाचार पाळतात. जास्तीत जास्त प्रत्येक प्राणिसंग्रहालयाची रचना व ठिकाण यानुसार थोडाफार बदल केला जातो.

टोकिओमधील ऊना प्राणिसंग्रहालयात असलेल्या ध्रुवीय अस्वल (पोलर बेअर) निसटण्याच्या प्रसंगी तयारी म्हणून अशी सराव कवायत केली जाते. ही ध्रुवीय अस्वले

अतिशय घातक म्हणून ओळखली जातात. समोर आलेल्या माणसाला ती तत्काळ ठार करतात. हे अस्वल एखाद्या भूकंपात पिंजऱ्याबाहेर निसटले, तर घेण्याच्या काळजीसंबंधी वर्षातून दोनदा ते प्राणिसंग्रहालय सर्वांसाठी कार्यक्रम आयोजित करते .

कोणतीही नैसर्गिक आपत्ती मानवाने प्रस्थापित केलेल्या नियंत्रण पद्धतीला एक जबरदस्त आव्हान उभे करून प्राणिसंग्रहालयाची संरक्षण क्षमता कमकुवत करते. शिकागो शहराच्या बाहेर असणाऱ्या 'ब्रूकफील्ड झू'मध्ये झालेल्या मुसळधार पावसाने १७ जुलै, १९६९ या दिवशी ध्रुवीय अस्वलांच्या प्रांगणाभोवती असणारे खंदक पाण्याने पूर्ण भरून गेले. आतील सात ध्रुवीय अस्वले पाण्यातून पोहून बाहेर येऊ शकली. त्या वेळी प्राणिसंग्रहालयात कोणीही प्रेक्षक नव्हते. तरीदेखील ही अस्वले इतर प्रांगणामधील असंख्य प्राण्यांचा सहजपणे फराळ करू शकत होती. 'द मॉडर्न आर्क' या पुस्तकात या प्रसंगाचे वर्णन करताना व्हिकी क्रोक म्हणतात, ''ते असे दिवस होते, जेव्हा प्राण्यांना बघायला येणारे प्रेक्षक त्यांना खाऊ घालत असत. पावसामुळे निसटलेली अस्वले थेट फराळाची पाकीटे असणाऱ्या स्टोअरकडे धावली. आइसक्रीमचे कपाट अक्षरश: कागदासारखे फाडून आइसक्रीम, चिप्स व इतर फराळावरती चांगला ताव मारला. तेव्हा कुठे गोंधळातून सावरलेल्या कर्मचाऱ्यांनी एका व्होल्वो ट्रकच्या साहाय्याने व हवेत बंदुकीचे बार काढून रेटत- रेटत अस्वलांना त्यांच्या पिंजऱ्यात परत बंदिस्त केले.''

१९९२मध्ये फ्लोरिडामध्ये थैमान घालणाऱ्या अँड्र्यू नावाच्या सागरी झंझावाताने 'मियामी मेट्रो प्राणिसंग्रहालयाचा' पार धुव्वा उडवला होता. खरे तर या मेट्रो प्राणिसंग्रहालयाची इमारत व भिंती ताशी १२० कि.मी. वेगाने वाहाणाऱ्या वाऱ्याला मुकाबला करतील इतक्या भक्कम बांधण्यात आल्या होत्या. पक्षी-विभागातील 'मुक्त विहार प्रांगण' वाऱ्याबरोबर धनेश व फेअरी ब्लूबर्डसारख्या अनेक अतिदुर्मीळ पक्ष्यांना घेऊन अक्षरश: उडून गेले होते. सुदैव म्हणजे हे 'कॅटेगरी पाच' या प्रकारचे वादळ तिथे पोहोचण्याअगोदर कुलपे घालून बंदिस्त केल्यामुळे सगळे हिंस्र पशू मात्र सुरक्षित होते. परंतु मगरी-सुसरींचे तळे मात्र सगळ्या पडझडीच्या भंगाराने असे भरून गेले की, कर्मचारी या मानवभक्षी मगरी-सुसरी जिवंत तरी आहेत की नाही हे ठरवू शकत नव्हते. या प्रसंगानंतर एक मगर प्रवेशद्वाराजवळ भटकताना दिसून आली. इतर प्राणी त्या पडझडीत मार्ग व दिशा हरवलेल्या स्थितीत भटकत होते. एक अँटीलोप कोसळलेल्या प्रशासन इमारतीमध्ये आढळले तर ४५० पौंड वजनाचे गॅलापॅगॉस कासव जवळच्या रस्त्यावर सापडले. एका राज्यसैनिकाला एक आर्गस फेजेन्ट फ्लोरिडा टर्नपाइकवरती सापडला. आपल्या ट्रकच्या मागील सीटवर घालून त्याने त्याला परत प्राणिसंग्रहालयात आणून दिला. कोरल रीफ ड्राइव्हवरती माकडांची एक टोळी भटकताना आढळली. परंतु नंतर कळले की, ती टोळी मेट्रो प्राणिसंग्रहालयातून

वादळामुळे सुटलेली नव्हती, तर शेजारीच असलेल्या वानर संशोधन संस्थेमधली होती.

लॉवरी पार्क हे मेक्सिकोच्या आखातापासून थोड्याच अंतरावर आहे. त्याला यापूर्वीदेखील विषुववृत्तीय वादळाने अनेकदा झोडपले होते. परंतु अँड्र्यूसारख्या राक्षसी वादळाचा त्याला कधीच तडाखा बसला नव्हता. लॉवरी पार्कने बनवलेल्या सागरीवादळ संरक्षण योजनेत पक्ष्यांसहित इतर अनेक प्राण्यांच्या सुरक्षिततेकडे लक्ष पुरवण्यात आले होते. अशा आपत्तीजनक परिस्थितीमध्ये प्राणी व पक्षी शक्यतो त्यांच्या रात्रघरामध्ये किंवा जमिनीखालील मॅनेटी विभागात बंदिस्त करण्याची आखणी होती. अर्थात मॅनेटी विभाग वाचेल, याची खातरी देता येणार नव्हती, कारण 'कॅटेगरी पाच' या प्रकारच्या वाऱ्यामध्ये ती इमारत नेस्तनाबूत होणे किंवा मॅनेटींच्या तळ्यातही इतर डबर भरले जाण्याची शक्यता होती. तथापि अँड्र्यूसारख्या वादळाच्या अतिरेकी संकटाची शक्यता अगदी थोडकी होती. लॉवरी पार्कमध्ये जर कोणी एखादा प्राणी त्याच्या पिंजऱ्यातून सुटण्याची शक्यता होती, तर ती नैसर्गिक संकटामुळे कमी, पण माणसांच्या चुकीमुळे अधिक होती. जगभरातील प्राणिसंग्रहालयातून प्राण्यांचे झालेले पलायन हे बहुतांशी एखाद्या कर्मचाऱ्याकडून झालेल्या चुकीमुळे किंवा अडथळे बनवण्याऱ्या वास्तुविशारदांमुळे झालेले आहे. अलीकडील काही दशकांत संग्रहालयातील प्राण्यांकरिता पिंजऱ्यांऐवजी खंदक व भिंतींनी मर्यादित केलेली खुली प्रांगणे बनवली जाऊ लागली आहेत. यामध्ये आतील रहिवाशी प्राण्यांना सांभाळणे अधिक आव्हानात्मक व क्लिष्ट होऊ लागले आहे. काही वेळेला वास्तुविशारदांना एखादा प्राणी किती उंच उडी घेऊ शकतो किंवा खंदकाच्या पाण्यामधून किती चांगल्या प्रकारे पाहू शकतो, याचा अचूक अंदाज करता येत नाही. बांधकाम करत असताना कागदावरील योजना, नकाशे, प्रमाण इत्यादी गोष्टी मानवाने कितीही लक्षपूर्वक व काटेकोर पद्धतीने केल्या तरीदेखील एखादा प्राणी खंदकापलीकडच्या विश्वात नेमका कोणत्या कारणाने जातो व किती अनपेक्षित वागू शकतो, याचा अंदाज करणे मात्र अशक्य आहे.

अलीकडेच सॅनफ्रान्सिस्को प्राणिसंग्रहालयात घडलेली घटना जितकी भयावह तितकीच व्यथित करणारी आहे. ख्रिसमसच्या दिवशी ते संग्रहालय अगदी बंद होण्याच्या वेळेस संग्रहालयातील तातियाना नावाची एक सैबेरियन जातीची वाघीण तिच्या प्रांगणाची भिंत ओलांडून बाहेर निसटली. त्या वाघिणीने तीन माणसांवर हल्ला केला. एकाला तर जागीच ठार मारले, दुसऱ्याला गंभीर जखमी केले. भेदरून गेलेला तिसरा आपल्या सेलफोनवरून वाघिणीच्या चाव्याने रक्तबंबाळ झालेल्या आपल्या भावाला वाचवण्यासाठी वैद्यकीय मदत करणाऱ्यांना ताबडतोब पाठवण्याची अगदी कळवळून विनंती करत होता. जिवंत असणारे दोघेही उपहारगृहाच्या बाहेरच होते. उपहारगृहाचा व्यवस्थापक काही केल्या त्यांना आत येऊ देईना कारण त्याला

वाटत होते की, ते दोघे दारू पिऊन आपापसात मारामारी करत आहेत. वैद्यकीय मदत करणाऱ्यांनीही स्पष्ट केले की, प्रथम पोलीस तिथे पोहोचून त्या वाघिणीचा माग काढतील व मगच ते तिथे पोहोचतील.

''म्हणजे तुम्हाला काय म्हणायचं आहे? माझा भाऊ इथे मरतो आहे.'' तो माणूस सेलफोनवर रडत ओरडत होता.

''अहो, शांत व्हा आधी... मी असाच तुमच्याबरोबर बोलत राहाणार आहे. तिथे आलेल्या वैद्यकीय मदत करणाऱ्या गटाच्या सदस्यांनाच काही दुखापत झाली, तर ते तुमच्या भावाला मदत करू शकणार नाहीत. तेव्हा आधी शांत व्हा!''

''मग अधिक वैद्यकीय साहाय्यकांना पाठवा ना! इथे कुठे रुग्णवाहिका दिसत नाही आहे, तुम्ही एखादे हेलिकॉप्टरच थेट इथे पाठवू शकाल का?''

संबंधित अधिकारी तिथे पोहोचले, तेव्हा तातियानाच्या प्रांगणाबाहेरच त्यांना मृत व्यक्ती आढळली. तिचे नरडे फोडले होते व रक्ताचे ओहोळ उपहारगृहापर्यंत आले होते. जखमी माणूस व त्याचा फोन करणारा भाऊ उपहारगृहाकडे लपण्यासाठी धावले होते. अधिकारी तिथे पोहोचेपर्यंत त्या दोघांना वाघिणीने उपहारगृहासमोरच अडवले होते. जमिनीवर आडव्या झालेल्या जखमी माणसावरच ती उभी होती. अधिकाऱ्यांना तिच्याच दिशेने येताना पाहून पुन्हा त्या जखमी माणसावर झडप घालून तिने त्याचे चावे घ्यायला सुरुवात केली. अधिकाऱ्यांनी तिचे लक्ष दुसरीकडे वेधण्याचे खूप प्रयत्न केले. शेवटी गोळ्या झाडून तिला ठार करण्यात आले.

ततियाना जी भिंत ओलांडून बाहेर आल्यामुळे हा सगळा दुर्दैवी प्रकार घडला त्याच भिंतीच्या आत ती अनेक वर्षे शांतपणे राहिली होती. आत्ताच असे नेमके काय घडले, याचा तपशीलवार तपास सॅनफ्रान्सिस्को प्राणिसंग्रहालय प्रशासन व पोलीस एकत्रितपणे करत होते. वार्ताहरांनी तत्परतेने बातमी दिली की, त्या तीन पर्यटकांनी वाघिणीला बऱ्यांपैकी चिडवले असणार. वाघिणीने हल्ला करायच्या काही वेळ आधी त्या तिघांना जवळच्या प्रांगणातील सिंहाला चिडवताना लोकांनी पाहिले होते. त्या तिघांच्या बचावपक्ष वकिलाने त्या तिघांनी काही चुकीचे वर्तन केल्याचे साफ नाकारले. परंतु नंतर त्या तिघांमधील एकाने त्याच्या वडिलांकडे कबूल केले होते की, ते तिघे तातियानाच्या प्रांगणाबाहेर कठड्यावरती उभे राहून तातियानाला चिडवत होते. या अपघाताविषयीच्या बातम्यांचे अक्षरशः वावटळ उठले. संग्रहालय प्रशासनाने असा एक सिद्धान्त मांडला की, कदाचित त्या तिघांनी संरक्षण भिंतीवरून फांदी लटकवली असेल की, ज्याचा आधार घेऊन तातियानाने भिंत ओलांडली असेल. तिच्या संतापाची धार व भिंत ओलांडण्याच्या निश्चयाची तीव्रता दाखवणारे काही सिमेंटचे तुकडे तिच्या पंजात सापडले होते. 'असोसिएशन ऑफ झू ॲन्ड ॲक्वेरियम्स (एझेडए)'ने वाघांच्या प्रांगणाकरिता शिफारस केलेल्या भिंतीच्या उंचीपेक्षा

तातियानाच्या प्रांगणाची भिंत निम्म्यापेक्षा कमी उंचीची म्हणजे केवळ साडेबारा फूटच असल्याचे तपास अधिकाऱ्यांनी उघडकीस आणले. तेव्हा प्रशासनाने दिलेल्या या सर्व स्पष्टीकरणाबरोबरच प्रशासनावर असणारी जबाबदारीही अधोरेखित झाली होती.

त्या वर्षीच्या मार्च महिन्यात तर प्राणिसंग्रहालयाच्या एकंदर व्यवस्थापन प्रणालीवरच टीकेची झोड उठली. तातियानाच्या प्रसंगानिमित्ताने एझेडएने व्यवस्थापनाची संपूर्ण व कसून तपासणी करून एक अहवाल सादर केला. या अहवालात संकेत क्रमांक एकची गंभीर घटना हाताळण्याकरिता प्रशासनाकडे पुरेसे कर्मचारी नसल्याचे नमूद केले होते. एक वाघीण पिंजऱ्यातून सुटली आहे, हे स्पष्ट झाल्यावर तातडीने करण्यात आलेल्या उपायांची जरी या अहवालामध्ये प्रशंसा होती, तरी या प्रसंगाचे एका दु:खद व भयानक घटनेत झालेले पर्यवसान थोपवण्यासाठी प्रशासन अपयशी ठरले होते. या अपयशास कारणीभूत असणाऱ्या प्रशासनाच्या काही गंभीर चुकांवरती अहवालात नेमके बोट ठेवण्यात आले होते. उदाहरणार्थ – आश्रय देण्याविषयी कळवळून सांगणाऱ्या दोन संकटग्रस्त व्यक्तींना उपहारगृहाच्या व्यवस्थापकाने सुरक्षितता देण्यास नकार देणे; पिंजऱ्यातून निसटलेला वाघ आहे की सिंह आहे, तसेच सुटलेले प्राणी नेमके किती आहेत, याबद्दलची आश्चर्यकारक संदिग्धता असणे; गंजलेल्या व तुटलेल्या रात्रघरातील पिंजऱ्यामधून त्याच वर्षीच्या सुरुवातीला एका हिमबिबळ्याचे (स्नो लेपर्ड) सुटणे; संकेत क्रमांक एकची नियमावली कर्मचाऱ्यांना माहीत नसणे किंवा माहीत असूनही त्यांनी ती न पाळणे; इतरांनी आपली बिनतारी संदेश यंत्रे ऑफिसमध्ये ठेवल्यामुळे त्यांनी धोक्याची सूचना न ऐकणे इत्यादी. या घटनेच्या दिवशी ख्रिसमस होता म्हणून बहुतांशी कर्मचारी नेहमीच्या वेळेअगोदर घरी गेले होते, फक्त दोन रक्षक व एक पशुवैद्य हजर होते. ही बाब धक्कादायक होती की, दोघांपैकी एक जण सशस्त्र टीममधील होता. पण बंदूक ठेवलेल्या खोलीची किल्ली त्याच्याकडे नव्हती. शिवाय घटनाप्रसंगी पोहोचण्यासाठी वापरायच्या वाहनाची किल्ली त्या कर्मचाऱ्याला मिळाली नव्हती. अहवालाच्या शेवटच्या भागात तर तपासणी गटाने टीकेची धार अधिकच तीक्ष्ण केली होती.

> तपासणी टीमला असे आढळून आले की, प्राणिसंग्रहालयाची अस्तित्वात असणारी धोरणे व तेथील प्रक्रिया राबवण्यासाठी किंवा कर्मचारी प्रशिक्षणासाठी व त्याच्या देखरेखीकरिता प्रशासनाकडे पुरेसे व्यवस्थापन कर्मचारी नाहीत. ज्ञात समस्यांवर प्रतिबंधात्मक उपाय नेमण्यापेक्षा समस्या घडल्यानंतर त्यांच्या निराकरणासाठी अधिक प्रयत्न केले जातात. त्याकरिता एकंदर कार्यप्रणाली, व्यवस्थापन व परिपालन प्रणालीमध्ये आमूलाग्र बदल करणे गरजेचे आहे.

या सर्वांचा मतितार्थ सुस्पष्ट होता. एखाद्या क्रूर व धोकादायक प्राण्यावरती लक्ष ठेवण्यासाठी एकूणातच कमी असलेल्या कर्मचारी संख्येमध्ये अप्रशिक्षित कर्मचाऱ्यांची संख्या अधिक असणे, ही वस्तुस्थिती एखाद्या दुःखद आणि अवांछित घटनेला आमंत्रण देणारीच होती. त्या दिवशी जर अधिक कर्मचारी कामावर असते, तर सिंहाच्या पिंजऱ्याजवळ हुल्लडबाजी करणाऱ्या नादान पर्यटकांना तातियानाच्या पिंजऱ्यापाशी पोहोचण्याअगोदरच रोखले जाऊ शकले असते. कोणाचाच दुःखी अंत झाला नसता. योग्य वेळी तातियानाला पिंजऱ्यात आणले गेले असते व उरलेला ख्रिसमस साजरा करण्यासाठी तातियाना आपल्या पिंजऱ्यात सुखासमाधानाने झोपली असती.

तातियानाच्या अपघाताच्या रात्री असोसिएशन ऑफ झू ॲन्ड ॲक्वरियम्स (एझेडए) मधील प्रवक्त्याला सॅनफ्रान्सिस्को प्राणिसंग्रहालयाच्या संपर्क अधिकाऱ्याने तातडीचा फोन करून झालेल्या दुर्घटनेची बातमी दिली. आपत्ती व्यवस्थापनात निष्णात असणारा हा एझेडएचा प्रवक्ता आपल्या सासुरवाडीच्या एका घरगुती समारंभातून नुकताच मोकळा झालेला होता. प्रसार माध्यमांकडून होणाऱ्या प्रश्नांच्या सरबत्तीला एक सयुक्तिक उत्तर देण्याकरिता या प्रवक्त्याने व प्राणिसंग्रहालयाच्या संपर्क अधिकाऱ्याने पायाभूत स्पष्टीकरण तयार केले. हिंस्रतेची उच्चतम पातळी बाळगणाऱ्या प्राण्यांचे अशा तऱ्हेने माणसांच्या मृत्यूत पर्यवसान करणारे पलायन हे सर्वच प्राणिसंग्रहालये व एझेडएचे हेतू व उद्देश यांवर प्रश्नचिन्ह उभे करणारे होते. अशा प्रकारच्या अपघाती घटना प्राणिसंग्रहालये व एझेडएच्या मूलभूत हेतूंना पराजित करत होत्या. पेटा (पीईटीए) व इतर प्राणी संरक्षण संघटनांकडून होणाऱ्या टीकेला गेली अनेक वर्षे एझेडए एक सकारात्मक प्रतिवाद स्थापित करण्याचा प्रयत्न करत होती. या संघटनांच्या मते सर्व प्राणिसंग्रहालये ही प्राण्यांकरिता क्लेशकारक तुरूंग असतात. अशा तुरूंगातून पलायन करून येथील हिंस्र, पाशवी प्राण्यांनी माणसांवर केलेल्या हल्ल्यांचे सविस्तर वर्णन या संघटनांकडून प्रसिद्ध करण्यात आले होते. या संघटनांकरिता एका सैबेरियन वाघिणीचे पिंजऱ्यातून बाहेर येणे, एका माणसाला ठार करणे व दुसऱ्याला जखमी करणे यासारखी धक्कादायक घटना दुसरी कोणतीही असणार नव्हती.

प्राणिसंग्रहालयातून एखाद्या हिंस्र पशुचे निसटणे हे त्या घटनेचे भयावह वर्णन करणाऱ्या वर्तमानपत्रातील बातमीहून अधिक हानीकारक होते. जगभरातील सर्व प्राणिसंग्रहालये ही प्राणी व मानव दोघांच्या सुरक्षेचे एक अव्यक्त वचन देतात. हेच सुरक्षेचे वचन गृहीत धरून पर्यटक प्राणिसंग्रहालयात प्रवेश करतात. परंतु अशा

घटना या वचनाच्या मुळावरच प्रहार करतात. जेव्हा एखादा प्राणी त्याच्या पिंजऱ्याचे दार उघडतो किंवा संरक्षण भिंत ओलांडतो तेव्हा पाहायचा प्राणी व पाहाणारा मानव यांमधील सुरक्षिततेची सीमारेषा नष्ट होते. पुन्हा एकदा हे सिद्ध होते की, प्राण्यांची इच्छा व निश्चय हे नेहमीच थोपवता येत नाहीत व मानवाचे सर्वकष नियंत्रण हा एक आभासच आहे. अगदी निरुपद्रवी प्राण्याचे पलायनदेखील मानवाच्या तथाकथित अधिकाराला एक आव्हान असते, माणसाने शिकण्याच्या शहाणपणाचा एक धडा असतो.

वस्तुस्थिती तर अशी होती की, प्राणिसंग्रहालय प्रशासनाने मान्य केल्यापेक्षा अधिक वेळेला प्राणी निसटलेले होते. गोरिला त्यांच्या रात्रघराच्या दरवाजांना धडका देऊन बाहेर पडले होते. हत्तींची पिल्ले त्यांच्या तबेल्याच्या सळ्या वाकवून निसटलेली होती. बहुतांशी उदाहरणांत निसटलेल्या प्राण्यांना कोणतीही इजा न होता सुरक्षितपणे परत आणण्यात आले होते.

१९७४ साली असोसिएशन ऑफ झू अॅन्ड अॅक्वरियम्स (एझेडए) स्थापन झाल्यापासून तातियानाच्या निसटण्याची ही सॅनफ्रान्सिस्को प्राणिसंग्रहालयातील पहिलीच घटना होती की, ज्यामध्ये एका पर्यटकाचा मृत्यू झाला होता. या एकंदर केसमधील निर्णयात्मक स्थितीला न पोहोचलेला मुद्दा म्हणजे त्या दोन तरुणांनी स्वत: वाघ व पर्यटक यामधील मर्यादा तर ओलांडली होतीच शिवाय तातियानालादेखील ती मर्यादा ओलांडण्याकरिता उचकावले होते. तसेच स्वत: ती सीमारेषा ओलांडताना साक्षात मृत्यूलाच ते खिजवत होते, ते स्वत:च एका कोसळणाऱ्या कठड्यावरती उभे होते याची जाणीवच त्यांनी गमावलेली होती.

जगभरातील अनेक प्राणिसंग्रहालायात माणूस नेहमीच धोक्याच्या परिघात राहिलेला आहे. प्राणी पाहायला आल्यानंतर त्या दोन तरुणांप्रमाणेच बरेच जण कठड्यावरती उभे राहून ओरडण्याचे, प्राण्यांना चिडवण्याचे स्वातंत्र्य उपभोगतात. प्राण्यांकडून केवळ एक क्षुल्लक प्रतिक्रिया मिळवण्यासाठी त्यांच्याकडे वस्तू फेकतात. इतर काही जण मात्र प्राण्यांच्या पिंजऱ्यासमोर निस्तब्ध उभे असतात. आपण जीवन आणि मृत्यू तसेच भूतकाळ व भविष्यकाळाच्या सीमारेषेवर उभे आहोत या जाणिवेत गुंग होऊन जातात. त्यांच्या स्वत:च्या अंतर्मनातील स्वगते व प्राण्यांच्या अंतर्विश्वातील अप्रकट अज्ञात प्रदेश यांचा ते निशब्दतेतून वेध घेत असतात. प्राणिविश्व व मानवजगत यांच्या सीमाप्रदेशादरम्यान सृष्टीच्या निर्मितीतील आदिम शक्ती व ऊर्जा प्रकट होत असते. त्या अनुपम ऊर्जेचा अनुभव घेण्याऐवजी याच सीमारेषेवर काही वेडाने झपाटलेल्या व्यक्ती कठड्यावरती चढून निसर्गाशी गळाभेट करण्यासाठी किंवा त्यावरती विजय मिळवण्याच्या इराद्याने चुकीचे वर्तन करतात. लॉरेन्स राइट यांनी आपल्या 'द लूमिंग टॉवर' या पुस्तकामध्ये प्राणिविश्वावर अधिकार प्रस्थापित करणाऱ्या काही माथेफिरूंचा उल्लेख केला आहे. काबूलचा

पाडाव झाल्यानंतर स्वत: सर्वशक्तिमान असल्याची जाणीव झालेला एक तालिबानी सैनिक स्थानिक प्राणिसंग्रहालयात शिरतो व तेथील अस्वलाचे नाकच कापून काढतो. त्याने या अघोरी कृतीचे समर्थन करताना सांगितले की, ''त्या अस्वलाची दाढी पुरेशी लांब नव्हती.'' स्वत:च्या सामर्थ्याची नशा चढलेला दुसरा एक सैनिक सिंहाच्या गुहेत जातो व तिथे उभे राहून जाहीर करतो, ''आता मी सिंह आहे.'' परिणाम एकच झाला की, सिंहाने त्याला खाऊन टाकले. आणखी एका सैनिकाने सिंहाच्या गुहेत हातबॉम्ब टाकला, बिचारा तो सिंह आंधळा झाला. तालिबानी राज्यकाळात ते नाक तुटके अस्वल व तो आंधळा सिंह हे दोनच प्राणी जिवंत ठेवले गेले.

बर्लिनमध्ये क्नूट नावाच्या एका ध्रुवीय अस्वलाच्या पिल्लाने नुसता हात उचलला तरी पर्यटकांची गर्दी भीतीने बेशुद्ध होत असे. तिथेच २००८मध्ये एकदा एक माणूस सरळ क्नूटच्या उथळ तलावात शिरून त्याला भेटायला गेला तेव्हा क्नूट दोन वर्षांचा व ४४० पौंड वजनाचा होता. जेव्हा तेथील रक्षकांनी हे पाहिले, तेव्हा सर्वप्रथम या आगाऊ माणसापर्यंत क्नूट पोहोचायच्या अगोदरच त्याला खाऊचे आमिष दाखवून दूर करण्यात आले. निथळणाऱ्या व गारठलेल्या त्या मूर्ख माणसाला बाहेर काढल्यानंतर तो बहाद्दर म्हणाला की, तो स्वत: खूप एकाकी झाला होता – क्नूटसारखाच! दोघांचाही एकाकीपणा घालवण्याकरिता तो क्नूटला भेटायला चालला होता. यानंतर काही महिन्यानंतर स्वत:ची बेकारी दूर करण्यास असमर्थ ठरलेल्या एका शिक्षिकेने त्याच तलावात धाव घेतली. काही ध्रुवीय अस्वले उन्हे अंगावर घेत छान सूर्यस्नान करत होती. ही बया त्यांच्याकडेच पोहत निघाली. क्नूट सोडून दुसरेच एक अस्वल तिच्याकडे धावले, त्याने तिचे हात व पाय चावून तोडून टाकले. तेथील रक्षकांनी तत्परतेने मोठ्या काठीने ढोसून त्याला बाजूस केले. दोरी व मोटझोळी पाण्यात टाकून तिला बाहेर काढले. ती शिक्षिका यातून वाचली. नंतर एका प्रवक्त्याने सांगितले की, या तिच्या अवाजवी धाडसी कृत्यामधून त्या शिक्षिकेने स्वत:ला व स्वत:बरोबरच रक्षकांना व त्या अश्राप अस्वलांनाही धोक्यात ओढले होते. तो म्हणाला की, तिला वाचवण्याचा एक शेवटचा मार्ग म्हणून प्रशासनाने इतर सर्व उपाय निष्प्रभ ठरल्यास त्यांच्या शस्त्रधारी गटाला त्या अस्वलाला गोळा घालण्याचे आदेश दिले होते. बिचारे अस्वल त्याची काहीही चूक नसताना हकनाकच मेले असते.

असंख्य लोकांनी आत्महत्या करण्याच्या इराद्याने प्राण्यांच्या प्रांगणात प्रवेश केलेला आहे. लिस्बनमधील प्राणिसंग्रहालयात आपल्या मुलाच्या मृत्यूने व्यथित असणाऱ्या एका पित्याने १० सिंहांच्या कळपात उडी घेतली होती. एका सिंहिणीने तत्परतेने त्याची मान मोडून त्यास यमसदनास पाठवले. १९९५मध्ये एका घटस्फोटित महिलेने मुलांचा ताबा न मिळाल्याने अतिशय निराश होऊन राष्ट्रीय प्राणिसंग्रहालयातील

नऊ फुटांची भिंत चढून पिंजऱ्यासभोवतीचा खंदक पोहून सिंहापुढे स्वत:ला समर्पित केले. ती महिला पॅरानॉइड स्किझोफ्रेनिया – संभ्रमाधिष्टित छिन्नमनस्कता – या मानसिक रोगाने ग्रस्त होती. यापूर्वीदेखील तिने असे काही प्रयत्न केले होते. ती स्वत: येशू याची बहीण असून राष्ट्राध्यक्ष क्लिंटन यांच्या घरी प्रभू येशू बरोबर लहानाची मोठी झाल्याचे लोकांना सांगत असे. एकदा तर तिने पोलिसांना स्वत:ला गोळी घालण्यास सांगितले होते. ज्या दिवशी ती सिंहांच्या पिंजऱ्याभोवतीचा खंदक पोहून पलीकडे गेली होती, त्याच्या दुसऱ्या दिवशी रक्षकांना चेहरा ओळखण्याच्या पलीकडे असलेला तिचा कुरतडलेला मृतदेह सापडला होता. तिचे हात-पाय चघळून टाकलेले होते. रक्ताने माखलेल्या जागेवर रक्षकांना तिची एक हेअरक्लिप व सोनी कंपनीचा एक वॉकमन मिळाला. त्या वॉकमनमध्ये ख्रिश्चन गायिका ॲमी ग्रँट हिची 'हाउस ऑफ लव्ह' ही ध्वनिमुद्रिका होती.

लॉवरी पार्कमध्ये संकेत क्रमांक दोनचा संदेश एखादा पर्यटक हिंस्र प्राण्याच्या पिंजऱ्यात चुकून पडल्यास किंवा आपणहून गेल्यास सर्व कर्मचाऱ्यांना दिला जात असे. परंतु असा संदेश कधी मिळाल्याचे कोणत्या कर्मचाऱ्याला आठवत नाही. गेल्या अनेक वर्षांत संकेत क्रमांक एकचा संदेश मात्र बऱ्याच वेळा मिळाल्याचा ते सांगतात. परंतु त्या सगळ्या घटनांमध्ये प्राणी किंवा माणूस कधी जखमी किंवा मृत झालेला नव्हता. संकेत क्रमांक एकचे संदेशसुद्धा वानरविभागाच्या नावावर अधिक होते. त्यामधील आपल्या अनिर्बंध व अनियमित वर्तणुकीकरिता चेस्टर तर कुप्रसिद्धच होता. तो वारंवार रात्रघराच्या छपरावर चढत असे. खरे तर तिथून तो अगदी सहज प्राणिसंग्रहालयाच्या इतर भागात जाऊ शकत होता. पण त्याने तसे कधीच केले नाही. कदाचित त्या उंचीवरून आपल्या सवंगड्यांकडे पाहाण्यातच त्याला मजा येत असेल. दुसऱ्या एका प्रसंगी याच वानर विभागात त्यांच्या प्रांगणाभोवती असणाऱ्या खंदकावरती बऱ्याच पुढे येणाऱ्या एका फांदीवरून एक कोलोबस माकड प्रांगण ओलांडून पर्यटकांच्या पदपथावरती पोहोचले होते. काळ्याभोर केसांना असलेली पांढरी किनार यामुळे कोलोबस माकडे कुठेही सहज लक्षात येतात. प्रांगणातून अशा तऱ्हेने सुटलेल्या कोलोबस माकडाने पर्यटकांना चांगलेच दचकावले होते. ते माकडदेखील एकंदर प्रकाराने भेदरले व त्याने पळ काढला. लवकरच त्याला पकडून पिंजऱ्यात परत आणले गेले. ती फांदीही ताबडतोब छाटून टाकली गेली.

लॉवरी पार्कमधील संकेत क्रमांक एकची सर्वांत गंभीर घटना १९९१मध्ये घडली. बिनतारी संदेश यंत्रावरील संदेशानुसार एक ओरांग उटांग जातीचे माकड पिंजऱ्यातून निसटले होते. तेव्हा अभिरक्षक असणारे लेक्स सॅलिसबरी प्रथम क्षणभर

गोंधळले. कारण त्यांना शंका आली की, भला मोठा ओरांग उटांग नर रँगोच बाहेर निसटला असावा. परंतु वास्तवात ती होती, रूडी नावाची एक छोटी मादी. तिने दगडाच्या भिंतीवर हळूहळू चढून ओरांग उटांग इमारतीचे छप्पर ओलांडले होते. त्या वेळी आजूबाजूलाच असणाऱ्या काही पर्यटकांनीदेखील रूडीचे हे धाडस पाहिले होते. तिथे हजर असणाऱ्या रक्षकांनी लागलीच सावधानतेचा इशारा देऊन सर्व पर्यटकांना त्या इमारतीच्या बाहेर काढले. लेक्स तिथे येऊन पोहोचल्याबरोबर नेहमीप्रमाणेच त्याने सर्व काही नियंत्रण आपल्या ताब्यात घेतले. त्याला पक्का विश्वास होता की, कोणावर हल्ला करण्याचा रूडीचा इरादा नव्हता. ती लॉवरी पार्कमध्ये नवीनच आली होती. इतर ओरांगउटांगमध्ये ती अजूनही रुळली नव्हती. खरे तर त्या सर्वांशी जमवून घेणे तिला कठीणच जात होते. या पार्श्वभूमीवर तिने कुणाशी सामना नको म्हणूनच बाहेर पडण्याचा प्रयत्न केला होता. आपला हात पुढे करून लेक्सने तिला हाक दिली. तीदेखील ताबडतोब शरण येऊन छपरावरून खाली उतरली. ती स्पष्टपणे घाबरलेली दिसत होती. तिला आश्वासकतेची गरज होती. लेक्सने हात पुढे केल्याबरोबर ती येऊन त्याला बिलगली. लेक्सने सुरक्षितपणे तिच्या रात्रघरात नेईपर्यंत तिने त्याला सोडले नव्हते.

त्यानंतर लेक्सने सांगितले, ''ज्याक्षणी मला कळले की, बाहेर निसटणारा रँगो नव्हता, त्या क्षणी मी निर्धास्त झालो. ओरांगउटांगच्या माद्या अगदी सौम्य स्वभावाच्या असतात. आपण त्यांच्यापर्यंत सहज पोहोचू शकतो.''

संग्रहालयातील प्राण्यांमध्ये ओरांगउटांग माकडे 'पलायनतज्ज्ञ' म्हणून ओळखली जातात. चिंपांझीपेक्षा ती शांत, निवांत असतात. स्वभावत:च चवकस वृत्तीची असल्याने संरचना तंत्र – वेगवेगळ्या वस्तूंचे एकत्रीकरण करणे व विश्लेषण तंत्र- एकत्रित असणाऱ्या वस्तू वर्गीकरणाने वेगळ्या करणे – याचा ती सतत विचार करत असतात. इंडोनेशियाच्या दाट जंगलात ही माकडांची जमात अशाच काही अभियांत्रिकी कौशल्यांचा सराव करत असते. झाडा-झाडांवरून मार्गक्रमण करत असताना कमकुवत व नवीन फांद्यांवरचा ताण कमी करण्यासाठी झाडांच्या फांद्या व वेलींना एकत्रित कसे वापरता येईल, याचा प्रयत्न करताना ती दिसून आली आहेत. संग्रहालयामध्ये बंदिवासातून सुटण्याच्या अनेक मार्गांची ते योजना करत असतात. 'दि ऑक्टोपस ॲन्ड ओरांग उटांग' या पुस्तकाचे लेखक युजीन लिन्डेन यांच्या मते पिंजऱ्यातून सुटण्यासाठी ते हस्तकलेने तयार केलेल्या काही आयुधांचा वापर करतात. एका ओरांगने एक कुलूप उचकटण्यासाठी वायरचा उपयोग केला होता, तर दुसऱ्या एकाने त्याच्या पिंजऱ्याचा कोयंडा काढण्यासाठी कार्डबोर्डचा वापर केला होता. इतर काहींनी बोल्ट उलटे फिरवून काढण्याचे त्यांचे कौशल्य सिद्ध केले होते. लिन्डेन म्हणतात, ''ओरांगउटांगनी विद्युतभारित वायरवरून

चढताना विजेचा धक्का लागू नये म्हणून विद्युतविरोधक हातमोजे बनवले होते.''

रूडीने ओरांग इमारतीच्या छपरावर केलेल्या साहस सहलीनंतर सुमारे १२ वर्षांपर्यंत लक्षात राहावा, असा कोणत्याही प्राण्याचा पलायन प्रसंग घडला नव्हता. एके दिवशी एक टर्की बदक निसटले होते. नंतर एकदा दोन गिनी फाउल त्यांच्या खुराड्यातून निसटून बेदरकारपणे मैदानात भटकत होती, कर्मचाऱ्यांना बिनतारी संदेश यंत्रावर संदेश देण्याकरिता उद्युक्त करत होती. हसू दाबून आपापसात म्हणत होती, ''संदेश कसा असेल? संकेत क्रमांक एक – रूस्टर'' असा.

बदकांविषयी असा विनोद शक्य होता. पण 'संकेत क्रमांक एक – हत्ती' अशा संदेशाबद्दल कोणी विनोद करत नव्हता. विशेषकरून स्वाझीलॅन्डहून चार किशोरवयीन हत्ती लॉवरी पार्कमध्ये आल्यापासून तरी!

या हत्तींच्या वर्तनाबद्दल पूर्व अंदाज करणे कठीणच नव्हे तर अशक्य होते, विशेषकरून बंदिवासाची सवय नसलेले हत्ती बंदिवासात ठेवले जातात तेव्हा. शिवाय निसटलेल्या हत्तींना थोपवणे किंवा परत आणणे हे त्यांचा अवाढव्य आकार व त्यांची शक्ती यामुळे कठीण होते. सर्कशीत किंवा एखाद्या मिरवणुकीत जेव्हा ते माहुताच्या हातून निसटतात, ते बेफाम होतात. कुंपण मोडून रस्त्यावरच्या वाहतुकीत येतात. त्यांच्यावर अनेक गोळ्या झाडल्या तरी ते आवरले जात नाहीत. उलट मार्गात येणाऱ्या प्रत्येकाला ठार करतात. अशा अतिरेकी प्रसंगाच्या वेळी नेमके काय करायचे व काय करायचे नाही हे कर्मचाऱ्यांना माहीत असावे म्हणून ब्रायन फ्रेंचने संकेत क्रमांक एकच्या सूचना तेथील फलकावरतीच लावल्या होत्या –

> प्राण्याकडे जाण्याचा प्रयत्न करू नका, कशाच्या तरी मागे लपून राहा, उदाहरणार्थ झाड, इमारत, वाहन इत्यादी.
>
> पळून जाताना पडू नका. हल्ला करत असताना तुम्ही खाली पडण्याचीच ते वाट पाहात असतात.
>
> प्राण्याला वळवण्याचा किंवा घाबरवण्याचाही प्रयत्न करू नका. तुमची ही कृती आव्हान वाटून तो प्राणी हल्ला करू शकतो. (मादी असेल तर ती थेट हल्ला करते; नर मात्र तुमच्यापासून १० फुटांवर दबा धरून हल्ल्याच्या पवित्र्यात थांबेल.)
>
> तुम्ही समोरासमोर थांबून राहू नका. फक्त त्यांच्या दृष्टिक्षेपातून बाजूला व्हा. हे लक्षात ठेवा की, ताशी ३२ कि.मी. वेगाने ते १०मिनिटांपर्यंत धावू शकतात.
>
> जर एखादा हत्ती त्याच्या इमारतीपासून दिसेनासा झाला असेल, तर

कदाचित बंदुकीचा वापर करावा लागेल. त्यामुळे सर्व शस्त्रधारी अधिकाऱ्यांनी (सर्व अभिरक्षक, पशुवैद्य) आपापल्या शस्त्रांसह तयार राहावे. (आपल्याकडे हत्तींकरिता योग्य ठरणारी गुंगीची इंजेक्शन्स तयार आहेत, परंतु ती ठरावीक परिस्थितीमध्येच वापरली जातील.)

अर्थात असे प्रसंग घडण्याच्या शक्यता विचित्र व भयावह होत्या. हत्तींच्या इमारतीपासून फक्त काही यार्ड अंतरावर असणारे बाह्य कुंपण हे हत्तींसाठी फार मोठा अडथळा निर्माण करू शकत नव्हते. जर एखादा हत्ती पिसाळलाच, तर ३० सेकंदापेक्षा कमी वेळेत तो ते कुंपण तोडून मागील मैदानात पोहोचू शकतो. सशस्त्र गटाला बोलावून ती येऊन पोहोचेपर्यंत तर तो हत्ती शेजारच्या वस्तीत घुसू शकतो. लॉवरी पार्कमध्ये हत्ती किती बेफाम व घातक होऊ शकतो, याची आठवण जर कोणी विसरले असेल तर त्याने रक्षकांच्या विश्रांती कक्षात लावलेला चार-ली-तॉरेचा स्मृती फलक पाहावा. चार-ली-तॉरे ही तिच्याच हत्तीकडून ठार मारली गेली होती. ती १९९०मध्ये लॉवरी पार्कमध्ये कार्यरत होती. त्या वेळी लॉवरी पार्कचे नुकतेच नूतनीकरण झाले होते. येथील अनेक रक्षक कर्मचाऱ्यांप्रमाणेच तीदेखील प्राण्यांच्या सहवासातच लहानाची मोठी झाली होती. तिने अडचणीत सापडलेल्या अनेक छोटी कासवे (टर्टल्स, पाणकावळे (कॉरमोरॅन्ट्स), इग्वानाज यांची सुटका केली होती. जेव्हा कधी एखाद्या प्राण्याचा मृत्यू होत असे, ती त्या प्राण्याकरिता शोकसभा भरवत असे, स्वत: त्या सभेची अध्यक्ष बनून प्राण्याच्या आत्म्याला शांती मिळण्याकरिता प्रार्थना करत असे. लॉवरी पार्कमध्ये नोकरी मिळाली तेव्हा तिने नुकतीच युनिव्हर्सिटी ऑफ साऊथ फ्लोरिडा येथून शिक्षणशास्त्राची पदवी घेतली होती. तिला पर्यावरण संरक्षणात काम करण्याची इच्छा होती.

तिची आई चार-ली-पेजॅक हिने तिची आठवण काढताना सांगितले, ''तिच्या मृत्यूच्या आदल्याच रात्री आम्ही तिला मिळणाऱ्या जीवशास्त्रातील पदवीविषयी बोलत होतो.'' चार-ली हिला अभिरक्षक बनण्याची इच्छा होती. परंतु फक्त २४ वर्षांच्या चार लीला हे खूप चांगले माहीत होते की, सर्वांत प्रथम तिला स्वत:च्या क्षमता सिद्ध कराव्या लागतील. लॉवरी पार्कमध्ये काम सुरू केल्यानंतर तिला टिली नावाच्या एका आशियन हत्तीणीला प्रशिक्षित करण्याची जबाबदारी सोपवली गेली. टिलीने सगळे आयुष्य प्राणिसंग्रहालयातील बंदिवासात घालवले होते. ताम्पा शहर व परिसरात ती बऱ्यापैकी लोकप्रिय होती. प्राणिसंग्रहालयात दररोज होणाऱ्या देखाव्यात ती दिमाखदार प्रदर्शन करत असे. पुढे एकदा दूरदर्शनवरील एका 'बॉब्ज कार्पेट मार्ट'च्या जाहिरातीतही ती दिसू लागली. या जाहिरातीत त्या कार्पेटचे मटेरिअल किती जाडजूड व टिकाऊ आहे हे सिद्ध करण्यासाठी ती त्या कार्पेटवरून

चालत असे. लॉवरी पार्कमध्ये त्या वेळी 'मुक्तसहवास' पद्धती प्रचलित होती. हत्तींचे रक्षक त्यांच्या बरोबरीने चालत असत. त्यांना तबेल्यापासून आणणे, सोंड उंचवायला सांगणे, मागच्या पायांवरती उभे राहण्यास तसेच स्वत:भोवती गोल-गोल फिरण्यास सांगणे इत्यादी रोजच्या कसरती, करामती करवून घेण्याकरिता रक्षक व हत्ती सोबत राहात. एरवी आज्ञाधारक असणारी टिली अलीकडे मात्र अनियमितपणे लहरी वागत होती. विनाकारणच चार-लीला ढकलत असे, ढुसण्या देत असे.

साधारणत: हल्ला करण्याची योजना करणाऱ्या आशियन हत्तींच्या बाबतीत एक ठरावीक वर्तन आकृतीबंध दिसून येतो. देशभरातील हत्ती संगोपन व्यवस्थापकांनी केलेल्या पाहाणीत असे दिसून आले की, आफ्रिकन हत्ती भडक माथ्याचे असतात. ते अचानक अनपेक्षित हल्ला करतात. पण आशियन हत्ती बेरकी स्वभावाचे असतात. ते त्यांच्या वर्तनात सहनशीलता दाखवतात, पण मनात मात्र हल्ला करण्याच्या योग्य क्षणाची वाट पाहात असतात. अर्थात काही वेळेला रक्षकाला भिंतीकडे ढकलणे, शेपटीचे फटकारे मारणे, अशा त्यांच्या कृतीमधून काही सूचना मिळत राहातात. आपल्या रक्षकाच्या कुवतीची व सक्षमतेची ते परीक्षा घेतात. कळपातील स्थाननिश्चितीमध्ये आपल्या रक्षकाला बाजूला ढकलता येईल का, याचा अंदाज घेतात. कधीकधी तर त्यांच्यासाठी नेमलेला रक्षक त्यांना आवडत नाही, हे पण कारण होऊ शकते. रक्षकदेखील त्यांचे पाल्य असणाऱ्या हत्तींचे व्यक्तिमत्त्व, त्यांचे मनोवस्था प्रकार इत्यादी जाणून घेण्याच्या टप्प्याच्या नाजूक संवेदनशील स्थितीत असतात. अशा परिस्थितीत आपली नवीन प्रशिक्षक चार-ली हिच्याविषयी टिलीने मनातल्या मनात घातक योजना आखावी, यात काही आश्चर्य नव्हते. लॉवरी पार्कमधील हत्ती रक्षकांमध्ये चार-ली केवळ अननुभवीच होती, असे नाहीतर वयाने व आकारानेही लहान होती. ती शक्यतो आपले अधिकारस्थान प्रस्थापित करण्याचा हरएक प्रयत्न करत असे. तरीदेखील तिच्या वागण्यात एक मूलभूत सभ्यता, सौम्यपणा होता की, ज्याच्या साहाय्याने ३३ वर्षे वयाच्या हत्तीणीवर अधिकार गाजवणे, तिला नियंत्रित करणे चार-लीला थोडे कठीण होते. टिली व चार-लीची परस्पर ओळख होण्याअगोदर टिलीने बंदिवासात तीन दशके व्यतीत केली होती. तिची स्वत:ची प्रजाती व मानव या दोघांमधील सत्तासंबंधांचे आंतरिक धागे जाणण्याचा तिला दीर्घ अनुभव होता. लॉवरी पार्कमध्ये टिली गेल्या पाच वर्षांपासून होती. रक्षकाचे जाणे-येणे तिने पाहिलेले होते. तेहतीस वर्षांच्या दीर्घकाळात ती अनेक मालक व रक्षक यांच्याकडून हस्तांतरित झाली होती. अनेक माहुतांच्या बरोबर राहिल्याने त्यांची शक्तिस्थाने व कमकुवत स्थाने तिला चांगली ओळखता येत होती. या सगळ्या कृती ती सहज शिताफीने करत असे – अगदी तेव्हापासून जेव्हा चार ली कदाचित बालवाडीत छोट्या गटात शिकत असेल. आपल्या नवीन प्रशिक्षिकेला जोखण्यासाठी

टिलीला असा किती वेळ लागला असेल? एक आठवडा की एकच दिवस?

त्या वसंतऋतूत एकीकडे चार-ली आपली पाल्य टिलीवर अंकुश ठेवण्याचा प्रयत्न करत होती तर दुसरीकडे देशभरातील हत्ती संगोपन व्यवस्थापक हत्तींबरोबर 'मुक्तसहवास' पद्धतीने काम करणाऱ्या रक्षकांच्या मृत्यूची धक्कादायक संख्या सांगून अशा पद्धतीने काम करणाऱ्या रक्षकांना सावधानतेचा इशारा देत होते. 'मुक्तसहवास' प्रणाली बंद करून 'सुरक्षित सहवास' प्रणालीचा वापर केला जाण्याची चळवळ सुरू झालेलीच होती. सॅनडिएगो येथील 'वाइल्ड ॲनिमल पार्क' मधील प्राणिवर्तन तज्ज्ञांकडून सुचवली गेलेली 'सुरक्षित सहवास प्रणाली' ही नवीन शिष्टाचार प्रणाली गेल्या हजारो वर्षांत हत्तींना प्रशिक्षण देण्याकरिता वापरण्यात येणाऱ्या 'मुक्तसहवास' प्रणालीलाच आव्हान देत होती.

सॅनडिएगो प्राणिसंग्रहालयांत झालेल्या एका हत्तीरक्षकाच्या दुर्दैवी मृत्यूनंतर आणि विशेषकरून या ठिकाणी हत्तींना जाचक स्वरूपाची वागणूक दिली जाते, अशी टीका झाल्या कारणाने या प्राणिसंग्रहालयाने नव्या 'सुरक्षित सहवास' प्रणालीचा वापर करण्याचा निर्णय घेतला होता. १९८८च्या सुमारास या प्राणिसंग्रहालयात एका रक्षकाची आज्ञा न पाळणाऱ्या हत्तीणीला साखळदंडाने बांधून कुऱ्हाडीच्या दांड्याने अनेक दिवस मारले गेल्यासाठी साऱ्या शहराने टीका केली होती. या टीकेला उत्तर म्हणून असे कृत्य करणाऱ्या रक्षकांना पाठिंबा देणाऱ्या व्यवस्थापकांनी असा प्रतिवाद केला होता की, चेकाळलेल्या हत्तीला वठणीवर आणण्यासाठी या गोष्टी आवश्यक असतात. नाहीतर तो हत्ती बेफाम होऊन आणखी अनेक रक्षकांचा मृत्यू संभवतो.

याविरुद्ध परिस्थिती घातक व्हेल मासे (किलर व्हेल्स) यांच्या प्रशिक्षण पद्धतीवर आधारलेल्या 'सुरक्षित सहवास' प्रणालीमध्ये दिसून येते. कोणताही रक्षक हत्तींच्या निकट सहवासात येत नाही. तो हत्तींच्या मोकळ्या प्रांगणात कधीच उतरत नाही. त्या दोघांमध्ये नेहमीच एक जाळीचा अडथळा असतो. हत्ती आक्रमक झाल्यास धोक्याच्या क्षणी रक्षक कधीही माघारी वळून सुरक्षित ठिकाणी पोहोचू शकतो. सकारात्मक सबलीकरण व साधन अभिसंधान या प्रकारच्या कृतींमधून रक्षक हत्तीच्या वर्तनाला मार्गदर्शन करतो. हत्ती जेव्हा रक्षकाची आज्ञा पाळतो, त्याला सफरचंदाचे बक्षीस मिळते. ना रक्षकाकडून मारणे आहे, ना हत्तीकडून किंचाळणे आहे. एखादा आडमुठा हत्ती रक्षकाची आज्ञा पाळतच नसेल, अशा परिस्थितीत तो रक्षक त्या हत्तीकडे फक्त दुर्लक्ष करतो, अजिबात लक्ष देत नाही. यामध्ये प्रामुख्याने शारीरिक शिक्षेची जागा दुर्लक्ष करणे, वेळ काढणे इत्यादी गोष्टींनी घेतली जाते. या प्रणालीमध्ये बक्षीस म्हणून सफरचंद मिळवायचे की रक्षकाचे दुर्लक्ष मिळवायचे यामधील निवडीचे स्वातंत्र्य हत्तींना दिले जाते. शिवाय रक्षकाला – एका

माणसाला – हत्तींच्या कळपातील प्रमुख होण्याची गरज राहत नाही. अशा तऱ्हेने 'सुरक्षित सहवास'प्रणाली हत्तींकरिता अधिक मानवीय वागणूक व माणसांकरिता अधिक सुरक्षितता देऊ करते.

यावरदेखील टीकाकारांनी नाके मुरडलीच होती ते म्हणाले की, 'हत्ती म्हणजे कोणी कॉकर स्पॅनियल जातीचा कुत्रा नाही जो बिस्किटांच्या बक्षिसाने खूश होईल.' परंतु सॅनडिएगो प्राणिसंग्रहालयातील काही चुणचुणीत, हुशार हत्तींवरती या प्रणालीचा प्रयोग केला असता खूपच सकारात्मक परिणाम दिसून आला होता. चिको नावाचा १२,००० पौंड वजनाचा एक आफ्रिकन नर हत्ती खूप धोकादायक समजला जात असे. तो खूप आक्रमक असल्याने त्याच्याबरोबर असताना प्रत्येक वेळी त्याचे रक्षक त्यांचा स्वत:चा जीव धोक्यात घालत असत. चिको अनेक वर्षे साखळदंडाने बांधलेला होता. बंदिवासातील हत्तींच्या पाय व तळव्यांची काळजी घेतली जाणे अत्यावश्यक असते. त्यांच्या टाचेवरील चिवट कातडे व बोटांची नखे नियमित छाटली जाणे, ती स्वच्छ, साफ होणे आवश्यक असते. हेच हत्ती जंगलात खूप अंतर चालत असतात. परंतु बंदिवासात त्यांचे चालणे खूप कमी असल्याने तळव्यांची मांसल गादी झिजण्याऐवजी वाढतच असते. जर ती योग्य आकारात ठेवली गेली नाहीतर तिथल्या कातड्याला भेगा पडतात व त्या भेगांमध्ये जखम होऊन तो संसर्ग संपूर्ण शरीरभर पसरू शकतो. प्रसंगी त्या हत्तीचा मृत्यूही संभवतो. सॅनडिएगोमधील कर्मचारी चिकोला इतके घाबरून असत की, अनेक वर्षे त्याच्या तळव्याची कोणतीच काळजी घेतली गेली नव्हती.

वर्तनवादी शास्त्रज्ञांनी चिकोबरोबर 'सुरक्षित सहवास प्रणाली' वापरण्याचे ठरवून सर्वांत प्रथम त्याच्या पिंजऱ्यात काही आमूलाग्र बदल करण्यात आले. जाळीच्या भिंतींमध्ये कुलूप लावण्याजोगे दरवाजे बनवले गेले. वरच्या छताच्या दिशेने एक आडवी जाड पट्टी बसवली गेली, जेणेकरून चिकोला सोंड बाहेर काढता येऊ नये. नंतर सफरचंदाच्या फोडी, गाजर आणि थोडी प्रशंसा या बक्षिसांमार्फत चिकोला एक पाय वर करायला शिकवले गेले. दरवाज्याच्या बाजूला पाळण्यासारख्या टोपलीत त्याने पाय ठेवणे अपेक्षित आहे, ही समजही त्याला देण्यात आली. रक्षक या उचलेल्या पायाच्या तळव्यावर, नखांवर अगदी सुरक्षितपणे प्रक्रिया करू शकत होते. कधीकधी चिको पूर्वीच्याच वळणावर जाऊन आक्रमक होत असे. गॉडझिलाप्रमाणे भिंतीवर मस्तकाने धडका मारणे, गर्जना करणे इत्यादी. मधून तो आपल्या शक्तीचे व अधिकाराचे प्रदर्शन करत असे. यामध्ये रक्षकांना कोणतीही अडचण किंवा समस्या नव्हती. चिकोने हवा तितका मनसोक्त गोंधळ घालावा म्हणून ते फक्त तिथून निघून जात असत. चिको जेव्हा कधी आपणहूनच शांत होत असे, रक्षक त्याचा खाऊ घेऊन परत हजर होत व आपले पायसफाईचे काम पूर्ण करत. चिकोच्या

चारही तळव्यांची स्वच्छता मोहीम यशस्वी झाली होती. सॅनडिएगो प्राणिसंग्रहालयाने 'सुरक्षित सहवास' प्रणाली राबवण्याचा निर्णय तत्काळ पक्का केला. वर्तनवादी शास्त्रज्ञांनी त्यांनी शोधून काढलेल्या प्रणालीच्या गुणवैशिष्ट्यांविषयी सविस्तर शोधनिबंध प्रसिद्ध केले. हे सारे शोधनिबंध जणू एका क्रांतीचे माहितीपत्रकच बनले व नवीन प्रणालीच्या नवीन पर्वाचा संदेश पसरत गेला.

दीर्घ अनुभवी रक्षकांचा या नव्या प्रणालीला विरोध होता. ही प्रणाली उपयोगाची नाही, असे त्यांचे मत होते. रक्षक व त्यांचे पाल्य या दोघांमध्ये कोणताही अडथळा असावा, हे त्यांना मान्य नव्हते. 'मुक्तसहवास' प्रणालीतील धोका त्यांना ठाऊक होता. परंतु त्यांच्या मते तो धोका पत्करण्याचा त्यांना अधिकार होता. या प्राणिसंग्रहालयात हत्ती विभागातील एकूण रक्षकांत पुरुषरक्षकांची संख्या ही स्त्रीरक्षकांपेक्षा अधिक होती. या पुरुषरक्षकांनी प्रणालीमधील बदलाला वानरविभागातील आव्हानाला सामोऱ्या जाणाऱ्या नरांप्रमाणेच प्रतिसाद दिला. सॅनडिएगो प्राणिसंग्रहालयातील हत्तींनी प्रणालीचा बदल लवकर मान्य केला, पण मानवी रक्षकांनी नाही. या रक्षकांनी होणाऱ्या बदलातील तज्ज्ञांच्या भूमिकेकडे प्रथम दुर्लक्षच केले. त्यांनी नवीन प्रणालीत प्रशिक्षण घेतलेल्या तज्ज्ञांशी व रक्षकांशी वाद घातला. त्यानंतर या नवीन तज्ज्ञ रक्षकांच्या गाडीची मोडतोड करण्याचाही अपयशी प्रयत्न केला. 'मुक्तसहवास' प्रणालीने काम करणाऱ्या रक्षकांनी एकतर नोकरी सोडली किंवा त्यांची बदली केली गेली. लवकरच प्रणालीमधील बदलाची क्रांती इतर प्राणिसंग्रहालयांपर्यंत पोहोचली व नव्या 'सुरक्षित सहवास' प्रणालीने जुन्याची जागा घेणे सुरू झाले.

या सगळ्या बदलादरम्यान चार-ली मात्र रोज टिलीच्या संगतीने ये-जा करत होती. टिलीच्या नजरेला नजर देत होती, जी टिली तिच्याच मृत्यूची योजना आखत होती. चार-ली ही नवतरुणी, अननुभवी रक्षक व टिली ही अनुभवी हत्तीण एका ठरावीक कालबाह्य झालेल्या प्रणालीच्या प्रभावामध्ये एकत्रित जखडल्या गेल्या होत्या. 'मुक्तसहवास' प्रणालीमध्ये राहाणे टिलीलादेखील त्रासाचे होतेच. इतर हत्तींप्रमाणेच गेल्या अनेक वर्षांत टिलीनेदेखील अनेक प्रकारच्या शिक्षा भोगलेल्या होत्या. दररोज रात्री ती साखळदंडाने बांधली जात असे, ज्याकरिता ना ती स्वत: दोषी होती ना चार-ली. इतर प्राणिसंग्रहालयातील हत्ती संगोपन प्रथेमध्ये आमूलाग्र बदलांची चाहूल लागत होती. परंतु सध्यातरी लॉवरी पार्क जुन्या प्रथेस चिकटून होते. १९९३मध्ये लॉवरी पार्कच्या नूतनीकरणास पाच वर्षे पूर्ण होत होती. यानिमित्त समारंभाच्या तयारीत लॉवरी पार्क व्यस्त होते. मॅनेटीसारख्या फ्लोरिडास्थित संकटग्रस्त प्रजातींच्या संरक्षण व संवर्धनावरती बरेच प्रयत्न एकवटले होते. मॅनेटी ही स्थानिक प्रजाती असल्याने त्यांच्या अस्तित्वाला प्राधान्य दिले जाणे सर्वमान्य होते. आणि या उल्लेखनीय कामाकरिता लॉवरी पार्कची सर्व दिशांमधून प्रशंसा होत होती.

असोसिएशन ऑफ झू ॲन्ड ॲक्वरियम्समधील (एझेडए) प्रमुख प्रशासन अधिकारी म्हणतात, ''देशामधील त्यांच्या आकाराच्या कोणत्याही प्राणिसंग्रहालयामध्ये लॉवरी पार्क हे सर्वोत्तम असल्याचे आम्ही मानतो.''

लॉवरी पार्कच्या आधीच संकुचित व तुटपुंज्या असणाऱ्या अंदाजपत्रकावरती मॅनेटीसाठी केल्या जाणाऱ्या प्रचंड खर्चाचा बऱ्यापैकी ताण येत होता. अशा वेळी इतर सर्व प्राण्यांकरिता 'सुरक्षित सहवास' प्रणाली राबवण्याकरिता लागणारे जादाचे अनेक दशलक्ष डॉलर्स गोळा करणे, अशक्यप्राय गोष्ट होती. शिवाय हत्ती विभागात एकही नर नसून फक्त दोन माद्याच असल्यामुळे काही आवाक्याबाहेरची समस्या निर्माण होणार नाही, असे लेक्स सॅलिसबरी व इतरांना वाटत होते. टिली व मिन्याक या दोन्ही माद्या आपापल्या रक्षकांच्या सोबतीने गेली अनेक वर्षे कोणतीही गंभीर घटना न घडता गुण्यागोविंदाने राहात होत्या.

जगभरातील इतर ठिकाणी 'सुरक्षित सहवास' प्रणालीचे स्वागत केले जात असताना लॉवरी पार्क मात्र अजूनही जुन्या प्रणालीमध्ये बदल का करत नाही, याचे चार-लीला कदाचित कोडे असेल किंवा नसेलही. परंतु काहीतरी बिघडत असल्याची भावना तिच्याही मनाला खटकत होती. चार-लीने टिली बरोबर काम करायला सुरू केल्यानंतर लवकरच टिलीच्या धोक्याच्या सूचना देणे सुरू झाले होते. एप्रिलमध्ये एक दिवस टिलीने चार लीला प्रदर्शन कट्ट्यावरून खाली ढकलले होते. त्याच वर्षीच्या जूनमध्ये पर्यटकांसमोर रोजच्या करामतींचे प्रदर्शन सुरू असताना चार-लीच्या आदेशांकडे दुर्लक्ष करून टिलीने तिला खंदकाच्या कंबरभर पाण्यात ढकलून दिल होते. स्वत:चा तोल सांभाळत चार ली टिलीला म्हणाली, ''नाही टिली, तसे नाही करायचे.''

या टिलीच्या अचानक आक्रमणाने चार-ली अस्वस्थ झाली. तिने आपल्या व्यवस्थापकांबरोबर याविषयी चर्चा केली. त्यांपैकी एक जण या प्रसंगाचा उल्लेख, 'टिली बरोबरचा तुझा प्रसंग' असा करत. तथापि एकंदर घटनेने व्यवस्थापकदेखील गंभीर झाले. ते इतके चिंतित झाले की, एकंदर परिस्थितीचा आढावा घेऊन त्यांनी तातडीने शिकागो प्राणिसंग्रहालयातील तज्ज्ञ हत्ती प्रशिक्षकाला चार-ली व इतर रक्षकांना सल्ला देण्यासाठी विमानाने पाचारण केले. चार-ली घरी आपल्या आईसमोर काहीच न झाल्याप्रमाणे हसऱ्या चेहऱ्याने वावरत असे. परंतु आईच्या मनाला मात्र चार-ली आतल्या आत घाबरली आहे, आपल्यापासून काहीतरी लपवते आहे. याची जाणीव होत होती. आपण घाबरलो आहोत, हे दाखवून आईसाठी ती चिंतेचे कारण बनू इच्छित नव्हती. ऑफिसातदेखील सहकाऱ्यांसमोर आपण घाबरलेलो नाही, असा ती आविर्भाव आणत असे. चार-लीची आई, चार-ली-पेजाककरिता हे मोठे कोडेच होते की, जी हत्तीण चार-लीसारख्या नवशिक्या प्रशिक्षिकेला धारेवर धरते

आहे, धोक्याच्या सूचना देते आहे. त्या टिलीबरोबर काम करण्याचाच लॉवरी पार्क प्रशासन का आग्रह धरते आहे? चार-ली चे वजन होते १०० पौंड तर टिलीचे वजन होते सुमारे चार टन. त्या जुलै महिन्यात एके दिवशी रात्रीच्या गप्पांदरम्यान आईने तिला विचारले की, जर टिली हत्तीणीने तिच्यावर हल्ला केला तर ती काय करेल? "आजूबाजूला बंदुकी तयार असतात का? किंवा तिथे तुला लपण्यासारखी कोणती सुरक्षित जागा आहे का?" आईने सूचक प्रश्न विचारला होता. एका उद्विग्न बेफिकीरीने चार-लीने उत्तर दिले होते की, त्या परिस्थितीत जे शक्य असेल, ते ती करेल. तिच्या लहान भावानेही तिला स्वत:चे संरक्षण कसे करशील, असे विचारले असता तिने भावाला सांगितले की, तिच्या कमरेच्या पट्ट्यात ती एक घडीचा चाकू बाळगून असते. आईला तर विश्वासच बसला नाही. एक घडीचा चाकू?

"आणि त्याने काय होणार?" पेजाकने विचारले.

तिथेही पुन्हा उडवाउडवीचे उत्तर देत चार ली म्हणाली की, ती ठीक असेल. उलट इतक्या राजस प्राण्यासमवेत काम करण्याचा तिला अभिमान वाटत होता .

दुसरा दिवस उजाडला, ३० जुलै! टिलीने ठरवले की, आजचाच दिवस योग्य आहे. आज चार-लीचा शेवटचा दिवस असेल. चार-लीने टिलीला नेहमीसारखे साखळमुक्त केले व ती तिला तबेल्यातून बाहेर नेऊ लागली. तेव्हाच टिलीने तिला जमिनीवर पाडले व लाथेने ढकलू लागली. चार-ली रांगत सुरक्षित जागी जाण्याचा प्रयत्न करू लागली. परंतु टिली सोंडेने तिला मागे खेचत राहिली. जवळच्या दुसऱ्या स्त्री रक्षकाने हे पाहिले व ती हत्तीणीला दूर करण्याचा प्रयत्न करू लागली. टिलीचे थोडेफार समाधान झाले असावे. ती थांबली. चार-लीची पाठ व फुप्फुसे गंभीररित्या जखमी झाली होती, डोक्यावरचे केस व कातडी सोलली गेली होती. ताबडतोब हेलिकॉप्टर बोलावण्यात आले. ते जमिनीवर उतरून चार-लीला सेंट जोसेफ हॉस्पिटलमध्ये नेण्यासाठी उचलेपर्यंत ती शुद्धीवर होती. तिने टिलीची चौकशी केली व "टिलीला शिक्षा देऊ नका." असे ती म्हणाली.

तिचे कुटुंबीय हॉस्पिटलमध्ये पोहोचेपर्यत चार-लीने अखेरचा श्वास घेतला होता. आपल्या लहान भावाकडे उल्लेख केलेला चाकू त्या दिवशी तिच्यासंगेच होता. तिच्या वॉलेटमध्ये एक घडी केलेला पिवळसर कागद मिळाला. त्या कागदावर चार-लीने धावत्या हस्ताक्षरात काही काव्यपंक्ती लिहिलेल्या होत्या –

नका करू दु:ख आपल्या मरणाचे, आपण तर प्रकाश फुले
शोक करू त्यांच्या नावे जे एकटे, अनाथ अंधाऱ्या मृत्यूत सामावले!

कागदाच्या पिवळसर रंगावरून व घडीवरून दिसत होते की, हा कागद ती गेले अनेक दिवस जवळ बाळगत होती.

चार-लीच्या मृत्यूनंतर गेली १० वर्षे रक्षक विश्रांतीकक्षांत तिचे फोटो लावलेले आहेत. एका फोटोत चार ली प्रशिक्षित करत असलेल्या दोन हत्तींसमवेत दिसते आहे. हे असे दोन हत्ती आहेत की, ज्यापैकी एकीकडून चार-ली मारली गेली. या फोटोमध्ये उंचपुऱ्या धिप्पाड टिलीशेजारी छोटीशी हसरी चार-ली दिसते आहे.

निर्मिती प्रयोग

एके दिवशी हत्तींच्या प्रांगणात हत्तींचे स्वत:ला धूळस्नान घालणे चालले होते. बाजूलाच उभा ब्रायन त्यांचे निरीक्षण करत होता. पाहाता-पाहाता त्याचे हृदय एकदम लकाकले.

कळपातील दोन नरांपैकी मोठा असणारा म्शॉलो प्रांगणासभोवतीच्या विद्युतप्रवाहित कुंपणतारांशी काहीतरी करत होता. अतिशय बारीक असलेल्या तारा नीट दिसत नसल्या, तरी त्या तिथे असल्याची हत्तींना जाणीव होती. काही वेळा त्यांनी तिथे जाण्याचा प्रयास करत त्या विद्युतप्रवाहित तारांचा सौम्यसा धक्काही अनुभवला होता. या तारांच्या पलीकडे सुरक्षित वाटणाऱ्या अंतरावर एक वडसदृश झाड होते. ब्रायनने आता पाहिले, तर म्शॉलो त्या कुंपणतारांमधून त्याची सोंड त्या झाडापर्यंत पोहोचवण्याचा प्रयत्न करत होता.

ब्रायनने वनविभागाला ते झाड तात्काळ तेथून हालवण्याचा बिनतारी संदेश दिला. जर म्शॉलो ते झाड उपटण्याचा प्रयत्न करेल, तर त्या विद्युतप्रवाही ताराही खेचल्या जातील व त्यामधील विद्युतप्रवाह खंडित होईल. कदाचित कुंपणामध्ये खिंडारदेखील निर्माण होईल. जर या खिंडारातून म्शॉलो पुढे गेला, तर तो जाड तारेच्या कुंपणापर्यंत पोहोचेल. या जाड तारेच्या कुंपणाला प्राणिसंग्रहालय अभियंत्याच्या भाषेत 'हा-हा' कुंपण म्हटले जात असे. इतर प्राणिसंग्रहालयाप्रमाणेच लॉवरी पार्कमध्ये 'हां-हां' कुंपणाचे दोन उद्देश होते. पहिला उद्देश म्हणजे हत्तींच्या प्रांगणाला सीमित करणे. शिवाय हे कुंपण सभोवतालच्या जमिनीपासून कमी उंचीवर असल्याने ते तिथल्या झुडपांत आपोआपच लपून जात असे आणि प्राणी व त्यांचे प्रेक्षक यांच्यामध्ये फक्त एक नैसर्गिक मर्यादा असल्याचा भास होत असे.

म्शॉलोचे त्या झाडाकडे जाण्याचा प्रयत्न करणे ब्रायनला हेच सुचवत होते की, कर्मचाऱ्यांनी हत्तींवर किती बारकाईने लक्ष ठेवणे गरजेचे आहे. ब्रायनला जाणवलेली भीती अगदीच काल्पनिक नव्हती. हत्ती हा प्राणी कोणत्याही वस्तुचा साधन म्हणून

वापर करण्यात तरबेज असतो, हे ब्रायन जाणून होता. ते उपटलेले गवत किंवा तोडलेली फांदी पाठ खाजवण्याकरिता, कान साफ करण्याकरिता किंवा आपल्या आप्तांचे मृत शरीर आच्छादित करण्याकरिता वापरतात. त्यांच्या कळपातील जर कोणी कोलमडला तर त्याच्या तोंडात ते गवताचा तोबरा देतात. ते खाऊन त्या कोसळलेल्या सदस्याला उठता यावे. आपल्या सोंडेत दगड किंवा काठी धरून ते जमिनीवर, धुळीत रेघोट्या काढतात असेही म्हटले जाते. प्राणिसंग्रहालयातील हत्तींच्या तोंडात ब्रश दिला असता, ते चित्रेदेखील रंगवतात. त्यांनी रंगवलेल्या 'अमूर्त शैलीतील' चित्रांचा 'ख्रिस्टीज'मध्ये लिलाव होतो. ही चित्रे काही चित्रप्रदर्शनात मांडली जातात. या सर्वांमधील कलात्मक मूल्यांच्या पलीकडे जाऊन कोणत्याही साधनाचे शस्त्र बनवण्यातदेखील हत्ती वाकबगार असतात असेही दिसून येत. ते लोकांच्या दिशेने काठी भिरकावतात, त्यांच्या गाड्यांवर एखाद्या वस्तुचा मारा करतात. आफ्रिकेमधील वनरक्षकांनी हत्तींच्या सामूहिक हत्येला मदत व्हावी म्हणून जंगलातून काही नवीन रस्ते बनवले होते. हत्तींनी त्या रस्त्यावर झाडे, फांद्या घालून अडथळा निर्माण केला होता. 'सामूहिक हत्या' गटाने त्या फांद्या बाजूला करून रस्ता मोकळा केला असता हत्तींनी एकदाच नव्हे, तर तीन वेळा फांद्यांनी पुन:पुन्हा तो रस्ता अडवला होता.

बंदिवासातील हत्तीदेखील त्यांच्या शिल्लक राहिलेल्या स्वातंत्र्यावर नियंत्रण घालणाऱ्या मानवाच्या प्रत्येक कल्पनेला निष्प्रभ करण्यामध्ये वारंवार आपली बुद्धिमत्ता दाखवून देतात. विद्युतप्रवाही कुंपणे निकामी करण्यासाठी त्यावर ते मोठे दगड टाकतात, फांद्या रचून ठेवतात, जवळपास असलेली मोठी झाडे तोडून टाकतात. आफ्रिकेतील तात्पुरत्या कुंपणघरात म्बाहलीला जसे कुंपणावर ढकलले होते, त्याचप्रमाणे कळपातील छोट्या सदस्याला ते अशा कुंपणावर फेकतात. ब्रायनने म्शॉलाला तारेच्या कुंपणामधून छोट्या रोपापर्यंत पोहोचताना पाहिल्याच्या काहीच दिवसांनंतर २००४ सालच्या जानेवारीत न्यूझीलॅन्डमधील ऑकलन्ड प्राणिसंग्रहालयामधील बर्मा नावाच्या हत्तीणीने दावणीतला एक खुंटच उपटला आणि विद्युतप्रवाहित कुंपणावर घातला होता. विद्युतप्रवाह खंडित झाल्यावर मग तिने त्यांच्या प्रांगणाचा दरवाजा धडका देऊन उघडला होता. जवळच फिरायला आलेल्या जोडप्याने तिच्याशी बोलण्याचा प्रयत्न केला होता, पण तिने काही प्रतिसाद दिला नव्हता. कदाचित ते जोडपे इंग्लिशमध्ये बोलत होते आणि बर्माला जर्मन, माओरी किंवा श्रीलंकेचीच भाषा समजत होती. सुमारे १५ मिनिटे बर्मा आजूबाजूच्या झाडांचा पाला आरामात खात राहिली. लवकरच तिचे रक्षक येऊन तिला सुरक्षितपणे परत घेऊन गेले. अर्थात या प्रसंगात बर्माने पुन्हा एकदा सिद्ध केले होते की, हत्तींनी 'विद्युतप्रवाह' या विषयांत विशेष प्रावीण्य मिळवले आहे.

म्शॉलोकडे कौतुकभरल्या नजरेने पाहात ब्रायन म्हणाला, "ते इतके चतुर असतात, काही विचारूच नका." वानर विभागात काम करणाऱ्या ली ॲनची चिंपांझींशी असणारी निष्ठा, समरूपता तो समजू शकत होता. त्याने स्वत:देखील वानरप्रजातीबरोबर काम केले होते. वानर व हत्ती या दोघांपैकी हत्तींकडे अधिक बुद्धिप्रगल्भता असते, यावर त्याचा विश्वास होता. ज्या तऱ्हेने हत्ती एखाद्या माहितीवर प्रक्रिया करतात, समस्या सोडवतात, शोधलेल्या उपायांवर प्रयोग करतात ते पाहून आपली मती गुंग होते. आफ्रिकेतून आलेली ही चार पोरे लॉवरी पार्कची सुरक्षाव्यवस्थाच तपासत नव्हती, तर त्यांच्या नवीन जीवनाचा प्रत्येक पैलू ते पारखत होते – त्यांचा दिनक्रम, त्यांना उपलब्ध करून दिलेली साधनसामग्री, त्यांचे रक्षक आणि त्याचबरोबर त्यांच्या कळपातील प्रत्येक सदस्यदेखील! बोईंग ७४७ विमानातून उतरून लॉवरी पार्कमधील त्यांच्या पदार्पणाला आता बरेच दिवस होऊन गेले होते. त्यानंतर अनेक आठवडे ब्रायन अगदी २४ तास त्यांच्या आवतीभोवती राहून त्यांच्यावर बारीक लक्ष ठेवून होता. त्याची अशी ही अमानवी दक्षता लॉवरी पार्कमधील इतर विभागात दंतकथा बनून पसरली होती. त्या दरम्यान तो लॉवरी पार्कच्या इतर ठिकाणी क्वचितच दिसून येत असे. त्यामुळे तो 'एलिफंट मॅन अँड मेरी पॉपिन्स'मधला प्रति-फँट्म आहे अशी चर्चा होऊ लागली होती .

जर पेटा या प्राणिहक्क संघटनेने केलेला प्रचार खरा असेल आणि आफ्रिकेहून आणलेले हे हत्ती जर ब्रायनचे कैदी असतील तर ब्रायनदेखील या हत्तींचा कैदी होता. त्यांच्यावरती सतत व दीर्घकाळ पहारा करत असताना शेवटी अशी वेळ येत असे की, डोळे उघडे ठेवणे त्याला अशक्य होत असे. मग अशा अतिशय शीणलेल्या अवस्थेत तो दिवे मालवून स्वत:ला हॉलमध्येच घातलेल्या कॉटवर झोकून देत असे. कधी एखाद्या रात्री एकदम ऐकलेल्या गजगर्जनेने तो दचकून जागा होत असे किंवा कधी हत्तींचा खर्जातील आवाज ऐकल्यासारखे वाटल्याने त्याची झोपमोड होत असे. त्याला जागे करणारा आवाज कोणताही असेल, पण जागे झाल्याक्षणी ताणलेल्या डोळ्यांनी तो ऑफिसमध्ये धडपडत येत असे. वेळ कोणती का असेना, वेळीअवेळी असे उठून तो 'नाइट व्हिजन कॅमेऱ्याची' दृश्ये तपासून पाहात असे. हत्तींना पुरेसे अन्नपाणी दिले गेले आहे का याची खातरजमा करत असे. रात्रीच्या अंधारात त्याच्या नजरेसमोर हत्तींचा एक नवा मोठा कळप तयार होत असे.

त्या सुरुवातीच्या दिवसात या नवागत हत्तींभोवती त्यांच्या मूळ जंगलीपणाचे, वन्यत्वाचे एक वलय जणू त्यांना वेढून होते. एलीसारख्या सर्कशीतील किंवा प्राणिसंग्रहालयातील हत्तींप्रमाणे ते वागत नव्हते. जरी ते त्यांच्या रक्षकांना जवळ येऊ देत होते, तरी त्या जवळीकतेत एक अस्वस्थ अनिश्चितता होती. त्यांनी त्यांची अस्वस्थता, उद्विग्नता एकमेकांवर व्यक्त करू नये म्हणून ब्रायनने प्रत्येकाला

एकमेकांपासून दूर, वेगळे ठेवले होते. त्यांच्यापैकी म्शॉलो, स्तुदलू आणि म्बाहली हे तिघे जण ल्हानामध्ये एकत्रच लहानाचे मोठे झाले होते. म्हच्येगुह मात्र मखायामधून आली होती व इतरांच्यासाठी अनोळखी होती. अर्थात मिक रेलीच्या तात्पुरत्या कुंपणघरात सगळे जण एकत्र राहिलेच होते. एलीकरिता तर ते सगळेच परके होते. त्यांच्याशी नेमके कसे वागायचे हे न कळल्याने, ती त्या सर्वांपासून अंतर राखूनच होती. त्यांना अलग करणाऱ्या विभाजन जाळीजवळ येऊन इतरांपैकी कोणी तिचा वास घेण्याकरिता आपली सोंड तिच्याकडे नेऊ लागले की, ती ओरडून मागे सरकत असे. तिचा तरी बिचारीचा काय दोष? ते सगळे एकाच प्रजातीचे असले तरी एली व इतर चौघांची अभिव्यक्ती, भाषा वेगळी होती. एली माणूस व त्यांच्या आज्ञेशी एकरूप झाली होती, तर ते चौघे जण अजूनही आफ्रिकेतील पठारी कुरणात असल्यासारखेच वागत होते. काही दिवसांनी मात्र ते सर्वच जण थोडे निवांत झाले. त्यांच्यामधील अव्यक्त तणाव निवळू लागला तसे ब्रायनने रात्रीकरिता दोन नरांना एकत्र ठेवण्यास सुरुवात केली. जंगलातील ब्रम्हचारी हत्तींच्या कळपातील दोन नरांमध्ये जसे नातेसंबंध असतात तसेच संबंध या दोघांना परस्परांशी निर्माण करण्याची एक संधी तो त्यांना देऊ इच्छित होता. दुसरीकडे म्बाहली व म्हच्येगुह या दोघींनादेखील रात्रीकरिता एकत्र ठेवण्यास सुरुवात केली. शिवाय नेमके कोण कोणाबरोबर किंवा सर्वांबरोबर सलोखा करू शकते, हे पाहाण्यासाठी त्याने वेगवेगळया जोड्या बांधण्याचाही प्रयोग केला. एलीदेखील हळूहळू शांत, निश्चिंत झाली व इतरांसह संवाद साधण्याचा प्रयत्न करू लागली. मग ब्रायनने तिला प्रथम म्बाहलीसोबत व नंतर म्हच्येगुहसोबत ठेवून पाहिले. या निकट सहवासातून तो स्वत:च प्रत्येकाला चांगले ओळखू लागला – त्यांची प्रत्येक कृती त्याच्या स्मरणात पक्की होऊ लागली – प्रत्येक जण हालचाली कशा करतो, विचार कसा करतो, भूक लागली किंवा त्रासले तर प्रत्येकाचा आवाज कसा असतो इत्यादी आता त्यांच्यापैकी प्रत्येकाला ओळखण्यासाठी त्यांच्या चेहऱ्याकडे पाहाण्याची त्याला गरज नव्हती. तो प्रत्येकाला त्याच्या वृत्तीने तसेच शरीराच्या ठेवणीवरून, रंगाने व सोंडेची लांबी, ती फिरवण्याची ढब इत्यादींवरून ओळखू लागला होता. इतकेच नव्हे, तर त्यांच्या कानावरील शिरा व सुरकुत्याही त्याच्या ओळखीच्या झाल्या होत्या.

"त्यांच्या पावलाकडे बघूनही मी त्यांना ओळखू शकतो." ब्रायन आत्मविश्वासाने भारलेल्या आवाजात सांगत असे.

त्या सर्वांच्या अस्तित्वाशी तो इतका समरस झालेला होता की, त्यांची मनोवस्था समजण्याकरिता त्याला त्यांच्या चेहऱ्याकडे पाहावे लागत नसे. आणि तसेही हत्तीच्या चेहऱ्यावर त्यांच्या मनातील भावनांची अभिव्यक्ती कमीच प्रमाणात होत असते. माणूस, चिंपांझी किंवा कुत्र्यांप्रमाणे हत्तींचा चेहरा हा मनाचा आरसा

नसतो. त्यांचे डोळे मिचमिचे असतात, अजिबात भावनादर्शी नसतात. तरीदेखील एखादा अनुभवी रक्षक हत्तीचे डोळे किती प्रमाणात विस्फारलेले आहेत त्यानुसार त्याच्या भावना काही प्रमाणात समजू शकतो. हत्तींच्या डोळ्यांत अश्रूपिंड नसते त्यामुळे डोळ्यातील अतिरिक्त पाणी त्यांच्या गालांवरून सतत ओघळत असते. आपला मात्र गैरसमज होतो की, ते रडत आहेत. त्यांच्या चेहऱ्यावरील कोणतीही अभिव्यक्ती त्यांच्या सुपाएवढ्या कानांमुळे व जाडजूड सोंडेमुळे अव्यक्तच राहाते. संतापलेले किंवा उत्तेजित झालेले हत्ती आपले मोठाले कान जोरजोराने हालवत राहातात. जेव्हा ते शांत होतात, त्यांचे कानही स्थिर होतात. संघर्षात्मक पवित्रा घेताना ते आपला माथा उंचावतात, कान पूर्ण पसरतात, सोंड इंग्रजी मुळाक्षर 'जे'च्या आकारात धरतात. सोंडेचे पुढील टोक सभोवतालचे गंधज्ञान गोळा करून त्यांना आव्हानात्मक ठरलेल्या गोष्टींचा तपास करते. कंटाळलेल्या अवस्थेत ज्याप्रमाणे माणसे आपली बोटे कोठेतरी आपटत राहातात, त्याचप्रमाणे उद्विग्नता व्यक्त करण्यासाठी हत्ती आपली सोंड हळुवारपणे आपटत राहातात.

दिवस-दिवस निरीक्षण करून ब्रायन या सर्वांचे व्यक्तिमत्त्व, वर्तनव्यवहारविषयक बारीकसारीक पुरावे गोळा करत होता. त्यांच्यात वयाने मोठा असणारा म्शॉलो चांगला धष्टपुष्ट नर होता, त्याची प्रजननक्षमता व्यक्त करत होता. शक्य असेल तेव्हा तो कळपातील माद्यांकडे खेचला जात असे, त्या ऋतुकालात आहेत का, हे तपासण्याकरिता त्यांचे मूत्र हुंगून पाहात असे. तसा म्शॉला इतर नरांपासून आपला विशिष्ट फरक ठळकपणे दर्शवू लागला होता. स्तुदलू अतिशय चतुर व शीघ्रग्राही होता. त्याच्या रक्षकांच्या आज्ञा, अपेक्षा व प्राणिसंग्रहालयातील दैनंदिनी त्याने अचूकपणे आत्मसात केली होती. हुकमती स्वभाव व आग्रही आक्रमक वृत्ती यामुळे म्शॉला किंवा इतर कोणाला तो आपल्यावर अधिकार गाजवू देत नसे. जिथे कुठे त्याचा वावर असे, तो स्वत:चे प्रभावी अस्तित्व निर्माण करत असे.

ब्रायन सांगत असे, ''सभोवताली जेव्हा थोडा अधिक दबाव, तणाव असतो तेव्हा तो दुसऱ्याला माघार घ्यायला भाग पाडतो.''

लॉवरी पार्कमध्ये आल्यादिवसापासून म्शॉलो व स्तुदलू यांच्यातील स्पर्धा स्पष्ट होते होती. हत्तींच्या कळपात फक्त सामर्थ्यवान नरालाच प्रजनन संधी मिळू शकते. जेव्हा कधी दोघेही प्रांगणात असत तेव्हा ते माद्यांवर छाप पाडण्यासाठी माथ्याने एकमेकांना ढकलत. त्यांच्यातील स्पर्धेचा तराजू नेहमी वर-खाली होत असे. प्रथम-प्रथम स्तुदलू प्रभावी ठरत असे. परंतु एके दिवशी त्याने आपल्या प्रतिस्पर्ध्याला

जास्तच कोपऱ्यात ढकलले. दोघांची अगदी खडाजंगी जुंपली. मग मात्र म्शॉलोची अस्मिता जागृत झाली आणि म्शॉलोच्या सत्ताशक्तीचे पारडे जड झाले.

या सत्तासंघर्षामध्ये म्बाहलीच्या खोड्यांमुळे वातावरण पुन्हा हलके व हसते-

खेळते होत असे. सुरुवातीला ती संकोचून लाजाळूपणे वागत असे. सकाळी रक्षकांनी प्रांगणाचे दार उघडले की, इतर हत्ती रात्रघरातून वेगाने बाहेर येत. म्बाहली मात्र मागेच रेंगाळत असे. एक-दोन पावले पुढे टाकून उन्हात येत, विचार बदलून परत मागे फिरत असे. परंतु लवकरच या कचखाऊ वृत्तीतून ती बाहेर आली व कळपातील एक खट्याळ मुलगी बनली. तिला रक्षकाच्या हातातील वस्तू हिसकावून घ्यायला आवडत असे. कधीकधी तर खट्याळपणे ती इतर हत्तींच्या सोंडेतूनसुद्धा वस्तू पळवत असे. त्यांच्यासमोर टाकलेल्या फांद्यांच्या पानांमध्ये सोंड खुपसून ते आत-बाहेर शोध घेत असत की, तेवढ्यात हळूच मागून येऊन म्बाहली ती फांदीच लंपास करत असे.

म्बाहली, स्तुदलू व म्शॉलो एकत्र वाढले होते. म्हच्येगुह मात्र मखायातून आलेली होती. सर्वांमध्ये मिसळून राहाणे तिला थोडे कठीण वाटत होते. इतरांच्यासोबत उभे राहाताना, तिचे समर्पण, हार सुचवण्याकरिता ती शेपटीचा भाग त्यांच्याकडे करत असे. वस्तुत: म्हच्येगुह ही म्बाहलीपेक्षा वयाने व वजनाने मोठी होती. जर तिने ठरवले असते, तर ती कळपातील स्थाननिश्चितीमध्ये म्बाहलीहून वरचा दर्जा घेऊ शकली असती. उलटपक्षी ठरवूनच तिने स्वत:ला म्बाहलीपेक्षा कमी दर्जावर निश्चित केले होते. म्हणूनच ब्रायन तिला 'स्वबहिष्कृत' म्हणत असे.

माणसांशी मिळून मिसळून वागणारी एली समजून घेण्यास सरळ सोपी होती. ब्रायनने तिच्या आवडीनिवडीची एक सूचीच तयार केली होती. एलीला स्त्री कर्मचारी आवडत नसत. एखादा टोळ किंवा पतंग तिच्या पायाशी घुटमळत असेल तर ती दचकत असे. जवळपास एखादा ट्रक जात असेल तर तिला फरक पडत नसे, पण त्याच्या आवाजाने ती चिडचिड मात्र करत असे. तिच्याबरोबर राहून ब्रायनला एक आनंदी भावनिक समरूपता अनुभवास येत असे. ही भावनिक समरूपता वानरविभागातील कर्मचाऱ्यांना हर्मनबरोबर अनेकदा जाणवणाऱ्या समरूपतेहून वेगळी नव्हती. खरे पाहाता यात आश्चर्यजनक असे काहीच नाही. हत्ती व चिंपांझी या दोघांचेही संगोपन माणसांकडून केले जाते व या सहवासामधून त्यांच्या स्वत:च्या प्रजातीपेक्षा मानवी गुणवैशिष्ट्यांचा या दोघांवरही अधिक प्रभाव पडतो. हर्मनमधील समरूपता साधण्याच्या क्षमतेमुळेच दीन व दयनीय अशा बॅम्बूवर तो प्रेम करत असे. हत्तींच्या कळपातील सर्वांत एकाकी व दु:खी म्हच्येगुहला एलीने त्याच भूमिकेतून आधार दिला होता. रक्षकांनी अनेकदा पाहिले होते की, एली तिला सोंडेने गोंजारत असे, तिला लगटून उभी असे; कित्येकदा तर तिचा शोधही घेत असे. कधीकधी खोडकर म्बाहली दांडगटपणा करून म्हच्येगुहला त्रास देत असे, अशा वेळी एली म्हच्येगुहच्या पक्षात असे.

खरे पाहाता एलीला स्वत:लाच तिच्या स्वत:च्या हत्ती प्रजातीविषयी बरेच काही शिकायचे होते तरीदेखील रक्षकांनी अलीकडे तिचा आत्मविश्वास वृद्धिंगत होत

असल्याचे पाहिले होते. विशेषकरून म्हच्येगुह संगतीस असताना एली प्रत्येक गोष्ट दृढ आत्मविश्वासाने करत असे. एली व म्हच्येगुह विश्वाच्या दोन विरुद्ध कोपऱ्यातून आल्या होत्या, दोघींची अलीकडेच एकमेकींशी ओळख झालेली होती, तरीदेखील त्या दोघी जणू दोन जुळ्या बहिणी बनल्या होत्या. उबदार उन्हाच्या प्रांगणात फिरताना दोघी नेहमी बरोबर असत. त्या दोघींना एका जाळीच्या दोन बाजूला समाधानाने झोपलेले पाहाण्याकरता रक्षकदेखील त्यांना लगतच्या पिंजऱ्यात ठेवू लागले. एक जण जन्मापासून वनवासात होती, तर दुसरी बहिष्कृत होती. अशा स्थितीत होणारा संकोच, अवघडलेपणा व एकाकीपणा त्या प्रत्येकीने अनुभवलेला होता. अशा या समदु:खी दोघी जणी जन्मभराचे नाते गुंफत होत्या.

बंदिवासातच वाढलेली एली, म्हच्येगुह आणि इतरांना प्राणिसंग्रहालयाचे रिती-नियम समजावून देत असे. रक्षक त्यांच्या सोंडेला स्पर्श करतात, ब्रशने खरारा करतात तेव्हा कसे शांत राहायचे असते, हे ती स्वत:च्या कृतीतून दाखवत असे. बंदिवासातील हत्तींच्या आरोग्याचा महत्त्वाचा भाग हा त्यांच्या पावलांची व कातड्याची स्वच्छता असतो. एलीने केलेली सर्वांत कौतुकास्पद गोष्ट म्हणजे 'एलिफंट रिस्ट्रेंट डिव्हाइस – इआरडी' म्हणून ओळखल्या जाणाऱ्या साधनामध्ये शांत कसे राहायचे असते हे तिने इतरांना शिकवले होते. चिको या हत्तीची सुरक्षित आरोग्य तपासणी व उपचार याकरिता सॅनडिएगोमधील हत्ती वर्तनशास्त्रज्ञांनी वापरलेले हे साधन हत्ती इमारतीच्या मागच्या बाजूस बसवले होते. हे साधन म्हणजे प्रचंड आकाराची एक पेटी होती की, ज्याच्या भिंती गरजेनुसार जवळ किंवा लांब हालवता येत असत. पेटासारख्या प्राणिहक्क संरक्षण संघटनांच्या भीतीने असेल, कदाचित परंतु पिंजऱ्यासारख्या दिसणाऱ्या या उपकरणाला कोणी कर्मचारी बंदिवास सूचक 'पिंजरा' हा शब्द वापरत नसे, तर 'हग्गर' या त्याच्या सर्वमान्य नावानेच त्याचा उल्लेख होत असे. सर्व हत्तींना या हग्गरची सवय व्हावी म्हणून ब्रायन व इतर कर्मचाऱ्यांनी प्रत्येक हत्तीच्या दैनंदिनीतील तो एक उपक्रमच ठरवला होता. दिवसातील एक उदरभरण प्रत्येक हत्ती या उपकरणात उभे राहून करत असे. आपल्या तबेल्यातून बाहेर पडताना किंवा तबेल्यात परत जाताना प्रत्येकाला हग्गरमधूनच जावे लागत असे. प्रत्येक वेळी जेव्हा एक हत्ती त्यामध्ये जात असे, एक कर्मचारी हिरव्या दिव्याची खूण करत असे. इतर कर्मचारी हालवत्या येणाऱ्या भिंतींनी त्या हत्तीला असे पकडत असत की, त्या हत्तीला फार काही चुळबूळ किंवा हालचाल करता येत नसे. जर हत्तीला अंघोळ घालणे, त्यांच्या पायातून रक्ताचे नमुने घेणे, मलमूत्राचे नमुने गोळा करणे, पावले, नखे यावर प्रक्रिया करणे, त्याला क्षयरोग आहे का, हे तपासण्यासाठी हत्तीला सोंडेने पाणी आत घेऊन परत फवारण्यास लावणे, इत्यादीपैकी एखादी कृती करावयाची असेल, तर हत्तीची हालचाल नियंत्रित असणे आवश्यक असते.

हत्तींना क्षयरोगाचा संसर्ग सहज व लवकर होऊ शकतो. बंदिवासातील अनेक जणांचा आत्तापर्यंत क्षयरोगाने मृत्यू झालेला आहे.

काही आठवड्यांतच जर्मनीहून आलेले तज्ज्ञ एलीला हग्गरमध्ये घेऊन तिच्यावर कृत्रिम बीजारोपणाचा प्रयोग करणार होते. अनेकांसाठी ही बाब विचित्र होती की, जेव्हा दक्षिण आफ्रिकेसारख्या देशात हत्तीसंख्या ऊतू जाते आहे, तेव्हा अमेरिकेत हत्तीचे एक पिल्लू जन्मास यावे म्हणून इतका सारा खटाटोप केला जातो आहे. परंतु आफ्रिकेतून चार हत्तींना आणणे किती जिकिरीचे असते, किती विवादास्पद होऊ शकते व कसे पराकोटीचे खर्चिक होऊ शकते, हे सांगण्यास लॉवरी पार्कचा अलीकडील अनुभव पुरेसा होता. गेले काही महिने एलीचे रक्षक तिच्या रक्तातील ल्यूटेनाइझिंग हार्मोनच्या (एलएच) प्रमाणस्तराचे निरीक्षण करत होते. सस्तन प्राण्यांमधील बऱ्याच प्रजातीमाद्यांच्या बाबतीत स्त्रीबीजांड निर्माण होण्याआधी काही दिवस या हार्मोनमध्ये एकदम वाढ होते. परंतु हत्तीप्रजातीतील माद्यांच्या बाबतीत या घटनेची अनिश्चितता आढळून येते. त्यांच्यामधील १४ ते १६ आठवडे टिकून राहाणाऱ्या ऋतुकालादरम्यान या हार्मोनचे दुप्पट प्रमाण होऊ शकते. ल्यूटेनाइझिंग हार्मोनची पहिली उत्पत्ती झाल्यानंतर दुसरी उत्पत्ती त्यानंतर ठीक २१ दिवसांनी होते. याच सुमारास स्त्रीबीजांडाची निर्मिती होऊन फलित बीजांडरोपणाकरिता गर्भाशय तयार असते. संशोधकांना ल्यूटेनाइझिंग हार्मोनच्या पहिल्या उत्पत्तीचे प्रयोजन अजूनही ठामपणे स्पष्ट नसले तरी त्यांच्या मते त्या पहिल्या उत्पत्तीने हत्तीणींचा गंध बदलतो, ती गर्भधारणेस तयार व उत्सुक आहे, हा संदेश नरापर्यंत जातो. अर्थात ल्यूटेनाइझिंग हार्मोनच्या निर्मितीमध्ये निसर्गाचा हेतू काहीही असो, कृत्रिम बीजारोपणाचा प्रयोग करू इच्छिणाऱ्या कोणत्याही प्राणिसंग्रहालयास या हार्मोनची पहिली उत्पत्ती कृत्रिम बीजारोपणाचा कालावधी निश्चित करण्यास खचितच उपयोगी पडते. रक्त नमुन्यात एकदा का या हार्मोनच्या पहिल्या उत्पत्तीचा सुगावा लागला की, त्यानंतर ठीक तीन आठवड्यांनी स्त्रीबीजांड निर्मिती निश्चित असते.

एलीच्या पहिल्या ल्यूटेनाइझिंग हार्मोनच्या उत्पत्तीचा पुरावा त्या जानेवारीत दिसून आला होता. 'बर्लिन बॉइज' म्हणून जगप्रसिद्ध असणाऱ्या जर्मन पशुवैद्यांना ही बातमी दिली गेली होती. फेब्रुवारीच्या मध्यास त्यांची विमान तिकीटे आरक्षित केली गेली होती. लवकरच त्यांची अल्ट्रासाउंड उपकरणे व शरीरांतर्गत काम करणाऱ्या दुर्बिणीच्या साहाय्याने ते ओरलॅन्डोच्या बाहेर असणाऱ्या 'ॲनिमल किंगडम' या प्राणिसंग्रहालयातील नराचा डीएनए घेण्याची तरतूद करणार होते. जर्मन पशुवैद्यांचा शक्यतो प्रयत्न होता की, लॉवरी पार्कपासून जवळच असणाऱ्या प्राणिसंग्रहालयातील नराचा डीएनए घेतला जावा. कारण घेतलेला डीएनए बर्फात घालून आणावा लागतो. अशा तऱ्हेने डीएनए बर्फात घालून खूप दूर अंतरावरून आणत असताना

त्याचे नुकसान होण्याचा संभव असू शकतो. जर्मन पशुतज्ज्ञांना हा धोका पत्करायचा नव्हता. एकदा का त्यांना डीएनए मिळाला की, तो डीएनए ते थेट एलीकडे घेवून येणार होते.

याच दरम्यान ब्रायन व त्याचे सहकारी एलीला तिच्या जर्मन तज्ज्ञापुढे सादर करण्याची तयारी करत होते. लवकरच तिच्यावर होणाऱ्या उपचार प्रक्रियेदरम्यान तिने घाबरू नये म्हणून व तिला हग्गरमध्ये राहाण्याची सवय व्हावी म्हणून रोज तिला थोडा वेळ तरी हग्गरमध्ये ठेवले जात होते. एलीनेदेखील कधी काही तक्रार किंवा गोंधळ केला नव्हता. खरे तर हग्गरमध्ये उभे राहाणे तिला आवडू लागले होते. कारण इथे उभे असताना तिला जादाचे गवत मिळत असे. तिचे लक्ष होणाऱ्या उपचाराहून दुसरीकडे वेधण्याकरिता कर्मचाऱ्यांनी शोधलेली युक्ती ठीक कामास येत होती. अशा तऱ्हेने गवताच्या पेंडीभोवती सोंड वेटाळून उभ्या असलेल्या एलीच्या समोर तिच्या पायाला गोंजारत, तिच्याशी गोड-गोड बोलत ब्रायन उभा असे. एलीच्या इतके जवळ राहाण्याचा हा प्रसंग काही मोजक्या प्रसंगातीलच एक असे पण तो ब्रायनलाही मनापासून आवडत असे.

ब्रायन स्वत: लहानपणापासून हत्तींमध्ये वावरलेला होता, खरे तर त्यांच्या संगतीतच लहानाचा मोठा झाला होता- तेही 'मुक्त सहवास' पद्धतीने. रिंगलिंग ब्रदर्स या सर्कशीत हत्ती प्रशिक्षक म्हणून काम करत असताना तो हत्तींच्या मुक्त सहवासातच असे. सध्या सुरक्षित सहवास प्रणालीतून हत्तींच्या बरोबर राहात असताना मुक्त सहवास प्रणालीत त्या जुन्या दिवसात हत्तींबरोबर निर्माण होणारी जवळीकता, एकरूपता हरवल्याची त्याला खंत वाटत होती. त्याला लॉवरी पार्कमधील हत्तींची जबाबदारी सोपवण्यात आली तेव्हा लेक्सने आधीच निश्चित केले होते की, इथून पुढे लॉवरी पार्कमध्ये 'सुरक्षित सहवास' प्रणालीचा काटेकार अवलंब होईल. ब्रायननेदेखील हे मान्य केले होते. कारण त्याला माहीत होते की, लेक्सने हा निर्णय व्यक्तिगत अनुभवातून घेतला होता. चार-ली-तॉरेवरती टिलीने हल्ला केल्याप्रसंगी चार-ली-तॉरेला हॉस्पिटलमध्ये नेण्याकरिता हेलिकॉप्टरची वाट पाहाणाऱ्यांमध्ये लेक्सही होता. लॉवरी पार्कमध्ये ब्रायनला येऊन एकच वर्ष झाले असले तरी एक गोष्ट त्याने चांगली समजून घेतली होती की, लेक्सने एकदा घेतलेला निर्णय दगडावरची रेघ असतो. दुसरीकडे ब्रायन सुरक्षित सहवास प्रणाली वापरतो म्हणजे त्याला ती प्रणाली मान्य होती किंवा आवडत होती असेही नव्हते.

काही का असेना पण हत्तींच्या संगतीत काम करायला मिळणे ही ब्रायनकरिता सर्वांत आनंदाची गोष्ट होती. काही वर्षांच्या विश्रांतीनंतर पुन्हा हत्तींसाठी काम करताना तो खूप खूश होता. इतक्या वर्षांच्या दीर्घ कालावधीत त्याने अनेक हत्तींबरोबर काम केले होते, त्या सगळ्यांच्या आठवणी त्याच्या मनात गर्दी करत

असत. आजसुद्धा तो सर्कशीतील एका हत्तीविषयी बोलत असे जो हत्ती इंग्रजी, जर्मन, फ्रेंच व हिंदी या चार भाषांतील आज्ञा समजत असे. आत्ताच्या त्याच्या ऑफिसमध्ये बसल्या-बसल्या त्याला आपले बालपण आठवत होते – तो सहा वर्षांचा असताना त्याचे कुटुंब जपानमध्ये एका सर्कशीत काम करत होते. एकदा रेल्वेतून त्यांच्या हत्तींना घेऊन जात असताना ते एका प्रचंड वादळातून वाचले होते.

तो लहान असताना 'शिरले' नावाची एक हत्तीण त्याच्या कुटुंबाने पाळली होती. ती त्याची 'बेस्ट फ्रेंड' होती. अगदी तीन-चार वर्षांच्या ब्रायनला शिरले आपल्या सोंडेत धरून वर उचलत असे, तिथून तो तिच्या माथ्यावर चढत असे आणि तिच्या मानेभोवती मिठी घालत असे. असे गालाला गाल लावल्यावर दोघांनाही उबदार वाटत असे. तिच्या श्वासाबरोबर त्याचे शरीर वर-खाली होत असे. कित्येकदा तर अशा स्थितीतच तो झोपी जात असे.

ब्रायन सांगत असे, ''काही मुले गाडीमध्ये बसली की झोपी जातात. माझ्याकरिता शिरलेच माझी गाडी होती.''

अनेक वर्षांनंतरही ब्रायन आपल्या स्वप्नात शिरले व इतर हत्तींना भेटत असे. या भेटीत तो पुन्हा लहान बालक होऊन त्या हत्तींच्या पाठीवर घसरगुंडी खेळत असे. त्याच्या लहानशा हातांनी त्यांच्या सोंडेला, जाड्याभरड्या कातडीला कवटाळत असे. ते हत्तीदेखील सोंडेवर बसलेल्या छोट्या ब्रायनला पुढे-पुढे घेऊन जात असत.

दोघांमध्ये एक तरल प्रवाही सहजसुंदर नातेतरंग निर्माण झाला होता, जो ब्रायनला आयुष्यभर धरून होता.

हत्तींच्या तबेल्यात श्रद्धा व शास्त्राचा मिलाफ दिसून येत होता. बर्लिनहून दोन तज्ज्ञ येऊन पोहोचले होते व ते एलीमध्ये एक नवीन प्राण, नवीन जीव स्थपित करणार होते.

ती गवत चघळत हग्गरमध्ये उभी होती. आत्तापर्यंत माणसांकडून सुया टोचल्या जाणे, तिच्या शरीराची आतून तपासणी केली जाणे, याची तिला सवय झाली होती. ब्रायन व त्याचा सहकारी स्टीव्ह लिफावे तिच्याजवळच उभे राहून तिला धीर देत होते.

''हो, हो, शांत राहा. सगळे ठीक होणार आहे.'' ते तिला सांगत होते.

ब्रायन व स्टीव्ह एलीच्या समोर तिच्या सोंडेपाशी उभे होते. डॉ. हिल्डेब्रॉन्डट व डॉ. गॉरिट्झ हे दोघे तज्ज्ञ एलीच्या मागे उभे होते. त्यांनी डोक्यावर शिरस्त्राण, डोळ्यावर अल्ट्रासोनिक गॉगल व अंगभर प्लॅस्टिकचा सुरक्षावेष घातला होता. धोक्याच्या प्रवासाला निघालेल्या अवकाशवीरांसारखे ते दिसत होते. आत्ता त्यांच्या समोर असणारी जबाबदारीदेखील कमी धोक्याची नव्हती.

एलीच्या १० फूट लांबीच्या प्रजननमार्गामध्ये (हत्तींणींकरिता याला व्हेस्टिब्युल असे म्हटले जाते.) त्यांनी आधीच लघुतम कॅमेरा व लाइट असलेले एन्डोस्कोप व कॅथेटर घातले होते. एलीच्या गर्भाशयाकडे जाणाऱ्या कॅथेटरचा मार्ग शेजारी स्थापित केलेल्या मॉनिटरवर दिसून येण्यासाठी एक अल्ट्रासाउंड शोधनी (प्रोब) तिच्या गुदद्वारातून आत घालण्यात आली होती. त्या दिवशी सकाळी त्यांनी 'ॲनिमल किंगडम' या प्राणिसंग्रहालयातील हत्ती नराचा डीएनए घेतला होता. काही वेळा इतर पशुतज्ज्ञ नराच्या गुदद्वाराला विजेचा शॉक देऊन नराचे वीर्य घेण्याचे तंत्र अवलंबतात. हे तंत्र कमरेच्या खाली पक्षाघात झालेल्या पुरुषांच्या कृत्रिम वीर्यारोपणाकरिता वापरले जाते. परंतु डॉ. हिल्डेब्रॉन्डट दोन महत्त्वाच्या कारणांकरिता हे तंत्र नाकारत असत. त्यांच्या अनुभवातून ते शिकले होते की, एकंदर प्रक्रियेमुळे किंवा त्यात वापरल्या जाणाऱ्या भुलीच्या औषधामुळे हत्तींना इजा होऊ शकते. त्याऐवजी हातमोजे घालून हातानेच त्या नराला उत्तेजित करून त्याचे वीर्य प्लॅस्टिकच्या पिशवीत गोळा करण्याचा मार्ग त्यांना अधिक प्रभावी व अधिक मानवी स्वरूपाचा वाटत असे.

या सगळ्याबाबींविषयी अनभिज्ञ असणाऱ्या व्यक्तीला या एकंदर प्रकाराची कल्पनादेखील तर्कट व कुचेष्टेची वाटेल. परंतु विस्कटलेल्या तपकिरी केसाच्या २९ वर्षे वयाच्या पण शाळकरी दिसणाऱ्या डॉ. हिल्डेब्रॉन्डट यांच्याकरिता ही सर्व प्रक्रिया भविष्यवेधी प्रयोग होता. 'इन्स्टिट्यूट ऑफ झू बायोलॉजी'मध्ये डॉ. गॉरिट्झ व इतर सहकाऱ्यांबरोबर संशोधन करत असताना डॉ. हिल्डेब्रॉन्डट यांनी केवळ हत्तींकरिताच नाहीतर जगभरातील शेकडो प्रजातींकरिता प्रसव-औषधे तयार केली होती. त्यांच्या आवडत्या अल्ट्रासाउंड तंत्राचा वापर करून त्यांनी कोमोडो ड्रॅगनच्या स्त्रीबीजकोशावरती दिशादर्शक असे कार्य केले होते. त्यांनी गेंड्याच्या वीर्याचे स्वरूप व गतिशीलता तपासली होती. तसेच मोठ्या पांडाच्या मूत्रामधून प्रसारित होणाऱ्या रासायनिक संदेशांचा अभ्यास केला होता. ज्या दिवशी बर्लिनची ऐतिहासिक भिंत पाडली गेली व आनंदोल्लास साजरा करण्यासाठी सगळे शहर रस्त्यावर गोळा

झाले होते, तेव्हा डॉ. हिल्डेब्रॉन्डट ईस्ट बर्लिन झूमध्ये एका दुर्मीळ याक प्रजातीवर प्रसव-औषधाचा प्रयोग करत होते.

दुसऱ्या एका जीवशास्त्रज्ञाने त्यांच्याविषयी मत मांडले होते की, ''जगात जे काही रांगते आहे, जिवंत आहे, त्या सगळ्यावर ते अल्ट्रासाउंड तंत्राचा प्रयोग करतील.''

डॉ. हिल्डेब्रॉन्डट व त्यांचे सहकारी हत्तींमध्ये कृत्रिम बीजारोपण पद्धतीने पिल्ले जन्मास घालण्याच्या अभूतपूर्व यशस्वी कार्याकरिता प्रसिद्ध होते. गेली अनेक वर्षे इतर कोणीही हे कार्य इतक्या बिनचूकपणे व यशस्वीपणे अमलात आणले नव्हते.

अमेरिकेत बंदिवासातील हत्तींची प्रजा हळूहळू अस्तंगत होत होती. अशा वेळी अल्ट्रासाउंड तंत्र व शोधनी-तंत्राची स्वत: रचना करून या दोन 'बर्लिन बॉइज'नी हत्तींच्या प्रजनन यंत्रणेविषयीच्या मूलभूत ज्ञानात मोलाची भर घालून हत्तीणींच्या गर्भधारणशक्यतेत उल्लेखनीय वाढ व शाश्वती निर्माण केली होती.

सर्वसाधारण अनुभव असा होता की, या एकंदर प्रक्रियेत नर हत्तीचा डीएनए-वीर्य मिळवणे सोपे असते, परंतु त्या वीर्याचे हत्तीणीच्या गर्भाशयात रोपण करणे जिकिरीचे असते. हत्तीणीच्या योनीमार्गाची प्रवेश झडप डाइम नाण्याइतकी लहान असते – या प्रजातीमध्ये गर्भधारणेकरिता नराचे शिश्न मादीच्या योनीमध्ये घुसणे अभिप्रेत नसते. ती प्रवेशझडपदेखील दोन भोकांची असते. डॉ. हिल्डेब्रॉन्डट त्यांना 'फसव्या पिशव्या' असे म्हणत. एकंदर क्लिष्टता वाढवण्यासाठी मादीच्या मूत्राशयाचा मार्गदेखील जवळच असतो. हत्तीणीच्या शरीरात पाठवलेली कॅथेटर जर योग्य ठिकाणी पोहोचली नाहीतर त्याबरोबर असणारे हत्तीनराचे वीर्यदेखील चुकीच्या जागी पोहोचते. काही वेळेला या संपूर्ण प्रक्रियेस काही तासही लागू शकतात. बर्लिनहून आलेल्या या पशुतज्ज्ञांनी आपले संशोधनज्ञान अतिशय कौशल्यपूर्णतेने वापरून एलीच्या गर्भाशयात खोलवर कृत्रिम वीर्यारोपण केले. अल्ट्रासाउंड तंत्राचा व मॉनिटरवर दृश्य रूपांत मिळणाऱ्या अहवालवृत्ताचा वापर करणे सोपे जावे म्हणून त्या हत्ती तबेल्यातील दिवे मंद करण्यात आले होते. या सर्व प्रक्रियेदरम्यान एलीभोवती काम करणारा प्रत्येक जण मुकाट्याने आवाज न करता हालचाल करत होता. पहिली गोष्ट की, एलीने किंचितही विचलित होऊ नये याची ते काळजी घेत होते. शिवाय एलीने अचानकपणे चुकीची हालचाल केल्यास तिच्या मागे, तिच्या पायाशी किंवा पोटाशी उभ्या असणाऱ्यांना इजा होऊ शकली असती.

डॉ. हिल्डेब्रॉन्डट व डॉ. गॉरिट्झ एकीकडे आपल्या शोधतंत्र उपकरणाने काम करत होते व दुसरीकडे मृदु आवाजात जर्मन भाषेत हळुवार संभाषण करत होते. एलीच्या स्थितीमध्ये त्यांना काही बदल हवा असेल, तर ते इंग्रजीत स्टीव्हला तशी सूचना देत जी सूचना एलीच्या समोर तिच्या छातीवर हात ठेवून उभ्या असलेल्या ब्रायनकडे सरकवली जात असे. दोन तज्ज्ञांपैकी एक जण सांगत असे, ''तिला किंचित मागे सरकायला हवे.'' लगेच स्टीव्ह तो निरोप ब्रायनला देई; ब्रायन एलीला सांगे व एली मागे सरकत असे.

''गुड गर्ल'' ब्रायन तिचे कौतुक करत होता.

लॉवरी पार्ककरिता ही सर्व प्रक्रिया म्हणजे एक विजय होता. संपूर्ण प्रक्रियेदरम्यान एली कुठेही दचकली किंवा घाबरली नव्हती. दोन्ही तज्ज्ञांनी त्यांच्या नाव-प्रसिद्धीला साजेसेच शस्त्र व शास्त्रकौशल्य दाखवले होते. लॉवरी पार्कच्या बाहेर मात्र या यशाला कोणी निराळे स्वरूप दिले असेल. इथे आपण पाहिले की, एली ही एक

आफ्रिकेत जन्मलेली हत्तीण होती. तिला बंदिवासाची इतकी सवय झाली होती की, लॉवरी पार्कमध्ये येऊन पोहोचेपर्यंत हत्ती असणे काय असते, हेदेखील ती विसरली होती. अशा या एलीच्या शरीरात तज्ज्ञ काही साधने घुसवून प्रयोग करत होते. हा सगळा खटाटोप नेमका कशाकरिता? केवळ माणसाकडे या सगळ्या गोष्टी करण्याचे ज्ञान व कौशल्य आहे, याचे समर्थन करण्याकरिताच ना? जर एलीची खरेच गर्भधारणा झाली, तर जन्माला येणारे पिल्लू लॉवरी पार्क किंवा त्यासम असणाऱ्या एखाद्या मानव नियंत्रित परिसरातच लहानाचे मोठे होईल. त्या पिल्लाची पुढची पिढी जन्मास येईल तीदेखील बंदिवासातच वाढेल, जगेल. मग त्यांची पुढची पिढी, मग त्यांचे वंशज अशी साखळी पुढे सरकत राहील. इन्शाल्ला व एरिक तसेच लॉवरी पार्कमधील अनेक प्रजातींचे प्राक्तन याच दिशेने मार्गस्थ होणार होते. अशा तऱ्हेने हे सर्व प्राणी निसर्गातून बहिष्कृत केले गेल्यानंतर त्यांचे नेमके काय होईल, हे सांगण्यास कोण्या टीकाकाराची गरज नव्हती.

अशाच आशयाचा प्रश्न डॉ. हिल्डेब्रॉन्डट यांना विचारला असता, प्राण्यांच्या नैसर्गिक वसतीस्थानांचे योग्य संरक्षण व देखभाल हा त्यावरचा हुकमी उपाय होऊ शकतो, असे मत त्यांनी मांडले होते. जंगली व नैसर्गिक परिवेषात ज्याप्रमाणे एक हत्ती कळपातील इतर सदस्यांशी नाते व स्वत:ची स्थाननिश्चिती करू शकतो, त्या प्रकारची मोकळीक त्याला प्राणिसंग्रहालयात मिळते की त्याला एकटे, एकाकी ठेवले जाते; त्यांना संकुचित व हालाखीच्या परिस्थितीत ठेवले जाते की, वावरण्याकरिता मोकळा पुरेसा प्रदेश दिला जातो इत्यादी सर्व गोष्टींचा सर्वकष विचार होणे आवश्यक आहे.

डॉ. हिल्डेब्रॉन्डट म्हणत असत, ''हत्तींचे जीवन आपण अधिकाधिक सुखकारक बनवणे आवश्यक आहे.'' त्यांच्या मते येथील हत्तींना सर्वोत्तम सुविधा देऊन लॉवरी

पार्कने एक उत्तम उदाहरण निर्माण केले होते. हत्तींना देऊ केलेला विस्तीर्ण प्रदेश व जोडीला ब्रायन व स्टीव्हसारख्या समर्पित वृत्तीच्या तज्ज्ञांची देखभाल यामुळे एली व इतर हत्तींची आरोग्यपूर्ण वाढ होत आहे, याबद्दल त्यांनी समाधान व्यक्त केले होते. त्यांनी याचबरोबर आणखीन एक गोष्ट स्पष्ट केली होती की, ही कृत्रिम बीजारोपण प्रक्रिया केवळ एक नवीन हत्तीचे पिल्लू जन्मास यावे याकरिता महत्त्वपूर्ण नव्हती, तर ती प्रक्रिया एलीसाठीदेखील आवश्यक होती. गर्भधारणा किंवा प्रजनन न करणाऱ्या हत्तीणींच्या गर्भात गाठी तयार होऊन त्यांना कर्करोगाची संभावना निर्माण होते.

''म्हणूनच हे सारे एलीकरितादेखील फलदायीच आहे.'' डॉ. हिल्डेब्रॉन्डटनी चर्चेचा समारोप केला.

या सन्मानीय डॉक्टरांचे मत निखालस तर्कसुसंगत, सर्वकष व अबाधित

असेच होते. तरीदेखील हा प्रश्न शिल्लक राहातोच की, लॉवरी पार्कमधील संख्या प्रजातींकरिता येणाऱ्या दूरच्या भविष्यकाळात बंदिवासाचा नेमका अर्थ व त्याचे नेमके स्वरूप कसे असेल? एखादा जीव उडूच शकत नाही तो पक्षी असेल का? एखादा वाघ शिकारच करत नसेल, तर हळूहळू त्यामधून कोणी दुसराच एक मवाळ प्राणी उत्पन्न होईल का? प्राणिसंग्रहालयात जन्माला येणारी भावी पिढी कल्पनेपलीकडे निराळी असेल का? त्यांच्या नैसर्गिक वसतीस्थानापासून कायमचे विलग होणे, त्यांचे हत्ती असणेच बदलू शकेल का?

प्रणय राग

अनंत आकाशाच्या प्रांगणात, दूर कुठेतरी अंधारात असलेला एक उपग्रह नऊ क्रमांकाच्या मॅनेटीचा वेध घेत होता. पृथ्वीपासून ५०० मैल उंचीवर पृथ्वीभोवती परिक्रमा करणारे अवकाशातील उपग्रह दुसरी प्रदक्षिणा पूर्ण करत होते. इतक्या उंचीवरील सोईस्कर बिंदूंवरून संपूर्ण पृथ्वी त्या उपग्रहाच्या दृष्टिक्षेपात येत होती. निळ्या, हिरव्या, तपकिरी रंगांची वलयांकित नक्षी असणारा विस्तीर्ण प्रदेश असंख्य जीवांच्या अस्तित्वाला पूरक व पुरेसा वाटत असला तरी अवकाशातील इतक्या दूरस्थ ठिकाणाहूनदेखील विविध प्रजातींच्या विनाशाची चिन्हे स्पष्ट जाणवत होती – पृथ्वीच्या दोन ध्रुवावर असणारे बर्फाचे छत्र वितळते आहे, ॲमेझॉन नदीच्या ऐलपैल असणारे पर्जन्यजंगल आगीच्या भक्ष्यस्थानी पडते आहे. फ्लोरिडाच्या पश्चिम किनाऱ्यावर 'रेड टाइड'च्या उद्रेकाचा विषारी फवारा अधिकाधिक प्रदेशावर पसरतो आहे.

गेली अनेक वर्षे 'नॅशनल ओशिॲनिक आणि ॲटमॉस्फिअरिक ॲडमिनिस्ट्रेशनच्या (नोवा) पसरलेल्या उपग्रहांच्या जाळ्यांमार्फत या सर्व अरिष्टांची नोंद घेतली जात आहे. हे उपग्रह वैश्विक ढगांच्या इन्फ्रारेड प्रतिमा घेणे, ढगांमधील व समुद्री वादळांचा मागोवा घेऊन त्यांच्याविषयीचे अंदाज वर्तवणे, इत्यादी अनेक मुद्यासंबंधी माहिती गोळा करत असतात. तसेच मॅनेटीच्या हालचालींचा वेधही घेत असतात.

१६ मार्च, २००४ साली इंग्रजी मुळाक्षर 'एम' नावाचा नोवाचा एक उपग्रह कॅरिबियन ओलांडून अमेरिकेच्या मध्यावर आला असता त्याला प्राप्त होणाऱ्या अनेक सिग्नल्समध्ये फ्लोरिडाच्या समुद्रात सोडलेल्या मॅनेटीच्या शेपटीला बांधलेल्या ट्रान्समीटरचा सिग्नलही होता. हा सिग्नल सेंट जॉन्स नदीत असलेल्या नऊ क्रमांकाच्या मॅनेटीच्या शेपटीवरील ट्रान्समीटरचा सिग्नल होता. हा नऊ क्रमांकाचा मॅनेटी लॉवरी पार्कमधील बंदिवासातच जन्मला व वाढला होता. लॉवरी पार्कला

भेट देणाऱ्या असंख्य पर्यटकांना हा 'स्टॉर्मी' नावाने परिचित होता. त्या सर्वांनी स्टॉर्मीला लहानपणापासून पाहिले होते. अलीकडेच पूर्ण वाढ झालेल्या स्टॉर्मीला

नैसर्गिक वातावरणात मुक्त केले होते. संततधार पावसाच्या मंगळवारी त्याच्याकरिता टाकलेल्या जाळ्यामधून निसटण्याचा तो प्रयत्न करत होता. त्याची शेवटची एक चाचणी करण्यासाठी त्याचा शोध घेणारी टीम त्याचा पाठलाग करत होता.

स्टॉर्मीच्या शेपटीला बांधलेल्या ट्रान्समीटरचा सिग्नल येत होता – बीपऽऽ बीपऽऽ बीपऽऽ. मागोवा बोटीवरी शोधगटाला प्रथम हा सिग्नल अंधूक ऐकू आला व हळूहळू तो आवाज मोठा होत गेला आणि शेवटी तर ट्रान्समीटर पाण्यावर तरंगताना दिसू लागला. त्याच्या मागोमाग स्टॉर्मीचेही दर्शन झाले. ''तो तिथे दिसतो आहे. बरोबर तीन वाजले आहेत.''

मागोवा टीमच्या भाषेत ट्रान्समीटरला 'टॅग' असे म्हटले जाते. स्टॉर्मीच्या शेपटीच्या टोकाशी बांधलेल्या एका पट्ट्यावर हा टॅग बसवला होता. स्टॉर्मीला नदीत सोडल्यावरदेखील वेळोवेळी त्याची खबरबात घेता यावी, याकरिता मोनिका रॉस या जीवशास्त्रज्ञाने हा टॅग त्याच्या शेपटीला बांधला होता. मोनिका रॉसने आपले बहुतांशी जीवन मॅनेटीवर संशोधन करण्यात घालवले आहे. आतादेखील मागोवा बोटीवरील शोध टीममध्ये मोनिकाचा समावेश होताच. तिच्या डाव्या हातात धरलेल्या सॅटेलाइटच्या अँटेनाने दर्शवलेल्या दिशेनुसार उजव्या हाताने ती बोटीचे स्टीअरिंग वळवते आहे.

बीपऽऽ बीपऽऽ बीपऽऽ.

स्टॉर्मी पुन्हा पाण्याच्या वर येत होता. कोणीतरी ओरडले, ''त्या तिथे तिकडे टॅग वर आला आहे. तो तिथे आहे.''

त्या दिवशी नदीमध्ये तीन बोटी कार्यरत होत्या. तीनही बोटींवरती लॉवरी पार्कमधील 'सी वर्ल्ड-समुद्र विश्व' विभागातील मॅनेटी संशोधक होते. डॉ. मर्फीच्या सोबतीने व्हर्जिनिया एडमाँड्स होती. या दोघांनीही स्टॉर्मीला जन्मल्यापासून पाहिले होते. आता त्याच्या नैसर्गिक आवासामध्ये रमलेला धष्टपुष्ट झालेला स्टॉर्मी पाहाणे त्यांना आनंद व समाधान देणारे होते. स्टॉर्मी नदीमध्ये इतक्या कौशल्याने मार्ग काढत होता की, त्याला पकडण्याचे मागोवा टीमचे प्रयत्न फोल ठरत होते. एक संशोधक म्हणालाच, ''आपला स्टॉर्मी काही वेडा नाही असे जाळ्यात पकडले जायला!''

मागोवा बोटीवर असलेल्यांमधील अनेकांना हा दिवस येईल असे कधीच वाटले नव्हते. मियामीमधील समुद्र मत्स्यालयात (सी अक्वेरियम) १९८५मध्ये स्टॉर्मीचा जन्म झाला. काही काळानंतर त्याला होमोसासा स्प्रिंग्ज वाइल्ड लाइफ पार्कमध्ये हालवले गेले. तिथून १९९०मध्ये तो लॉवरी पार्कमध्ये आणला गेला. त्या सुमारास लॉवरी पार्कमध्ये तो एकमेव मॅनेटी होता. तो इथे पुढील १२ वर्षे राहिला. शेवटी येथील तज्ज्ञांच्या टीमने स्टॉर्मीला नैसर्गिक वातारणात राहाण्याची संधी देण्याचे ठरवले. त्याला मुक्त करण्याचे निश्चित केले गेले. त्यानुसार सेन्ट जॉन्स

नदीवरील ब्लू स्प्रिंग स्टेट पार्क येथील उबदार पाण्यामध्ये त्याला मुक्त केले गेले. २००२च्या सुरुवातीला नैसर्गिक पाणीसाठ्यात राहाण्याची स्टॉर्मीची पहिलीच वेळ होती. तिथे राहाताना त्याला बरीच धडपड, कसरत करावी लागली होती. म्हणून मग त्याला पुन्हा पकडून लॉवरी पार्कमध्ये परत आणण्यात आले. तो बरा झाल्यावर पुन्हा त्याला त्याच ठिकाणी सोडण्यात आले. या खेपेला त्याच्या शेपटीवर पट्टा बांधून ट्रान्स्मीटर बसवण्यात आला. गेले एक वर्ष तो नैसर्गिक वातावरणात राहात होता. त्याला मिळालेल्या दुसऱ्या संधीचा तो पुरेपूर उपयोग व फायदा करून घेत होता. त्याचे वजन स्थिर होते, तिथल्या झऱ्यामध्ये हवामान बदलाप्रमाणे तो वर-खाली स्थलांतर करत होता. महत्त्वाची बाब म्हणजे त्या पाण्यातील इतर मॅनेटींबरोबर त्याने सामाजिकता प्रस्थापित केली होती. मागोवा टीम स्टॉर्मीची पुन्हा एकदा तपासणी करू इच्छित होती. या खेपेला जर तो स्वस्थ व आनंदी आढळला तर त्याच्या शेपटीवरील ट्रान्समीटर व पट्टा दोन्ही कायमचे काढून टाकले जाणार होते. जॉय ॲडमसनच्या 'बॉर्न फ्री'मध्ये वर्णन केल्याप्रमाणे हा प्रसंग होता. फरक इतकाच की, इथे एल्सा वाघिणीऐवजी स्टॉर्मी हा मॅनेटी होता व त्याला जंगलाऐवजी फ्लोरिडा येथील नदीत सोडण्यात येत होते. शिवाय एल्साप्रमाणे तो मुक्त वातावरणात नाही तर प्राणिसंग्रहालयाच्या बंदिवासात जन्मला होता.

पुन्हा बीपऽऽ बीपऽ बीपऽऽ आवाज

पुन्हा बोटीवरती आनंदोद्गार!

'तो पाहा तिथे टॅग पाण्यावर दिसतो आहे.'

'होय, होय, तिथेच आहे तो.'

'तिथे बुडबुडे दिसत आहेत ना?'

आणि स्टॉर्मी पुन्हा दिसेनासा झाला. संशोधकांनी आपल्या चेहऱ्यावरचा पाऊस पुसला. पण चेहऱ्यावरचे हसू तसेच होते. तेवढ्यात एक दुसरी बोट मागोवा बोटीच्या जवळून तीराच्या वेगाने गेली. मोनिका रागाने फुस्कारली. नदीच्या या भागात मॅनेटींचा वावर असल्याने बोटींनी वेग कमी करावा अशी सूचना होती.

शेवटी एकदा मागोवा टीमच्या प्रयत्नांना यश आले. ते स्टॉर्मीला जाळ्यात पकडू शकले. प्रथम त्याला उथळ पाण्याकडे आणण्यात आले, जिथे त्याच्याभोवती एक दोरीची झोळी बांधण्यात आली व मग त्याला किनाऱ्याला आणण्यात आले.

स्टॉर्मी छान गुबगुबीत दिसत होता. हा कोणी दुसराच आहे असे वाटण्याइतका तो निराळा दिसत होता.

'आपण बरोबर स्टॉर्मीलाच पकडले आहे ना?' त्यांच्यापैकी एकाने शंका बोलूनही दाखवली.

स्टॉर्मीच्या एकंदर स्थितीवरून त्याचा शेपटीवरचा पट्टा काढण्याची वेळ

निश्चितच आली होती. डॉ. मर्फींना आणखीन एक आरोग्य तपासणी करायची होती. त्यांनी त्यांना हवे असलेले रक्त, मूत्र व कातडीचे नमुने घेतल्याची खातरी केली. इतर संशोधकांनाही विचारले की, कोणाला त्याचा मल-नमुना हवा आहे का? त्याच्या शरीराच्या लांबी-रुंदी व गोलाईची मापे घेण्यात आली. त्याचे वजन पाहिले तर ते १,०९० पौंड भरले.

या सगळ्या चाचण्यांमुळे स्टॉर्मी आता कंटाळला होता व तो वळवळ करू लागला होता. ''सगळे त्याच्यापासून बाजूला व्हा.'' डॉ. मर्फींनी इतरांना सावध केले. स्टॉर्मी वहर्जिनियाकडे वळला. ''त्याच्या बरोबर काहीतरी बोल, व्हर्जिनिया,'' ते म्हणाले. त्याच्याकडे थोडसे झुकून व्हर्जिनिया स्टॉर्मीला म्हणाली, ''सावकाश स्टॉर्मी, सावकाश, चल इकडे ये बरं!''

लवकरच स्टॉर्मी शांत झाला. त्यांनी त्याच्या शेपटीवरचा ट्रान्स्मीटर काढून टाकला. त्याला दोरीच्या झोळीत उचलून ते पुन्हा त्याला नदीच्या मध्याकडे घेऊन गेले. आता तो सर्व तंत्रज्ञानापासून मुक्त होता. आकाशस्थित कोणताही उपग्रह त्याच्या स्थितीचा आता मागोवा घेणार नव्हता की, जाळी घेऊन कोणतीही बोट त्याचा पाठलाग करणार नव्हती. हळूहळू स्टॉर्मी पाण्यात दिसेनासा झाला. आता तो स्वतंत्र आणि मुक्त होता.

साऱ्या टीममध्ये केवळ जल्लोश! काही जण आपले आनंदाश्रू आवरण्याचा प्रयत्न करत होते. त्यांना दुःख होते की, स्टॉर्मीच्या जीवनांत आता त्यांना कोणतीच भूमिका राहिली नव्हती, त्यांना आनंद या गोष्टीचा होता की, स्टॉर्मीला त्याच्या जीवनात या कुणाच्याच कोणत्याही भूमिकेची गरज राहिली नव्हती. तो स्वतंत्र आणि समर्थ होता.

तरीदेखील व्हर्जिनियाच्या मुखातून एक सुस्कारा बाहेर पडलाच. सगळे जण परत बोटीत चढले आणि घरी जाण्यासाठी परत फिरले. अजूनही वारा आणि पाऊस मारा करतच होते. कोणीतरी मोनिकाला विचारले, ''तुला किती आनंद झाला आहे?'' कृतार्थतेने उजळलेल्या चेहऱ्याने ती म्हणाली, 'खूप-खूप आनंदी आणि समाधानी आहे मी आज!'

त्या वसंत ऋतूत लॉवरी पार्कमधील कर्मचाऱ्यांना धावपळीची एक नवीन व्याख्या कळून आली. दिमाखदार उद्‌घाटनाकरिता 'सफारी आफ्रिका'चे रचनाकार अतिशय व्यस्त होते. नवीन जिराफ, झेब्रा, वॉर्टहॉग्ज ट्रकमधून उतरवले जात होते. व्हर्जिनिया व तिचा गट दररोज सकाळी आणखीन एका मॅनेटीला नदीमध्ये मुक्त करण्यास धावत होते. वानरविभागात कॉबर वानरीला एक नवीन पिल्लू झाले होते-

एकदम अनपेक्षित! तेथील कर्मचाऱ्यांना माहीतच नव्हते की, ती वानरी गर्भार आहे.

एके दिवशी केव्हिन मॅके वानरांच्या पिंजऱ्याजवळून गेला तेव्हा सर्व काही नेहमीसारखेच होते. पण थोड्याच वेळाने पुन्हा त्या पिंजऱ्याजवळून जाताना त्याला एक नवजात पिल्लू दिसले. ते अगदी नुकतेच जन्मलेले असणार कारण त्याची नाळ अजूनही तशीच होती. आणि मग एक-दोन दिवसांनी पाहावे तर कळपातील सगळ्या माद्या ''मी, मला'' करत त्या पिल्लाला जोजवत होत्या. एखादी मांडीवर घेऊन त्याला माया करे तर दुसरी हृदयाशी धरून प्रेमाची ऊब देई. इकडे केव्हिन त्याचे ऐकणाऱ्या प्रत्येकाला सांगत होता की, त्या पिल्लाचे नाव केव्हिन ठेवले जावे.

''मला नाही असे वाटत.'' नकारार्थी मान हालवून ली ॲन म्हणाली. तिला ठाऊक होते की, केव्हिन आत्ता कुठे आपले काम व जबाबदारी यामध्ये पाय रोवत होता. त्याचे स्वत:चे तर स्वप्न होते की, तो एक अल्फा-गटप्रमुख बनेल. त्याकरिता सर्वप्रथम त्याच्या सन्मानार्थ त्याचेच नाव असणाऱ्या नरांची संख्या तो वाढवू इच्छित होता. तो एक 'बनीहगर' होता, पण बोबडे बोलणारा बनीहगर नव्हता. तो स्वत:च्या खास शैलीमध्ये असा मर्द बनू इच्छित होता की, संपूर्ण लॉवरी पार्क त्याच्या अधिकारात येईल. जेव्हा इतर विभागांचे त्याच्याकडे लक्ष नसे तेव्हा तो हळूच त्या विभागात जाऊन तिथले कॅलेंडर, सूचना फलक आणि इतर कोणत्याही रिकाम्या जागेवर स्वत:चे नाव लिहून येत असे.

आशिया विभागामध्ये कॅरी पीटरसनने इतर विभागांशी असलेल्या युद्धात तात्पुरता तह केला होता. सध्या ती डस्टिनच्या ऑफिसमध्ये मादागास्करमधील फुत्कारणारी झुरळे भरण्याची योजना शिजवत होती. तिला ठाऊक होते की, जरी डस्टिन कोळी व इतर अष्टपाद प्राण्यांबरोबर काम करत असला तरी झुरळांना तो अतिशय घाबरत असे. ही योजना मन:पटलावरती दृश्य स्वरूपात पाहाताना झुरळे बघून डस्टिन बायकांसारखा कसा किंचाळेल हेही तिला दिसत होते. अर्थात अशा दिवास्वप्नांकरिता सध्या तिच्याकडे खूपच कमी वेळ होता. महत्त्वाचे कारण म्हणजे तिच्या विभागातील इन्शाल्लाने एरिकच्या आकर्षणाला होकार भरला होता. तशी काही वेळेला अजूनही ती गुरगुरत असे, पण भल्या सकाळी मवाळ होऊन दोघांच्यामध्ये असणाऱ्या जाळीवर लाडिकपणे गाल घासत असे. कॅरीला माहीत होते की, इन्शाल्लाचा ऋतुकाल सुरू होणार होता. तिचे मूत्र दुधट रंगाचे झाले होते. आता त्या दोघांना एकत्र ठेवण्याची वेळ जवळ आली होती याचाच तो इशारा होता.

इन्शाल्ला व एरिकची पहिली भेट काही ठीक नव्हती. ती जमीनवर सपाट बसून दुरूनच एरिकचा वेध घेत होती. एरिकही एकंदर परिस्थिती समजण्याचा प्रयत्न करतच होता की, क्षणात इन्शाल्ला त्याच्याकडे झेपावली. तो बिचारा पळू लागला. शेवटी इन्शाल्लाने त्याला कोपऱ्यात अडवले व त्याच्या मानगुटीवर पकड

मिळवली. पाण्याची मोठी नळी घेऊन तयारीत असणाऱ्या कर्मचाऱ्यांनी पाण्याचा फवारा सुरू केला तेव्हा कुठे इन्शाल्लाने माघार घेतली. खरे तर एरिकला त्या एका क्षणाने गोंधळवले. त्याला आपल्या शक्तीचा जणू विसर पडला असावा, नाहीतर त्यानेच इन्शाल्लाला गारद केले असते. तो घाबरल्या, गोंधळल्याप्रमाणे आपले तळवे चाटू लागला. इन्शाल्लाने आपले मूत्र शिंपडले आणि स्वत:चे स्वामित्व जाहीर करण्याकरिता तिच्या उंचीवरील बैठकीकडे ती चालती झाली.

अजूनही तीच सम्राज्ञी होती.

परंतु आशिया डिपार्टमेंटमधील कर्मचारी इतक्यातच हार मानणार नव्हते. इन्शाल्लाचा ऋतुकाल अजूनही काही दिवस असणार आहे, हे माहीत असल्याने त्या दोघांना पुन्हा एकत्र ठेवण्याचे त्यांनी ठरवले. पण या खेपेला पाण्याचा फवारा ते इतक्या तत्परतेने वापरणार नव्हते. आपण मागेच थांबावे, इन्शाल्ला व एरिकमधला मामला त्या दोघांनीच सांभाळावा असे त्यांनी ठरवले. शेवटी त्या दोघांनाही कळेल प्रेम करणे इतके सोपे नसते.

इन्शाल्ला आणि एरिकच्या प्रणयकाळाच्या दरम्यान एके सकाळी कॅरी, केव्हिन व इतर काही कर्मचाऱ्यांनी वानरविभागाच्या सभोवतीचे खंदक साफ करण्याचे काम सुरू केले. आदल्या रात्री या खंदकातील पाणी काढून टाकण्यात आले होते. गुडघ्यापर्यंत येणारे चिखलाचे बूट घालून हे सगळे जण तेथील हिरव्या शेवाळ्याचा ओला चिखल खोऱ्याने ओढून भरून टाकत होते. या चिखलातून त्यांना संत्र्याची साले, खाऊन टाकलेली मक्याची कणसे, खेळायचे चेंडू, डोक्यावर घालायच्या कागदी टोप्या आणि हो, नाणीदेखील सापडत होती. वानर विभागातील ॲन्ड्रिया सूश म्हणत असे, ''चांगली कमाई होते आहे आमची! पुरे शहात्तर सेंट्स मिळाले आम्हाला.''

त्यांचे सगळे शरीर घामाने निथळत होते. कचऱ्याने भरलेले हात चेहऱ्याला लावता येत नव्हते. सभोवतालच्या दुर्गंधीमय हवेत स्वच्छ श्वास घ्यायलादेखील प्रयास करावे लागत होते. त्या सर्वांना माहीत होते की, लेमुर वानरे गलिच्छ, ओंगळ असतात. त्यामधील नर दुर्गंधीची युद्धे खेळतात. काखेतील गंधग्रंथीमध्ये ते आपल्या शेपट्या घोळवतात व त्या दुर्गंधी भरलेल्या शेपट्यांनी ते एकमेकांस मारतात. अशा वानरविभागाच्या भोवतीचे खंदक साफ करणे हा एक निष्काम कर्मयोगच होता आणि तरीदेखील कामात गुंतलेले सगळे जण हसत, खिदळत होते. 'मार्डी ग्रास' समारंभातील चमकते मणी गळ्यात घालून गात होते. स्त्री कर्मचाऱ्यांपैकी एकीने 'वेस्ट साइड स्टोरी'मधील एक विनोदी सूर आळवायला चालू केले, ''मला खूप छान वाटत आहे, खूप छान, खूप-खूप छान आणि तजेलदारही वाटत आहे. हो... हो... होऽऽऽऽ.''

केव्हिनच्या चेहऱ्यावर तपकिरी, हिरव्या शिंतोड्यांची नक्षी निर्माण झाली होती.

तरीदेखील ‘मॉन्टी पायथन अॅन्ड होली ग्रील’ यामधील त्याचा आवडता प्रसंग सांगायला तो सुरुवात करतो. या प्रसंगात आर्थर राजाला एक जलदेवता त्याला सम्राटपद व त्याची प्रसिद्ध एक्सकॅलिबर नावाची तलवार देते, हे तो सांगत असतो व त्याच्या वाक्याचे विश्लेषण एक शेतकरी करत असतो.

“ऐका!” यापुढील वाक्ये केव्हिन शेतकऱ्याचे शब्द व हेल वापरून बोलतो, “तळ्यामंदी ऱ्हाऊन तलवारी वाटत राहणाऱ्या बाया कंच्याबी राज्याला राज्या कसा काय बनवू शकतात?” यावर डोळे फिरवत अॅन्ड्रिया काही बोलणार इतक्यात केव्हिनच पुढे बोलत राहातो, “म्हंजी मला असं म्हनायचा हाये की, फकस्त एका बाईने मला एक तलवार दिली म्हून जर मीच राज्या हाये असं मी सांगत ऱ्हाइलो तर....” दुसरी एक कर्मचारी मध्येच बोलली, “मला माहीतच नव्हते, आमचा कोणी राजाही आहे. मी तर समजत होते की, आम्ही स्वयंभू आणि स्वतंत्र आहोत.”

अशी थट्टामस्करी करणाऱ्या कर्मचाऱ्यांना लेमूर आणि ओरांगउटांग माकडांच्या दोन पिंजऱ्यांच्या विभाजन जाळीपलीकडून रँगो पाहात होता. चिंपांझी प्रांगणामधील एकमेव झाडावरून रूकियाही डोकावत होती. पण काही वेळाने ती निघून गेली. परंतु त्या प्रांगणातून हुत्कार व किंचाळ्याचा एकच कल्लोळ उठला. जिथे आवाज उठला तिथे खरे काहीही कारण असेल, पण इथे खंदक साफ करणाऱ्या कर्मचाऱ्यांना मात्र तो आवाज हळूहळू वाढत जाऊन आकाशापर्यंत पोहोचतो आहे, असे वाटले. या खंदकाच्या तळाशी असलेल्यांनीदेखील तो थडथड आवाज ऐकला. हा आवाज म्हणजे हर्मनचे कृत्रिम भिंतीला धडका देणे चालू झाले होते, हे त्यांनी ओळखले. तरीदेखील स्वत: खातरी करण्याकरिता एक कर्मचारी त्या खंदकातून चढून वर आलाच. तो आवाज जसा शांत झाला, तसे सगळे जण पुन्हा कामात गुंतले.

सगळीकडे स्वच्छता झाल्यानंतर केव्हिनने एका काटकीने खंदकाच्या भिंतीवर पाण्याच्या रेषेच्या थोडेसे खाली लिहिले – ‘केव्हिन नियमावली’ लगेच अॅन्ड्रियाने त्याच काटकीने त्याच्याच खाली लिहिले – ‘काहीच नाही.’

त्यांना अशा प्रकारची टिंगलटवाळी करावीच लागे. नाहीतर अशा प्रकारचे अस्वच्छ काम ते कसे काय करू शकतील? एक क्षुल्लकसा पगार घेऊन ते दिवसाच्या पहिल्या किरणापासून ते शेवटचे किरण मावळेपर्यंत काम करत. त्या वेळी लॉवरी पार्कमध्ये नवीनच लागलेल्या कर्मचाऱ्याचा पगार तासाला साडेसात डॉलर इतका असे. या रकमेत लॉवरी पार्कच्या प्रवेशद्वारापाशी असणाऱ्या मॅकडोनॉल्ड्‌समधला जास्तीत जास्त बिग मॅक्स खाण्याचा ते आनंद घेऊ शकले असते. हे खरे होते की, इथे काम करणाऱ्या प्रत्येकाला लहानपणापासून प्राण्यांबद्दल विशेष प्रेम व आपुलकी असते. परंतु तरीदेखील येथील प्रत्येक कर्मचारी कामात भरडून निघतो. बहुधा वयाच्या विशीत प्रत्येक जण इथे येतो, तुटपुंज्या पगारावर

काम करत असताना काही दिवसांनी त्यांच्या क्रेडिट कार्डवरती मिळकत कमी व खर्च अधिक अशी परिस्थिती झाली की, इथून निघून जातो. निघून गेलेल्यांकरिता पर्यायी व्यवस्था करणे प्राणिसंग्रहालयाला कठीण नसते, कारण इथे काम करण्यासाठी इतर प्राणिप्रेमी उत्सुक असतातच.

संपूर्ण दिवसभर ही सगळी जणं चिखल, घाण, कचरा खोऱ्याने ओढत, पाटीने कचरागाडीत भरभरून टाकत होती. काही वेळेला आजूबाजूच्या पिंजऱ्यातील प्राणी त्यांच्याकडे थुंकत, काही वस्तू फेकत. प्राणिसंग्रहालय पाहायला येणारे पर्यटक त्यांची चेष्टा करत. घाण उपसणाऱ्या कर्मचाऱ्यांकडे बोट दाखवून त्यांना ऐकू जाणार नाही अशा आवाजात सुजाण पालक आपल्या मुलांना शहाणपणाचे डोस पाजत, ''बघ, असे काम करावे लागू नये म्हणूनच कॉलेजला जायचे असते, कळले?''

या कामातील अस्वच्छता किंवा ओंगळपणापेक्षा यात धोकादेखील असतो. विश्रांतीकक्षांत लावलेला चार-ली-तॉरचा फोटो ते चुकूनही कधी विसरू शकत नाहीत. कोणत्याही क्षणी तिचे प्राक्तन त्यांच्यावर उलटू शकते. हे खरे आहे की, इथे येणारा प्रत्येक जण एक आंतरिक प्रेमाची तहान घेऊन आपणहून इथे आलेला असतो. मॉटन ड्यूसारखे मिनरल वॉटर पिऊन फुसके विनोद करत ते जगत असले तरी इथे कधीही न विसरण्याजोगे त्यांचे मैत्रीचे अतूट नातेबंध तयार होतात. ज्यांना आयुष्यात गमावणे कधीही परवडणार नाही, अशांच्या स्नेहावरती त्यांचे अस्तित्व उभे राहाते. इथेच काही जणांच्या जन्माच्या गाठी बांधल्या जातात. प्रतिदिनी जगभरातील असंख्य प्रजातींच्या वैविध्यपूर्ण जीवनपद्धतीमध्ये ते एकजीव होत असतात. एखाद्या नवजात चिंपांझी बाळाला हृदयाशी धरणे, एखाद्या मॅनेटीला नैसर्गिक आवासात मुक्त करणे, यामधून दुसरीकडे कुठेही न मिळणारे सुख-समाधान प्राप्त करत असतात. तसेच कधीकधी जणू स्वर्गाचे दार उघडून त्यांना निर्मळ, निखळ आनंदाचा दैवी स्पर्शदेखील अनुभवण्यास मिळतो.

मार्चमधील शेवटचा गुरुवार होता. आशिया डिपार्टमेंटमधील कर्मचारी सकाळची सगळी कामे पटापट उरकत होते. कारण त्यांना इन्शाल्ला व एरिकला एकत्र पाहायचे होते. सूर्योदयापूर्वीच्या फिकट उजेडामध्ये त्यांनी टेपर्स, मंटजॅकस व बाबिरूझा या सर्वांना खाऊ घातले. नॅबोला त्यांनी एक गाजर देऊ केले. त्याची विष्ठा गोळा करून जामी नावाच्या गेंड्याच्या तरुण मादीकरिता त्यांनी बाजूला ठेवली. त्या विष्ठेचा वास घेऊन तिला नॅबोची ओळख होईल व कधीतरी त्याच्या संगतीने संसार करण्याचा ती विचार करेल की, ज्यामुळे ती पुरेशी मोठी झाल्यावर तो तिला ठार करणार नाही.

या सगळ्या घाईत फळोत्पादन विभागातील कर्मचाऱ्याने सांगितल्यानुसार इन्शाल्ला व एरिकची विष्ठाही त्यांनी गोळा केली. कॅरीने दुसऱ्या एका कर्मचाऱ्याला आठवण दिली, ''बॉबला वाघांची आणखी विष्ठा हवी आहे बरं का!''

''काय बॉबला वाघांची विष्ठा हवी आहे? ती कशासाठी?''

''त्याचे म्हणणे आहे की, वाघांच्या विष्ठेमुळे पॉसम पळून जातात.''

इन्शाल्ला व एरिकला एका पिंजऱ्यात सोडण्याआधी कर्मचाऱ्यांनी दोघांनाही न्याहारी खाऊ घतली. त्यांच्या प्रणयमीलनांत भुकेमुळे त्यांचे लक्ष विचलित होऊ नये, अशी त्यांची इच्छा होती. आपापल्या पिंजऱ्यात दोघे न्याहारीचा समाचार घेत होते, इकडे कॅरीने त्यांच्या नियोजित प्रणय-पिंजऱ्यामधील दगडांवरती शुभ्र गार्डेनिया या बॉडी स्प्रेचा फवारा मारला-अर्थातच इन्शाल्लाकरिता! बाहेर येताना तोंडाचा चंबू करून इन्शाल्लाच्या दिशेने ''माझी राणी ती!'' म्हणायला कॅरी विसरली नाही. कर्मचाऱ्याचे काम आटोपून तो कर्मचारी सुरक्षितपणे बाहेर गेल्यावर कॅरीने इन्शाल्लाला प्रांगणात मोकळे सोडले. तिच्या मागे, त्याच्या पिंजऱ्यातून एरिकने आरोळी ठोकली.

''त्याला ती खूप हवी असते, पण तिचाच चहाटळपणा असतो.''

मग ठीक नऊ वाजून पंचेचाळीस मिनिटांनी इन्शाल्ला व एरिकच्या प्रणयनाट्याला सुरुवात झाली. ठरावीक खूण झाल्याबरोबर रात्रघराचे दार उघडले गेले आणि एरिकने मोकळ्या प्रांगणातील उजळ सूर्यप्रकाशात प्रवेश केला. पाण्याच्या बाजूने चालत इन्शाल्ला लगेच त्याच्याकडे गेली, लाडाने त्याच्या अंगाशी आपले अंग घासले आणि पुन्हा बाजूला झाली.

''वॉव!'' कॅरी नकळत उद्गारली.

''अरे देवा!'' दुसरा एक कर्मचारी बोलला.

कॅरी व तो कर्मचारी प्रांगणाच्या कडेला असलेल्या धुळीच्या खळग्यात बसले होते. वाघांपासून ते सुमारे २० फूट दूर होते. त्यांना प्रांगणाभोवतीच्या खंदकाचे व त्यावरती असणाऱ्या जाळीचे संरक्षण होते. त्यांच्या बाजूलाच पाण्याची नळीदेखील तयारच होती. अर्थात त्या नळीचा वापर करण्याचा त्यांचा अजिबात इरादा नव्हता. उलट त्याचा वापर करण्याची वेळ येऊच नये, अशी त्यांची इच्छा होती. पण त्याच वेळी याच प्रांगणात इन्शाल्लाच्या वडिलांनी तिच्या आईला ठार केले होते, याची ही त्यांना आठवण होती.

खंदकातल्या ठिकाणाहून त्यांना दिसत होते की, इन्शाल्ला परत एरिकच्या जवळ जाऊन अंगाला अंग घासत होती, आणि पुन्हा दूर होत होती. गोंधळलेल्या एरिकने धप्प करून जमिनीवर बसकण मारली होती.

''बिच्चारा, अजून तसा छोटा बछडा आहे ना तो! त्याच्या ठिकाणी जर दुसरा थोडा प्रौढ, अनुभवी वाघ असता, तर त्याने कधीच तिला कह्यात घेतले असते.''

कॅरी हळहळत होती.

पाठीवर लोळून चारही पंजे हवेत उडवून इन्शाल्ला एरिकचे लक्ष वेधण्याचा प्रयत्न करत होती. चारही पायावर बसून रांगत त्याच्याकडे सरकली, या पोझमध्ये ती पुरेपूर छिनाल स्त्री वाटत होती. एरिक तिच्या मानेशी हुंगू लागला. इन्शाल्ला आणखीन खाली बसली व आपला पार्श्वभाग तिने त्याच्यासमोर केला.

दोघा कर्मचाऱ्यांनी श्वास रोखून धरला होता. ज्या क्षणाची ते वाट पाहात होते तो हाच क्षण असेल कदाचित! वाघांचे मीलन होत असताना मादी ठरावीक पद्धतीने पार्श्वभाग उंचावते – कर्मचाऱ्यांच्या भाषेत 'ती स्वत:ला 'पेश' करते.' मग नर तिच्या मानेला पकडून तिला आणखी खाली दाबतो. एरिकने असे काही करण्याचे ठरवण्याच्या आधीच इन्शाल्ला निसटली व प्रांगणाच्या भोवती फेऱ्या घालू लागली. एरिक तिच्या मागेच होता.

''शाल्ला तू अशी वात्रट आहेस ना! एकदा फक्त त्याला तुझ्यावर आरूढ होऊन त्याचे काम करू दे.'' कॅरी इन्शाल्लाकरिता स्वत:शीच बोलत होती. इतक्यात एक लहान पक्षी, बहुधा ग्रॅकल असावा, शेजारीच जमिनीवर उतरला. प्रांगणात अशा चुकून आलेल्या पक्ष्याला वाघ लगेच गट्टम करतात. पण आत्ता हे दोन वाघ निराळ्या कामात गुंतले होते. तरीसुद्धा त्या पक्ष्याला पकडावे का, या विचारात एरिक इन्शाल्लाचा पाठलाग सोडून क्षणभर थबकला. कॅरीचा विश्वासच बसेना. तिचे चडफडणे सुरू झाले. इथे अशी विचित्र जोडी जमली आहे – प्रणयासक्त मादी आणि तिच्या संगतीला असा अननुभवी नर की, ज्या बावळटाला तिला काय हवं आहे हेच कळत नाही. आणि त्यात भरीस भर म्हणून हा पक्षी!'

क्षणैक निराशेने कॅरीने असा सौम्य सुस्कारा टाकला की, तो वाघांच्या खक सारखा वाजला. तिला आता पक्षी-विभागातून लॉरिकिट्सचे ओरडणे कानावर येऊ लागले. लॉवरी पार्कमधील शेजारच्या विभागातून सायरस व नादीर या स्यामंग मंकीच्या जोडीचे जन्मभराची साथसंगत जाहीर करणारे आणखीन एक द्वंद्वगीत सुरू झाले होते.

कॅरीच्या सोबतीचा कर्मचारी दुसरी कामे करण्यासाठी निघून गेला. त्याच्या जागी इतर काही कर्मचारी वाघांची प्रगती बघण्यासाठी हळूच वाकून येऊन बसत. त्याच दिवशी सकाळी डस्टिनने कॅरीला विचारले होते की, तिच्या इन्शाल्ला व एरिकचा योग्य मूड तयार करण्याकरिता ती मेणबत्त्या वगैरे लावणार होती की नाही. आता तो स्वत:च चेहऱ्यावर एक छद्मी हास्य घेऊन या ठिकाणाकडे येत होता.

''डस्टिन येतो आहे का?'' कॅरीने विचारले आणि असे विचारत असतानाच शेजारची माती उकरून तिथे कुठे झुरळ मिळते का ते शोधले – डस्टिनकडे फेकण्यासाठी! ती वेडीवाकडी आडमुठी जागा नजरेने तपासत तो म्हणाला, ''पूर्वी तुम्ही इथे कासवे ठेवायचात म्हणे? मी आता ही जागा बळकावणार आहे.''

क्षणभर कॅरीला वाटले, तो चेष्टा करतो आहे म्हणून. पण त्याबद्दल तिला खातरी नव्हती. तिला ठाऊक होते की, त्याच्या दृष्टीने प्रत्येक समस्येचे उत्तर एकच होते – ते म्हणजे छोट्या कासवांची (टर्टल्स) संख्या वाढवणे. तो निघून गेल्यावर त्याच्या मागे तोंड वेंगाडून कॅरी म्हणाली, ''छंदिष्ट कुठला!''

पाण्याच्या पलीकडे प्रणयनृत्य सुरू होते. आता इन्शाल्ला एरिकवर धावून जात नव्हती. तिने आपला प्रतिकार अधिक तरल बनवला होता. त्याला ती आपल्यामागून यायला लावत होती, मध्येच स्वत:ला पेश करत होती पण शेवटच्या मोक्याच्या क्षणी परत निसटून दूर पळत होती. कॅरी थोड्या मोठ्या आवाजात दोघांना 'डटे राहा'चा सल्ला पुन:पुन्हा देत होती. तिने केवळ बॅरी व्हाईट सारखे गाणेच बाकी ठेवले होते.

ती इन्शाल्लाला सांगत होती, ''बेबी थोडी मोकळी हो, इतकी आखडू नकोस.'' तर एरिकला तिचे सांगणे होते, ''एरिक, मर्दा, थोडी जोर-जबरदस्ती कर रे! तिला तुझ्याकडून तेच हवे आहे.''

इन्शाल्ला व एरिकची प्रत्येक हालचाल कॅरी निरखत होती, त्या हालचालींचा वाघांच्या अभिव्यक्ती भाषेतील अर्थ, तसेच मानवी प्रणयाशी त्या हालचालींचा समांतर अर्थदेखील स्पष्ट करत होती. एका बाजूला तिचे असे स्पष्टीकरण सुरू होते तर दुसरीकडे तिच्या रेडिओवरती इतर विभागातील इतर सहकारी कुठे काय कसे काम करत होते, त्याचा अहवाल देत होते. कोणाला रजा हवी होती, तर कोणाला कामाची निश्चिती पडताळून पाहायची होती. तिच्या मागील बाजूस काही छोट्या मुलांच्या ओरडण्याचा आवाज येत होता. थोडी आडोशाला बसलेली कॅरी व इतर जण त्यांचे ओरडणे ऐकत आहेत, याची त्यांना कल्पना नव्हती. ती आपली, 'वाघ! वाघ! वाघ!' म्हणून ओरडतच होती.

कॅरीने पुन्हा एकदा भला मोठा सुस्कारा सोडला, ''आता आणखीन ही मुले! त्यांना बाजूला न्या बरं!''

प्राणिसंग्रहालय पाहायला येणाऱ्या पर्यटकांचे तिला आश्चर्य वाटत होते. इन्शाल्लाच्या कुंपणाच्या काचेवर कोणी आवाज करत बडवत होते, तर कोणी वाघांकडे काहीतरी फेकत होते. त्यांच्या उर्मट वागण्याची त्यांना थोडीसुद्धा जाणीव नव्हती. या सगळ्या कृती व वृत्तीला कॅरी 'मानवी प्रांगण' असे नाव देत असे. शेवटी एकदा त्यांच्या मागील बाजूस ओरडणारी मुले निघून गेली व सभोवताल काहीसा शांत झाला होता. एका चुकार क्षणाला तिलादेखील वाटते की, इथून उठून दूर कुठेतरी निघून जावे, टार्गेट मॉल किंवा मग तिच्या कुत्र्यांना घेऊन बागेत जावे. परंतु तिथेदेखील लॉवरी पार्कमध्ये काम करण्याविषयी लोक तिचे डोके खात असत.

एकदा एक बाई तिला म्हणाली होती, ''मला वाटले तुला प्राण्यांची कदर आहे.''

अशा बारीकसारीक टोमण्यांना त्या वेळेला योग्य वाटेल, ते उत्तर देऊन ती आपली सुटका करून घेत असे. ती स्वत: किंवा इतर कर्मचारी किती कष्टाने प्राण्यांची देखभाल करतात याचे वर्णन करून ती इतरांना सांगत असे. प्राणिसंग्रहालयाचा मूलभूत हेतू काय असतो, हे ती त्यांना स्पष्ट करत असे. ती म्हणत असे, ''प्राणिसंग्रहालयातील प्राणी हे जंगलातील त्यांच्या बांधवांचे दूत आहेत.''

आता दुपारही पुढे सरकत होती. इन्शाल्ला गेले दोन तास आपल्या प्रियकराला आपल्यामागून फिरवत होती. शेवटी बारा वाजून पंचवीस मिनिटांनी एरिकने निश्चय केला, 'आता फिरणे बास आता फक्त कृती!' दर्शनी खिडकीच्या अगदी समोर इन्शाल्लाने पुन्हा एकदा स्वत:ला पेश केले आणि ती पुन्हा एकदा निसटून जाणार इतक्यात आत्तापर्यंतच्या इन्शाल्लाच्या हुलकावणीने त्रासलेला एरिक मोठ्याने गुरगुरला व चपळाईने त्याने तिच्या मानेची पकड घेतली, तिला खाली दाबले व तो तिच्यावर आरूढ झाला.

अनेक लहान मुले दर्शनी खिडकीसमोर डोळे विस्फारून बघत होती. कॅरी हसली व म्हणाली, ''आज त्या मुलांना निश्चितच काही नवीन कळले असणार.''

इन्शाल्लाची मान पकडल्यापासून १०-१५ सेकंदानीच एरिक तिच्यावरून बाजूला झाला. याची अपेक्षा होतीच. वाघांचे वीर्यस्खलन वेगाने होते, वारंवार होते. जंगलात एका दिवसात त्यांचे १०-१२ वेळासुद्धा पुन:पुन्हा मीलन होते. एरिक त्याच्या इच्छित ध्येयाप्रत पोहोचला की नाही, हे कळायला काही मार्ग नव्हता. पण कॅरीला समाधान होते की, इन्शाल्ला अंतत: एरिकला समर्पित झाली होती.

''शेवटी तिने ते साध्य केले, खरोखर ती एरिकला समर्पित झाली.'' कॅरीचे समाधान लपत नव्हते.

इन्शाल्लादेखील विजयी भासत होती. एरिक बाजूला झाल्यावर तिने लोळण घेतली, शरीराला लांबसर ताण दिला. ती तिची शेपूट पुढे-मागे झटकत होती. काही मिनिटांनी उठून ती एरिकजवळ आली, त्याच्या अंगाला अंग घासू लागली. आणखीन पुन्हासाठी ती तयार होती, उत्सुकही होती.

मानव प्रजातीचे प्रांगण

चिंपांझींच्या सोबतीने आणखी एक सकाळ उजाडते, हर्मनकडून पुन्हा एक प्रेमाची मागणी होते. त्याच्या पिंजऱ्यात सकाळची कामे करत असलेल्या ॲन्ड्रिया सूशकरिता तो छाती फुगवून ताठ उभा असतो. त्याच्याबरोबर काम करण्याच्या दीर्घ अनुभवाने तिला ठाऊक होते की, त्याच्या चेहऱ्यावरचा असा भाव म्हणजे त्याला लांबूनच तिचा गोरा खांदा पाहाण्याची इच्छा होती. ॲन्ड्रियाची ही तशी काही हरकत नव्हती. तिला माहीत होते की, तो भावनांवर नियंत्रण ठेवू शकत नाही. हर्मनच्या आनंदाकरिता इतकेसे करण्याने तिला फरक पडत नव्हता. ''यानंतर दिवसभर आमचे आम्ही असतो. मी माझ्या कामात, तो त्याच्या करामतीत.''

अशा किती स्त्रिया असतील, ज्या त्यांच्या पतीच्या इच्छेला असा मान देत असतील? त्याला हवं ते एकदा दिलं की, प्रत्येक जण आपल्या इच्छेनुसार जगण्यास रिकामा! परंतु इथे हर्मन हा माणूस नव्हता आणि आपला खांदा दाखवला जाण्याची इच्छा करणाऱ्या एका चिंपांझीबरोबर महिला कर्मचारी निश्चिंत राहू शकत नव्हत्या.

''माझं तर डोकच फिरतं अशा वेळी.'' दुसऱ्या एका तपकिरी केसांच्या महिला कर्मचाऱ्याने ॲन्ड्रिया सूशकडे आपला संताप व्यक्त केला. ॲन्ड्रियाचे केस सरळ, लांब आणि किंचित तांबसर होते, तरीही ती हर्मनला आवडत होती. तिने हसून उत्तर दिले, ''हा चक्क वेडसरपणा आहे.''

ती दुसरी महिला हर्मनच्या इच्छेकडे दुर्लक्ष करत असे. तिला माहीत होते की, एकदा का तिने त्याची विनंती मान्य केली की, त्या मागणीची तिच्या कल्पनेपलीकडे मागणी होत राहाणार.

''अशा गोष्टींना प्रोत्साहन देणे मला अजिबात मान्य नाही.'' ती आपल्या मतावर ठाम होती.

इथे कार्यरत असणाऱ्या कर्मचाऱ्यांच्या दिवसाचा शेवट इतरांच्या कल्पनेहून अगदी निराळा असतो. ते बहिरी ससाण्याशी कानगोष्टी करतात, गेंड्याची खुशामत

करतात, गव्हाणी घुबडाच्या (बार्न आउल) फाजीलपणाविषयी बरेच काही शिकतात. प्राणिसंग्रहालयात ते दीर्घकाळ काम करत असतील, तर प्राण्यांमधील माणूसपण व माणसातील प्राणिसदृश वर्तन त्यांना जाणवू लागते. सगळे काही सरमिसळ होत असते. येथील कर्मचारी सुट्टीवर असताना एखाद्या रेस्टॉरंटमध्ये गेले तर टेबलाशी बसून गप्पा मारणाऱ्या वेगवेगळ्या गटांमध्ये नेमका कोण अल्फा – म्होरक्या – आहे, ते त्यांना तत्काळ समजते. मॉल्समध्ये फिरत असताना इकडे-तिकडे फिरणाऱ्या मुली पुन:पुन्हा आपले केस हाताने, मानेने मागे उडवत असलेल्या पाहिल्या की, चोचीने आपली पंखपिसे पुन:पुन्हा साफ करणारे पक्षी-विभागातील पक्षी त्यांना आठवतात. थोडी मान वळवली की, हर्मनप्रमाणे छाती फुगवून मुलींकडे पाहाणारी तरुण पोरे त्यांना दिसतात.

फरक इतकाच होता की, ही मुले अजूनही वाढत होती, लवकरच त्यांच्यापासून त्यांची प्रतिरूपे – मुलेबाळे – जन्म घेतील. त्यांचे जीवन प्रवाही आहे. वेळ, ठिकाण, स्थिती यामधील बदलांतून त्यांचे जगणे अव्याहत होते. परंतु हर्मनला त्याच्या प्रांगणापलीकडचे विश्व, जीवन काहीच नव्हते. त्याच्याकरिता तांबूस केस असणाऱ्या स्त्रियांबद्दलचे कधीही न संपणारे आकर्षण हा एकच केंद्रबिंदू होता. आणि त्या केंद्रबिंदूपाशीच तो अडकलेला होता.

ली ॲन पाहात होती की, वयाने वाढणाऱ्या हर्मनचा वासनागंड अधिक प्रभावी होत होता. जेव्हा ती त्याला प्रथम भेटली तेव्हा तो इतका लंपटगिरी करत नव्हता. हे त्याच्या एकाकीपणाचे, रिकामपणाचे चिन्ह असेल का? त्याला अशी कोणती दुसरी गोष्ट हवी आहे का की, जी तो व्यक्त करू शकत नाही? चिंपांझीविषयी माणसाला उपलब्ध असणाऱ्या ज्ञान व माहितीचे अंतिम टोक तिने गाठलेले असले तरी, हर्मनच्या मनाच्या डोहात खोल तळाशी काय घडते आहे हे जाणण्यासाठी तिला मर्यादा जाणवत होत्या. अनेक बाबतीत तो व इतर चिंपांझी हे एक अनाकलनीय असे गूढच होते. तिची खूप इच्छा होती की, त्यांच्याशी बोलावे, काही गोष्टी त्यांना स्पष्ट कराव्यात, त्यांच्या विश्वाचे त्यांच्याकडून एक भाषांतरित रूप प्राप्त करावे.

तिला आता खातरी झाली होती की, चिंपांझी कळपातील रूकिया ही सर्वांत हुशार व चतुर चिंप होती – अगदी हर्मनपेक्षादेखील! हर्मनपेक्षा तिची वृत्ती वेगळी होती. हर्मन एक समजूतदार नेता होता, इतर सर्वांकडे त्याचे समान लक्ष असे. तो छोट्या ॲलेक्सला सांभाळत असे तसेच वृद्ध बॅम्बूचीदेखील काळजी घेत असे.

कळपातील माद्यांच्या खोड्यांपासून बॅम्बूचे संरक्षण करत असे. पण रूकिया मात्र लबाड आणि धोरणी होती.

हर्मन आणि रूकिया यांच्यातील एक घटना ली ॲनला चांगली आठवते. ती स्वत: त्या घटनेची साक्षीदार होती. ही घटना होती एका चोरीच्या लेट्युसची!

हर्मनच्या रात्रीच्या जेवणातून काहीतरी पळवून रूकिया आपल्या रात्रघरात नेत असे. त्याचे दुर्लक्ष होईपर्यंत ती वाट पाहायची आणि बरोबर त्याचे लक्ष नाही असे पाहून ती वस्तू लंपास करत असे. एके दिवशी हर्मनकडे एक लेट्युस होते – रूकियाचे आवडते! नेहमीप्रमाणे तिने ते पळवले, पण या खेपेला हर्मनने तिला पकडले व तिच्या हातून ते लेट्युस हिसकावून घेतले. परंतु आश्चर्य म्हणजे त्याने ते लेट्युस रूकियाला परत देऊ केले. अशी सामाजिक सभ्यता ही चिंपांझींचे वैशिष्ट्य नसते. वाटून खाणे ही त्यांची आधारभूत शक्तीच नसते. हर्मनकडे कळपातील सर्वाधिक शक्ती होती, सर्वोच्च पद होते तरीसुद्धा रूकियाने चोरलेले लेट्युस त्याने माफीसह सभ्यपणे तिला परत दिले होते.

''याला मी खूप मोठी गोष्ट मानते.'' ली ॲन म्हणत असे.

हर्मनचे वागणे दार्शनिक होते. अर्थात रूकियाचे वर्तनही पारदर्शी होते. काही वेळेला चिंपांझींचे वागणे सर्व हितैषी असले तरी अनेक वेळेला ते वानरवर्तन अभ्यासकांच्या भाषेतील 'हीन, फसव्या' मनोवृत्तीचे दर्शन घडवणारे असते. कळपातील सत्ता, अन्न व संभोगाधिकार मिळवण्याच्या स्पर्धेत ते अनेकदा लबाड व फसवणुकीच्या योजना-प्रतियोजना आखत असतात. अनेक कौशल्यपूर्ण बतावणींचा ते वापर करू शकतात. वस्तू लपवून ठेवणे, अडथळे उभे करणे, खोटा-खोटा संताप व्यक्त करणे, अगदी लंगडण्याची बतावणीसुद्धा करणे अशा सगळ्या क्लृप्त्या ते लढवू शकतात. विशेषकरून कळपात राजकीय संघटन करून त्यांच्या समाजगटामध्ये सत्ताशक्ती सिद्ध करण्यासाठी अशा हिकमती ते वापरताना आढळतात.

यामधील काही वर्तनप्रकार ली ॲनने रूकियात पाहिले होते. फक्त हर्मनचे अन्न चलाखीने चोरण्यातच नव्हे तर ती अतिशय कौशल्याने आपल्या भावना सांभाळत असे. उदाहरणार्थ जेव्हा तिच्या लबाड वागण्याने वैतागून हर्मन तिच्याकडे दुर्लक्ष करत असे, कळपस्वामिनी रूकिया जाऊन बॅम्बूच्या मागे लागत असे. त्याला अशी काही ओरडायची की, जणू बिचाऱ्या म्हाताऱ्याचीच काहीतरी चूक होती. तो नेहमीचा ठरलेला बळीचा बकरा होता हे ली ॲनने अनेक वेळेला अनुभवले होते. या टवाळखोरीमध्ये जामी व ट्विगीदेखील रूकियाला साथ देत असत. बॅम्बूच्या मागे लागून तिघी जणी असा काही तमाशा उभा करत की, आपण रूकियावर रागावलो होतो हे हर्मन स्वत:च विसरून जात असे. कधी-कधी तिचे नेतृत्व मान्य

करून तोसुद्धा बॅम्बूच्या टिंगल – तमाशात सामील होत असे. याचाच अर्थ असा की, या सगळ्या माद्या हर्मनला आक्रमण करण्यास उद्युक्त करू शकत होत्या.

''या सगळ्या मुली मोठ्या चतुर आहेत. त्या मला आवडतात पण मला हेही ठाऊक आहे की, त्या कधीही दुष्टपणा करू शकतात.'' ली ॲन आपले निरीक्षण नोंदवते.

रूकियाकडे एक अनोखे कौशल्य होते. ती तिची स्वत:ची समाधानी, उद्विग्न

किंवा खेळकर मनोवस्था दुसऱ्यामध्ये निर्माण करू शकत असे. ली ॲन तिला चिंपांझी कळपाचा तापमापक म्हणत असे. तिचे व्यक्तिमत्त्व बहुआयामी व गुंतागुंतीचे होते. धूर्तपणाबरोबरच तिच्या स्वभावाचा एक असा अंत:प्रवाह होता की, तो फक्त तिचा मानलेला मुलगा-ॲलेक्स याच्या नात्यातच व्यक्त होत असे. इतर चिंप्सप्रमाणे ॲलेक्सही धूळ फेकत असे, पाय आपटत असे. अशा वेळी रूकिया त्याच्याबरोबर खूप सौम्य वागत असे. कुठेतरी दुसरीकडे पाहून त्याच्याकडे दुर्लक्ष करत असे. तिने ॲलेक्सचे असे लाड करणे ही गोष्ट सिद्ध करत होती की, अनेक वर्षे त्याला आपला मुलगा मानून ती जे त्याचे संरक्षण, संगोपन करत होती त्यामधून ती अशा एका नराल तयार करत होती, जो भविष्यकाळात अल्फा बनेल. ॲलेक्स त्या पदाला योग्य व सक्षम होण्यासाठी आणखीन काही वर्षे जावी लागतील जरूर, पण हे स्थित्यंतर निश्चितपणे येऊ घातले होते. ॲलेक्सच्या रोजच्या खोड्यांमध्ये कर्मचाऱ्यांना याची लक्षणे स्पष्ट दिसत होती.

ली ॲन या सर्वांसमवेत इतका समभाव, इतकी एकरूपता अनुभवत असे की, काही वेळा ती विसरूनच जात असे ती सगळे माणसे नाहीत. जर तिचा एखादा दिवस खराब असेल तर ती त्यांच्या रात्रघरात जाऊन हर्मनशेजारी बसून आपले दुखरे मन मोकळे करत असे. ते चिंपांझीदेखील जाळीपलीकडून, प्रजातीमधील अंतर ओलांडून तिचे दु:ख ऐकत असत.

आपल्या उंचावरील टेहळणी ठिकाणावर बसलेल्या हर्मनला तो उंच, गोऱ्या, गुलाबी कातडीचा व भुऱ्या केसाचा माणूस येताना दिसत होता. हर्मनला त्या माणसाचे नाव माहीत नव्हते पण त्याला तो ओळखत होता. या चिंपांझीने सहज आत्मविश्वास असणाऱ्या या मर्दाला अनेकदा जवळून पाहिले होते. इतर लोक त्याच्यापासून अंतर ठेवून अदबीने वागत असत. जर तो माणूस चिंपांझी प्रांगणाच्या समोर काही काळ रेंगाळला तर हर्मन उभा राहून मागेपुढे होत त्याच्यावर धूळ फेकायला सज्ज होत असे कारण त्या माणसाला तो दाखवू इच्छित होता की, या प्रांगणाचा खरा अल्फा कोण आहे.

लेक्स सॅलिसबरीने विचार केला की, इथे न थांबता पुढे गेलेलेच अधिक बरे! सीईओ असणाऱ्या लेक्सने हर्मनची ही तिरस्कार अभिव्यक्ती कधी अपमानास्पद समजली नाही. त्याला समजत होते की, हर्मनला शक्ती व सत्ताकेंद्रे यांचे ज्ञान आहे. शिवाय स्वत:चे पद व स्थान एका चिंपांझीसमोर सिद्ध करण्याची त्याला गरज नव्हती. लॉवरी पार्कमधील प्रत्येकाला माहीत होते की, लेक्स हाच त्यांचा सक्षम व समर्थ असा अल्फा आहे. इथे असलेल्या प्राण्यांमध्ये हर्मनचा नंबर ०००००१

असेल परंतु लॉवरी पार्कमधील बिनतारी संदेश यंत्रणेच्या ओळख क्रमांक एकवर लेक्सच होता.

सहजपणे ऐटदार असणारा लेक्स कधीमधी पर्यटकांचे नेतृत्व करत लॉवरी पार्कची मनोरंजक व माहितीपूर्ण फेरी घेत असे. सारस क्रेन्स कसे आयुष्यभरासाठी जोडीदार राहातात हे तो समजावून सांगतो, ऑटर्सच्या तळ्याजवळून जाताना त्यांचे वर्णन तो 'जल अंगुश' असे करतो व पुढे म्हणतो, ''ते अगदी रक्त पिपासू असतात.''

लॉवरी पार्कमधील गेकोसारख्या सरपटणाऱ्या प्राण्यांपासून ते विविध पक्ष्यांपर्यंत कोणाचीही मनोरंजक माहिती सांगून तो पर्यटकांवर छाप पाडतो. मोरे ईल्सना पाण्याखालील भुयारी मार्ग कसे पसंत असतात किंवा केवळ शरीराच्या उष्णतेवरून ग्रीन ट्री पायथन (हिरवा झाड अजगर) कशी पक्ष्यांची शिकार करतो, याबद्दल तो बोलतो. मॅनेटींच्या तळ्यापुढे थांबून त्यांच्या कल्ल्यांवरती असणाऱ्या नखांची तो माहिती देतो. त्याच्या मते अगणित वर्षांपूर्वी मॅनेटी भूचर प्राणी असल्याचा तो उर्वरित पुरावा होता. या मागे राहिलेल्या नखांवरून त्याला व्हेल माशांची आठवण होते, कारण व्हेल माशांना ही कधी काळी त्यांच्या भूचर प्राणी असण्याचा मागे राहिलेला पुरावा म्हणून ओटीपोटाचा भाग असतो. अर्थात लॉवरी पार्कमध्ये एकही व्हेल नसल्याने लेक्स त्याच्या विधानाचा साक्षात पुरावा मात्र देऊ शकत नसे. जाता-जाता तो फक्त इतकीच माहिती देत असे की, ते ८० टक्के हवेची देवाणघेवाण करतात.

सध्या लेक्स ४५ वर्षांचा होता, पण पस्तिशीची ऊर्जा बाळगून होता. ताम्पापासून एक तासाच्या अंतरावर एका शेतघरात तो राहात असे. इथल्या विस्तीर्ण परिसरामध्ये त्याने झेब्रा, वॉर्टहॉगसारखे दुर्मीळ प्राणी बाळगले होते. या प्राण्यांची लॉवरी पार्कमधील प्राण्यांबरोबर अदलाबदल करण्यासाठी त्याच्या ट्रकमधून तो सतत प्राण्यांची ने-आण करत असे. कधीकधी तर त्याचे शेतघर म्हणजे लॉवरी पार्कचा विस्तारित कक्ष आहे किंवा लॉवरी पार्क हे त्याच्या शेतघराचा जोडकक्ष आहे, असाच संभ्रम होत असे. काही गोष्टींतील सीमारेषा पुसट करण्याची लेक्सला सवयच होती आणि त्यामुळेच इतरांचा गोंधळ होत असे. अशा गोंधळलेल्या कच खाऊ लोकांना तो बाजूला करत असे. तो नेहमी म्हणत असे की, तो फक्त आणि फक्त लॉवरी पार्ककरिताच काम करतो, आणि तसेही तो कधी बरं काम करत नसतो?

तथापि इतर अनेक तऱ्हेच्या लक्ष्मणरेषा आखण्यात लेक्स माहीर होता. नेहमी आपल्या पूर्वायुष्याच्या तो गप्पा करत असे – त्याचे अलास्कामधील बालपण, ऑस्ट्रेलियातील सिडनी येथील महाविद्यालयीन शिक्षण, न्यूझीलॅन्डमधील 'पोपटामधील उष्णतावाहकतेचे प्रमाण' या विषयावरील पदव्युत्तर अभ्यासादरम्यानचा त्याचा शोधनिबंध इत्यादी. परंतु जेव्हा लोक त्याला त्याच्या वर्तमान जीवनाबद्दल,

सध्याच्या शेतघराबद्दल विचारत तेव्हा मात्र अतिशय कौशल्याने तो संवादाची दिशा बदलत असे. त्याची एकांतप्रियता समजण्याजोगी होती, परंतु ज्या सहजतेने तो विषय बदलत असे ते मात्र कोड्यासमान असे. २००४च्या वसंत ऋतूमध्ये भव्य 'आफ्रिकन सफारी'च्या उद्घाटनाची लॉवरी पार्कमध्ये धामधूम सुरू असतानाच लेक्सने दुसरे लग्न केले होते. या विषयी लॉवरी पार्कमध्ये एका शब्दानेही तो काही बोलला नव्हता. आयुष्याच्या या टप्प्यावर तो इतर काही असण्याबरोबरच एक धुरंधर राजकारणीही होता. लॉवरी पार्कला उज्ज्वल भविष्याकडे नेण्यासाठी आवश्यक असणारे आर्थिक नातेसंबंध त्याने मोठ्या कौशल्याने रचले व राखले होते. त्याचे बरेचसे काम हे ऐट, राजकारण व विवेकपूर्ण निर्णय या माध्यमातून साकारले जात असे. यावर तो अगदी सहजतेने म्हणत असे, "हे एक वेगळेच कौशल्य असते."

नगराध्यक्ष, राज्यपाल यांसारख्या सत्ताकेंद्रांची मनधरणी कशी करायची हे त्याला ठाऊक होते. कॉकटेल पार्टीजमध्ये तो एखाद्या श्रीमंत आश्रयदात्यासमोर मॅनेटी व मिरकॅटबद्दल अशा खुमासदार गप्पा मारत असे की, त्यांच्याकडून काहीतरी रक्कम तो निश्चितच कमावत असे. स्वाझीलॅन्डमधील न्यायालयापासून ते हिल्सबरो कौंटी कमिशनपर्यंतच्या अनेक मोठ्या अधिकाऱ्यांचा तो स्वत: अधिकारी बनत असे – त्यांच्या अधिकाराला धक्का न लावता! अशा वेळी त्याची सामाजिक मानववंश शास्त्रातील पदवी उपयोगी ठरत असे. त्याचबरोबर कामाविषयीची प्रगाढ समर्पित श्रद्धा व त्याच्या डोक्यात साठवलेली सर्व प्रजातींबद्दलची ज्ञानकोशात्मक माहिती याचाही तो उपयोग करून घेत असे. प्राणी हे त्याचे सर्वांत प्रभावी व्यापारसाधन आहे हे तो जाणून होता. सत्तेच्या रत्नजडित प्रासादात प्राणी अटळ असे आकर्षण होते. म्हणूनच फ्लोरिडा सिनेटमध्ये जाताना तो चामड्याच्या हातमोज्यावर ऐटीने बसणारा इव्हान नावाचा गरुड घेऊन जात असे. प्रत्येक वसंत ऋतूत 'कारामु' या लॉवरी पार्कच्या वार्षिक निधी संकलन समारंभाकरिता येणाऱ्या असंख्य पर्यटकांच्या मनोरंजनाकरिता न चुकता घडियालची पिल्ले, गव्हाणी घुबड व पाल सदृश प्राणी – प्रिहेन्सिल स्किंक्स इत्यादी प्रदर्शित करत असे.

कदाचित लेक्सबद्दलची सर्वांत उल्लेखनीय बाब म्हणजे प्राणिसंग्रहालयाच्या अस्तित्व व आवश्यकतेविषयी तो धार्मिक श्रद्धेने बोलत असे. भविष्यात लॉवरी पार्क हे सर्व संकटग्रस्त प्राण्यांचे आश्रयस्थान होईल, याचे तो आश्वासन देत असे.

"भविष्यकाळात एखादे प्राणिसंग्रहालय हे नोहाच्या बोटीप्रमाणे असेल. फरक इतकाच की, ही बोट स्थिर असेल. केवळ मनोरंजनासाठी प्राणिसंग्रहालयाची उत्पत्ती कधीच होऊ शकत नाही." तो ठासून सांगत असे.

अर्थातच नोहाच्या बोटीबरोबर प्राणिसंग्रहालयाची केलेली तुलना फसवी असे. फक्त लॉवरी पार्कच नव्हे, तर कोणतेही प्राणिसंग्रहालय हे वेगाने अस्तंगत होणाऱ्या

असंख्य प्रजातींपैकी काही मोजक्या प्रजातींना वाचवण्यासाठी लागणारी थोडीशी जागा व आवश्यक उपलब्धीदेखील देऊ शकत नाहीत हे सर्वज्ञात सत्य होते. इथेदेखील प्रजाती जपणुकीचा प्रश्न महत्त्वाचा नव्हताच. आश्रय दिलेल्या प्रजातींपैकी काही प्रजाती प्राणिसंग्रहालयातदेखील अस्तंगत होतच होत्या.

काल्पनिक आदर्शवादाचा पाठपुरावा करणारी व लॉवरी पार्कच्या आर्थिक स्वावलंबनाबद्दल रटाळ उपदेश करणारी लेक्सची भाषणे कर्मचाऱ्यांना कंटाळवाणी वाटत. तो सांगत असे की, 'अमेरिकेतील बहुतांशी प्राणिसंग्रहालयांना त्यांच्या आर्थिक मदतीपैकी ४० टक्के मदत ही सार्वजनिक करातून मिळते. लॉवरी पार्कला ही मदत फक्त तीन टक्केच मिळते. म्हणूनच लॉवरी पार्कने प्रत्येक डॉलर काटकसरीने वापरायला हवा.'

लॉवरी पार्कमधील कर्मचाऱ्यांनाही काटकसरीचे महत्त्व, आर्थिक स्वावलंबनाचे मोल मान्य होते. परंतु बरेच कर्मचारी एका तासाला काही डॉलर घेऊन किंवा न्यूनतम पगारावर काम करत असताना लेक्सचा स्वत:चा पगार मात्र २००४ या आर्थिक वर्षात दोन लाख डॉलर्स इतका होता. ताम्पाच्या नगराध्यक्षांचा पगारही याहून कमी होता. प्रत्येक कर्मचाऱ्याला याचेच आश्चर्य होते की, जेव्हा त्यांच्या सीईओचे ताट पंचपक्वान्नांनी भरून ओसंडते होते, तेव्हा त्यांना मात्र एखादा घासही मोठ्या मुश्किलीने मिळत असे. अशाच अर्थाच्या छोट्या-मोठ्या तक्रारी नेहमी दबल्या आवाजात व्यक्त केल्या जात. लॉवरी पार्कच्या बाहेर लेक्सचे वागणे अतिशय सभ्य, संस्कारशील व नम्र असे. पार्कच्या आतमध्ये मात्र तो बिनविरोध हुकूमशहा होता. कुणी जर त्याला नाराज केले तर तो उघडपणे त्याचा अपमान करत असे. तो शिक्षा देत असे, लोकांना निलंबित करत असे; त्याला विरोध करणारी माणसे संदिग्धतेच्या धूसरतेत लॉवरी पार्कमधून दिसेनाशी होत असत.

हर्मनशी तुलना करता लेक्स अधिक आक्रमक व बुद्धिवान नेता होता. कळपामध्ये अल्फा होण्याकरिता सद्वर्तनी असणे, तो गरजेचे मानत नव्हता. सगळ्यांना त्याच्या कार्यपद्धती आवडत नाहीत हे त्याला माहीत होते, पण त्याची तो कदर करत नसे. तो ज्या पद्धतीने लॉवरी पार्कचे प्रशासन सांभाळतो, ते जर कुणाला रूचत नसेल, तर त्याला बाहेरचा दरवाजा नेहमी उघडा असे.

"कारण मी तरी इथून हालणार नाही." तो म्हणत असे, "ही लोकशाही नाही, तर ही कल्याणकारी हुकूमशाही आहे."

लेक्स ही बाब उघडपणे व मोकळेपणाने मान्य करत असे की, आफ्रिकेहून चार हत्ती आणण्याच्या निर्णयाने लॉवरी पार्क आंतरराष्ट्रीय स्तरावर विवादास्पद ठरले आहे. परंतु त्याच्या मते याच निर्णयाने लॉवरी पार्कला अधिक प्रकाशात व प्रगतीपथावरही आणले आहे, त्यामुळे आफ्रिकेहून हत्ती आणण्याचा निर्णय योग्यच

होता. आळस, सुस्ती या गोष्टींचा त्याला तिटकारा होता. त्याची नजर नेहमी भविष्याचा वेध घेत असे जिथे त्याला आजच्या चार हत्तींच्या जागी एक मोठा कळप दिसत असे. या विस्तारलेल्या कळपासाठी अधिक जागेची गरज लागणार होती. म्हणूनच अलीकडे ताम्पाच्या उत्तरेला असणाऱ्या पास्को कौंटी किंवा पूर्वेला असणाऱ्या पॉल्क कौंटीमध्ये एका 'गेम पार्क'च्या कल्पनेवर तो चिंतन करत होता.

''येत्या पाच वर्षांमध्ये आपल्याला आणखी ५० एकर जागेची गरज लागणार आहे. आत्ताच्या एका छोट्या 'सिटी पार्क'मध्ये सर्वांत मोठे प्राणिसंग्रहालय असू शकत नाही.'' आपली महत्त्वाकांक्षा या शब्दांत तो व्यक्त करत असे.

३ मार्च, २००४मध्ये लेक्सच्या घेतलेल्या एका प्रदीर्घ मुलाखतीमध्ये त्याने ही इच्छा व्यक्त केली होती. या प्रदीर्घ अशा मुलाखतीत त्याचे बालपण, त्याचे आई-वडील, त्याच्या प्रगतीमधील त्याचे आदर्श व सल्लागार आणि त्याचा १६ वर्षीय मुलगा ॲलेक्स या गोष्टींबद्दल गप्पा झाल्या होत्या. मुलाखतीदरम्यान लेक्स अगदी मोकळा व आश्वस्त वाटला. पण या सर्व गप्पांमध्ये दुसऱ्याच दिवशी असलेल्या त्याच्या लग्नाचा अप्रत्यक्षदेखील त्याने उल्लेख केला नव्हता.

मधुचंद्राहून परतल्यावर लेक्स दुसऱ्या एका समारंभाला सामोरा जाणार होता. हा समारंभ बऱ्याच मोठ्या व जाहीर स्वरूपाचा होता. त्याच्या आशा-आकांक्षा व आफ्रिका व अमेरिका या दोन खंडामध्ये घातलेल्या फेऱ्या, केलेले खडतर प्रयत्न व कष्ट या सर्व गोष्टी मूर्त रूपात साकारणार होत्या. 'सफारी आफ्रिका' या प्रकल्पाचे उद्घाटन होणार होते. आफ्रिकेतील पठारी कुरणातील चार हत्ती अमेरिकेतील प्राणिसंग्रहालयाच्या केंद्रस्थानी आणण्याकरिता लेक्सने अनेक गोष्टी पणास लावल्या होत्या. आणि आता त्या सर्वांच्या पूर्ततेचा क्षण आला होता- तो क्षण लेक्सच्या कसोटीचाही क्षण होता.

शनिवारची एक शीतल रात्र होती, गोल गरगरीत चंद्राचा शुभ्र मखमली प्रकाश आकाशभर पसरला होता. संपूर्ण प्राणिसंग्रहालयाचा भाग बंद, अंधारलेला असला तरी लॉवरी पार्कच्या विस्तारित प्रांगणातदेखील बराच झगमगाट होता. लॉवरी पार्कचा फक्त दर्शनी कारंज्याजवळचा शामियाना मात्र सभोवती दोरीवर टांगलेल्या कागदी कंदिलांच्या रंगीबेरंगी प्रकाशात उजळला होता. इथे शँपेन व कॉकटेलचा पूर आला होता. समुद्रातील प्राण्यांपासून बनवलेल्या चमचमीत पदार्थांचे दोनशे पन्नास डॉलर्स किमतीचे जेवण मांडलेले होते. आजची रात्र लॉवरी पार्कने सोळाव्या वर्धापनदिनाप्रीत्यर्थ 'कारामु-ब्लॅक-टाइ' या प्रसिद्ध उत्सवासाठी समाजातील प्रसिद्ध, श्रीमंत आणि महत्त्वाच्या व्यक्तींना आमंत्रित केले होते. या वर्षीची 'थीम'

होती, 'कोमोडो व किमोनोज.' ही थीम अप्रत्यक्षरित्या वळसेदार दोरीवर लावलेल्या नक्षीदार कंदिलांमधून, मानवी कलाकारांनी लांब आकाराचे पिवळे कापड पांघरून सादर केलेल्या ड्रॅगनच्या वलयांकित हालचालींमधून, तसेच प्रत्येक टेबलाशी ऑर्किडच्या वेलींची सर्प आकारातील केलेली सजावट यामधून व्यक्त होत होती. टेबलावर मांडलेल्या केक, बिस्किटांवरती आर्थिक मदत देणाऱ्या एका उद्योगपतीचा संदेश लिहिला होता – 'आम्हा ग्राहकांवर सुदैव नेहमीच खूश असते.'

प्रत्येक जण आपापल्या जागेवरून सभोवती पसरलेल्या संपत्ती, सत्तासंबंध यांचा चमचमाट असणाऱ्या मानवी समुद्राकडे पाहात होता. एरवी प्राणिसंग्रहालयातील इतर प्राण्यांवरती लक्ष दिले जाते. परंतु या प्रसंगी मात्र सजीवांमध्ये सर्वोच्च पायरीवर असल्याने इतर सजीवांवर सत्ता गाजवण्याचा अधिकार असणाऱ्या माणूस प्रजातीवर लक्ष केंद्रित केले जात होते. कारामु या लॉवरी पार्कच्या वार्षिक समारंभात अनेक समाजातील गटप्रमुखांचा मेळा जमत असे. प्रत्येक जण दुसऱ्याचे निरीक्षण करत असतानाच स्वत:लादेखील उत्कृष्टपणे सादर करत होता, प्रदर्शित करत होता. प्रत्यक्ष किंवा अप्रत्यक्षपणे अशा उच्चभ्रू समाजातील स्वत:ची स्थानश्चिती करत होता. सत्ता, संपत्ती व शारीरिक सौष्ठव यांच्या परस्परांस स्पर्शणाऱ्या तसेच छेदणाऱ्या रेषांचे विलोभनीय नाट्य उभे राहात होते. मानवी नातेसंबंधातील निकृष्टता नकली सभ्यतेच्या झिरमिरीत आवरणातून अनावृत्त होत होती. अशा तऱ्हेने मानव प्रजातीचे प्रांगण पूर्णार्थाने प्रदर्शित होत होते.

या समारंभास हजर राहाणे, या समूहाचा हिस्सा बनणे हरएक व्यक्तीला आनंदच देत होते असे नाही. मागच्या एका टेबलाशी माइक नावाचा एक माणूस अनेक तक्रारींची विरामचिन्हे वापरून शिव्यांची लाखोली वाहात होता. दर शनिवारी रात्री कोणती मौजमजा करायची, हे तो स्वत: ठरवत असे. परंतु या समारंभाला येण्याचे मात्र त्याच्या पत्नीच्या निर्णयाला मान देऊन त्याने मान्य केले होते.

प्यायलेल्या अवस्थेत सभोवतालच्या लोकांकडे पाहात तो बोलत होता,

''तुम्हाला माहीत आहे का, मी माझ्या पत्नीचा फक्त मिरवण्याचा एक पोशाख आहे. समारंभ संपला की, माझी किंमत शून्य!'' आणि मग पत्नीकडे वळून तो म्हणाला, ''तू मला माझ्या पेकाटात एक लाथ का घालत नाहीस?''

शामियान्याच्या दुसऱ्या टोकाला हसऱ्या चेहऱ्याने लेक्स अभिनंदनाची हस्तांदोलने व मिठ्या स्वीकारत होता. आपली नवी पत्नी-एलिना शेपाची सर्वांना ओळख करून देत होता. सगळ्या गर्दीमध्ये त्याच्या लग्नाची बातमी खमंग वासासारखी पसरली होती. गुलाबी पोशाखावर शुभ्र मोत्यांचे दागिने व चेहऱ्यावर नवपरिणीत वधूचे सालस भाव परिधान केलेल्या एलिनाची इतर स्त्रिया प्रशंसा करत होत्या. कुणीतरी उल्लेख केला की, ती काचेच्या मूर्ती घडवणारी कलाकार होती. ती स्वत:देखील एक सौंदर्यमूर्ती असल्याचे

सर्व जण बोलत होते. समारंभात काही जण अवघडल्यासारखे वाटत होते. परंतु लेक्स मात्र एलिनाभोवती एक हात लपेटून, चेहऱ्यावर सहजशांत भाव घेऊन लॉवरी पार्कला आर्थिक मदत देणाऱ्या श्रीमंत उद्योजकांबरोबर आत्मविश्वासपूर्वक बोलत होता. औपचारिक पोशाखातील त्याची अनौपचारिक स्वाभाविकता उल्लेखनीय होती. लॉवरी पार्कचा सीईओ असणाऱ्या लेक्सभोवती निवडक उद्योगपती, नामांकित कायदेतज्ज्ञ, बँकांतील उच्च अधिकारी या सर्वांची जणू मांदियाळी जमली होती. आणि या सगळ्यांतच मिसळलेले होते; काळ्या कोटावर काळा टाय घातलेले संपूर्ण दक्षिण ताम्पाला एक 'ऑर्थोडेन्टिस्ट' म्हणून माहिती असणारे एक महत्त्वपूर्ण व्यक्तिमत्त्व!

जमलेल्या सगळ्या मानवप्रजाती सदस्यांच्या गप्पांचा एक निरर्थक गोंगाट तयार झाला होता. लोकांचे विनोद सांगणे, गडगडाटी हसणे तसेच दबल्या आवाजात एखाद्याची खाजगी खमंग बातमी कळल्यावर आपापसातील खुसखुस, फुसफुस सुरू होते. सगळ्यांचे तार स्वरातील बोलणे अशा तऱ्हेने एकमेकांस छेद देत होते की, शब्द व वाक्ये अर्थहीन बनत होती. परंतु ऐकण्यापेक्षा त्यांच्या हालचाली, त्यांचे हावभाव निरखणे हेच खूप मनोरंजक होते. ते सर्व ताम्पामधील श्रीमंत, उच्चभ्रू व सत्ताकेंद्राधीश होते पण, तरीदेखील ते खऱ्या अर्थाने फक्त वानरांचे वंशजच होते.

मानवप्रजातीमधील या उत्कृष्ट नमुन्याचे निरीक्षण करून, त्यांच्या वर्तनाविषयी एखादा मानववंशशास्त्रज्ञ कोणते बरं निष्कर्ष काढेल? या गर्दीमधील नर मॉलमध्ये मुलींकडे बघून छाती फुगवणाऱ्या मुलांप्रमाणेच, छाती फुगवून रुबाबदारपणे दुसऱ्या एका अल्फाकडे जातो किंवा एकमेकांच्या खच्चीकरणाचा स्पर्शसंदेश देणारे हस्तांदोलन करत नजरेतून विजयाचे तेज व्यक्त करतो. कोणी या हस्तांदोलनाच्या द्वंद्वापेक्षा एकमेकाला हाताने कवटाळून, प्रतिस्पर्ध्याला गुदमरवून आभासी कुस्तीच करणे अधिक पसंत करतात. अशा विविध प्रकारच्या स्पर्धा संपल्यानंतर अल्फा नर गटगटाने एकत्रित उभे राहून सभोवतालच्या स्त्रीवर्गावर लक्ष केंद्रित करतात. एखाद्याला मग अचानक भूकच आठवते. ''मला तर आता भूक लागली बुवा!'' एक जण म्हणाला.

या समुदायातील स्त्रीवर्गदेखील आपल्यापरिने वानरवंशीय वर्तन दाखवत असतातच. समारंभाच्या आरंभापासून अंतापर्यंत प्रत्येकाची नजर आपल्यावरच राहील याची तरतूद करण्यासाठी अनेक जणींनी अनेक तास व बरीच रक्कम खर्च केलेली असते. प्राणिसंग्रहालयातील समारंभ असल्याने अनेक जणींनी पिसे, लोकरी कातडे व चित्त्यासारखी नक्षी या सर्व आभूषणांचा आपल्या सजावटीत समावेश केला होता. ताम्पाच्या नगराध्यक्षा पॅम आओरिओ यादेखील या अनोख्या कल्पनेने वेडावल्या होत्या. रंगहीन पोशाख निवडीसाठी प्रसिद्ध असणाऱ्या नगराध्यक्षा आज मात्र पट्ट्या-पट्ट्याची झेब्रा प्रिंट असणाऱ्या पोशाखात होत्या. औपचारिक चेहऱ्याने

भेटणाऱ्याला ''तुम्हाला पुन्हा भेटून खूप बरे वाटले.'' असे रटाळपणे म्हणत होत्या. आपल्याच महिला समाजातील इतर जणींची बोचरी नजर व टीका टाळून जास्तीत जास्त अंगप्रदर्शन कसे करता येईल याचा काही जणी कौशल्यपूर्ण अंदाज घेत होत्या. एकीने चमचमणारा काळा लांब झगा घातला होता, ज्याच्या थेट बेंबीपर्यंत उघड्या असलेल्या गळ्यातून घाटदार स्तनांचे भरदार अर्धगोल रेखांकित होत होते. उरलेले अर्धगोल कलात्मकतेने झाकण्याचा प्रयत्नही नजरेतून सुटत नव्हता.

या रात्रीचा एकमेव हेतू होता, प्रदर्शन करणे. उंच टोकदार टाचांचे सँडल्स घातल्याने उंच दिसणाऱ्या स्त्रिया पुरुषवर्गाचे लक्ष वेधून घेत होत्या. त्यांच्या पिंढऱ्यांना टाचांच्या उंचीची जोड मिळाल्याने त्यांचे नितंब मागून उठावदार दिसत होते व एरिकसमोर आपला पार्श्वभाग उंचावून प्रणयनृत्यामध्ये स्वतःला 'पेश' करणाऱ्या इन्शाल्लाची आठवण करून देत होत्या. रात्री उशीरापर्यंत चालणाऱ्या पार्टीज् व मेळावे यात ठुमकणाऱ्या वास्तवाला या स्त्रिया जणू मानाचा मुजरा करत होत्या. एकाच्या पत्नीने असाच काही उन्मत्त स्वरूपाचा पोशाख केला होता. तो नवरा बिचारा तिच्या रक्षणार्थ सतत तिच्या बाजूला उभा राहून तिच्याकडे रोखून पाहाणाऱ्या इतर पुरुषांना पाहात होता. सबंध समारंभात आपला एक हात तिच्या शरीराशी जोडून तो उभा होता. प्रथम त्याने तिचा हात आपल्या हातात घेतला, मग तोच हात थोडासा पुढे तिच्या पाठीवर ठेवला व नंतर पुन्हा तोच हात तिच्या पलीकडील खांद्यावर ठेवला. तिच्यावरचा आपला अधिकारच तर तो दाखवून देत होता.

शामियान्यात पुढील बाजूस लिलाव सुरू होता. एका हत्तीसाठी मिळणाऱ्या मदतीची बोली सुरू होती. ''दहा हजार डॉलर्सची बोली!'' तो ओरडत होता. ''बोला, पैसे वाढवा, चला आम्हाला अकरा हजार हवे आहेत.''

त्या संध्याकाळने तर सगळी रेकॉर्ड्स अक्षरशः तोडली. एका पती-पत्नीने लेक्स व त्याच्या पत्नीला लग्नाची भेट म्हणून एक हत्ती एका वर्षाकरिता अकरा हजार डॉलर्सना दत्तक घेतला. दुसऱ्या एका अशाच जोडीने तीन हत्तींकरिता तीस हजार डॉलर्सची बोली केली. त्या रात्री लॉवरी पार्कने एकूण बोलीच्या रूपात एक लाख पंच्याण्णव हजार डॉलर्स कमावले होते. पार्टीतला उन्माद, हर्षोल्लास शिगेला पोहोचत होता, नृत्य व संगीत टिपेचा सूर पकडत होते अशा वेळी लेक्सने काही पाहुण्यांना गोळा केले व कुजबुजला, ''चला, या माझ्या संगतीने.''

दिव्यांचा झगमगाट, टिपेचे संगीत व झिंग आणणारे नृत्य या सगळ्यांपासून लेक्सने त्यांना बाजूला घेतले होते. परंतु त्या ग्रुपमधील कोणालाच त्याचे वाईट वाटले नाही. त्या सर्वांना, सर्व जगाच्या अगोदर रात्रीच्या अंधारात नवागत हत्तींचे दर्शन देण्याचे लेक्सने कबूल केले होते. या निवडक काही लोकांमध्ये लॉवरी पार्कला नेहमी भरभक्कम आर्थिक मदत देणाऱ्यांचा समावेश होता. यामध्येच

ताम्पाचा भूतपूर्व नगराध्यक्ष डिक ग्रेकोदेखील होता. हाच तो डिक ग्रेको ज्याच्यावरती तीन दशकांपूर्वी हर्मनने धूळ उधळली होती. डिक ग्रेको अजूनही लॉवरी पार्कचा एक चाहता व खंदा समर्थक होता. ते सर्व जण अंधारलेल्या रस्त्याने पक्ष्यांचे मुक्तविहार प्रांगण ओलांडून वॉर्टहॉग्ज व जिराफ-झेब्रांच्या प्रांगणाला वळसा घालून पुढे जात राहिले. सर्व रस्ताभर लेक्स चार आफ्रिकन हीरोंची कथा सांगून त्यांना गुंगवून टाकत होता की, कसे अगदी छोटे पिल्लू असताना या चार हत्तींनी आपले कुटुंब, नातेवाईक 'सामूहिक हत्ये'मध्ये गमावले, कसे लॉवरी पार्कने त्यांची सुटका करून स्वाझीलॅन्डमधून मरणाच्या दाढेतून सुरक्षितपणे काढून व शेवटी 'पेटा'सारख्या संघटनांच्या विरोधाला न जुमानता विमानात घालून त्यांना अटलांटिक महासागर पार करून आफ्रिकेतून अमेरिकेत ताम्पापर्यंत आणले वगैरे.

"तुम्हाला म्हणायचं आहे की, या प्राणिहक्क संरक्षण संघटना या हत्तींना गोळ्या घालून ठार करा म्हणत होत्या?" एकाचा विस्मयकारक प्रश्न.

"हो ना. त्या संघटनांच्या मते प्राणिसंग्रहालयातील निकृष्ट जीवनापेक्षा त्या प्राण्यांचे मरणे योग्य आहे." लेक्स उत्तरला.

अर्थात हे उत्तर खूपच साधे सरळ होते. प्राण्यांना एका वसतीस्थानापासून काढून दुसऱ्या वसतीस्थानात नेण्याचा इतिहास, नैतिकता वगैरे मुद्यांवर चर्चा करण्याची ही वेळ नव्हती. शिवाय हत्तींची नवी होणारी इमारत हा विषय लेक्सकरिता केंद्रस्थानी होता. त्या केंद्रापाशी उभे राहून हत्तींची एकूण कथा तो कोणत्याही दिशेला वळवू शकत होता.

पहिल्या प्रवेशद्वाराचे कुलूप काढून लेक्सने त्या सर्वांना हत्ती प्रांगणाच्या कार्यालयात नेले व स्वत: क्षणभर थबकला. इतरांच्या उत्सुकतेला हवा कशी द्यायची हे तंत्र त्याला चांगले अवगत होते. त्याने सगळ्या ग्रुपला एलीची कहाणी ऐकवली – कसे नामिबियाच्या जंगलात तिच्या आई-वडिलांना व कुटुंबातील इतर सर्वांना गोळ्या घातल्या गेल्या, नंतर एक अनाथ अर्भक म्हणून तिला अमेरिकेत आणले गेले इत्यादी... कथा ऐकता-ऐकता गुंगून गेलेला एक श्रोता उद्‌गारला, "काय थरारक व आश्चर्यकारक आहे सगळं!"

हत्तींच्या तबेल्यात ते सगळे जण एकाच वेळी उभे राहू शकत नव्हते. लेक्सने त्यांचे दोन गट केले. तबेल्यापासून अंतरावर असणाऱ्या पिवळ्या रेषेच्या मागे राहाण्याची सूचना देण्यास तो विसरला नाही. पाहुण्यांनी तबेल्यात पाऊल टाकले मात्र, समोर त्यांनी जे पाहिलं त्यामुळे त्यांचे डोळेच विस्फारले. पाच हत्ती प्रशस्त पिंजऱ्याच्या जाळीशी उभे होते, त्यांची सोंड वळवळत होती. इतक्या जवळून ते पाच हत्ती खूप मोठे, खूप स्पष्ट व खूपच खरे वाटत होते.

लेक्सने म्बाहलीची ओळख करून दिली. लगेच तिनेदेखील आपली सोंड

अगदी त्याच्या चेहऱ्यापर्यंत नेली.

कुणीतरी विचारले, ''तिला मानवी स्पर्श हवा आहे का?''

''नाही.'' लेक्स उत्तरला, ''ती फक्त माझा वास घेते आहे.''

दुसऱ्या तबेल्यासमोर जाऊन तो म्हणाला, ''ही एली आहे. पाहिलंत ना, इतर हत्तींपेक्षा ती कशी मोठी, अधिक भरलेली वाटते आहे?'' एलीदेखील सोंड पुढे करत त्याच्यापर्यंत पोहोचली.

''माझी गोडांबा ती!'' लेक्सने तिला प्रतिसाद दिला.

सगळे पाहुणे पिवळ्या रेषेवर उभे राहून स्तंभित होऊन पाहात होते. हत्तींच्या चेहऱ्यावर नजर खिळवली असता त्यांची बुद्धिमत्ता व अंतर्गत उसळणारी उत्सुकता जाणवत होती. जाण्यासाठी लेक्सने दिवे मालवले, तरी त्यांच्या पाठीमागे त्यांना बोलावणाऱ्या सर्व हत्तींच्या सोंडा हवेत उंचावलेल्याच होत्या.

सगळीकडे स्वच्छ सूर्यप्रकाश पसरला होता. बुलडोझर खटखट करत त्याचे काम करत होता. बांधकाम कामगारांची धावपळ चालू होती. लवकरच 'सफारी आफ्रिका' म्हणून ओळखल्या जाणाऱ्या साडेपाच एकरांमध्ये धुळीचे लोट उठत होते. २८ मे, या दिवशी होणाऱ्या उद्‌घाटनांआधी काही दिवस या सर्वांचा निर्माणगुरू ब्रायन मॉरो या सगळ्या धावपळ-धांदलीच्या मध्यभागी उभा राहून आपल्या निर्मितीचा आढावा घेत होता. त्याला प्रमुख बांधकाम निर्देशक हे पद देण्यात आले होते. लहान असताना घराच्या तळघरात त्याने एक 'आदर्श थीम पार्क'ची छोटी प्रतिकृती तयार केली होती, ज्यामध्ये त्याने रोलर कॉस्टर व 'फेरीस व्हील'चादेखील प्रबंध केला होता. आत्ता मोठेपणी तो आटलेली नदीपात्रे व उन्हा-पावसात झिजलेले खडक यांची प्रतिकृती मांडून प्राण्यांकरिता प्रांगणे तयार करत होता. प्राणी पाहात असताना आपण त्या प्राण्यांना आफ्रिकेच्या जंगलातच पाहातो आहोत अशी प्रेक्षकांची धारणा झाली पाहिजे, असा त्याचा आग्रह होता.

तो याला 'निसर्गाची प्रतिकृती' असे म्हणत असे. लॉवरी पार्क सगळे काही विस्तृत व भव्य स्वरूपात करत आहे, याचा त्याला अभिमान होता. ''आफ्रिका देश खूप विस्तृत आहे, तसेच लॉवरी पार्कमधील हत्तींचे प्रांगण ही विस्तृत आहे, तसेच तिथे राहाणारे हत्तीदेखील भव्य आहेत.'' हे ब्रायन मॉरोचे शब्द होते.

प्रेक्षकांना प्राणी शक्य तितक्या जवळून पाहाता यावेत, परंतु प्राणी किंवा प्रेक्षक यांपैकी कुणालाही काही इजा होऊ नये हे लॉवरी पार्कचे ध्येय आहे, असे तो स्पष्ट करत असे. ''आणि म्हणूनच लॉवरी पार्कने एक उंचावलेला फलाट बनवला आहे जिथे प्रेक्षक सरळ रेषेत जिराफाला पाहू शकतील, हवे तर भरवूही शकतील.

तिथूनच ते दोन लाख पन्नास हजार गॅलन पाणी साठवलेल्या तळ्यात पोहणारे हत्ती पाहू शकतील. निसर्ग व मानवाला समोरासमोर ठेवण्याची ही प्रमुख कल्पना आहे. एकमेकांमधील सान्निध्यामुळे आनंद चेतना निर्माण होते. ही समचेतनाच प्राण्यांविषयी प्रेमसंबंध निर्माण करते.'' ब्रायनने उत्साहाने सांगितले.

हेच विचार दुसऱ्या कोणी सांगितले असते, तर ते पुस्तकी व काल्पनिक वाटले असते. परंतु उत्साहाने रसरसलेल्या ब्रायनकडून ऐकताना, ऐकणाऱ्याच्या मनात प्राण्यांशी दोस्ती करण्याची भावना निर्माण होते. तथापि, ब्रायनला स्वत:लादेखील या वर्णनातील फोलपणा जाणवत होता. तो किंवा इतर कोणी या उपक्रमात कितीही खरेपणा व आनंद निर्माण करायचा प्रयत्न केला, तरी ती निर्मिती खऱ्या वास्तवतेसारखी कधीच होणार नव्हती. आणि ही गोष्ट माणसांपेक्षा म्शॉलो, म्बाहली, स्तुदलू व म्हच्येगुह या चार स्वाझी हत्तींना अधिक प्रखरपणे जाणवत असणार. सगळ्यांनी अपेक्षा केल्याप्रमाणेच हे चार स्वाझी हत्ती नवीन वातावरणात रुळले होते, रमले होते. पण सफारी आफ्रिकामध्ये त्यांना सादर केलेले मोकळे प्रांगण व तळे हे दोन्हीही कधी काळी त्यांनी अनुभवलेला प्रदेश व सरोवर यांहून खूप वेगळे होते. हे खरे आहे की, स्वाझीलॅन्डमधील त्यांचा पूर्वीचा कळप झाडांची प्रचंड नासधूस करत होता. तरीदेखील जे काही शिल्लक होते, तेदेखील भव्य आणि रम्य होते. तो दाट झाडोरा जिथे गेंड्याच्या पिल्लांच्या कानापेक्षा उंच वाढणारे लाल रंगाचे लेपर्ड गवत तसेच जंगली प्राण्यांची गर्दी असणारे पाणवठे होते, जिथे पाण्यातील सुसरी-मगरींचा वेध घेत ते जंगली प्राणी पोट भरून पाणी पित असत. या सगळ्या विश्वाची प्रतिकृती होणे केवळ अशक्य होते!

'सफारी आफ्रिका'च्या उद्‌घाटनाचा दिवस जसा जवळ येऊ लागला तसे लॉवरी पार्कच्या प्रत्येक विभागात हालचालींची गतिमानता जाणवू लागली. आशिया विभागामध्ये कॅरी व इतर कर्मचारी इन्शाल्ला व एरिक या सुमात्रन वाघांमध्ये उमलणाऱ्या प्रेमबंधामुळे खूश होते. ते दोघेही आता पूर्णपणे एकमेकांवर अनुरक्त होते, राजीखुशीने एकाच पिंजऱ्यात राहात होते. इन्शाल्लाच्या गर्भारपणाची काही चिन्हे दिसून येत नव्हती जरी त्यांचे प्रणयमीलन मात्र वारंवार होत होते. एके दिवशी तर इन्शाल्लाने एरिकला आपल्याबरोबर उंच जागेवर बसण्याचीही परवानगी दिली होती. हीच ती जागा जी इन्शाल्ला बच्ची असताना तिच्या आईकरिता बांधला होता. आज तिथेच एरिकच्या पायाशी समाधानाने वेटोळे करून बसलेली तरुण इन्शाल्ला दिसत होती.

पक्षी-विभागात कर्मचाऱ्यांची प्रसिद्ध अबोल वृत्ती अधीरतेत बदलली होती. त्यांना कळले होते की, त्यांच्या विभागात लांडोरचे – आर्ग्युस पेझंटचे पिल्लू येणार होते. या आधीदेखील या लांडोरने अंडी घातली होती परंतु एकही उबवले गेले नव्हते. या वेळी तसे होणार नाही, याची कर्मचाऱ्यांना खातरी होती. कारण ठरावीक

दिवसांनी ती अंडी दिव्यावर धरून आतील गर्भवाढीचे ते निरीक्षण करत होते. दिव्यावर ते अंडे धरले की, ते एकदम पारदर्शक बनून आतील बलकात तयार होणाऱ्या रक्तवाहिन्यांच्या जाळीत गडद शेंदरी रंगाचा ठिपका हालताना दिसत असे. एका कर्मचाऱ्याने तर अंड्याच्या कवचाला पडलेला हलकासा पोचा दाखवला की, जिथे आतील पिल्लू बाहेर येण्याकरिता चोच मारत होते.

''आम्हाला आजच सकाळी तो पोचा दिसून आला.'' त्या महिला कर्मचाऱ्याने सांगितले.

पक्षी-विभागाचे कर्मचारी बाहेर येणाऱ्या पिल्लाला एक नवीन उबदार घर देण्याकरिता ते अंडे इनक्युबेटरमध्ये ठेवत असत. लवकरच ते पिल्लू अंड्याचे कवच फोडून बाह्य जगात प्रवेश करणार होते. ज्या दिवशी सकाळी अंड्याला पहिला पोचा दिसून आला, त्यानंतर लवकरच बाहेर येणारे चोचीचे टोकही दिसू लागले. कर्मचारी दुपारच्या जेवणाहून परतले, तर त्यांनी ते पिल्लू अंड्याच्या तुकड्यात लटपटत उभे असलेले पाहिले. त्याचे सर्वांग ओले व चिकट होते.

एक कर्मचारी म्हणाली, ''त्या पिल्लाने बाहेर येण्याचा निश्चय पक्का केला होता. त्याची तयारी झालीच होती. मनाचा निश्चय हीच त्याची तयारी!''

सुरुवातीच्या काही तासांमध्ये कोणीही कर्मचारी त्याला स्पर्श करणार नव्हते. त्यांना भीती होती की, त्या पिल्लाचा वास त्यांच्या हातावर राहिल्यास ते पिल्लू त्यांनाच आई समजेल. त्या पिल्लाचा जन्म हा त्यांचा विजय होता आणि त्याचा त्यांना परमानंद झाला होता. ते मोठ्या उत्साहाने प्रेक्षकांना हा नवागत पिटुकला पाहुणा दाखवण्यासाठी इनक्युबेटरकडे घेऊन जात. मऊशार लव असणारे तपकिरी रंगाचे ते इवलेसे पिल्लू इनक्युबेटरच्या प्रकाशात अस्पष्ट आवाजात चीऽची करत उभे असायचे.

लॉवरी पार्क अभूतपूर्व देदीप्यमान अशा प्रकाशझोतात आले होते. 'सफारी आफ्रिका' उपक्रम जबरदस्त लोकप्रिय होणार याची लेक्स व त्याच्या टीमला आत्ताच जाणीव होऊ लागली होती. मधल्या काळातही ते मोठमोठ्याने चर्चा करतच होते. कारण 'चाइल्ड' या मासिकाच्या अलीकडच्या अंकात लॉवरी पार्क हे अमेरिकेतील बाळगोपाळांकरिता उत्कृष्ट असणारे प्राणिसंग्रहालय असा उल्लेख होता.

अनेक महिने १५० प्राणिसंग्रहालयांचा अभ्यास व तपासणी केल्यानंतर 'चाइल्ड' मासिकाने लॉवरी पार्कला संपूर्ण देशातील सर्व मोठ्या संस्थांमध्ये पहिल्या क्रमांकाचे स्थान देऊ केले होते. या तपासणी अभ्यासात सॅनडिएगोला द्वितीय क्रमांकाचे स्थान देण्यात आले होते. आपल्या प्रशंसालेखात मासिकाने लॉवरी पार्कच्या प्रशस्त प्रांगणांच्या सुविधांकरिता, इथे राबवल्या जाणाऱ्या बालशिक्षण उपक्रमांकरिता व मॅनेटींच्या उल्लेखनीय पुनर्वसनकार्याकरिता लॉवरी पार्कला मानाचा तुरा अर्पण केला

होता. लॉवरी पार्कमध्ये दर महिन्याला होणारी संकेत क्रमांक एकची सराव कवायत व एकंदरच प्राणी व प्रेक्षक यांच्या सुरक्षिततेला दिले जाणारे प्राधान्य याचीदेखील तज्ज्ञांनी प्रशंसा केली होती.

लॉवरी पार्ककडे आणखीन एक सुवार्ता होती. याच महिन्यात लॉवरी पार्कमधील कर्मचाऱ्यांनी नवीन प्राणिसंग्रहालय सुरू झाल्यापासून येणाऱ्या प्रेक्षकांतील दहा दशलक्ष क्रमांकाच्या प्रेक्षकाचे स्वागत केले होते. तो सुदैवी प्रेक्षक होता, रजेवर असणारा एक सैनिक! तो आपल्या पत्नी व मुलांसहित इथे पोहोचला तर गेटवर झालेल्या भव्य आणि हृद्य स्वागताने भारावून गेला होता. दूरदर्शनचे वार्ताहर कॅमेरामनसह या बातमीची नोंद घेत होते आणि तेव्हाच आकाशात एक भव्य पताका फडकवण्यात आली, दाही दिशांतून 'अभिनंदन!! अभिनंदन!!' शब्दाचा वर्षाव होत राहिला.

या समारंभ साजरीकरणात आणखीन एक घटना होती. त्या घटनेसाठी ना दूरदर्शन बातमीदार होते ना काही पताका होत्या. अंड्यातून बाहेर आल्यानंतर काहीच दिवसांनी आर्ग्युज मोराचे पिल्लू कोणत्यातरी संसर्गामुळे मरून गेले. पक्षी-विभागातील कर्मचारी तर खिन्न झाले होते. त्यांच्या आशा पल्लवित होत असतानाच मृत्यूने पिल्लाला हिसकावून न्यावे याचे त्यांना दु:ख झाले होते. निसर्गाने पुन्हा एकदा आघात केला होता. ही एक बिन आवाजाची काठी होती, जी माणसाला शिकवत होती, 'होणारे ते न टळे!'

एके दिवशी लहान मुलांच्या सकाळच्या वर्गात ॲन्ड्रिया सूश चिंपांझीवर भाषण देत होती. ती स्पष्ट करत होती की, चिंपांझी हे मानवाच्या सर्वांत जवळचे जैविक नातेवाईक आहेत. परंतु लक्षपूर्वक ऐकणारी एक छोटी मुलगी मध्येच म्हणाली, ''नाही काही, असे नसते. कारण आपल्याला तर देवाने बनवले.'' तिच्या या एकाच वाक्याने ॲन्ड्रिया मात्र कमालीची अस्वस्थ झाली होती.

तिला माहीत होते की, त्या चिमुरडीबरोबर वाद घालण्यात काहीच अर्थ नव्हता. कारण ती तर केवळ तिच्या आई-वडिलांनी किंवा घरातील इतर मोठ्या माणसांनी म्हटलेले, जे तिने ऐकले होते त्याचीच ती पोपटपंची करत होती. पण तरीदेखील त्या मुलीने एक अनादी प्रश्न उभा केला होता. गेली अनेक शतके ॲरिस्टॉटल, डेस्कार्ट्स व त्यानंतरच्या अनेक तत्त्ववेत्त्यांनी हा प्रश्न अनेक बाजूंनी चर्चिला होता की, प्राण्यांना आत्मा, विचारशक्ती व भावना असतात का की, ज्याच्याआधारे त्यांना आपण सजीवयोग्य स्थान देऊ शकतो. ॲन्ड्रियाकरिता याचे

उत्तर स्पष्ट होते. काम संपल्यावर मोकळ्या फुरसतीच्या वेळी विचार करताना तिला ही गोष्ट कधीच मान्य होत नसे की, सर्व प्राणी हे देवाच्या नजरेत न येणारे असतात. ''म्हणजे तुम्हाला असे म्हणायचे आहे की, त्यांना आत्मा नसतो आणि म्हणून त्यांना स्वर्गात जागाही नसते? असे मानणे ही खूप मोठी चूक आहे.''

जेव्हा कधी ती ओरांगउटांग प्रांगणाच्या खिडकीजवळ बसत असे, काचेच्या त्या बाजूला रँगो टपकन उडी मारून समोर येत असे. केवळ काही इंचाच्या अंतरावर असणारे ते दोघेही एकमेकांच्या डोळ्यांत खोलवर पाहात असता तिला वाटे जणू तो तिच्या चेतनेच्या गाभ्यालाच हळुवार स्पर्श करतो आहे.

''हो, निश्चितच रँगोला आत्मा आहे, जसा हर्मनला, रूकियाला आणि इतर सर्वांनादेखील आहे.''

ॲन्ड्रियाला या गोष्टीची पक्की खातरी होती.

'सफारी आफ्रिका'च्या उद्‌घाटनाअगोदरचे काही दिवस जितके गोंधळाचे तितकेच हर्षोल्लासाचे होते. ब्रायन मॉरो त्याचे बिनतारी संदेश यंत्र आणि सेलफोन दोन्हीवर अखंड सूचना देत होता. चेहऱ्यावरून घाम पुसत तो आणि त्याचे सहकारी शेवटी करण्यासाठी राखीव ठेवलेली अनेक कामे शिताफीने हातावेगळी करत होते. बरोबरीचे इतर गोंधळदेखील होतेच. एक वॉर्टहॉग निसटता-निसटता वाचला होता. जिराफ त्यांच्या गोठ्यातून हालायला मुळीच तयार नव्हते. एक बाँगो ॲन्टिलोप इतकी काही उधळ-माधळ करू लागले होते की, शांत करण्यासाठी त्याला गुंगीचे औषध द्यावे लागले होते.

आणि मग सगळे काही कुवतीच्या बाहेर जात आहे असे वाटू लागले, अगदी तेव्हाच सगळे काही ठीक झाले. अनावरण समारंभाकरिता दूरदर्शन कॅमेऱ्यासमोर नगराध्यक्षा आओरिओ व इतर सन्मानित पाहुण्यांसह लेक्स थाटात उभा होता. हत्ती व इतर काही नवागत प्राणी पाहुण्यांच्या प्रांगणाकडे जाणाऱ्या अरुंद रस्त्याच्या प्रवेशद्वाराजवळ हे सर्व आदरणीय मानवी पाहुणे रिबन कापण्यासाठी मोठ्या कात्र्या घेऊन उभे होते. नगराध्यक्षा आओरिओ यांनी त्यांचा झेब्रा डिझाइनचा पोशाख घरी ठेवला होता. त्याऐवजी त्यांनी सफारी हॅट घातली होती. ''मला वाटते या हत्तींचे लॉवरी पार्कमध्ये येणे आपण साजरे केले पाहिजे.'' आणि मग सन्मानित पाहुण्यांच्या मागे थांबलेल्या गर्दीसमोर लेक्सकडे वळून त्यांनी विचारले, ''ते हत्ती आहेत तरी कुठे? ते तिथे मागे आहेत का?'' लेक्स गर्भित हसला व म्हणला, ''हो, हो!'' त्यांनी पुन्हा विचारले, ''ते तिथे आनंदात आहेत ना?'' अधिक हसून लेक्स म्हणाला, ''होय, होय. ते खूप आनंदात आहेत.''

कुणीतरी एक... दोन... तीन... म्हटले आणि आडव्या बांधलेल्या रिबन्स खाली आल्या. मागे थांबलेल्या गर्दीचा प्रवाह बांध फुटलेल्या पाण्यासारखा वाहू लागला. अरुंद रस्त्याने पुढे प्रकाशात आलेल्या एका छोट्या मुलीने वॉर्टहॉग पाहिला आणि तत्क्षणी ओरडली, "पुंबा... ऽ... ऽ... ऽ... ऽ...!" गर्दी एकेक प्राणी पाहात पुढे सरकू लागली. आधी बाँगो, मग धनेश मग क्राउन्ड क्रेन्स नंतर झेब्रा आणि मग शेवटी हत्तींच्या प्रांगणाच्या वरच्या गॅलरीत! खाली मोकळ्या प्रांगणात एली व म्हच्येगुह कान फडफडवत, शेपूट हालवत जोडीने फिरत होत्या. त्यांचे प्रत्येक वजनदार दमदार पाऊल, त्यांच्या वळवळणाऱ्या सोंडेचे प्रत्येक वळण प्रेक्षकांच्या आश्चर्यानंदाने भारलेल्या चेहऱ्यावर उमटत होते.

मागे उभ्या असलेल्या लेक्सच्या चेहऱ्यावरचे हसू अधिकाधिक फुलत होते.

त्या सकाळच्या घाईगर्दीमध्ये सगळ्या प्रेक्षकात एक अफवा झपाट्याने पसरली. ती अफवा खरी आहे का, असे विचारले असता ली ॲननेदेखील मान डोलावून होकार भरला.

एली गरोदर होती....!

शहर आणि जंगल

आता दिवस आले होते, सांपत्तिक वैभवाचे, उत्सवाचे! तिकीट खिडकीपाशी उल्लासाचा वसंत फुलत होता. गल्ला दिवसेंदिवस फुगत जाऊन आर्थिक कमाई ऊतू जात होती. उन्हात तापूनदेखील उत्साहाने सर्वांचे आवडते मिस्टर वॉर्टहॉग व मिस्टर जिराफ यांना दुरून आनंदाने हात उंचावून भेटायला येणाऱ्या लोकांच्या झुंडी प्रवेशद्वारातून येतच होत्या. धूमधडाक्यात उद्घाटन झालेल्या सफारी आफ्रिकामुळे लॉवरी पार्ककरिता २००४ हे वर्ष खूपच देदीप्यमान ठरले होते.

एलीच्या गर्भारपणाची बातमी आशा व अपेक्षा चेतवणारी ठरली होती. एकोणीस वर्षे वयाची एली २००५ सालाच्या अखेरीपर्यंत जरी पिल्लू देणार नव्हती, तरीदेखील तिचे बाळंतपण सुरक्षित झाले, तर तिचे पिल्लू लॉवरी पार्ककरिता अधिक आर्थिक कमाई करण्याचे साधन ठरणार होते. शिवाय लॉवरी पार्कमध्ये हत्तींचा कळप वाढवण्याच्या स्वप्नांना उभारी मिळणार होती. तेच पिल्लू एलीकरिता कळपस्वामिनीचे पदही बहाल करणार होते. ब्रायन फ्रेंच व स्टीव्ह लिफावे एलीकरिता जीवनसत्त्वांची मात्रा वाढवत होते. दररोज तिला प्रांगणात फिरवत व तळ्यात डुंबवत होते. पिल्लाच्या जन्माच्या वेळेस काही अनपेक्षित घडू नये याकरिता आपत्कालीन शक्यतांचे विचारमंथन करत होते. प्राणिसंग्रहालयाच्या बंदिवासात एक तर पिल्लू मृत स्वरूपात जन्मते किंवा जन्मल्यानंतर २४ तासांत मृत होते. प्रथमच आई झालेली हत्तीण गोंधळून आपल्याच पिल्लावर हल्लाही करते. आयुष्याचा बराचसा काळ एली आपल्याच प्रजातीपासून दूर ठेवली गेली होती. तिने आत्तापर्यंत ना स्वत: पिल्लाला जन्म दिला होता, ना इतर कोणाला जन्म देताना पाहिले होते. मुळात तिने कधी छोटे पिल्लूच पाहिले नव्हते. तिचे अननुभवी असणे अगदी सहज स्वाभाविक होते.

काही का असेना, माणसेच तिला शिकवून शहाणे व सूज्ञ बनवणार होती.

बाळंतवेणांनी विद्ध झाल्यापासून ते एक वेडाबिद्रा दिसणारा, गिळगिळीत, धडपडणारा प्राणी तिच्या शरीरातून बाहेर येईपर्यंत माणसेच तिचे सुईणपण करणार होती.

त्या वर्षीच्या डिसेंबरमध्ये लॉवरी पार्कच्या शिरपेचात आणखीन एक तुरा खोवला जाऊन त्याचे सर्वोत्कृष्ट प्राणिसंग्रहालयाचे स्थान अधिक बळकट होणार होते. 'लेट नाइट विथ कॉनन ओ'ब्रायन' या दूरदर्शन कार्यक्रमात लॉवरी पार्कमधील काही प्राणी सादर करण्यासाठी आमंत्रित करण्यात आले होते. जेफ इवेल्ट व शिकारी पक्षी-विभागातील मेलिन्डा मेंडोलुस्की जी पक्ष्यांच्या सोबतीने लॉवरी पार्कमधील रोजचा कार्यक्रम सादर करत असे, यांची निवड करण्यात आली होती. हे दोघे जण लॉवरी पार्कमधील निवडक प्राण्यांना न्यू यॉर्कला घेऊन जाणार होते.

कार्यक्रमाच्या आधी काही दिवस हा लवाजमा निघाला – जेफ व मेलिन्डा आपापल्या जीवनसाथींबरोबर एका व्हॅनमध्ये व त्या व्हॅनला जोडलेल्या ट्रेलरमध्ये बाकी सर्व – एक ब्लॅक हेडेड पायथन, एक चिनचिला, दोन न्यूगिनी सिंगिंग डॉग्ज, टान्झानियामधील केव्ह ड्वेलिंग स्पाइडर्स शिवाय स्मेडली नावाचे एक गिधाड व इव्हान नावाचे एक युरेशियन ईगल आउल. कॅमेऱ्यासमोर नेमके कोणाला निवडले जाईल, हे नक्की नसल्याने 'स्मार्ट' वाटणारी ही सगळी मंडळी बरोबर घेतली होती. शिवाय जेफ आणि मेलिन्डाचे आवडते कोणत्याही कार्यक्रमात वाहवा कमावणारे अर्नाल्ड नावाचे डुक्कर होते. अर्नाल्ड हे तीन वर्षे वयाचे सुमारे सहाशे पौंड वजनाचे मिश्र जातीचे डुक्कर होते. सुरुवातीला त्याला कुणीतरी घरी पाळले होते. पण ते जसे मोठे होत होते, तसे ते आकाराने इतके प्रचंड वाढले की, त्याच्या मालकाने त्याला प्राणिसंग्रहालयाला दान केले. जेफ आणि मेलिन्डाने त्याला त्यांच्या शिकारी पक्ष्यांच्या उत्सवी कार्यक्रमात सादर केले होते. ते डुलत-डुलत स्टेजवर आले, तसे प्रेक्षकांनी 'हुर्येऽऽऽऽ' ओरडून, टाळ्या वाजवून त्याचे स्वागत केले होते. आता 'टी.व्ही. स्टार' बनायला निघालेला अर्नाल्ड सध्या गवत गुरफटून मागच्या ट्रेलरमध्ये डुलक्या घेत होता. कॅमेऱ्यासमोर जाताना त्याला घालण्याकरिता एक नवीन ब्लँकेट घेण्यात आले होते. त्या ब्लँकेटच्या एका बाजूस 'लॉवरी पार्क झू ताम्पा बे' असे लिहिले होते, तर दुसऱ्या बाजूला 'I ♥ NY – I LOVE ANY' असे लिहिले होते.

न्यू यॉर्कच्या दिशेने उत्तरेकडे जाणाऱ्या या वरातीचा प्रवास म्हणजे 'द ओडिसी' व 'वाइल्ड किंगडम'च्या कथेचे मिश्रण होते. शिवाय या कथेला 'ग्रीन एकर्स' या कथेचाही थोडा स्वाद होता. दोन पूर्ण दिवस त्यांचा प्रवास चालू होता. ते सवानाजवळ ट्रॅफिकमध्ये तर कॅरोलिनाजजवळ बर्फवादळात सापडले. यामधून पार होऊन माउंट रॉकीजवळ ताज्या बर्फवृष्टीमध्ये जेव्हा पोहोचले तेव्हा शेवटी त्यांनी गाडी रस्त्याच्या कडेला घेऊन सिंगिंग डॉग्जना नैसर्गिकबाबींकरिता थोडा वेळ मोकळे सोडले. यापूर्वी त्या सिंगिंग डॉग्जनी कधी बर्फ पाहिला नव्हता, त्यामुळे प्रथम तर ते एकदम बावरले. पण नंतर मात्र श्वासातून छोटे ढग काढत त्यांनी बर्फात खूप दंगामस्ती केली.

कार्यक्रमाच्या आदल्या रात्री 'जेफ, मेलिन्डा आणि पार्टी'ने बेस्ट वेस्टर्न नावाच्या हॉटेलमध्ये मुक्काम केला. बरोबर आणलेला सगळा नजराणा त्यांनी आपल्याच खोलीत ठेवला. सिंगिंग डॉग्ज जेफ व त्याच्या पत्नीच्या खोलीत रात्रभर फडफड करत राहिले. इव्हान हे ईगल आउल (गरुड घुबड) मेलिन्डाच्या पलंगाच्या काठीवर बसून राहिले. अर्नाल्ड मात्र कोणत्याच खोलीत मावणार नव्हता. त्याच्याभोवती खूप सारे गवत रचून, जादाचे ब्लँकेट लपेटून त्याला ट्रेलरमध्येच ठेवण्यात आले होते. दुसऱ्या दिवशी २८ डिसेंबरच्या प्रवासात त्यांना मॅनहॅटनच्या जंगलातून जावे लागले. हाडापर्यंत पोहोचणारी थंडी, काळवंडलेल्या बर्फ-काड्यांनी आच्छादलेली झाडे, जुनाट, रोगट बर्फाने दांडरलेला रस्ता या सगळ्यांमधून हे प्राणी मानवनिर्मित अत्याधुनिक संस्कृतीकडे निघाले होते. माणसांची महत्त्वाकांक्षा, स्वाभिमान व नफाखोरीचा बाप्तिस्मा देणारे एक गगनचुंबी देऊळ – रॉकफेलर सेंटर, इथे त्यांना पोहोचायचे होते. त्यांना या ठिकाणाचा मार्ग सापडून ते इथे येऊन पोहोचले, मात्र एक अनपेक्षित अडथळा त्यांना सामोरा आला. कार्यक्रमात उपस्थित राहाण्याकरिता त्या सर्वांना इमारतीच्या सहाव्या मजल्यावर अर्नाल्डसह जावे लागणार होते. लिफ्टपर्यंत जाण्याकरितादेखील चढत-उतरत एका लांब-अरुंद बोळकांडीसारखा रस्ता होता, जो अर्नाल्डसारख्या धिप्पाड बोजड डुकराकरिता अशक्य होता. तरीदेखील मेलिन्डाने त्याला विचारले, "तू चालशील ना अर्नाल्ड? हे बघ अर्नी इकडून चल."

त्या सर्वांनी मिळून त्याला पहिल्या काही पायऱ्यांवरून वर ढकलले. त्यानंतरच्या सिमेंटच्या जमिनीवर चालण्यास कठीण होते म्हणून त्यावर रबर मॅटिंग घातले. तरीदेखील अर्नाल्ड पुढे-मागे करत राहिला. शेवटी त्या मॅटिंगवर त्याचा आवडता खाऊ घालत त्याला पुढे-पुढे बोलवत राहिले. अर्नाल्ड कुईऽकुई करत वारंवार मागे वळण्याचा प्रयत्न करत राहिला. लिफ्टपर्यंत पोहोचेपर्यंत तो पार थकून गेला. या सर्व प्रकाराने गर्दी तर जमतच होती. ती वाढती गर्दी सभोवती जमणे आणि दमलेल्या अर्नाल्डने आपले मोटेसारखे पोट रिकामे करण्याचा निर्णय घेणे, या दोन्हींची नेमकी गाठ पडली.

दुर्गंधीपासून दूर जात लोकांमधला एक जण बोललाच, "त्याला हवे तेच करतो तो. कमालीचा हट्टी आहे, नाही का?" जेफ आणि मेलिन्डाने आपल्या जीवनसाथीची मदत घेत आधी सगळी स्वच्छता केली. तेव्हा कुठे मग अर्नाल्ड पुन्हा एकदा गजगतीने घट्ट कपडे घातलेल्या मुलीप्रमाणे छोटी पावले टाकत चालू लागला.

अशाच तऱ्हेने थांबत, पुन्हा ढकलत कसेबसे ते लिफ्टमधून सहाव्या मजल्यावर पोहोचले. स्टुडिओच्या फरशीवरती सगळा तांडा एकदाचा स्थिर झाला. त्या कार्यक्रमातील प्रमुख व दुय्यम कलाकारांची सभोवताली धांदल सुरू होती. गवताच्या नवीन गादीवरती पसरलेल्या अर्नाल्डपाशी थांबून प्रत्येक जण आश्चर्याने 'वाऽऽऽऽव'

करत होते. कोणीतरी म्हणाले, ''तो अगदी जब्बा द हट्ट'सारखा आहे ना?''

अर्नाल्ड जणू सभोवतालच्या विश्वाचा गुरुत्वाकर्षणबिंदू बनला होता. प्रत्येक जण त्याच्याकडे खेचला जात होता. हवेने टम्म फुगलेल्या फुग्यासारखी गोल-गरगरीत असूनदेखील अक्षरश: गँगरीन होण्याइतकी घट्ट जीन्स घातलेली तांबूस केसाची एक मुलगी त्याच्याशी जवळीक साधण्याचा प्रयत्न करत होती. ब्रूस स्प्रिंगस्टन बरोबर दौऱ्यावर नसेल, तर कॉननच्या कार्यक्रमात ड्रम वाजवणारा मॅक्स वेइनबर्ग अर्नाल्डसारख्या हीरोला 'हाय' करण्यासाठी आला होता. वेइनबर्ग एक सभ्य माणूस होता. डुकराला पाहून त्याच्या मांसाबद्दल अनेक जण काहीतरी फालतू विनोद करतात, तसे त्याने अजिबात केले नाही. अर्नाल्डच्या अस्तित्वाने निर्माण झालेल्या परिणामाने जर कोणी बधले नसेल, तर तो म्हणजे या कार्यक्रमाचा यजमान स्वत: कॉनन! त्याच्यापासून केवळ दोन फुटाच्या अंतरावरच पसरलेल्या अर्नाल्डकडे त्याने ढुंकूनही पाहिले नाही. तो जणू कार्यक्रमपूर्व दिवास्वप्न मन:स्थितीत हरवून गेला होता. समोर जमलेल्या गर्दीमधील कोणाकडेच पाहात नसल्यासारखा वाटत होता. अर्नाल्डशी मैत्री करू पाहाणाऱ्या त्या तांबूस केसाच्या मुलीला पाहिल्यावर मात्र आपणहून पुढे होऊन तो तिच्याबरोबर गप्पा करण्यात रंगून गेला. नाहीतरी तो इथला अल्फा होता ना!

बाकीचा दिवस झर्ऽऽऽकन निघून गेला. कार्यक्रमपूर्व रंगीत तालमीकरिता तसेच कॉननच्या मान्यतेकरिता प्राण्यांना स्टुडिओत आणण्यात आले. पहिल्या सलामीलाच सिंगिंग डॉग्ज व गिधाड यांना कार्यक्रमातून बाद करण्यात आले. जर कार्यक्रम वेळेत बसत असेल, तरच इतरदेखील अंतर्भूत केले जातील असे सांगितले गेले. कार्यक्रमाच्या संयोजकांचे व तंत्रज्ञांचे मत झाले की, अर्नाल्ड इतका आकर्षक व प्रेक्षणीय आहे की, निदान शेवटच्या भागात तरी त्याचा समावेश केला जावा. मध्येच कोणीतरी सुचवले की, कार्यक्रमादरम्यान कधीतरी कॉननने अर्नाल्डच्या पाठीवरून रपेट घ्यावी. हे ऐकून तर जेफ व मेलिन्डा थोडे निराशच झाले. बरे झाले कॉनननेच ही सूचना साफ नाकारली. ''नाही, नको मी असाच ठीक आहे.'' तो म्हणाला.

कानठळ्या बसवणाऱ्या ढॅण-ढॅण संगीतासह कार्यक्रमाला सुरुवात झाली. उदास, कंटाळवाणा झालेला माहोल एकदम उत्साही बनला. मघाचचाच कॉनन आता जणू वेगळाच कोणी बनला. त्याच्या उत्स्फूर्त ऊर्जेने कार्यक्रमावर पसरलेली काळी पडछाया जाऊन आसमंत आनंद-उल्लासाने उजळून निघाला. त्याने प्रेक्षकांशी संवाद साधून त्यांना सांगितले, ''आज रंगमंचाच्या मागे जगावेगळे पाहुणे आले आहेत. काही प्राणी आहेत. ते सगळे भयंकर आहेत. कदाचित आपण सगळेच ठार मारले जाऊ.'' आवाजाचा चढ-उतार, डोळ्यांचा अभिनय करत तो सांगत होता. प्रेक्षकातही उत्सुकता, स्फूर्ती भरून राहिली होती.

आता जेफ आणि मेलिन्डाने लॉवरी पार्कमधील प्राण्यांना समोर आणले. कॉननने आपला अभिनय पूर्वीच निश्चित केला होता. अजगराला आपल्या गळ्याभोवती घेतले, केव्ह ड्वेलिंग स्पाइडर्स त्याच्या छातीवर, हातावर तुरुतुरु चालत राहिले. ते मनगटावर पोहोचले तेव्हा कॉनन म्हणाला, 'ते माझी नाडी तपासत आहेत.'

एका सुदैवी योगायोगाने इव्हान गरुडाने मात्र सगळ्यांची वाहवा मिळवली. पूर्वनियोजित कृतिक्रम असा ठरला होता की, जेफच्या पत्नीकडून इव्हान कॉननकडे झेप घेईल. दुपारभर या कृतीचा त्यांनी व्यवस्थित सरावदेखील केला होता. परंतु ऐन कार्यक्रमात इव्हानला आकर्षित करणारा उंदीर अचानक निसटून खाली पडला. त्या उंदराकडे पाहाणाऱ्या इव्हानने अर्थातच दिल्या जाणाऱ्या आज्ञेकडे दुर्लक्ष केले. आपले लांब-रुंद पंख पसरून, घिरट्या घालत तो पार प्रेक्षकांच्या खांद्यावरच जाऊन बसला. त्यांनीदेखील खुशीने ओरडत उठून त्याला दाद दिली. इकडे अर्नाल्ड मात्र पडद्याच्या मागे आपल्या प्रवेशाची वाट पाहात होता. कार्यक्रमाच्या या भागाचे ते मोठे आकर्षण होते. परंतु त्याचा प्रवेश होण्याआधीच वेळ संपली व पुढील जाहिराती सुरू झाल्या.

असेच, काहीच न घडता कार्यक्रम संपला. अर्नाल्डने देशाच्या एकंदर लांबीमधील बरेच अंतर प्रवास केला, न्यूजर्सीमधील गोठवणारी थंडी मोठ्या मिनतवारीने सहन केली, भूगर्भातील अनोळखी वास व कर्णकर्कश आवाज करणाऱ्या वाहनांच्या गर्दीतून वाट शोधली, लांब निमुळत्या बोळाच्या घसरड्या रस्त्याने जिवावर उदार होऊन बसत, ढकलत जाताना पोटातील असह्य उलथापालथ अनुभवली. बिचारा गवताच्या नवनवीन गादीवर स्वच्छता व अस्वच्छता यामध्ये हेलपाटत राहिला, मोजता येणार नाही इतक्या सूर्याच्या प्रखर प्रकाशात माणसांचे ओरडणे, आरोळ्या सहन करत राहिला. या सगळ्या कष्टप्रद प्रयासांची निष्पत्ती मात्र शून्य-एक अवाढव्य शून्य! काय तर एका घुबडाने त्याला मात दिली!

''बिच्चारा अर्नाल्ड!'' न राहावून कोणीतरी म्हणालेच शेवटी.

मेलिन्डा व जेफने त्याच्या गळ्यात पट्टा घालून त्याला लिफ्टपर्यंत आणले.

आता बराच उशीर झाला होता. अर्नाल्ड अस्वस्थ आणि चिडचिडा होत होता. कार्यक्रम संपताना कोणीतरी कॉननला सुचवले की, अर्नाल्डला थोडीतरी संधी दिली जावी. ताबडतोब परतीला निघालेल्या अर्नाल्डला शूट करण्यासाठी टीम धावली. लिफ्टच्या शेवटी तळघरात पोहोचलेल्या अर्नाल्डला त्यांनी गाठले.

त्या डुकराने आणि त्याला सांभाळणाऱ्या माणसांनी या क्षणासाठीच धडपड केली होती. आता तरी निदान फिस्कारलेल्या मिशा असलेला अर्नाल्ड राष्ट्रीय दूरदर्शनवर दिसेल व लॉवरी पार्क आणखीन एक विजय संपादन करेल. मध्यरात्रीनंतर हा कार्यक्रम दूरदर्शनवर प्रसारित केला जाणार होता. वीस लाखांहून अधिक अमेरिकन प्रजा एक ईगल आउल, चिलचिला आणि स्पाइडर्सबरोबर कॉननचा

दर्जेदार अभिनय पाहणार होते. या असंख्य प्रेक्षकांपैकी अनेक जण लॉवरी पार्कचे नाव प्रथमच ऐकतील. दूर थांबलेली कॅमेरा टीम जेव्हा छोट्या अडखळणाऱ्या पावलांनी कॅमेरा, लाइट्स या सर्वांपासून पाठ फिरवून जाणाऱ्या अर्नाल्डवरती 'झूम इन' करेल, तेव्हा अर्नाल्ड मात्र ट्रेलरमधील सुखाच्या पिंजऱ्यांत पोहोचण्यास अधीर असेल. त्याला इतर कशाचीही नाहीतर फक्त एका डोनटची आस असेल.

दुसरे एक जंगल, इथून दक्षिणेकडे २,००० मैल दूर असणारे! झाडांमध्ये मार्मोसेट्सचा चिर्रऽऽऽ आवाज भरून राहिला होता. जमिनीवर झुडपांच्या तळाशी पाने कुरतडणाऱ्या लाल मुंग्यांची (लीफ कटिंग अँट्सची) फौज वळणे घेत वेगाने पुढे जात होती.

मध्य पनामामधील विषुववृत्तीय जंगलात जीवशास्त्रज्ञांचा व अमेरिकेतील प्राणिसंग्रहालयातील सर्प विभागातील अभ्यासकांचा समावेश असणाऱ्या संशोधन टीमबरोबर डस्टिन स्मिथ जंगल भटकंती करत होता. हे सर्व जण पनामियन सोनेरी बेडूक – पनामियन गोल्डन फ्रॉग या नामशेष होत असणाऱ्या बेडूक प्रजातीच्या शोधात या जंगलात आले होते. २००५ सालातील जानेवारीमधील एका गार मंगळवारी डस्टिन व त्याचे सहकारी एकेरी ओळ करून बोआ कॉन्स्ट्रिक्टर्स या प्रकारच्या सापाचा बारकाईने शोध घेत होते. एक-दोन दिवसांपूर्वी याच जंगलाच्या दुसऱ्या भागात त्यांना फरडीलान्स हा भयानक विषारी वाइपर जातीचा साप आढळला होता. आत्ता ते कधी काळी झालेल्या ज्वालामुखीच्या स्फोटातून बाहेर पडलेल्या ज्वालारसाने बनलेल्या टेकडीवर चढत होते. ते त्या टेकडीच्या दुसऱ्या बाजूने उतरून एका घळीकडे निघाले होते. या घळीत वेगाने वाहाणारा एक झरा होता. सोनरी बेडूक सापडण्याचे पृथ्वीवरील हे शेवटचे ठिकाण होते.

पृथ्वीवरून नामशेष होणाऱ्या भू-जलचर प्राण्यांमध्ये हा सोनरी बेडूक सर्वांत देखणा प्राणी आहे. पिवळ्या धम्मक कातडीवर काळ्याभोर रंगाचे उलटे त्रिकोण असलेला हा बेडूक पनामा देशाचा राष्ट्रीय चिन्ह मानला जातो. तो शकुनाचा प्राणी देखील समजला जातो. निरनिराळ्या माध्यमात तयार केलेल्या त्याच्या प्रतिमा हॉटेल, रेस्तराँमध्ये टांगलेल्या असतात. दुकानांमधील कपाटांचे कप्पे यांच्या सोनेरी प्रतिकृतींनी भरलेले असतात. वास्तवात आढळणाऱ्या खऱ्या बेडूकसंख्येपेक्षा भेटवस्तू रूपातील बेडूकसंख्या हजारो, लाखो पटीने अधिक आहे. जशी निसर्गरम्य ठिकाणावर बांधकाम करणाऱ्या बड्या धेंडांनी जेसीबीच्या साहाय्याने उत्खनन करण्यास सुरुवात केली. ओढे, नदी-नाल्यांतून चिट्रिड नावाच्या एका घातक बुरशीचा फैलाव होत गेला. या बुरशीमुळे सोनेरी बेडकांची संख्या वेगाने कमी झाली. सध्या नैसर्गिक

वातावरणांत या बेडकांची केवळ २,०००पर्यंतच संख्या शिल्लक आहे.

या संशोधन उपक्रमाचा प्रमुख असणारा जीवशास्त्रज्ञ केव्हिन झिपेल म्हणाला, ''येत्या पाच वर्षांमध्ये ही संख्यादेखील संपुष्टात येऊन ही प्रजातीच अस्तंगत होईल. आणि हे थोपवण्यासाठी आपण कोणी काही करू शकू असे मला वाटत नाही.''

अलीकडील काही वर्षांत केव्हिन आणि इतर संशोधकांनी जंगलातून छोट्या बेडकांना गोळा करून अमेरिकेतील निरनिराळ्या प्राणिसंग्रहालयात व मत्स्यालयात जपणुकीकरिता पाठवले होते. लवकरच त्यामधील काही लॉवरी पार्कमध्येसुद्धा आणले जाणार होते. तोपर्यंत निसर्गांत पसरलेल्या विनाशकारी बुरशीवरती काही जालीम उपाय सापडल्यास बुरशीविरहीत निसर्गातील जंगलांमध्ये या बेडकांना पुन्हा सोडण्यात येणार होते. अर्थात तोपर्यंत काही जंगल शिल्लक राहिले असेल तरच! येणाऱ्या अडचणी अस्वस्थ करणाऱ्या होत्या. पनामामधील ही काही ठरावीक नैसर्गिक ठिकाणे मृत झाली की, मग मात्र प्राणिसंग्रहालय व मत्स्यालय येथील छोट्याशा खोलीत कृत्रिम वातावरणात टिकून राहाणेच या प्रजातीच्या नशिबात होते.

परंतु हे बरोबर आहे का?

केव्हिन म्हणाला, ''मला नाही सांगता येणार याचे अचूक उत्तर!''

विशेषकरून या भू-जलचर प्राण्यांच्या विनाशाचा वेग व त्यांच्या जपणुकीसाठी केल्या जाणाऱ्या योजना यांचे नाते विषम राहिले आहे. काही प्रजातींचे तर जीवशास्त्रीय नमुनेदेखील उपलब्ध होऊ शकले नाहीत. त्यांच्या जपणूक व संवर्धन करण्याच्या योजना तयार करून त्या राबवण्यास सुरू करेपर्यंत ज्या काही प्रजातींचे नमुने संशोधकांना हस्तगत करता आले, त्यांची योग्य देखभाल करणारी यंत्रणा व जागा प्राणिमत्स्यालयांमध्ये उपलब्ध नव्हती. अशा वेळी केव्हिन व त्याचे सहकारीच या सर्व भू-जलचर प्राण्यांच्या अस्तित्वाविषयी निर्णय घेणारे देव होते. मग आता अशी वेळ आली होती की, वेगाने होऊ घातलेल्या विनाशामध्ये निवड पद्धतीनेच त्यांना काही प्रजातींचे रक्षण करावे लागणार होते. ''हे योग्य आहे का?'' अधिकच विव्हल होऊन केव्हिन म्हणाला, ''खरेच नाही देता येणार मला याचे योग्य, अचूक उत्तर!''

निवड पद्धतीनुसार बंदिवासातील संगोपनाकरिता सोनेरी बेडकांची निवड करण्यात आली होती. केव्हिन, डस्टिन व इतर सहकारी सध्या पनामाच्या जंगलात सोनेरी बेडकांच्या विनाशाच्या शेवटच्या टप्प्याचा मागोवा घेण्याकरिता आले होते. या मितीला काही जण तरी वाचवता येतील का ते त्यांना तपासायचे होते. जितके काही बेडूक त्यांना सापडतील त्यांना घातक बुरशीचा संसर्ग झाला आहे का, हे तपासण्याकरिता त्यांची कातडी चाचणी घेतली जाईल. पहिल्या दोन आठवड्यात या विषुववृत्तीय जंगलामध्ये प्राण्यांची भरपूर जैवविविधता दिसून आली – टॉकन्स, पिकॅरीज, काइमन, अकॅशिया अँट्स, विंचू, ग्रीन पॅरट स्नेक व थ्री टोड स्लॉथ तसेच

पॉर्क्यूपाइन्स व जीझस लिझर्ड म्हणून ओळखली जाणारी व पाण्यावरून वेगाने पळू शकणारी बॅझिलिक्सदेखील! एके दिवशी तर लीफ कटिंग अँट्स केव्हिनच्या पाठीवरील पिशवीत शिरल्या, शर्ट फाडून पँट व बेल्टमध्येही शिरल्या. परंतु... केव्हिन व डस्टिन किंवा इतरांना सोनेरी बेडूक मात्र अजिबात आढळला नाही.

आज या थंडगार मंगळवारच्या सकाळी ते खूप आशा बाळगून होते. टेकडीच्या दुसऱ्या बाजूच्या घळीतील खळाळणारा प्रवाह हा आतापर्यंत सोनेरी बेडूक मिळण्याचे हमखास ठिकाण होते. या झऱ्याला त्यांनी 'थाउजंड फ्रॉग्ज स्ट्रीम (हजार बेडकांचा झरा)' असे नाव दिले होते. पूर्वी या झऱ्यात या बेडकांची नैसर्गिक पैदास होत असे. संपूर्ण झरा बेडकांनी असा पुरेपूर भरलेला असे की, कुठेही पाय ठेवा, तो बेडकावर पडून घसरायला होत असे. आज ही टीम इथे परत आली, तर सोनेरी गालीच्याचा अजिबात पत्ता नव्हता. पालापाचोळ्याखाली, फटीतून त्यांनी शोध घेतला, तर तिथे मात्र काही बेडूक त्यांना दिसून आले.

डस्टिनला एका शेवाळलेल्या खडकाच्या मागे एक बेडूक दिसला. पटकन झडप घालून त्याने तो पकडला. तिचे पंजे दाखवत म्हणाला, ''ही तरी निश्चित मादी असणार.'' मादीच्या पायाच्या अंगठ्याखाली मांसल गादी नसते. 'नप्चुअल पॅड्स (मीलन गादी)' म्हणून ओळखला जाणारा हा भाग फक्त नराच्या तळव्यालाच असतो. मीलन प्रक्रियेदरम्यान मादीला पकडून ठेवण्यासाठी त्या मांसल भागाचा उपयोग केला जातो. काही वेळेला मादीने अंडी घातल्यावर बीजारोपणाने ती फलित करण्याकरिता तो अनेक आठवडे मादीवरच लटकत राहातो. डस्टिनने त्या बेडूकमादीला ओंजळीत घेतल्यावर ती अगदीच चिमुकली वाटू लागली. कोणीतरी तिच्या कातडीचा नमुना घेण्याकरिता क्यू-टिप्स आणल्या होत्या. छोट्या काचेच्या बाटलीत हवा तो नमुना घेतल्यावर डस्टिनने त्या मादीला परत पाण्यात सोडून दिले.

उंच घळीच्या दोन्ही भिंतींवरून झेपावणारा हा प्रवाह म्हणजे परिकथेप्रमाणे एक रम्य ठिकाण होते. त्याला दोन्हीकडून भक्कम कातळ कड्याचे संरक्षण असल्याने येथील रम्यतेमध्ये एक नि:शब्दतेची परिपूर्णता होती. सभोवतालच्या झाडातून पाण्यावर पडणाऱ्या सूर्यकिरणांचा हलता झिरमिरीत पडदा चर्चच्या मिनाराला लावलेल्या रंगीत काचांमधून येणाऱ्या प्रकाशकिरणांची आठवण करून देत होता. निळ्या-जांभळ्या फुलांनी लगडलेली ऑर्किड्स लोंबकळत होती. त्याला बांधलेल्या कोळ्याची जाळी उन्हात चमकत होती. झऱ्याच्या पाण्यावरती एक भलेमोठे फुलपाखरू भिरभिरत होते. नेमक्या सूर्यप्रकाश रेषेत ते आले आणि त्याचे निळेशार चकचकीत पंख चमकले. ते फुलपाखरू जसे त्या प्रकाशस्तंभाच्या आत बाहेर करत होते, त्यांच्या पंखातील निळा प्रकाशदिवा पेटत-विझत होता.

इतके अद्वितीय सौंदर्य असणारे हे ठिकाण या संशोधकांना मात्र पराकोटीचे

रिकामे वाटत होते. एरवी विनोद करून हसवणारा खेळकर स्वभावाचा डस्टिन मौनात गुरफटून झऱ्याच्या काठावर उभा होता. जवळ-जवळ सगळी बेडकं नाहीशी झाली होती, अगदी एका रात्रीत!

एक क्षणाची निस्तब्धता आणि एक निरीक्षण!

गेल्याच आठवड्यात लॉवरी पार्कने अर्नाल्डसह मेलिन्डा व जेफला मॅनहॅटन इथे एका दूरदर्शन कार्यक्रमात भाग घेण्यासाठी पाठवले होते. आता त्याच संस्थेने डस्टिनला मध्य अमेरिकेतील जंगलात नामशेष होत जाणाऱ्या प्रजातींच्या अभ्याससंशोधनाकरिता पाठवले होते. या दोन घटनांच्या मागे-पुढेच लॉवरी पार्कने आपली महत्त्वाकांक्षाही प्रदर्शित केली होती. दूरदर्शनवरती कॉनन ओ'ब्रायनच्या कार्यक्रमात लॉवरी पार्कच्या प्राण्यांचे प्रदर्शन हे एक प्रसिद्धीनाट्य वाटले असेल. परंतु मेलिन्डा व जेफकरिता ही घटना म्हणजे अमेरिकेतील लाखो प्रेक्षकांनी जंगली जीवांशी नाते जोडण्याची एक सुसंधी होती. विशेषकरून आपले पंख पसरून इव्हानने उत्स्फूर्तपणे भरारी घेतली तेव्हा जेफला जाणवले की, घरी बसून टी.व्ही. पाहाणारे असंख्य प्रेक्षक एखाद्या गरुड घुबडाची पंखभरारी त्यांच्या आयुष्यात प्रथमच पाहात असतील. असेही म्हणता येईल की, त्यातील अनेक प्रेक्षकांनी 'ईगल आउल' हे नावही आयुष्यात प्रथमच ऐकले असेल.

कार्यक्रमानंतर जेफ एकदा म्हणाला होता की, एखाद्या गरुडाने जसे उडावे, तसे एक घुबड उडताना पाहाणे, हे खूपच विशेष आहे. त्यामध्ये मनोरंजनमूल्य तर आहेच आहे, शिवाय अनुभवमूल्यदेखील आहे.

डस्टिनच्या पनामा ट्रिपचे मूल्यमापन करणे, तितकेसे साधे सोपे नव्हते. लॉवरी पार्क प्रशासनाला जी कृती जनकल्याणार्थ वाटेल ती तशी असेलच असे नव्हते. लॉवरी पार्कने या ट्रिपकरिता आर्थिक मदत देऊ केली होती, पण अपुऱ्या स्वरूपात. प्रशासनाने निसर्गसंवर्धन खात्यामधून डस्टिनला सातशे पन्नास डॉलर्सचा निधी देऊ केला होता. ज्यामध्ये त्याचा प्रवास व इतर खर्च भागत होता. परंतु हा कालावधी कर्तव्य-रजा समजली जावी, ही डस्टिनची विनंती मात्र फेटाळण्यात आली होती. त्याकरिता डस्टिनला आपला हक्काचा सुट्टीचा काळ द्यावा लागला होता. आणि तीन आठवड्यांची सुट्टी खर्ची घातल्याने डस्टिनकडे त्यावर्षीची सुट्टी शिल्लक राहिली नव्हती. म्हणजेच हे संपूर्ण वर्ष डस्टिन सुट्टीरहित काम करणार होता. शेवटी काय की, लॉवरी पार्कचे नाहीतर डस्टिनचेच सोनेरी बेडकाप्रती असणारे प्रेम कामी आले होते व महत्त्वाचे ठरले होते. याचा अर्थ लॉवरी पार्कला या संशोधन अभ्यासाचे मोल नाही असा होतो का? असेही म्हणता येणार नव्हते. लॉवरी पार्कचे दुर्मीळ होत

जाणाऱ्या भू-जलचर प्राण्यांच्या संगोपनातील योगदान डस्टिनच वारंवार बोलून दाखवत असे. या उद्देशानेच लॉवरी पार्क काही गोल्डन फ्रॉग्ज आणवणार होते. याखेरीज सर्प विभागातील कर्मचारी विषाची पिचकारी टाकणारा बेडूक यावरती काम करत होतेच. अलीकडील काळामध्ये लॉवरी पार्कच्या निसर्गसंवर्धन खात्याने सुमारे तीन हजार डॉलर्सचा निधी सोनेरी बेडकांना सुरक्षित करण्याकरिता देऊ केला होता.

या सर्व गोष्टींच्या संदर्भात लेक्स म्हणाला असता की, लॉवरी पार्कमधील कर्मचारी व प्राण्यांना दूरदर्शन कार्यक्रमात समाविष्ट केले जाणे याचा फायदा आर्थिक कमाई वाढवण्यासाठी निश्चितच होतो. परंतु तीच पूंजी अंतत: ना नफा तत्त्वावर चालणाऱ्या लॉवरी पार्कसारख्या संस्थांना बेडूक व इतर दुर्मीळ होत जाणाऱ्या प्राण्यांचे अस्तित्व टिकवून ठेवण्याच्या कार्यास वापरता येते. हाच युक्तिवाद उलटपक्षीदेखील होऊ शकतो. टीकाकार नेहमी म्हणत असतात की, संकटग्रस्त प्राण्यांना वाचवण्याचे कार्य हे केवळ दाखवण्याचे दात आहेत, ज्यामागे समाजाचे मनोरंजन करण्याकरिता असंख्य प्रजातींचे प्राणिसंग्रहालयात दररोज केलेले शोषण हे दुष्कर्म आहे.

मेलिन्डा व जेफची मॅनहॅटनची ट्रिप व डस्टिनची पनामा जंगल ट्रिप या दोन्ही ट्रिप्सचा एकत्रित विचार केला असता एक गोष्ट प्रकर्षाने जाणवून येते की, लॉवरी पार्क असो किंवा इतर कोणतेही प्राणिसंग्रहालय असो, त्याच्या प्रत्येक प्रेरक कार्याचा आर्थिक व नैतिक हिशेब मांडला जातो, प्रत्येक निर्णयाविषयी संशयाचे मोहोळ उठते, प्रत्येक मागणीची आधी तपासणी होते.

लॉवरी पार्कच्या फोनवरती एक संदेश वारंवार म्हटला जात असे, ''अमेरिकेमधील सर्व कुटुंबांकरिता प्रथम क्रमांकाने निवडून आलेल्या लॉवरी पार्कला फोन करण्याकरिता आम्ही आपले आभारी आहेत.''

लेक्सने पाहिलेले स्वप्न साकार होत होते. लॉवरी पार्कला असंख्य लोकांची प्रशंसा मिळत होती. अधिकाधिक गर्दीने प्रेक्षक येत होते. अगदी दिवसागणीक लॉवरी पार्क वृद्धिंगत होत होते. प्रचंड मोठ्या प्रमाणात उद्घाटन झालेल्या 'सफारी आफ्रिका' उपक्रमाला नुकतेच एक वर्ष पुरे झाले होते. या एका वर्षात या उपक्रमातील विस्ताराचा दुसरा टप्पादेखील पूर्णत्वास पोहोचत होता. त्यामध्ये व्हाइट ऱ्हाइनो – पांढरा गेंडा व मीरकॅट्सचा नावीन्यपूर्ण अंतर्भाव केला गेला होता. प्राणिसंग्रहालयाचे आकाशातून दर्शन करवणारी एक स्कायराइड-आकाशयात्रा स्थापित केली गेली होती. लेक्सने ज्या मोठ्या कळपाचे स्वप्न पाहिले होते, त्यातील पहिले पिल्लू एली लवकरच जन्मास घालणार होती. तिच्या बाळंतपणाची तारीख काही महिन्याने अजूनही पुढे होती. तरीदेखील लेक्स दररोज तिच्यावर लक्ष ठेवून होता.

लेक्स व ब्रायन यांच्यामधील एलीचे बाळंतपण व तिच्या पिल्लाची निगा याविषयीची विचारभिन्नता व असहमतीची दरी अलीकडे रुंदावत चालली होती. ब्रायनला वाटत होते की, निदान एलीच्या बाळंतणाच्या सुमारास सुरक्षित सहवास प्रणालीचे नियम किंचित सैल करून त्याला एलीच्या जवळ जाऊ देण्यास हरकत नसावी. त्यामुळे पिल्लाच्या जन्मानंतर गोंधळलेल्या भेदरलेल्या एलीकडून त्या पिल्लावर हल्ला होण्याची शक्यता खूप कमी करता येईल. लेक्सने या गोष्टीला मान्यता दिली होती. परंतु तरीदेखील हत्तींची एकंदर काळजी घेण्याच्या पद्धतीविषयी त्या दोघांमधील मतभिन्नता राहाणारच होती. नवीन जन्मणाऱ्या पिल्लाचे मुक्त सहवास पद्धतीने संगोपन करण्यासाठी ब्रायन इतर लोकांना तयार करत होता. या प्रणालीने हत्ती व त्याचा रक्षक यांच्यामध्ये एक आंतरिक नाते निर्माण होते, असा त्याचा विश्वास होता. परंतु लेक्सच्या विचारांचा केंद्रबिंदू त्या पिल्लाचे त्याच्या रक्षकाशी नाहीतर इतर हत्तींशी असलेले नाते हा होता. लॉवरी पार्कमधील हत्तींनी शक्यतो आफ्रिकेतील हत्तींप्रमाणे माणसांपासून दूर व आपल्या कळपाशी दृढ नाते निर्माण करून जगावे अशी त्याची अपेक्षा होती. अजूनही एलीचे पिल्लू जन्मले नव्हते, तर लेक्सने त्याची 'गेम पार्क' संकल्पना लोकांच्या गळी उतरवण्यास सुरुवात केली होती. कारण त्याच्या मते लॉवरी पार्कचे भविष्यकालीन रूप एका गेम पार्कचेच होते. लेक्स हा असा प्राणी होता की, त्याची महत्त्वाकांक्षाच त्याचा श्वास होती.

लेक्सच्या महत्त्वाकांक्षेच्या शिखराकडे जाण्याचे अथक कष्ट अनेकांना जेरीस आणत होते. इतक्या कालावधीनंतरदेखील जंगलातून आणलेल्या हत्तींना जोपासण्याच्या निर्णयाबद्दल अनेक जणांच्या मनात संमिश्र भावना होत्या. गेल्या सबंध वर्षभरात त्यांनी स्वाझीलॅन्डहून आणलेले चार हत्ती या वातावरणातदेखील आनंदी, निरोगी होते, हे स्वत: पाहिले व अनुभवले होते. ब्रायन व त्याच्या सहकाऱ्यांच्या विचारपूर्वक कृती योजनांमुळे या वेगळ्या वातावरणातदेखील ते रमले होते. तशीच काहीशी संभ्रमावस्था लेक्सने लॉवरी पार्कच्या अग्रक्रमासंबंधी ठरवलेल्या ध्येयधोरणांच्या नेमक्या दिशेबद्दल होती. असा संशय घेणाऱ्या काही लोकांमध्ये कॅरी पीटरसनदेखील होती. लॉवरी पार्कमध्ये कॅरी गेली अनेक वर्षे राजीखुशीने काम करत होती. एक कमी पगाराची बाब सोडली, तर तिला इतर कशाबद्दलच नाराजी नव्हती. परंतु २००५च्या सुरुवातीपासून लॉवरी पार्कधील अनेक गोष्टी तिला अस्वस्थ करू लागल्या होत्या. मूलत: लॉवरी पार्क ही एक विना-नफा तत्त्वावर चालणारी संस्था असूनदेखील इथे अनेक गोष्टी व्यावसायिक पद्धतीने केल्या जात होत्या. कर्मचारी वर्ग आधीच जास्त कामाच्या ओझ्याने दबलेला असतानादेखील त्यांच्याकडून आणखीन जास्त कामाची अपेक्षा केली जात होती. मुळातच कमी पगार-जास्त काम अशा स्थितीत काम करणाऱ्या कर्मचाऱ्यांकरिता जादा काम-जादा पगार अशी

काहीच परिस्थिती नव्हती. अंदाजपत्रकाने जमा व खर्चातील संतुलन आधीच गमावलेले असताना नवीन चार हत्ती व इतर काही प्राणी लॉवरी पार्कला कसे काय परवडणार हे तिला कळत नव्हते. आणि जर हत्तींकरिता आवश्यक त्या सर्व गरजा पुरवणारी आदर्श इमारत बांधण्यासाठी लाखो, करोडो डॉलर्स खर्च होऊ शकतात तर इतर ठिकाणच्या भिंतींना थोडा रंग देणे किंवा तिच्या विभागातील रात्रघरांचे दरवाजे ठीक करणे का शक्य होत नव्हते?

कॅरीने थोडे धिमे घेण्याचे ठरवले. तरीदेखील जिथे आणि जेव्हा योग्य ठरेल तिथे तिने आपली मते ठामपणे मांडली, त्या मतांवर विचार केला जाईल अशी अपेक्षाही व्यक्त केली. लॉवरी पार्क सोडण्याची कल्पना तिला मनोमन पटत नव्हती – विशेषकरून इन्शाल्लाकरिता. इन्शाल्लाला दिवस जातील, तिची पहिली पिलावळ जन्म घेईल तेव्हा तिला इन्शाल्लासमोर राहायचे होते. निदान तिच्यासाठीतरी कॅरी आणखीन काही दिवस लॉवरी पार्कमध्ये थांबणार होती.

हत्ती विभागांत 'लॅमझे' वर्ग चालू होता. ब्रायन फ्रेंच आणि त्याच्या सहकाऱ्यांनी एलीच्या बाळंतपणाची तयारी सुरू केली होती. मागच्या दोन पायात अंतर ठेवून नितंबाचा भाग खाली कसा वाकवायचा हे तिला शिकवत होते. या स्थितीमध्ये बाहेर येणारे पिल्लू कमी अंतरावरून कठीण जमिनीवर पडू शकते. पायामधील अंतरामुळे बाहेर आलेल्या पिल्लावरती तिचाच पाय पडण्याची शक्यताही कमी होते. तिच्या व्यवस्थापकांच्या परवानगीने ब्रायनने नायलॉनच्या दोरीने एलीचा कधी एक पाय, तर कधी दोन्ही पाय दोन सळ्यांना बांधायला सुरुवात केली होती. ब्रायन आणि स्टीव्ह तिच्या तबेल्यात जाण्याअगोदर तिला दाव्याने बांधत असत. तिला असे बांधले जाण्याची सवय व्हावी, असा त्यांचा प्रयत्न होता. शिवाय जर गरज लागली तर तिच्या बाळंतणात तिच्या काही हालचालीवर नियंत्रण ठेवून हत्तीण व तिला मदत करणारी माणसे या दोघांच्या सुरक्षिततेची काळजी घेणे सोपे होईल, असे त्यांना वाटत होते.

त्या वर्षीच्या शिशिर ऋतूत एलीचे दिवस भरत आले. ब्रायन आणि स्टीव्ह दररोज तिला सराव देण्याचे काम करत असत. मागच्या दोन पायात अंतर ठेवून नितंबाचा भाग खाली करण्याबरोबरच वासराला दूध पिणे सोपे जावे म्हणून पुढचे पाय कसे हालवायचे हेदेखील शिकवत होते. ब्रायनने एलीच्या तबेल्यात सीसी कॅमेरे बसवून घेतले होते की, ज्यामधील दृश्ये व संदेश तो आपल्या घरातील संगणकावर पाहू शकेल. बाळंतपणाचे दिवस जवळ आले तसे कर्मचारी पाळीपाळीने पूर्ण २४ तास कॅमेऱ्याच्या फूटेजची तपासणी करू लागले. एलीच्या बाळंतवेणा

सुरू होतील, तेव्हा लवकरात लवकर तिच्यापर्यंत पोहोचण्याची त्यांची इच्छा होती.

ऑक्टोबर महिन्यातील एक मध्यरात्र! पहाटे तीन वाजता कॅमेऱ्याचे फूटेज तपासण्याची ब्रायनची पाळी होती. घरातील संगणक त्याने उघडला, तबेल्यातील कॅमेऱ्यातून मिळालेले संदेश पाहिले. एली एकदम ठीक होती. ब्रायनही पुन्हा झोपी गेला. तासाभराने त्याला दुसऱ्या एका कर्मचाऱ्याचा निरोप आला की, त्याच्या संगणकावर एलीच्या तबेल्यातील संदेश येणे बंद झाले आहे. कदाचित सर्व्हरमध्ये बिघाड झाला असावा. पण ब्रायनला तशी चिंता नव्हती. एलीची बाळंतपणाची तारीख तशी एक महिना पुढे होती. शिवाय तो आणि स्टीव्ह पहाटेपर्यंत लॉवरी पार्कमध्ये पोहोचणार होतेच.

पहाटे पाच वाजून पंचेचाळीस मिनिटांनी ब्रायन जेव्हा एलीच्या तबेल्यात पोहोचला, त्याने एक निराळाच आवाज ऐकला- एखादी बादली ढकलल्यासारखा! चुकून कोणीतरी आतच ठेवली असेल का बादली? ब्रायनने त्या इमारतीत प्रवेश केला. स्वयंपाकघराच्या दरवाजातून तो एलीच्या अंधाऱ्या तबेल्यात जाणार इतक्यात एक नुकतेच जन्मलेले हत्तीचे पिल्लू थेट त्याच्याच दिशेने त्याच्या पायाशी आले. सगळे अंग रक्ताने माखलेले होते. सुमारे २०० पौंड वजनाचे ते एक हत्तीचे नर पिल्लू होते. त्याला धरून आधार देण्यासाठी ब्रायन पुढे धावला. एली तर तबेल्यातच होती. तिने स्वत: एकटीनेच तिच्या पिल्लाला जन्म दिला होता. हे सगळे नेमके सर्व्हर बिघडल्याच्या एक तासामध्ये घडले होते.

ते अबोध पिल्लू हालचाल करण्याकरिता धडपडत होते. ब्रायनने दोन्ही हात त्याच्या गळ्याभोवती घालून त्याला स्थिर करण्याचा प्रयत्न केला. स्वयंपाकघराची जमीन गुळगुळीत होती. जर ते पिल्लू घसरले, पडले तर त्याच्या हाडांना इजा होण्याची शक्यता होती. आत्तासुद्धा कुठे काही लागले आहे का, म्हणून ब्रायनने त्याला चाचपून पाहिले. आपला हात वासराच्या तोंडात घालून अडकलेली थोडी वार बाहेर काढून त्याचा श्वसनमार्ग मोकळा केला. त्याला एलीलादेखील तपासायचे होते. पण त्याकरिता या वासराला धरण्यासाठी कोणीतरी दुसरा कर्मचारी मदतीला येणे गरजेचे होते. आणि खरेच झेब्रा किंवा जिराफांबरोबर काम करणारा एक कर्मचारी धावत आला. एकमेकाला मिठी मारलेल्या ब्रायन व पिल्लाला त्याने पाहिले. ''अरे व्वा! हत्तीचे पिल्लू!'' तो उद्गारला.

''होय, होय. आधी इथे येऊन जरा या पिल्लाला पकड बरं!'' ब्रायनने वासराला काळजीपूर्वक त्याच्या हाती सोपवले, धावत तो आपल्या गाडीकडे गेला व सेल फोनवरून स्टीव्हला फोन केला, ''आपल्याला एक आश्चर्य मिळाले आहे.''

ते निळ्या रंगाचे पिल्लू ओल्या अंगाने डुगडुगत उभे होते. आईच्या उदरातील अरुंद जन्ममार्गातून येताना दबल्यामुळे त्याचे डोके त्रिकोणी आकाराचे होते. मोठ्या डोळ्यांत लाल रंगाची किनार असलेली बुबुळे होती. कानाच्या पारदर्शक पाळ्यांमधून दिसणाऱ्या लाल रक्तवाहिन्यांमुळे कान गुलाबी-गुलाबी दिसत होते. आईच्या गर्भाशी जोडणारी नाळ अगोदरच कापली होती पण त्याचा उर्वरित तुकडा त्याच्या पोटाखाली लोंबकळत होता.

त्याच्या आईने अगदी एकटीनेच त्या पिल्लाला जन्म कसा दिला असेल? माणसांनी शिकवलेले लामझे व्यायामप्रकार तिला आठवले असतील का? आपल्याच उदरातून बाहेर आलेले पिल्लू प्रथम पाहिल्यावर तिची प्रतिक्रिया कशी झाली असेल? ब्रायन, स्टीव्ह किंवा इतर कर्मचारी कोणालाच याची उत्तरे माहीत नव्हती. या घटनेचे साक्षीदार केवळ इतर हत्ती होते, ज्यांनी पहाटेपूर्वी नवीन पिल्लाचे आगमन पाहिले होते. लॉवरी पार्कमध्ये पडलेली नवीन मौल्यवान भर पाहाण्याकरिता ताबडतोब पोहोचलेल्या लेक्सने या घटनेचे वर्णन 'अस्पर्श जन्म' या शब्दांत केले.

जन्मल्या-जन्मल्या आकाराने लहान असणारे ते पिल्लू तबेल्याच्या विभाजन पट्ट्यांमधून इकडून तिकडे सहज जाण्याजोगे होते. लेक्स व ब्रायन दोघेही जाणून होते की, पिल्लाच्या जन्मानंतरच्या काही मिनिटामध्ये सुदैवाने कोणताही अपघात घडलेला नव्हता, जो घडणे अशक्य नव्हते. एलीचा त्या पिल्लावर पाय पडू शकला असता, जन्मानंतर घडपडत ते पिल्लू शेजारच्या इतर हत्तींच्या तबेल्यात भरकटत जाऊ शकले असते, जिथे इतर हत्तींकडून ढकलले जाणे, चिरडले जाणे असे काहीही घडू शकले असते. परंतु त्याऐवजी सुदैवाने ते नवजात पिल्लू थेट त्याची काळजी घेणाऱ्या मानवी मिठीत येऊन विसावले होते.

आता कर्मचारी पटापट कामाला लागले. डॉ. मर्फींना पाचारण करण्यात आले. बाळंतपणाच्या कष्टप्रद स्थितीतून एली सावरली होती. परंतु थोडी धास्तावली होती. ब्रायन व स्टीव्हने पिल्लाला तिच्या तबेल्यात आणले तर ती त्याच्यापासून दूर सरकू लागली. तिने कान टवकारले होते, पण आपल्या पिल्लाकडे पाहायला ती तयार नव्हती. त्याचे काय करायचे हे तिला कळत नव्हते, जणू त्याच्याशी तिचा काही संबंधच नव्हता. तिचा नकार काहीसा चिंताजनक होऊ लागला होता. तिच्या पिल्लाला भूक लागली होती, सोंड उंचावून त्याने आवाज करायला सुरुवात केली होती. एलीने त्याला जवळ येऊ देण्याची, दूध पाजण्याची गरज होती. तिचा तबेला स्वच्छ करण्यासाठी ब्रायन व स्टीव्हने तिला बाजूला घेतले व दाव्याने बांधून ठेवले. त्यांनी पिल्लाच्या पोटाभोवती खोगिरासारखा एक दोर बांधला व तो दोर दुसऱ्या पट्ट्याला जोडला. जवळ आलेल्या पिल्लाकडे जर एली धावली, तर त्याला मागे ओढण्याकरिता हा प्रबंध केला होता. अशा तयारीने ते हळूहळू पिल्लाला आईच्या जवळ नेत राहिले.

''ठीक आहे, सगळे व्यवस्थित आहे.'' ब्रायन एलीला सांगत होता. पण तिला काही ते ठीक वाटत नव्हते. विस्फारल्या नजरेने ती पिल्लाकडे पाहात राहिली, ते जवळ आले की, त्याला सोंडेने दूर करू लागली. ''ठीक आहे एली, शांत उभी राहा. ते तुला काही करणार नाही.'' ब्रायन तिला समजावत राहिला.

माणसांच्या या प्रेमळ प्रोत्साहनपर शब्दांनी एली शांत होऊ लागली. ती आता पिल्लाला दूर लोटत नव्हती. आपली सोंड पुढे नेऊन तिने त्याला हलकासा स्पर्श केला. पण दुसऱ्याच क्षणी आपली सोंड परत मागे घेतली. ब्रायन तिच्या जवळच उभा होता, तिच्या कातडीवर तिला त्याचा स्पर्श जाणवत होता.

''नीट उभी राहा एली.'' ब्रायनने तिला पुन्हा सांगितले. तिला नेमका अर्थ समजला. तिने आपला पुढचा पाय आणखीन थोडा पुढे सरकवला. कर्मचाऱ्यांनी पिल्लाला तिच्या जवळ आणले. ते पिल्लू तिच्या पोटाखाली पोहोचण्याआधी ब्रायन पटकन वाकला व दुधाचे काही पहिले थेंब येण्यासाठी त्याने तिच्या सडाला थोडे गोंजारले. निमिषाभरानेच पिल्लू तिथे पोहोचले. परंतु त्याची उंची कमी पडत होती. कर्मचाऱ्यांनी काही इंचाचा त्याला टेकू देऊ केला. दूध पिण्याचे त्याचे पहिले काही प्रयत्न फोल ठरले. पिल्लू आणि आई दोघेही अनभिज्ञ, पहिलटकरी! पण शेवटी पिल्लू आईच्या सडांना लुचू लागले. एलीही विश्रांत झाल्यासारखी वाटली. तिच्या कासेत दुधाचा व मनात मातृत्वाचा प्रवाह स्रवू लागला.

''गूड गर्ल'' ब्रायनने तिला कौतुकाचे बक्षीस दिले.

आधीच एलीने अपेक्षेहून अधिक दृढनिश्चय दाखवलेला होता. आता ती किती चांगली आई होणार याचीही झलक दिसू लागली. तिच्या नवजात बालकाचे पहिले खाणे संपले, पोट भरल्याने ते शांतपणे झोपी गेले. एलीने सभोवतालचे गवत सोंडेने गोळा करून त्याच्यावरती पांघरूण घातले. मग त्याच्यावर लक्ष देत ती त्याच्या शेजारी उभी राहिली. सध्या लॉवरी पार्कमधील हत्तींच्या कळपाचा विषय वादविवादाचा मुद्दा ठरत होता. परंतु आता या क्षणाला तरी बंदिवासात हत्ती ठेवण्याचा विषयवाद गळून पडला होता. कारण आईच्या काळजीवाहकांशिवाय नवीन जन्माला आलेले पिल्लू व त्याची आई हे जगणार, वाढणार नव्हते.

नवजात जीवन कधी वाद करत नाही, त्याचा आग्रह अबोल असतो. थरथरणारा भुकेला जीव फक्त आपल्यासमोर येतो, त्याला नाकारणे आपल्याला अशक्य असते.

सूर्यास्त

लेक्सने वर्णन केलेल्या 'अस्पर्श जन्मा'नंतर पुढचे काही दिवस लॉवरी पार्क नि:शब्द होते. नवजात पिल्लाची सुदृढ वाढ होत होती. त्याची आई एली त्याला व्यवस्थित व पुरेसे दूध देत होती, जवळीक ठेवून प्रेमाची ऊब देत होती. परंतु नशिबाबरोबर जुगार योग्य नाही, म्हणून कर्मचाऱ्यांनी एलीच्या पिल्लाला हत्ती इमारतीच्या एकांतात व अज्ञातवासात ठेवणे अधिक पसंत केले.

"आम्ही त्याच्या प्रगतीबद्दल खूप आशावादी आहोत." डॉ. मर्फीनी निर्वाळा दिला. पिल्लू दिसामासाने वाढत होते, त्याचे वजन व शक्ती दोन्हींमध्ये सकारात्मक व आशावादी वाढ जाणवत होती. मग लॉवरी पार्कने त्याच्या जन्मोत्सवाची तयारी सुरू केली. कारण या पिल्लाचा जन्म हा लॉवरी पार्कच्या इतिहासात सर्वांत यशस्वी घटना होती. या घटनेची जास्तीत जास्त प्रसिद्धी व कौतुक करण्यात लॉवरी पार्कची व्यावसायिक कौशल्यनीती ठरणार होती. पिल्लाच्या जन्माची बातमी कळल्याबरोबर प्रेक्षकांची गर्दी वाढू लागली. जेव्हा ते पिल्लू सोंड उंचावून तुतारी वाजवत असे, आईच्या पोटाखाली जाऊन दूध पीत असे, थोटक्या पायावर लडखडत चालत असे, तेव्हा गर्दीने गच्च असलेल्या गॅलरीतून आऽ ऽ ऽहा! ओऽ ऽ ऽ ह! चे आनंदोद्गार उसळत असत. आपल्या सोंडेतून पाण्याचे फुगे काढणे, आईच्या पोटाखाली आश्रय घेणे, म्बाहली व म्हच्येगुह या मावशांची शेपूट सोंडेने धरून चालणे इत्यादी सहजप्रवृत्तीजन्य कृती तर ते पिल्लू करतच होते. त्याच्या रक्षक कर्मचाऱ्यांनी त्याला घरातले एक लाडके नाव दिले होते.

त्याला उचलून घेत स्टीव्ह म्हणाला, "तो अगदी ईलायसारखा दिसतो ना?" ब्रायनने हुंकारातून आपली सहमती व्यक्त केली. आणि तेव्हापासून तो 'ईलाय' झाला. पण तरीदेखील पिल्लाला एका औपचारिक नावाची गरज होतीच – पुन्हा एक व्यावसायिक कौशल्यनीती! लॉवरी पार्कने 'हत्तीच्या पिल्लाला नाव सुचवा, बक्षीस जिंका' स्पर्धा जाहीर केली. या स्पर्धेमध्ये शाळकरी मुलांना आफ्रिकन नाव

सुचवण्याचे आवाहन करण्यात आले. सुचवलेल्या असंख्य नावांमधून पाच नावे निवडून ती पाच नावे जाहीर केली गेली. जाहीर केलेल्या पाच नावांना 'ऑनलाइन' पसंती देण्याचे दुसरे आवाहन करण्यात आले. अंतिम निवडीकरिता जाहीर केलेली पाच नावे अशी होता – जाबाली, झासिरी, किडोगो, मोजा आणि तामिनी. या पाचही नावांत एक प्रकारे आफ्रिकेतील खुल्या आकाशाखाली क्षितिजापर्यंत अमर्याद पसरलेली कुरणे दृगोच्चारित होत होती. ही अलग बाब होती की, एलीचे पिल्लू या जन्मी तरी त्या कुरणात कधीच पाऊल ठेवणार नव्हते. ही सर्व नाटकातील नावे होती, ज्यामध्ये जंगलाचा आभास निर्माण होत होता.

लोकांकडून एकूण १०,००० मतांपेक्षा अधिक मते दिली गेली होती. काही मते तर फ्रान्स, अर्जेंटिना या दूरच्या देशातून आली होती. ज्या नावाने सर्वांत अधिक मते जिंकली ते नाव होते, 'तामिनी.' हे नाव क्लीअरवॉटर येथील 'फ्रॉंटियर एलिमेंटरी स्कूल'मधील दुसऱ्या इयत्तेच्या विद्यार्थ्याने सुचवले होते.

> ''स्वाहिली भाषेत तामिनीचा अर्थ होतो – 'आशा.' आम्ही आशा हे नाव निवडले कारण सद्यपरिस्थितीत हत्ती ही 'अस्तित्वाला धोका असणारी प्रजाती' आहे. आमच्या प्राणिसंग्रहालयातील बंदिवासात या पिल्लाचा जन्म होणे, हे या प्रजातीकरिता 'आशा' प्रदान करणारे आहे.''

लॉवरी पार्कचे कार्यालय हर्षोल्लासाने ओतप्रोत भरून गेले. पण हत्ती इमारतीभोवती एक नवीन व अधिक लोकप्रिय प्राणिसंग्रहालय उभे करण्याची लेक्सची योजना अपेक्षांना ओलांडणारी होती. स्वाझीलॅन्डहून चार हत्ती आयात करण्याच्या वादाला समर्थपणे टक्कर देऊन लॉवरी पार्कने हत्तीच्या नवीन प्रजननाला यशस्वी सुरुवात केली होती. एलीची सध्याच्या कळपात 'कळपस्वामिनी' म्हणून निर्विवाद स्थापना झाली होती. त्याचबरोबर ती आपल्या पिल्लाकरिता प्रेमळ आई म्हणूनही सिद्ध झाली होती. लॉवरी पार्क आता स्वप्न पाहात होते की, या पहिल्या पिल्लानंतर अनेक पिल्लांचा इथे जन्म होईल व हत्तींचा एक मोठा कळप इथे वावरू लागेल. इतर चार हत्तीदेखील प्रजननयोग्य वयात पदार्पण करत होते. २००६ सालच्या सुरुवातीला प्रेक्षकांच्या वार्षिक संख्येने एक दशलक्षपेक्षा वरचा उच्चांक गाठला होता. लेक्स व इतरांच्या अथक प्रयत्नांचे, परिश्रमांचे ते द्योतकच होते. लॉवरी पार्क नवीन प्राणिसंख्येने ओसंडत होते. पिग्मी हिप्पो, ड्वार्फ फॉरेस्ट बफेला, स्किमिटर हॉर्नड ऑरिक्स हे सर्व 'सफारी आफ्रिका'च्या दुसऱ्या विस्तार टप्प्याचे मानकरी सदस्य ठरले होते. वानरविभागात रॅंगो आणि जॉसीचे एक नवीन ओरांगउटांग बाळ जन्मले होते. सर्प

विभागाच्या मागील खोलीत पनामियन सोनेरी बेडकांनी २००हून अधिक टॅडपोल जन्माला घातले होते.

आणि या सगळ्या उल्लास लाटांच्या तळाशी एक विरोधी अंत:प्रवाह असल्याची जाणीव होत होती. काही गोष्टींचा कडेलोट होत होता. लेक्स त्याच्या स्वाभाविक उत्साहाने नवीन प्राण्यांची आवक, नवीन प्रांगणांची निर्मिती व अधिक कष्टांची गरज या विषयावर भाषणे देत होता. परंतु ही भाषणे ऐकणाऱ्या कर्मचाऱ्यांच्या डोळ्यांत अतिश्रमाने उतरलेला थकवा व उदासीनता यांनीदेखील दुसरे टोक गाठले होते. या सर्वांचे एक सुस्पष्ट प्रतिबिंब तामिनीच्या नामकरण समारंभामध्ये काही लोकांना पूर्णपणे वगळण्यात व काही लोकांना अकारण पुढे सादर करण्यात दिसून येत होते.

प्रत्येक संस्थेत अव्यक्त विचारप्रवाह, नि:शब्द सत्ताबदल कार्यरत असतातच. छोट्या व सकृतदर्शनी क्षुल्लक वाटणाऱ्या घटना काही वेळा मोठा बदल सुचवत असतात. सोव्हिएत युनियन सत्तेत असताना 'मे दिवस' या समारंभात सोव्हिएत साम्राज्याचे भूदल व शस्त्रदल लाल चौकात मानवंदना संचलन करत. ती सलामी स्वीकारण्याची संधी मंचावरील कोणत्या अधिकाऱ्यांना देण्यात आली याचा शोध सीआयए त्या प्रसंगाच्या फोटोंवरून अनेक दिवस घेण्याचा प्रयत्न करत असे. संपूर्ण देशातील लहान मुलांकरिता अत्युत्तम प्राणिसंग्रहालय असा नुकताच किताब मिळालेले लॉवरी पार्क काही दुष्टांचे राज्य नव्हते. 'पेटा' कडून अतिशय कडक टीका होत असूनदेखील 'ना नफा' तत्त्वावर चालणारे लॉवरी पार्क ही एक लोकप्रिय संस्था होती. तरीदेखील येथील अधिकारस्थान रचनेकडे लक्ष देणाऱ्या कोणाही जाणकाराला हे सहज लक्षात आले असते की, या तामिनी नामकरणाच्या संपूर्ण सोहळ्यात वार्ताहरांशी बोलणाऱ्या फक्त दोनच व्यक्ती होत्या – लेक्स सॅलिसबरी व डॉ. डेविड मर्फी. ज्या ब्रायन फ्रेंचने एलीच्या गर्भधारणेच्या प्रयोगापासून तिच्या बाळंतपणापर्यंत सर्व काही सुकर करून लेक्सच्या स्वप्नातील हत्तींच्या मोठ्या कळपातील प्रथम सदस्याला सुरक्षित जन्म दिला होता, तो ब्रायन फ्रेंच या कार्यक्रमात कुठेच दिसत नव्हता.

अर्थात ब्रायनला स्वत:लाच कॅमेऱ्यापुढे जाणे तितकेसे आवडत नसल्याने त्या कार्यक्रमाच्या झगमगाटात तो नव्हता, याचे त्याला स्वत:ला काही वाईट वाटले नाही. परंतु या कार्यक्रमानंतर एकाच महिन्याभरात आश्चर्यचकित होण्याची त्याच्यावर वेळ आली होती. ली ॲन रॉटमनने त्याला ऑफिसमध्ये बोलावून सांगितले की, लॉवरी पार्क प्रशासन त्याला येथील नोकरीतून मुक्त करत आहे.

"कधी?" त्याने अनाहूतपणे विचारले.

"आत्ता, या क्षणाला!"

स्टीव्ह लेफावे गेंड्यांची दैनंदिन तपासणी करण्यासाठी बाहेर गेला होता.

ब्रायनने त्याला फोन करून फक्त इतकेच सांगितले की, त्याने ताबडतोब परत येऊन हत्तींची काळजी घ्यावी. त्यानंतर त्याने आपले सामान गोळा केले आणि दिङ्मूढ अवस्थेतच तो लॉवरी पार्कमधून बाहेर पडला.

त्यानंतर अर्थातच लॉवरी पार्कच्या प्रवक्त्याला या बडतर्फीबाबत खूप विचारणा झाली. परंतु प्राण्यांचा अजिबात संबध नसून, पूर्णपणे व्यक्तिगत कारणाचे निमित्त सांगून या विषयावर अधिक काही प्रकाश टाकण्याचे तिने साफ नाकारले. लेक्स व ब्रायन यांच्यामधील विचारभिन्नतेमुळे ब्रायनला काढण्यात आल्याचा उल्लेख लॉवरी पार्कमधील अनौपचारिक चर्चेत होत होता. असेही बोलले जात होते की, ही तथाकथित विचारभिन्नता ही प्रामुख्याने प्राणी संगोपन प्रणाली यासंदर्भातच होती. शिवाय लेक्स व ब्रायन दोघांनींही त्यांच्या मुलाखतीत हत्तींना सांभाळण्याच्या दोन भिन्न प्रणाली संदर्भात मतभेद असल्याची पुनरुक्ती केली होती. तामिनीबरोबर त्याच्याच पिंजऱ्यात राहून 'मुक्त सहवास प्रणाली' पुढे चालू ठेवण्यात ब्रायनला अधिक आनंद होता. या नवजात नर हत्तीची कळपामध्ये आधी असणाऱ्या नरांबरोबर सावकाश टप्याटप्याने ओळख करून दिली जावी असे ब्रायनचे मत होते. याउलट लेक्सचा आग्रह होता की, कर्मचाऱ्यांनी तामिनीची काळजी 'सुरक्षित सहवास प्रणाली'मार्फत घ्यावी. तामिनीने इतर कळप सदस्यांबरोबर मोकळेपणाने हिंडावे, माणसाच्या सहवासाचा व्यत्यय नसणारा असा त्यांचा एकजीव व समरूपी कळप बनावा. ''एक खरेखुरे नैसर्गिक कळप वातावरण निर्माण करून लॉवरी पार्क हे प्राणिसंग्रहालय म्हणून कमी पण एक गेम पार्क म्हणून अधिक असलेले पाहाण्याची लेक्सची इच्छा आहे.'' नंतर ब्रायन म्हणाला. या विभाजनाविषयी लेक्सला विचारण्यात आले असता, ब्रायनने दिलेल्या स्पष्टीकरणाशी त्याने आपली सहमती व्यक्त केली. त्याच्या मते लॉवरी पार्कमधील साऱ्या हत्तींनी जंगलाप्रमाणेच इथेही एकत्रित राहावे. लेक्स पुढे म्हणाला की, ब्रायन सर्कशीत ज्याप्रमाणे 'मुक्त सहवास पद्धत' वापरत असे तशीच त्याला इथे पाळायची होती.

मागे वळून पाहाता असे वाटते की, हे विभाजन अटळच होते. हत्तींबरोबर राहाण्याची सर्वोत्तम पद्धती कोणती याबद्दल दोघांचे विचार स्पष्ट व ठाम होते. दोघांची वृत्ती भिन्न होती. त्यांच्यामधील अशा अपरिहार्य संघर्षात कोणाची जीत होणार हेदेखील स्पष्ट व निश्चितच होते. ब्रायनचे लॉवरी पार्क सोडून जाणे, ही घटना क्षुल्लक म्हणता येणार नव्हती, कारण लॉवरी पार्क सोडणारा तो एकटाच नव्हता तर एकूण सहा अभिरक्षकांपैकी तिघे जण व इतर पदावरील काही जण अशी इथून जाणाऱ्यांची संख्या धक्कादायक होती. काही जण अधिक चांगल्या आव्हानात्मक नोकरीच्या शोधात जातो असे सांगून गोडीगुलाबीत बाहेर पडले. सर्प विभागातील डस्टिन स्मिथ जो पनामाच्या जंगलात गोल्डन फ्रॉगच्या संशोधनाकरिता गेला होता,

त्याने ‘बुश गार्डन्स’ बरोबर काम पत्करले. केविन मॅकेला ‘ॲनिमल किंगडम’मध्ये नोकरी मिळाली. ॲन्ड्रिया सूश पदव्युत्तर अभ्यासाकरिता परत गेली. परंतु इतरांचे जाणे मात्र अनिश्चित कारणांची अस्पष्ट चर्चा निर्माण करत राहिले. त्या वर्षीच्या वसंत ऋतूत लॉवरी पार्कमधील एकूण कर्मचाऱ्यांच्या संख्येत बराच बदल झाला.

एक माजी कर्मचारी म्हणाला, “तिथल्या प्रत्येकाला माहीत होते की, त्याला कधीही कोणत्याही कारणाने किंवा विनाकारणही काढले जाऊ शकते.”

अशा प्रकारच्या कार्यपद्धतीबद्दल नेमके काही मत व्यक्त करणे कठीण असते. इतक्या सगळ्या कर्मचाऱ्यांचे लॉवरी पार्क सोडून जाणे, हे केवळ या संस्थेची नव्याने घडी बसवणे होते की, खोलवर समस्येचा हा एक पुरावा होता?

आशिया डिपार्टमेंटमध्ये कॅरी पीटरसनदेखील या ‘बहिर्गमन मोहिमेत’ सामील व्हावे की न व्हावे, या द्विधा मन:स्थितीत होती. कामाच्या वेळेत ती पूर्णत: इन्शाल्ला व एरिक वर लक्ष केंद्रित करत असे. इन्शाल्ला जेव्हा ऋतुकालात असे तेव्हा तिला एरिक बरोबरच ठेवले जात असे. परंतु अजूनही तिला दिवस राहिल्याची काही चिन्हे दिसत नव्हती. नेमके काय चुकते आहे, हे शोधण्याकरिता डॉ. मर्फी काही तपासण्या करण्याची योजना करत होते. कॅरीला समजत होते की, कदाचित इन्शाल्लाचे वाढते वयच तिला पिल्ले न होण्याचे कारण असू शकेल. तरीदेखील ती प्रजननक्षम वयाच्या अगदी पलीकडे गेली आहे, असा विचार करणे कठीण होते. अजूनसुद्धा तिचे रक्षक तिचे भयावह रूप व तिच्या दात फेंदारून गुरगुरत झेप टाकण्याने भेदरून जात असत. विल्यम ब्लेकच्या ‘अंगार अक्ष, निखार नेत्र,’ असणाऱ्या वाघिणीचे ती साकार रूप होती. तिच्या रात्रघराच्या अंधारात तिच्या तेजस्वी डोळ्यांत दहशत चमकते असे.

“ती सुंदर आहे, सौंदर्याची परिपूर्णता आहे.” तिच्याकडे पाहात कॅरी म्हणत असे. आणि पुढे एक सुस्कारा टाकून “आणि तिला हे माहीत आहे.” असेही पुटपुटत असे.

इन्शाल्लाबद्दलची पराकोटीची आत्मीयताच कॅरीला लॉवरी पार्क सोडण्यापासून परावृत्त करत होती. तिच्या मनात या प्राणिसंग्रहालयासाठी असणारी श्रद्धा पूर्णपणे संपली होती. मनाचा एक भाबडा कप्पा मात्र नकळतपणे सगळं काही ठीक होईल, अशी वेडी आशा धरून होता. लेक्सने लॉवरी पार्कच्या भविष्याकरिता एक ठरावीक दिशा निश्चित केली होती आणि त्यामध्ये तो काही बदल करेल, असे तिला वाटत नव्हते.

सुरकुतलेला चेहरा व शुभ्र दाट केस असणारा एक म्हातारा चिंपांझी प्रांगणाच्या बाजूला हसत उभा होता. आपल्या उच्चासनावर बसलेल्या हर्मनने त्याला पाहिले व सगळ्या शरीराला हिंदोळे देत हात उंचावले. त्याने त्या म्हाताऱ्याला ओळखल्याची

ही खूण होती. ''माझा मुलगा, तो माझा मुलगा आहे.'' एड त्याला वळसा घालून जाणाऱ्या गर्दीतील जो कोणी त्याचे ऐकेल त्याला हर्मनकडे बोट दाखवून सांगत होता.

एड व त्याच्या कुटुंबाने हर्मनला इथे आणल्याला पस्तीस वर्षे सरली होती. पिंजऱ्यात जाण्याअगोदर हर्मन खेळकरपणे इथल्या विजेच्या खांबावर चढला होता, पुढे गेलेले बाकी सगळे जण तो येण्याकरिता त्याच्यासाठी क्षणभर थांबले होते. तो प्रसंग एड व हर्मन दोघांच्याही मनात अजूनही ताजा होता. एक्याण्णव वर्षांचा एड थोडक्या आशेचा आधार घेऊन थडग्याच्या या बाजूला थबकला होता. त्याची पत्नी एलिझाबेथ बऱ्याच वर्षांपूर्वी निवर्तली होती. रॉजर व सॅन्डी ही त्याची मुले स्वत:च्या मुलांबरोबर दुसरीकडे राहात होती. अलीकडे एडच्या दवाखान्याच्या वाऱ्या सुरू होत्या. त्याचे ऐकणे कमी झाले होते. स्मृती भरकटत होती. पण तो हर्मनला मात्र कधीच विसरला नव्हता आणि हेही तितकेच खरे होते की, हर्मनदेखील त्याला विसरला नव्हता.

एडला निवृत्त होऊन बरीच वर्षे झाली होती, तरीदेखील तो ताम्पामध्येच राहात होता. गेली अनेक वर्षे एक व्याख्याता व सहल मार्गदर्शक म्हणून लॉवरी पार्कमध्ये स्वयंसेवकाच्या रूपात त्याने लॉवरी पार्कमध्ये काम केले होते. हर्मनला भेटायला येणे व दोघांच्या दीर्घ सोबतीबद्दल लोकांना गोष्टी सांगणे हे त्याचे आवडते काम होते. त्याच्या घरी रॉजर, सॅन्डी व इतर नातवंडांच्या बरोबरच हर्मनचेही फोटो लावलेले होते. हर्मनचे फोटो असणारे अनेक फोल्डर्स त्याने सांभाळून ठेवले होते. थरथरत्या हाताने ते सगळे उलटेपालटे करत हर्मनच्या संगतीत अनुभवलेल्या अनेक प्रसंगाविषयी तो भरभरून बोलत असे – हर्मन त्याच्या कंपनी सहकाऱ्यांबरोबर पिकनिकला गेला होता तेव्हा... हर्मन त्याच्या मुलांबरोबर मासे पकडायला गेला होता तेव्हा...! एडकरिता हर्मन जणू भूतकाळाला वर्तमानकाळाशी जोडणारा सेतू होता. लॉवरी पार्कमध्ये खंदकाच्या पलीकडून जेव्हा तो हर्मनला पाहात असे, एड पुन्हा एकदा लायबेरियात पोहोचत असे. तान्ह्या अनाथ हर्मनला उचलून घेतानाचा हर्मनचा तो प्रथम स्पर्श त्याला अंगभर जाणवत असे. सरलेल्या भूतकाळातील त्या दिवशी फळांच्या टोकरीतून त्या छोट्या चिंपांझी बाळाला उचलून हृदयाशी धरताना भविष्यकाळात दडलेल्या असंख्य प्रसंगांची व परिणामांची त्याला कणभरही जाणीव नव्हती – त्या दोघांमध्ये निर्माण होणारे अतूट बंध, दोघांच्या आयुष्याला मिळणारा आकार आणि इतकी दशके दोघांच्या जीवनाचा एकत्र गुंफलेला आत्मियतेचा गोफ!

हर्मनच्या मनात या नात्याचे नेमके स्वरूप काय होते, हे समजणे कठीण होते. परंतु हे मात्र निश्चित की, एडबद्दल त्याला खोलवर जाणवणारी ओढ होती. एडच्या भेटीची वेळ संपून निघण्यासाठी त्याची पाठ वळली की, हर्मन निराशेत बुडून गेल्याचे कर्मचाऱ्यांना स्पष्ट जाणवत असे. कधीकधी तर एडने इतक्या वेळ हर्मनच्या

प्रांगणापाशी थांबूच नये असे त्यांना वाटत असे. कारण प्रत्येक वेळी एडच्या वळलेल्या पाठीमागे हर्मन निराशेने विद्ध होत असे.

शुल्ट्झ कुटुंबाने हर्मनला इथे सोडून ३५ वर्षे होऊनदेखील त्याला याची चांगली जाणीव होती की, त्याच्या मानवी कुटुंबाचे त्याच्यावर अतोनात प्रेम आहे. परंतु या प्रेमाची जाणीवच त्याला इथे सोडण्याच्या वास्तवाबद्दल त्याला गोंधळवत असणार. कदाचित हा मनातील गोंधळाचा गुंता सोडवण्यातच हर्मन आपले उर्वरित आयुष्य जगत असेल. त्याच्या मनात असा एक आशेचा बिंदू असेल ज्यामधून प्रत्येक वेळी एडला पाहिल्यावर या खेपेला आपल्याला निश्चित घरी जायला मिळेल या विचाराने त्याला आणखीन जीवनऊर्जा मिळत असेल.

२००६ सालच्या उन्हाळयाच्या सुरुवातीला वानरविभागातील कर्मचारी बेहद खूश होते. अनेक वर्षांनी प्रथमच त्यांच्या चिंपांझी कळपात एक छोटे बाळ येणार होते.

'साशा' असे त्या छोट्या बाळाचे नाव होते. माँटगॉमेरी प्राणिसंग्रहालयात तिचा जन्म झाला होता. दुर्दैवाने तिच्या जन्मदात्या आईनेच तिला नाकारले होते. ली ॲनने तिला लॉवरी पार्कमध्ये आणण्याचे निश्चित केले होते. रूकिया ही एक चांगली 'सरोगेट मदर' होऊ शकते हे माहीत असल्याने, ली ॲन व इतर कर्मचाऱ्यांनी हळूहळू साशाला रूकियाकडे सोपवण्याचे ठरवले होते. साशाची रूकियामार्फत इतर चिंप्सना ओळख करून देणे सोपे होते. सध्या रूकियाचे या कळपातील स्थान 'कुटुंबस्वामिनीचे' होते. एके काळी तिनेच छोट्या ॲलेक्सला या कळपात सुरक्षित व सुखकारक रीतीने स्थिर केले होते.

ली ॲनला जगातली सर्वांत जास्त आवडणारी गोष्ट म्हणजे चिंपांझीच्या बाळाला हृदयाशी धरून जोजवणे. म्हणूनच जेव्हा कधी साशा तिच्या हातात खेळत असे तिचा चेहरा सुख, समाधान, प्रेम व आपुलकी या भावनांच्या मिश्रणाने उजळत असे. पहिल्या काही आठवड्यांत, साशाची इतर चिंपांझींशी ओळख करून देण्याची तयारी करत असताना चड्डी घातलेली साशा ली ॲनच्या ऑफिसमध्ये आरामात खेळत असे. रात्री त्यांच्यापैकी कोणीतरी तिला आपल्या घरी घेऊन जात व बाटलीने तिचे दूध व खाद्य पाजत असत. ती मऊ, मुलायम, हलकी व उत्साहपूर्ण होती. ती सर्व कर्मचाऱ्यांवर प्रेम करत असे, विशेषकरून पुरुष कर्मचाऱ्यांवर ती अधिक खूश असे. अगोदर कधीही न भेटलेला कोणी पुरुष समोर आला तरी आपल्याला उचलून घ्यावे म्हणून त्याच्याकडे हात उंचावत असे – जसे अनेक वर्षांपूर्वी हर्मनने एड शुल्ट्झकडे पाहून हात उंचावले होते.

जून महिन्याच्या सुरुवातीला साशाची इतर चिंप्सशी ओळख करून देण्याची

प्रक्रिया सुरू होती. हेतुपुर:सर ही प्रक्रिया सावकाश व काळजीपूर्वक केली जात होती. साशाची अजूनही हर्मन किंवा बॅम्बूशी ओळख झाली नव्हती. परंतु रूकिया व ट्विगीसमोर तिला सादर केले जात होते. चिंपाझी माद्यांसाठी असलेल्या रात्रघराच्या बाजूला एका छोट्या पिंजऱ्यात साशाला ठेवले जात असे. या छोट्या पिंजऱ्याला ली ॲन 'हॅलो पिंजरा' म्हणत असे. या व्यवस्थेमुळे साशा इतरांना पाहू शकत असे, त्यांचा वास घेऊ शकत असे, जसे इतरही तिला पाहू व हुंगू शकत होते. ही चिंपांझीची एकमेकांशी परिचित होण्याची विशिष्ट पद्धत होती. जर या व्यवस्थेमध्ये सगळे काही ठीक झाले तर मग पुढचे पाऊल म्हणून साशा व रूकियाला एकत्रित ठेवले जाणार होते. या टप्प्याला ॲलेक्सची प्रतिक्रिया नेमकी कशी होईल सांगता येत नव्हते. आपण कळपातले सर्वांत लहान सदस्य राहिलो नाही ही जाणीव होण्याची त्याची ही पहिलीच वेळ असणार होती. हर्मन व बॅम्बूदेखील कसे प्रतिसाद देतील हेही अनिश्चित होते. ली ॲनचा विश्वास होता की, हर्मन साशाला सहज मान्य करेल जसे काही वर्षांपूर्वी त्याने ॲलेक्सला मान्य केले होते आणि मग हर्मनने साशाला मान्य करणे ही गोष्ट इतरांना मार्गदर्शक ठरणार होती. सध्यातरी साशाला कळपातील नरांपासून दूरच ठेवले होते. कदाचित ली ॲनच्या 'हॅलो पिंजऱ्यात' रेंगाळलेला साशाचा वास त्यांनी घेतला असेल. परंतु त्यांनी अजूनही तिला प्रत्यक्ष पाहिले नव्हते.

ली ॲनच्या निरीक्षणानुसार साशाच्या येण्याने कळपात अजूनतरी कोणतेही तरंग निर्माण झाले नव्हते. ॲलेक्सची दिवसेंदिवस वाढणारी महत्त्वाकांक्षा सोडली तर कळपामध्ये सगळे काही आलबेलच होते. काही दिवसांपूर्वीच हर्मन आणि बॅम्बूची थोडी झटापट झाली होती. पण नंतर, नेहमीसारखीच त्यांच्यात छान दिलजमाई झालेली दिसून आली होती.

काही दिवसानंतरचीच एक घटना. चिंपांझी प्रांगणाजवळून जाताना ली ॲनने काही तरी पाहिले अन् तिला ते थोडे विचित्र असल्यासारखे वाटले. तिने पाहिले की, रूकिया बॅम्बूच्या पाठी बसून त्याचे पाठीवरचे केस साफ करत होती. रूकियाची बॅम्बूसाठी इतकी मर्जी, दोघांच्यात इतकी सलगी ली ॲनने यापूर्वी कधीच पाहिली नव्हती. उलट सगळ्या माद्या मिळून बॅम्बूला छळत असत. अर्थात अशा भांडणानंतर रूकिया व बॅम्बू यांच्यात झालेला समेट पाहाणेसुद्धा एक सुखद अनुभव होता.

"हे मात्र खूपच छान आहे." ली ॲन स्वत:शीच बोलली.

गुरुवार ८ जूनची दुपार उजाडली. कर्मचाऱ्यांच्या बिनतारी संदेश यंत्रणावर एक तातडीची सूचना दिली गेली. ती सूचना इतकी उत्कंठित करणारी होती, त्यातील आवाज इतका भेदरलेला होता की, त्या सूचनेतील शब्द व शब्दांचे अर्थ

पकडणे कठीण होते. त्या गोंधळलेल्या सूचनेतील एकच शब्द थोडाफार कळत होता, तो म्हणजे 'वानरविभाग.' चिंप्स भांडत होते, काही केल्या ते ऐकत नव्हते. तिथल्या कर्मचाऱ्यांना मदतीची गरज होती.

त्या दिवशी ली ॲन वानर विभागातच थोडे पलीकडे काम करत होती. तिने व इतर कर्मचाऱ्यांनी भांडणाची सुरुवात नेमकी कशाने झाली, ते पाहिले नव्हते. आरडाओरडा, गोंधळ ऐकून ते त्या ठिकाणाकडे धावले. त्यांनी पाहिले की, बॅम्बू आणि रूकिया दोघे मिळून हर्मनवर हल्ला करत होते. जवळच असणारा ॲलेक्स हर्मनला वाचवू इच्छित होता. ते सगळे हात डोक्यावर उंचावून किंचाळत होते. बॅम्बू हर्मनचा पाठलाग करत, त्याला गुद्दे धालत होता. ली ॲन व इतरांनी ते भांडण सोडवण्यासाठी प्रथम ॲलेक्स, रूकिया व इतरांना रात्रघरात हुसकावले. त्यांनी पाइपमधून बॅम्बूवर जोरदार पाण्याचा फवारा सोडला. पण बॅम्बू काही केल्या मागे हटण्यास तयार नव्हता. हर्मनची हार स्पष्ट दिसू लागली होती. एकीकडे तो स्वत:ला वाचवण्याचा आटोकाट प्रयत्न करत होता, पण दुसरीकडे तितकाच हतबल होता. शेवटी तो एकदम फतकल घातल्यासारखा धपकन बसला, जमिनीवर सगळे शरीर गोळा झालेले, मान झुकलेली. तो अजिबात हालत नव्हता, जणू पुतळा झाला होता. बॅम्बू मात्र त्याला बुकलतच राहिला होता.

रक्षकांनी प्रेक्षकांना तातडीने बाहेर काढले. डॉ. मर्फीही येऊन पोहोचले. प्रांगणाच्या बाजूला असलेल्या उंच जाळीच्या भिंतीपाशी जाऊन त्यांनी पाहिले तर बॅम्बू केवळ बेफाम होता असे नाही तर गोंधळलेला आणि भेदरलेलाही होता. वारंवार तो डॉ. मर्फीकडे धावत येऊन भीती व्यक्त करणारे दात विचकण्याचे हावभाव करत आणि मग पुन्हा आडव्या पडलेल्या हर्मनकडे येऊन त्याला मारायला सुरुवात करत होता. डॉ. मर्फींनी बॅम्बूला गुंगीच्या औषधाचा बाण मारण्याचा प्रयत्न केला पण या सगळ्या धांदलीत तो असफलच झाला. बॅम्बू तिथून आपणहून निघून जाण्याची त्यांना वाट पाहावी लागली. जसा बॅम्बू तिथून निघून गेला व हर्मन एकटाच राहिला, चटकन आत जाऊन त्यांनी हर्मनला तपासणीकरिता रात्रघरात घेतले गेले.

डॉ. मर्फींनी प्रथम त्याला कोणता धक्का बसला आहे का ते तपासले. शिरेतील इंजेक्शन देऊ केले. त्याला साफ केले. त्याच्या शरीरावर काही जखमा दिसत होत्या. त्याचा ओठ फाटला होता, बोटे आणि पायाचा अंगठा मुरगळला होता. पण या जखमा प्राणघातक नव्हत्या. त्याच्या डोळ्यातील बाहुल्या व श्वासाची लय यावरून डॉ. मर्फींनी निष्कर्ष काढला की, त्याला जबरदस्त मानसिक धक्का बसला होता. याच्या दरम्यान तो डोक्यावर पडला असावा किंवा बॅम्बूने त्याच्या डोक्यावरच जोरदार प्रहार केला असावा. एकीकडे डॉ. मर्फी हर्मनची शारीरिक तपासणी करत होते तर दुसरीकडे ली ॲन व वानर विभागाची साहाय्यक अभिरक्षक असणारी

अँजेला बेलशर हर्मनजवळ उभे राहून त्याच्याशी बोलत होती. पण तो प्रतिसाद देत नव्हता. तो कोमात गेला होता.

हर्मनकडे इतरांना लक्ष ठेवायला सांगून डॉ. मर्फी मॅनेटी विभागातील दवाखान्यात गेले जिथे गुंगीच औषध दिलेल्या रूकियाला आणले होते. तिच्या नाकाला काही टाके घालण्याची गरज होती. डॉ. मर्फी तिच्यावर उपचार करतच होते की, संध्याकाळी सातच्या सुमारास हर्मनचा श्वास थांबल्याचा त्यांना निरोप आला. धावत ते परत हर्मनकडे आले, तर तिथे आळीपाळीने प्रत्येक जण हर्मनला कृत्रिम श्वास देण्याचा प्रयत्न करत होता. डॉ. मर्फींनीही थोडा वेळ प्रयत्न केला, मग ली ॲन प्रयत्न करू लागली. असेच ते १०-१५ मिनिटे प्रयत्न करत राहिले.

त्या सर्वांनी आपले प्रयत्न थांबवू नयेत असे ली ॲनला वाटत होते. हे सगळे कसे काय घडले हेच तिला समजत नव्हते. हर्मनशिवाय हे प्राणिसंग्रहालय व तिचे स्वत:चे जीवन याची तिला कल्पनाच करणे अशक्य होते. शेवटी कुणाचीच इच्छा नसताना त्यांना थांबावे लागले.

राजा खूप दूर पोहोचला होता. तो अनंतात विलीन झाला होता.

दुसऱ्या दिवशी हर्मनचा निरोप घेण्यासाठी एड शुल्ट्झला बोलवले गेले. ली ॲन व अँजेलाने धरून त्याला क्लिनिकमधल्या हर्मनला ठेवलेल्या कोपऱ्याकडे नेले. एक हात छातीशी घेऊन त्याला एका कुशीवर झोपवलेले होते. कमरेपर्यंतचे शरीर चादरीने झाकलेले होते. हर्मन शांतचित्त होऊन झोपला होता.

सगळे काही संपल्याची, हतबलतेची भावना घेऊन चालायचेही त्राण नसलेला एड तिथे पोहोचला. अश्रूभरल्या नजरेने, हर्मनचा हात हातात घेऊन त्याचा जाड कातडीचा तळवा आपल्या गालावर घासत, ''माझा मुलगा, माझा मुलगा!'' म्हणत तो त्याच्याशी हळुवार बोलत राहिला. थंडगार पडलेल्या कपाळाचा मुका घेऊन एड हर्मनला सांगत होता, ''बाळा तुझी खूप आठवण येत राहील रे, मला. पण लवकरच आपण जीवनाच्या त्या बाजूला नक्की भेटू या हं.'' अनेक वर्षांपूर्वी, अनेक जन्मांपूर्वी पहिल्याच नजरभेटीत त्याला दिलेलं 'हर्मन' हे नाव एड पुन:पुन्हा स्वत:शीच पुटपुटत होता.

मुक्ती

हर्मनच्या हिंसात्मक मृत्यूची बातमी वेगाने पूर्ण लॉवरी पार्कमध्ये पसरून गेटच्या बाहेर ताम्पा शहरापर्यंत पोहोचली. एरवी प्राणिसंग्रहालयातील एका चिंपांझीच्या मृत्यूच्या बातमीची बाहेरच्या जगात दखल घेतली जात नाही. परंतु ताम्पा बेच्या इतिहासात हर्मनचे स्थान वेगळे व विशेष होते. इथल्या अनेक पिढ्यांनी हर्मनच्या करामती कसरतींचे कौतुक करून त्याच्यावर मनापासून प्रेम केले होते. त्याच्या अचानक मृत्यूच्या अनपेक्षित बातमीने त्यांना मोठा धक्का बसला होता.

हर्मनवर हल्ला झालेल्या संध्याकाळीच सेंट पीटर्सबर्ग टाइम्सला कुणी अनामिक व्यक्तीने या घटनेची गुप्त बातमी पोहोचवली होती. खरे तर लॉवरी पार्कने औपचारिकरित्या ही बातमी अजूनही जाहीर केलेली नव्हती. पुढील दोन दिवस ही तथाकथित गुप्त बातमीच सर्व वर्तमानपत्राच्या पहिल्या पानावर दिली जात होती. लोकप्रिय व्यक्तिमत्त्वाच्या अढळ स्थानावरील हर्मनविषयी वार्तांकन करत असताना अवेळी बाहेर पडलेल्या माहितीचे बरेच तुकडे जोडलेले जाणवत होते. त्यामध्ये बऱ्याच अंशी सत्य योग्य रूपात पकडण्यात आले होते – फक्त एक माहितीचा छोटा तुकडा सोडून. या सगळ्या वार्तांकनात रूकियाच्या जखमी होण्याचे स्पष्टीकरण दिले होते की, ती हर्मन व बॅम्बू यांच्यामधील भांडण सोडवण्याचा प्रयत्न करत होती. ही बातमी आम जनतेला सहज मान्य होण्याजोगी होती. कारण सामान्यपणे चिंपांझी नर हे आक्रमक व लढवय्ये तर माद्या सभ्य, मवाळ व शांतताप्रिय मानल्या जातात. अर्थात सध्याच्या घटनेत असे काही गृहीत धरणे चूक होते. ली ॲन व ज्या इतरांनी हे भांडण प्रत्यक्ष पाहिले होते, त्यांनी रूकियाला भांडण सोडवताना नाहीतर बॅम्बूच्या बरोबरीने हर्मनला मारताना पाहिले होते.

हर्मनचा शवविच्छेदन अहवाल अनेक आठवड्यांनंतर जाहीर करण्यात आला. त्यात डॉ. मर्फीनी हर्मनचा मृत्यू हा डोक्याला जबर मार बसल्याने झाला, असे नमूद केले होते. शिवाय हर्मनला हृदयरोग होता. डॉक्टरांनी हर्मनच्या जखमांचे केलेले

विश्लेषण हे एकंदर भांडणात रूकियाचा कृतिशील सहभाग दर्शवत होते. बॅम्बूने हर्मनला शक्तिशाली ठोसे मारणे मान्य होण्याजोगे होते. परंतु त्याने हर्मनच्या ओठाचा चावा घेणे अशक्य होते. वृद्ध, अशक्त बॅम्बूकडे चावण्यासाठी दात शिल्लकच नव्हते. याच दंतहीन स्थितीमुळे तर इतर माद्या त्याला त्रास देत तेव्हा तो स्वत:चे संरक्षण करू शकत नसे.

या एकंदर हल्ल्याबद्दल एक गूढ प्रश्न सर्वांना अस्वस्थ करत होता – इतक्या बेभान संतापाने बॅम्बू हर्मनवरती का धावून गेला? बॅम्बू लॉवरी पार्कमध्ये आल्यापासून गेल्या अनेक वर्षांत हर्मन हा बॅम्बूचा सगळ्यात जवळचा मित्र व रक्षक होता. दोन चिंप्समध्ये शक्य असलेल्या घनिष्ट मैत्रीचा घनतम बिंदू त्यांनी गाठलेला होता. या घटनेनंतर डॉ. मर्फींनी त्या दोघांना अनेकदा कसे मातीत दंगामस्ती करताना पाहिले होते याचा उल्लेख केला. दोघे एकत्रित जमिनीवर लोळायचे, एकमेकाला गुदगुल्या करत तासन्तास खिदळायचे, दोघेही दोन सज्जन माणसासारखे राहायचे. सगळेच जण त्यांना जिगरी दोस्त समजत असत.

हर्मनचे जाणे मान्य करणे अनेकांसाठी कठीण होते. लॉवरी पार्कच्या चांगल्या-वाईट इतिहासाचा तो एक सजीव प्रतीक होता. इथल्या अनेक वांछित-अवांछित बदलाचा तो साक्षीदार होता, खरा राजदूत होता. तुलनेने लेक्सदेखील त्याच्यानंतर आलेला होता. १९८०च्या मध्याला लेक्स लॉवरी पार्कमध्ये रुजू झाला, त्याआधी १५ वर्षे हर्मन इथे राज्य करत होता. असा हा हर्मन इथून जाऊच कसा शकतो?

इतर मोठ्या लोकप्रिय व्यक्तींच्या मृत्यूविषयी जशा दंतकथा पसरतात, तशाच अनेक अफवा हर्मनच्या मृत्यूविषयी लॉवरी पार्कच्या आत व बाहेर पसरल्या गेल्या. कोणी म्हणे की, हर्मनच्या 'अल्फा-कळपप्रमुख' म्हणून असणाऱ्या क्षमता क्षीण होत असल्याचे, जे इतर कर्मचाऱ्यांना जाणवले नाही ते कदाचित बॅम्बूला जाणवले असेल. इतरांच्या मते साशाच्या येण्याने कळपातील सत्तास्तरांमध्ये बदल झाल्यामुळे बॅम्बूने हे हत्येचे कृत्य केले असावे. इतर कोणी मांडले की, हाव, अभिलाषा यामुळेच हर्मनचा मृत्यू झाला असावा. हा युक्तिवाद स्पष्टपणे अधोरेखित अशा एका मुद्याकडे निर्देश करत होता की, चिंपांझीची छोटी बाळे एखाद्या प्राणिसंग्रहालयाला चांगली आर्थिक कमाई करून देतात. या अशा कमाईच्या अभिलाषेपोटीच साशाला लॉवरी पार्कमध्ये आणण्यात आले होते व त्यामधूनच हर्मनच्या मृत्यूची शोकांतिका घडली असावी. हा युक्तिवाद कोड्यात टाकणारा व अशक्य कोटीतील वाटतो, विशेषकरून ली ॲन व तिचे चिंपांझीकरिता असणारे असामान्य प्रेम पाहाता त्यामध्ये 'हव्यास' ही गोष्ट न बसणारी होती. साशाला लॉवरी पार्कमध्ये आणण्यात प्रशासनाचा नाही तर ली ॲनचा अधिक सहभाग होता. ली ॲनने पाहिले की, साशाला आई व घर या दोन्हींची गरज आहे व लॉवरी पार्क साशाला हे दोन्ही देऊ शकेल. ली ॲनने

तिचे पूर्ण आयुष्य व सर्वस्व चिंपांझींना समर्पित केले आहे, ही बाब सर्वज्ञात होती. तिने या प्रजातीच्या – निदान लॉवरी पार्कमधील काही चिंपांझींच्या – संरक्षण व संवर्धनाचा ध्यास घेतला होता. केवळ काही डॉलर्स जादा मिळवण्याकरिता तिने साशाला इथे आणून हर्मन व इतरांना अस्थिर करण्याचा प्रयत्न केला असेल, असे म्हणणे हास्यास्पद होते.

काही लोक असेही कुजबुजत होते की, लेक्सची कधीही क्षीण न होणारी, असमाधानी महत्त्वाकांक्षाच हर्मनच्या मृत्यूचे कारण होती. जर इतक्या साऱ्या कर्मचाऱ्यांची कपात, हकालपट्टी व राजीनामे झाले नसते किंवा शिल्लक असलेल्या कर्मचाऱ्यांना विस्तारित प्रांगणाच्या कामात गुंतवले गेले नसते तर कदाचित चिंपांझींच्या आसपास अधिक कर्मचारी राहिले असते. भांडण सुरू झाल्याबरोबर कुणाचे तरी नक्कीच लक्ष गेले असते, त्याने तत्काळ सावधगिरीचा इशारा देऊन इतरांना गोळा केले असते. भांडण पराकोटीला न जाता आधीच सोडवले जाऊन हर्मनचा जीव निश्चितच वाचला असता.

लॉवरी पार्कबाबत प्रगाढ श्रद्धा बाळगणारी ली ॲन मात्र या मुद्याला दुजोरा देत नव्हती. जे घडले त्याकरिता तिने लेक्सला अजिबात दोष दिला नाही. खरी वस्तुस्थिती ही होती की, हर्मनच्या मृत्यूविषयी ती विचारच करू शकत नव्हती. तिचे मन इतके छिन्नभिन्न झाले होते की, नेमके काय न् कसे घडले यावर ती संतुलित व सांगोपांग चर्चा करण्याच्या मन:स्थितीतच नव्हती. अनेक आठवडे इतरांच्याकडेच नाहीतर आपल्या मित्र परिवारातही 'हर्मन' हे नावदेखील ती उच्चारू शकत नव्हती.

लॉवरी पार्कच्या बाहेर या कृत्यासाठी बॅम्बूला शिक्षा दिली जावी का, याची मोठमोठ्याने चर्चा केली गेली. त्याने हर्मनचा खूनच तर केला होता, तो हत्याराच होता. ली ॲनने या मुद्यावर नकारार्थी मान हालवली. कायदा ही मानवनिर्मित संकल्पना आहे. प्राण्यांत खून किंवा चूक व बरोबर या संकल्पना नाहीत. हर्मन निघून गेला, बॅम्बू व इतर मागे शिल्लक राहिले, इतकाच साऱ्याचा मतितार्थ असणार होता.

हर्मनच्या मृत्यूनंतर एड शुल्ट्झ लॉवरी पार्ककडे फारसा येईनासा झाला. चिंपांझी प्रांगणाकडे पाहाणे आणि तिथे त्याची वाट पाहाणारा हर्मन नसणे, ही गोष्ट त्याला सहन होत नसे.

''मला तिथे उभं राहावतच नाही.'' तो म्हणायचा.

तथापि हर्मनचा पाडाव होण्यात अंतर्भूत असणाऱ्या अन्यायाविरुद्ध एडनेही आपला विरोध नोंदवला. मानवी मापदंडाने चिंपांझींना जोखता येत नाही. तरीदेखील बॅम्बूने हर्मनवर उलटावे, विश्वासघात करावा याचे शल्य त्याला टोचत होते. जिवलग मित्रानेच हर्मनचा घात करावा, हे सत्य तो पचवू शकत नव्हता. एके

दिवशी लॉवरी पार्कमध्ये जाऊन त्याने आपले दुःख व्यक्त केले. चिंपांझी प्रांगणासमोर परंतु बॅम्बू व इतरांकडे पाठ करून उभे राहून त्यांच्याशी बोलण्याचे नाकारून बॅम्बूने केलेल्या मित्रघाताचा त्याने निषेध केला.

घरी मात्र त्याने आपल्या आत्म्याची वेदना उकलून दाखवली. ''अक्षरशः माझे अर्धेअधिक आयुष्य त्या लाडक्यासमवेत गेले. आम्ही त्याच्यावर पुरेसे प्रेम मात्र करू शकलो नाही.'' त्याच्या अश्रूंबरोबर त्याचे दुःख वाहातच राहिले.

बांबूदेखील उद्विग्न होता. हल्ला झालेल्या दिवसानंतर तो त्यांच्या प्रांगणात व रात्रघरात हर्मनला शोधत होता. शोध घेऊन व प्रतिक्षा करूनही दोस्त दिसला नाही तशी त्याची भूक संपून गेली होती. त्या सर्वांनाच पुढे काय करायचे याचा संभ्रम निर्माण झाला. ते गप्प-गप्प हाते, पण त्यांचा गोंधळ लपू शकत नव्हता. ते सगळेच हर्मनच्या परतण्याची वाट पाहात होते.

उन्हाळा मध्यावर पोहोचला आणि लॉवरी पार्कमधील आतापर्यंत दबलेला असंतोष बाहेर जाणवू लागला. बरेच वरिष्ठ व अनुभवी सदस्य बाहेर पडल्यामुळे उरलेले कर्मचारी जादा तास जादा काम करत होते व नवीन लागलेल्यांचे कसून प्रशिक्षण घेत होते. प्रत्येक दिवशी कोणी ना कोणी नवीन प्राणी दाखल होत होता. या नवागतांच्या संदर्भात कर्मचाऱ्यांच्या सूचना फलकावर संस्थाचालकांकडून नवीन मार्गदर्शिका चिकटवल्या जात. इन्शाल्ला व एरिकचे घर असणाऱ्या आशिया विभागात नूतनीकरण बांधकाम सुरू झाले व तो विभाग प्रेक्षकांकरिता बंद करण्यात आला.

लॉवरी पार्क व्यवस्थापनाने हर्मनच्या मृत्यूची सेंट पीटर्सबर्ग टाइम्सला अवेळी बातमी देणारी अज्ञात व्यक्ती कोण याची शोधमोहीम हाती घेतली होती, आणि आत्तापर्यंत आतल्या आत खदखदणारे असमाधान व संताप उसळून आला. कॅरी पीटरसनसह अनेक कर्मचाऱ्यांना कार्यालयात बोलवून चौकशी केली गेली. असे बोलले जाऊ लागले की, लेक्स आणि त्याच्या टीमने संशयितांच्या नावाची यादी तयार केली होती. या यादीत लेक्सच्या विचारधोरणांना विरोध करणाऱ्यांचाही समावेश होता. कर्मचाऱ्यांचे फोन आणि ई-मेल-लॉग्ज यांच्यावर गुप्तपणे नजर ठेवली जात असल्याची अफवाही पसरली होती.

कॅरीकरिता अशी गुप्त चौकशी केली जाणे हा अपमान सहन करण्यापलीकडचा होता. वृत्तपत्राला कोणी बातमी पुरवली याची तिला काहीच कल्पना नव्हती. परंतु लॉवरी पार्क व्यवस्थापनाने अशा तऱ्हेने त्या बातमीदाराचा शोध घ्यावा यामधून इथले प्रशासन नियंत्रण विचाराने किती झपाटले आहे, याचाच नमुना पाहायला मिळत होता. लॉवरी पार्कमधील सर्वांत अधिक प्रिय प्राण्याचा मृत्यू ते गुप्त ठेवू शकणार होते का?

जुलैच्या मध्यास शेवटी कॅरीने लॉवरी पार्क सोडले. 'हयुमन सोसायटी ऑफ ताम्पा बे' या संस्थेत तिला प्राण्यांबरोबर काम करण्याची चांगली संधी मिळाली होती. या नवीन ठिकाणी कामास सुरुवात केल्यानंतरदेखील तिचे इन्शाल्लाबद्दल विचार करणे थांबले नव्हते. रात्री तिला स्वत: अपराधी असल्याची स्वप्ने पडू लागली, स्वप्नात तिच्याकडे पाहाणारा व तिचा शोध घेणारा इन्शाल्लाचा चेहरा दिसू लागला.

अनुभव व ज्ञानाची भक्कम शिदोरी हातात असणाऱ्या कॅरीच्या जाण्याने लॉवरी पार्कमध्ये मोठी पोकळी निर्माण झाली होती. कॅरी गेल्यानंतर काहीच दिवसांनी आशिया डिपार्टमेंटमधील दुसरी एक कर्मचारी, जी सातत्याने प्राण्यांच्या सद्यस्थितीबद्दल तक्रार करून काही सुधारणा सुचवत असे तिलाही लॉवरी पार्कने नोकरीतून मुक्त केले होते. आता अशा परिस्थितीत आशिया डिपार्टमेंटला मदतीची गरज आहे हे जाणून एक नवीन कर्मचाऱ्याची नेमणूक केली गेली. या नवीन कर्मचाऱ्याने नुकताच गेन्सव्हिल येथून प्राणिसंग्रहालय व्यवस्थापनाचा पदवी अभ्यासक्रम पूर्ण केला होता. तो येथील नियमावली शिकत होता व त्याला बरेच काही काम करायचे होते.

उर्वरीत उन्हाळा लॉवरी पार्क समतोल निर्माण करण्याचा प्रयत्न करत होते. नव्या-जुन्या कर्मचाऱ्यांनी आपल्या कामात शक्य तितक्या लवकर स्थिर होणे गरजेचे होते. कारण त्या सप्टेंबरमध्ये एझेडएच्या (असोसिएशन ऑफ झू ॲन्ड अक्वेरियम्स) वार्षिक सर्वसाधारण सभेचे यजमानपद लॉवरी पार्कला करायचे होते. काही आठवड्यांतच अनेक प्राणिसंग्रहालयातील शेकडो अधिकारी ताम्पामध्ये येऊन पोहोचणार होते, लॉवरी पार्कचे मूल्यमापन करत सगळ्या प्रांगणांची पाहाणी सैर करणार होते. लेक्सकरिता राष्ट्रीय स्तरावर चमकण्याची ती आणखीन एक संधी असणार होती, तर कर्मचाऱ्यांकरिता ते अधिक कामाचे ओझे होते. तरीदेखील सन्मानीय पाहुण्यांच्या स्वागताची तयारी कर्मचाऱ्यांनी सुरू केली होती.

तेव्हाच २२ ऑगस्ट या दिवशी प्राणिसंग्रहालय बंद होण्याच्या वेळेसच आपल्या बिनतारी संदेश यंत्रणावर तीन शब्द केकाटताना कर्मचाऱ्यांनी ऐकले – संकेत एक टाइगर!

इन्शाल्ला बाहेर निसटली होती.

त्या दिवशी दुपारी तो नवीन कर्मचारी वाघांबरोबर एकटाच होता. त्याचे नाव होते ख्रिस लेनन. तेहतीस वर्षांच्या लेननला कामाला लागून एकच महिना झाला होता. सहसा त्याच्यावर लक्ष ठेवण्यासाठी दुसरा एक कर्मचारी त्याच्याबरोबर राहात असे. परंतु कॅरी निघून गेली व त्या दुसऱ्या कर्मचाऱ्याला काढून टाकले होते. त्याच विभागातील सर्वेक्षण करणारी दुसरी कर्मचारी पॅम नोएल त्या दिवशी सकाळी

कामावर होती. पण तिच्या मुलाला शाळेतच अचानक अस्थम्याचा त्रास सुरू झाल्याने ती घरी निघून गेली होती. अशा तऱ्हेने ख्रिस वाघांबरोबर एकटाच होता.

चार वाजून चाळीस मिनिटांच्या सुमारास तो वाघांना खाऊ घालण्याच्या तयारीत होता. खाण्यानंतर त्यांना तो रात्रघरात पाठवणार होता. त्याने वाघांचे खाणे इन्शाल्ला व एरिक या दोघांच्या गुहेत वेगवेगळे ठेवून दिले आणि मग इन्शाल्ला त्या ठिकाणी येऊ शकेल अशा दाराची कळ ओढली. नेहमीप्रमाणे त्या दोघांच्यामध्ये जाडसर जाळीचे विभाजन होते. लहानपणापासूनच्या तिच्या सवयीनुसार तो तिथून जाईपर्यंत ती वाट बघत असे, तो तिथून पूर्णपणे निघून गेला की, नंतर जाळीमध्ये त्याच्यावर झेप घेत असे.

ख्रिसने आपले रोजचे काम चालू ठेवले. तो मधल्या अरुंद बोळात उभा होता. आता त्याला एरिकला त्याच्या प्रांगणातून त्याच्या गुहेत हालवायचे होते. एकदम कशामुळे तरी तो मागे वळला, आपण काहीतरी आवाज ऐकला असा त्याला भास झाला. प्रथम त्याची नजर एका मांसाच्या तुकड्यावर पडली, त्याला वाटले की, तो तुकडा तिथे असायला नको होता. आणि दुसऱ्याच क्षणी त्याची नजर इन्शाल्लावर गेली. त्याने चुकीने दाराला कडी घातली नव्हती आणि त्याच दारातून ती बाहेर आली होती. ती आता मोकळी होती. त्याच्यापासून थोड्याच अंतरावर उभी राहून ती त्याच्याकडे रोखून पाहात होती. जर तिने हल्ला केलाच, तर तो कुठेही पळू शकत नव्हता. एकमेव उपलब्ध असलेला मार्ग म्हणजे प्रांगणात जाणारे दार, जिथे येण्यासाठी एरिक वाट बघत थांबला होता.

कोणालाच कळणार नाही अशा कोणत्या तरी कारणाने इन्शाल्लाने त्याला पंजा मारला नाही. गेली १५ वर्षे तिने माणूस प्राण्याचा फक्त तिरस्कारच केला होता. पण आज तिने तिच्यापासून जवळच असणाऱ्या या माणसाकडे मात्र दुर्लक्ष केले आणि ती पुढे चालत राहिली. ख्रिस वेगाने त्या प्रांगणाच्या टोकाला गेला व त्याने रात्रघराचे दार जोरात बंद केले. इन्शाल्लाने तिचा विचार बदलला तरीसुद्धा आता ती त्याच्यापर्यंत पोहोचू शकत नव्हती. तो सुरक्षित होता. चटकन त्याने आपला रेडिओ बाहेर काढला व संकेत क्रमांक एकची सूचना दिली.

इन्शाल्ला शांतपणे चालत इमारतीच्या बाहेर, सूर्यप्रकाशात पोहोचली. तिच्या संपूर्ण आयुष्यात प्रथमच ती असा प्रकाश, असे स्वातंत्र्य अनुभवत होती.

हाच तो क्षण होता जो कधीही येऊ नये म्हणून कर्मचारी प्रार्थना करत. ती धोक्याची सूचना वाजल्याबरोबर लॉवरी पार्कने 'आपत्कालीन बंद प्रक्रिया' सुरू केली. आता पाच वाजत आले होते. थोड्याफार मागे रेंगाळलेल्या प्रेक्षकांना तातडीने

बंद दारामागे नेले गेले. प्रमुख दर्शनी प्रवेशद्वार बंद केले गेले. सशस्त्र गट अपापल्या बंदुका घेऊन सज्ज झाला.

रात्रघरात कोंडून घेतलेला ख्रिस रेडिओवरून इन्शाल्लाच्या हालचाली व स्थितीची माहिती देत होता. काही दिवसांपूर्वीपर्यंत नॅबोचे घर असणाऱ्या भागात ती पोहोचली होती. सध्या हा भाग रिकामा होता. इथल्या नूतनीकरणाकरिता नॅबोला दुसरीकडे हालवले होते. ही सगळी बातमी सांगतानादेखील ख्रिसच्या आवाजातील भीतीचा थरकाप लपत नव्हता. तो खूप भेदरला होता तरीदेखील सांभाळून होता. इन्शाल्लाच्या हालचाली अचूकपणे सांगत होता. आता ती नॅबोच्या पूर्वीच्या घरात थोडी रेंगाळली होती.

खूप वर्षांपूर्वी, अगदी नॅबो इथे येण्याच्याही अगोदर, इथे आशियन हत्तींचे प्रांगण होते. ज्या रात्रघरातून इन्शाल्ला चालत आली होती, तिथेच टिली नावाच्या हत्तिणीने चार-ली-तॉरेला ठार केले होते. त्या पलीकडचे प्रांगण जिथे आत्ता इन्शाल्ला वावरत होती, त्याच्या सभोवती चिखलाने व हत्ती गवताने भरलेला एक खोल पण अरुंद खंदक होता. हत्ती किंवा गेंड्यासारख्या प्राण्यांना ठेवण्याकरिता तो बनवला गेला होता. झेपावणाऱ्या प्राण्यांकरिता त्याचा काहीच उपयोग होत नसे.

इन्शाल्ला आता मुख्य प्रवेशद्वारापासून झेपेच्या अंतरावर होती. नेमकेपणाने सांगायचे तर प्रवेशद्वाराजवळ पाण्यावर तरंगणारा मॅनेटीचा पुतळा असलेल्या कारंजाजवळ ती होती. हे ठिकाण बाळगोपाळांचे खूप आवडीचे ठिकाण होते. जर इन्शाल्ला थोडी आधी निसटून बाहेर आली असती, जेव्हा इथे जास्त गर्दी होती, तर तो अरुंद खंदक एका झेपेत पार करून अनेक मुलांची शिकार ती करू शकली असती.

वाघांकरिता असलेल्या संकेत क्रमांक एकच्या नियमावलीनुसार सशस्त्र गटाने त्या भागाला वेढा घातला होता. शस्त्र घेतलेला एक साहाय्यक अभिरक्षक कामोडो ड्रॅगन इमारतीच्या वर चढला, दुसरा कोणीतरी वाघांच्या रात्रघराच्या मागे दबा धरून बसला. या नियमावलीनुसार या गटाने बाहेर निसटलेल्या वाघाला प्रथम अन्नाचे आमिष दाखवून तिला पिंजऱ्यात नेण्याचा प्रयत्न करायचा होता. परंतु या खेपेला ही गोष्ट शक्य नव्हती. इन्शाल्ला भुकेलेली वाटत नव्हती. खरे तर तिला दिलेल्या, तिच्याकरिता ठेवलेल्या अन्नाला ओलांडून ती पुढे आली होती. आत्तासुद्धा ती धोकादायकच होती आणि आपली कोंडी होते आहे अशी तिची भावना झाल्यास आक्रमणातून स्वसंरक्षणाचा ती निश्चितच प्रयत्न करणार होती.

सशस्त्र टीमचे सगळे सदस्य इन्शाल्लावर बंदूक रोखून डॉ. मर्फींच्या गुंगीच्या औषधाचा बाण घेऊन तिथे पोहोचण्याची वाट पाहात होते. यातील अनेक जण इन्शाल्लाला बरीच वर्षे ओळखत होते. काही जणांनी तर तिला छोट्या अबोध असाहाय्य बछड्याच्या रूपातदेखील पाहिलेले होते. त्या दुपारी जेव्हा ती निसटली

तेव्हा लॉवरी पार्कचा सीईओ उत्तरेकडे असणाऱ्या त्याच्या शेतघराकडे जात होता. वाटेतच त्याचा फोन वाजला, ''ताबडतोब मागे फिर, वाघांसाठीचा संकेत क्रमांक एक जाहीर झाला आहे.''

पहिल्याच वळणाला आपला ट्रक उलट्या दिशेला वळवून लेक्स वेगाने लॉवरी पार्ककडे आला. तोपर्यंत डॉ. मर्फी त्याचे गुंगीचे बाण घेऊन तयार होते. इतर सर्व सशस्त्र गट सदस्यांच्या नजरेच्या टप्प्यात इन्शाल्ला होती. तिची थोडी पुढे-मागे हालचाल झाली की, सर्वांच्या शस्त्रांची दिशा बदलत होती. आत्तापर्यंत तरी तिने कोणतीही आक्रमक हालचाल केली नव्हती. थोडावेळ ती होती तिथेच निवांत पसरली. पुन्हा उठून उभी राहिली. तिने आजूबाजूचे गवत कुरतडल्यासारखे केले व ती उन्हात निवांत उभी राहिली. ती गुरगुरली नाही, तिने गर्जनाही केली नाही. ती अगदी शांत होती.

लेक्स लॉवरी पार्कला पोहोचला, त्याने कारचा आडोसा निर्माण करून ती कार इन्शाल्ला व कारंज्याच्यामध्ये उभी केली. कारमध्ये त्याच्याबरोबर ली ॲन व बारा गेजच्या पिस्तुलासह दोन कर्मचारी होते. गुंगीचा बाण मारण्यासाठी नेमकी कोणती जागा डॉ. मर्फींना चांगली सोईची होईल हे तो गट ठरवत होता. प्रथम त्यांनी लॉवरी पार्कमधील स्कायराइडवरती डॉक्टरांना बसवण्याचे ठरवले. ती जागा डॉक्टरांसाठी सुरक्षित होती, परंतु इन्शाल्लाच्या आत्ताच्या स्थितीपासून खूप उंच व दूर होती. मग वाघांच्या रात्रघरावरती डॉक्टरांना नेण्याचा त्यांनी विचार केला. पण तिथे पोहोचलेले, घाबरलेले डॉक्टर इन्शाल्ला सहज पाहू शकत होती.

इतर अनेक प्राण्यांप्रमाणे इन्शाल्लालादेखील डॉ. मर्फी कधीच आवडले नाहीत. कारण तिनेदेखील डॉ. मर्फी व त्यांचे गुंगीचे औषध यांचा परस्पर संबंध मनात दृढ केला होता. अलीकडेच त्यांनी तिला दिवस न जाण्याचे कारण शोधताना तपासणी चाचण्यांसाठी बेशुद्ध केले होते. ''ही वाघीण माझा खूप तिरस्कार करते.'' ते म्हणाले.

इन्शाल्लाला गुंगीचा बाण मारून बेशुद्ध करणे धोक्याचेही ठरू शकत होते. चित्रपटांत दाखवल्याप्रमाणे तो बाण लगेचच परिणाम करेल असे नाही. त्या औषधाचा परिणाम होणे अंदाज न करता येण्याजोग्या काही गोष्टींवर अवलंबून असते, जसे त्या प्राण्याची मानसिक अवस्था, शरीराच्या नेमक्या कोणत्या भागात तो बाण घुसतो इत्यादी १९७४मध्ये नॉक्सव्हिल प्राणिसंग्रहालयात घडलेल्या घटनेत एका पशुवैद्याने एका बंगाली वाघावर (बेंगॉल टाइगर) गुंगीचा बाण मारला होता. त्या पशुवैद्यापासून सुमारे २५ फूट अंतरावर असलेल्या त्या वाघाने पशुवैद्यावरतीच झेप घालून त्याला फाडून टाकले होते.

तिथल्या एका प्रत्यक्षदर्शीने सांगितले, ''ते इतक्या वेगाने घडले की, पशुवैद्यांना

हालण्याची उसंतच मिळाली नाही.''

लॉवरी पार्कच्या आत संकेत क्रमांक एक जाहीर झाल्याची बातमी लॉवरी पार्कच्या बाहेर पोहोचली. आतील ज्या काही थोड्या प्रेक्षकांना दारामागे बंद केले होते त्यांच्यापैकी एकाने प्रसारमाध्यमाला फोन केला होता. वार्ताहरांकडून ताबडतोब फोन वाजू लागले. आकाशात वृत्त गोळा करणारे हेलिकॉप्टर घिरट्या घालू लागले. त्याचा घरघर आवाज इन्शाल्लाला अस्वस्थ करू नये, अशी प्रार्थना हा सशस्त्र गट करू लागला. इकडे इन्शाल्लाकडूनही हालचाल होऊ लागली. ती प्रांगणाच्या कडेला गेली व तिने त्या खंदकात उडी घेऊन ती तिथल्या गवतात लपून बसली. सशस्त्र गटाला ती दिसेनाशी झाली. तिने लपण्याकरिता अगदी योग्य जागा निवडली होती.

सहा वाजत आले होते. इन्शाल्लाला बाहेर येऊन जवळपास एक तास झाला होता. लवकरच संध्याकाळ होणार होती. जर तिला गुंगीचा बाण मारण्यात दिरंगाई केली, तर ती अंधारात हरवून जाणार होती. शेवटी डॉ. मर्फी इन्शाल्लाला दिसणार नाही याची काळजी घेत प्रांगणाच्या सभोवतीच्या पदपथावर उतरले. लेक्सदेखील डॉक्टरांना सोबत करण्यासाठी पिस्तूल घेऊन गाडीतून खाली उतरला. गवतामध्ये इन्शाल्ला स्थिर होती. तिच्याकडून कोणतीही हालचाल जाणवत नव्हती. तिला बाण मारणे काहीसे अवघड वाटल्याने डॉ. मर्फी तिथेच असलेल्या एका वेलींनी वेढलेल्या ढिगाऱ्यावर चढले. खूप-खूप वर्षांपूर्वी याच उंचवट्यावरून लहान मुले हत्तीच्या पाठीवर रपेट करण्यासाठी चढत असत. हा ढिगारा साधारण सात फूट उंच होता. या उंचीवरून गुंगीचा बाण मारणे डॉ. मर्फींना सहज शक्य होते. त्यांनी अचूक नेम धरून बाण मारला, जो इन्शाल्लाच्या मानेत घुसला. परंतु त्या बाणाने तिला बेशुद्ध केले नाही. उलट ती चिडली. संतापून उंचवट्यासभोवतालच्या वेली पंजाने ओढत तिने डॉ. मर्फींच्या दिशेने झेप घेतली. ती डॉ. मर्फींपासून फक्त पाच फुटांवर होती, जेव्हा लेक्सने तिच्यावर गोळी झाडली.

इन्शाल्ला जागीच कोसळली, पण तिची अजूनही हालचाल होत होती. लेक्सने तिच्यावर आणखीन तीन गोळ्या झाडल्या.

रूपगर्विता सौंदर्यवती इन्शाल्ला निश्चल... निष्प्राण झाली.

कट-कारस्थान

ती मंगळवारची संध्याकाळ होती. कॅरी प्राणिअनाथालयातील काम संपवून घरी परतीच्या मार्गावर होती. तिच्या सेलफोनच्या व्हॉइस मेलवरती लॉवरी पार्कमधील तिच्या मित्रमैत्रिणींचे, ''माफ कर, पण शक्यतो ताबडतोब बातम्या बघ.''असा मथितार्थ असणारे विचित्र संदेश येऊ लागले होते. संदेशातील अर्थाची अस्पष्टता तिला अस्वस्थ करत होती. पण त्याहून ती अधिक अस्वस्थ होत होती, संदेश देणाऱ्या आवाजातील कळकळीच्या आर्जवाने! मार्गावरच्या गर्दीतून तिला काही क्षण मोकळे मिळाले तेव्हा तिने लॉवरी पार्कमधील मैत्रिणीला फोन केला, ''काय झाले? काही वाईट घडले आहे का?'' ''मी तुला सांगते पण आधी तू गाडी बाजूला घे.'' प्रथम कॅरी गाडी थांबवायला तयार नव्हती. मैत्रिणीने आग्रहच धरला तेव्हा तिने गाडी तिथेच बाजूला घेऊन उभी केली. एक धास्तीची जाणीव तिच्याभोवती वाढत होती. ''काय घडले आहे?'' तिने विचारले. ''इन्शाल्लाचा मृत्यू झाला आहे का?'' एक क्षणभर तिची मैत्रिण थांबली व मग ''हो!'' इतकेच बोलली.

पुढच्या क्षणी कॅरी किंचाळत होती.

दुसऱ्या दिवशी लॉवरी पार्क पुन्हा एकदा वृत्तपत्रांच्या मुखपृष्ठावर झळकत होते. परंतु इतके सगळे होऊनही ते नेहमीप्रमाणे उघडले होते. ध्वनिक्षेपकावरून जंगल ढोलांचे संगीत वाजत होते, तिकीट खिडकीजवळ जोडपी व कुटुंबे रांगा करून उभी होती. शेवटी एक रक्तलांछित मृत्यूदेखील भरपूर आर्थिक कमाईचे साधन बनला होता.

सकृतद्दर्शनी जरी सगळे काही ठाकठीक असल्याची बतावणी होत असली, तरी कर्मचारी कामाच्या ओझ्याने भेलकांडत होते. वार्ताहर परिषदा, अश्रुभरल्या डोळ्यांनी मुलाखती देणे, लेक्स सॅलिसबरीने केलेल्या निश्कासनाविरुद्ध दाखल केलेले खटले अशा असंख्य गोष्टींचा भडिमार सुरूच होता. ख्रिस लेननविरुद्ध

झालेल्या आरोपांना उत्तरादाखल, ''तो कामात नवीन होता व त्याने यापूर्वी कधीही शिकारी प्राण्यांबरोबर काम केले नव्हते.'' असा पवित्रा लॉवरी पार्कने घेतल्यावर तर संतापाचा डोंबच उसळला. या सगळ्या उलटसुलट तडाख्यांमध्ये ख्रिस इतका तोडून-मोडून गेला की, त्याने स्वत:ला आपल्या अपार्टमेंटमध्येच बंद करून घेतले; तो कोणाच्याही फोनला उत्तर देत नव्हता. लॉवरी पार्कने आधी त्याला सक्तीच्या रजेवर पाठवले व मग नोकरीतून मुक्त केले. एका राज्यस्तरीय वन्यजीव अधिकाऱ्याने त्याच्यावर 'बंदिवासातील प्राण्यांना हाताळण्यात अयोग्य पद्धतीचा वापर व गैरवर्तन' या गुन्ह्याचे आरोपपत्र दाखल केले जावे अशी मागणी केली. तथापि हिल्सबरो कौंटी स्टेट ॲटर्नींच्या कार्यालयाने 'हेतुपुर:सर गुन्ह्याच्या पुराव्याअभावी' त्याच्यावर आरोप पत्र लागू करण्याचे नाकारले.

लॉवरी पार्क प्रशासनावर मात्र कडक ताशेरे ओढण्यात आले. ताम्पा पोलीस विभागाने इतका भयानक प्राणी बाहेर सुटल्याचे ९११ क्रमांकाला तत्काळ न कळवल्याबद्दल खेद व्यक्त केला. यूएस कृषिविद्या विभागामधील अधिकाऱ्यांनी वाघांच्या रात्रघराला भेट देऊन 'अपुरी सुरक्षा व अपुऱ्या प्रशिक्षण यंत्रणे'चा शेरा मारला. नवीन कर्मचारी अननुभवी होता, हे कारण... होऊ शकते असे; त्या अधिकाऱ्यांचे मत होते. शिवाय प्राण्यांना खुल्या प्रांगणातून त्यांच्या रात्रघरातील गुहेत हालवताना एकच कर्मचारी उपस्थित असणे ही धोरणात्मक चूक होऊ शकते असाही शेरा देऊन अहवालाच्या शेवटी या सर्व त्रुटी तत्काळ दूर केल्या जाव्यात अशी ताकीदही दिली होती.

लॉवरी पार्कच्या बाहेर इन्शाल्लाचा मृत्यू एकूणच प्राणी बंदिवासात ठेवण्याच्या मूलभूत प्रश्नांना खाद्य देत होता. अनेकांनी लॉवरी पार्कच्या सीईओला 'वाइल्ड वेस्ट लेक्स' म्हणून खिजवले. इतरांनी त्या वाघिणीला शांत करण्याकरिता इतर काही मार्ग का अवलंबले गेले नाहीत याचे आश्चर्य व्यक्त केले. ''कोणाला तरी तिच्यावर जाळे फेकता आले नसते का?'' एकाने असाही खोचक प्रश्न विचारला.

असेच काही प्रश्न लॉवरी पार्कच्या आजी व माजी कर्मचाऱ्यांना विचारले गेले. त्यांचे ही म्हणणे असेच होते की, अशा अतिशय अवघड प्रसंगात ते जास्तीत जास्त शक्य होते तेच लॉवरी पार्कने केले आहे. त्या कर्मचाऱ्यांनी पुढे असे स्पष्टीकरणदेखील देऊ केले की, गुंगीच्या औषधाचा परिणाम होण्यास नेमका किती वेळ लागेल, याचा अंदाज करता येत नाही. जाळे टाकण्याविषयी त्यांना असे वाटत होते की, एका संतापलेल्या वाघिणीच्या दातनख्यांपुढे जाळ्याचा टिकाव लागणे असंभवच होते. इन्शाल्ला डॉ. मर्फींच्याकडे झेपावल्यानंतर लेक्सने गोळी घालण्याला पर्याय नव्हताच.

''तो एकच पर्याय शिल्लक होता.'' ब्रायन झारनिक म्हणाला.

ब्रायन हा तोच कर्मचारी होता, ज्याला इन्शाल्लाच्या मृत्यूपूर्वी काही दिवस आधीच काढून टाकण्यात आले होते. वाघाच्या निसटण्याच्या घटनेविषयी तो अधिक मार्मिक टीका करत होता. कॅरीप्रमाणेच तोही याच मताचा होता की, लॉवरी पार्क प्रशासन अनाठायी काटकसर करत होते. सेंट पीटर्सबर्ग टाइम्स व इतर वृत्तपत्रांना दिलेल्या मुलाखतीत त्याने तक्रारीची यादीच सादर केली होती. "सुमारे १८,००० प्राण्यांकरिता एकच पशुवैद्य कसा?" हा इतर अनेकांनी अनेक संदर्भात विचारलेलाच प्रश्न त्याने ठासून पुढे मांडला होता. लेक्सच्या विस्तारीकरणाच्या हव्यासापोटी जेरीस येऊन कर्मचारी आणि व्यवस्थापन यांच्या नात्यांत तेढ निर्माण झाली होती, असे त्याचे ठाम मत होते. तामिनीसारख्या पिल्लांच्या आगमनाच्या व्यापारीकरण धोरणाला त्याचा कडक विरोध होता.

"जरा काही गुबगुबीत गोबरं, साजीरं दिसले की, ते त्याचा वापर करून घेतील." अशा शब्दांत त्याने आपला विरोध मांडला.

ब्रायनने स्पष्ट केले की, त्याने लॉवरी पार्कमधील काही समस्या उघडपणे बोलून दाखवल्या व बदल करण्याचा आग्रह धरला म्हणूनच त्याला काढून टाकण्यात आले होते. तो म्हणाला की, तोच एकटा नाहीतर ज्या कोणी विरोध केला त्यांना बाहेर पाठवण्यात आले होते. कॅरी पीटरसन व डस्टिनसारख्या आपणहून बाहेर पडलेल्यांच्यासह ज्यांना प्रशासनाने काढून टाकले होते, अशा साऱ्यांचा विचार केला असता असे दिसून येते की, या साऱ्यांमुळे लॉवरी पार्कमध्ये अनुभवी कर्मचाऱ्यांची एक निराशाजनक पोकळी निर्माण झाली होती.

इन्शाल्लाच्या मृत्यूनंतर झालेल्या एका वार्ताहर परिषदेत लेक्सला ब्रायन झारनिकच्या निश्कासनासंदर्भात प्रश्न विचारला गेला; तर या सीईओने उत्तर दिले, "कोणत्याही कर्मचाऱ्याच्या नोकरीसंदर्भात भाष्य न करण्याचे आमचे धोरण आहे तरीदेखील मी इथे नमूद करतो की, योग्य कारणाकरिताच झारनिकला काढून टाकण्यात आले होते."

तो स्वतः एक कडक शिस्तीचा अधिकारी असल्याच्या वार्तेविषयी पूर्ण सहमती दर्शवून लेक्सने सांगितले, "होय, मी कर्मचाऱ्यांना कामाला जुंपतो कारण मला लॉवरी पार्क हे एक सर्वोत्तम प्राणिसंग्रहालय बनवायचे आहे. त्या नुसार जर कोणी काम करत नसतील, तर ते इथे राहाण्यास लायक नाहीत."

कॅमेऱ्याकडे पाहताना चेहरा शांत ठेवून तो बोलत होता. राजे, राज्यपाल आणि नगराध्यक्ष या सर्वांबरोबर नातेसंबंध दृढ ठेवून आतापर्यंत त्याने मिळवलेल्या यशामध्ये या विशिष्ट लकबीचा त्याला उपयोग झाला होता. निसटलेल्या वाघाला सामोरे गेल्याच्या दुसऱ्याच दिवशी खोलीभर वार्ताहरांशी नजर भिडवण्याचे त्यामध्ये सामर्थ्य होते. इन्शाल्लाच्या निसटण्याची बातमी लॉवरी पार्कने पोलिसांना कळवली

नाही; कारण लॉवरी पार्कच्या सशस्त्र गटाने परिस्थिती नियंत्रणात ठेवली होती, असे त्याने सांगितले. त्याचबरोबर पुन्हा कधी अशी परिस्थिती निर्माण झाल्यास मात्र लॉवरी पार्क तत्काळ ९११ या पोलीस साहाय्यता क्रमांकाला निरोप देईल, असेही त्याने नमूद केले. परंतु या बोलण्यात कोणालाही दिलगिरीचा सूर जाणवला नव्हता. "त्यांची आम्हाला गरज असल्याखेरीज आम्ही त्यांना बोलावत नाही." ठाम आवाजात तो सांगत होता, "ज्यांना खऱ्या अर्थाने प्राणी वर्तनाची जाण नाही अशा लोकांनी शस्त्रे बाळगत इथे गर्दी करावी असे आम्हाला वाटत नाही."

या परिषदेदरम्यान कोणीतरी त्याला विचारले की, इन्शाल्लाला गोळ्या घालण्याचे काम त्याने स्वत: का स्वीकारले? दुसऱ्या कोणाला हे काम का सोपवले गेले नाही? यावरती त्याने स्पष्ट केले की, ते त्याचे स्वत:चे काम होते. दुसऱ्या कोणावर वाघाला ठार करण्याची सक्ती करण्याची त्याची इच्छा नव्हती. सर्व प्रश्नोत्तरांच्या वेळी झाल्या घटनेबद्दलची तीव्र भावना सौम्य करण्याचा लेक्स प्रयत्न करत होता. इन्शाल्लाला तो तिच्या जन्मापासून म्हणजेच गेली १५ वर्षे ओळखत होता तरीदेखील त्याने तिचा नावाने उल्लेख करण्याचे टाळले. त्याच्या अशा बोलण्यामुळे एक भयावह सौंदर्यवती जिने तमाम प्रेक्षकांना, तिच्या रक्षकांना व प्रेमिकांना मोहिनी आणि भीती या दोन्हींचा एकाच वेळी जबरदस्त अनुभव दिलेला होता, ती इन्शाल्ला अचानक एक साधी क्षुल्लक 'प्राणी' बनली होती. तिचे 'इन्शाल्ला' असणे जणू पुसून टाकले जात होते.

लेक्सने मान्य केले की, तिचा अनपेक्षित व अवेळी मृत्यू खरोखर दुर्दैवी होता. परंतु इन्शाल्लाच्या मृत्यूने सुरू झालेली वार्ताहर परिषद लॉवरी पार्कच्या अव्याहत उत्तुंग ध्येयाकडे कधी वळली, हे लेक्सखेरीज इतर कोणालाही कळले नाही.

"एका ठरावीक नैतिक हेतूने, इतरांपेक्षा वेगळे काहीतरी करण्याच्या ध्यासाने आपण काम पुढे चालू ठेवणार आहोत. आणि मला पूर्ण खातरी आहे की, आपण हे करून दाखवणारच!" त्याचा आवाज आणि विश्वास दोन्ही ठाम होता.

परंतु अशा बोजड शब्दप्रयोगाने टीकेचा झंजावात थोपवता आला नाही. इंटरनेटवर इन्शाल्लाचा खून करण्याचा लेक्सवर आरोप करण्यात आला. हे ऐकून ली ॲन सुन्न झाली. कॅमेऱ्यासमोर अगदी संयत वाटणारा लेक्स, तिचा बॉस, इन्शाल्लाला गोळ्या घालण्याच्या दुसऱ्या क्षणाला किती बावरला होता, हे तिने स्वत: पाहिले होते. इन्शाल्लाने हल्ला केला तेव्हा त्याने दुसरे काय करणे, अपेक्षित होते? डॉ. मर्फींना ठार करू द्यायचे होते का? तिला प्रश्न पडला. खरे तर इतक्या विवादास्पद कृतीची जबाबदारी त्याने स्वीकारली त्याकरिता ती लेक्सच्याप्रती कृतज्ञच होती.

"लेक्सने आपल्यावर कृपाच केली आहे." ती म्हणाली असे, "हे त्याचे प्राणिसंग्रहालय आहे, त्याला इथल्या प्रत्येक गोष्टीची काळजी आहे. अनेकदा त्याला

कठोर निर्णय घ्यावे लागतात.''

या सगळ्या प्रश्नांनी उठवलेल्या मोहोळात लॉवरी पार्क पुन्हा एकदा गत इतिहासाकडे वळते आहे, ही कोणालाच न जाणवलेली गोष्ट लेक्सच्या मात्र ठळकपणे लक्षात आली.

वार्ताहर परिषदेच्या दिवशी दुपारी लेक्सने दोघा वार्ताहरांना गेंडा – प्रांगणाच्या सभोवताली असलेल्या खंदकाकडे नेले. त्या दिवशी झालेल्या थरार नाट्याचा इतिवृत्तान्त त्या नेमक्या जागेवर दाखवला. शेवटी त्याने इन्शाल्लाला का व कसे मारले याचे वर्णन केले. त्या दोघा वार्ताहरांनी झालेल्या घटनाक्रमाच्या गुंत्यातून त्याला पुन्हा जायला लावले, ज्यायोगे त्यांच्या वार्तांकनात त्यांना घडलेला प्रसंग अचूकपणे मांडता येईल.

लेक्सने आत्तापर्यंत आणलेले उसने अवसान दूरदर्शन कॅमेऱ्यापासून दूर असताना मात्र गळाले व मनातील दु:ख त्याच्या शब्दांतून वाहू लागले. तो म्हणाला की, इन्शाल्लाचा मृत्यू हा त्याने लॉवरी पार्कमध्ये अनुभवलेला दुसरा हृदयद्रावक प्रसंग होता. दुसरा अनिष्ट प्रसंग म्हणजे १९९३ सालातील ती सकाळ, जेव्हा एका हत्तीने चार-ली-तॉरेला ठार केले होते. ही दोन्ही शोकनाट्ये लॉवरी पार्कच्या याच ठिकाणी घडली होती. लेक्सने इन्शाल्लावरती गोळ्या झाडल्या तेव्हा तो चार-ली-तॉरेच्या स्मरणचिऱ्याजवळच उभा होता. आत्ता त्या दोन वार्ताहरांना त्याने तो स्मरणचिरा दाखवला. अर्थात योगायोगाच्या मुद्याचा त्याला या ठिकाणी नुसता संदर्भ द्यावयाचा होता, त्याच्या सविस्तर वर्णनात जाण्याचा त्याचा अजिबात हेतू नव्हता.

यानंतरही काळ पुढे सरकत राहील, प्रेक्षकांच्या नवीन पिढ्या रमतगमत लॉवरी पार्कमधील प्राणी बघतील. त्या कोणालाही या गोष्टीची कल्पना असणार नाही की, या ठिकाणी एक वाघ आणि एक रक्षक दोघांचाही मृत्यू झाला आहे. नूतनीकरणानंतर या ठिकाणचे स्वरूपही आमूलाग्र बदलेल. परंतु त्या नवीन वेगळ्या रूपाच्या तळाशी खदखदणारा इतिहास मात्र तोच असेल.

तेरा वर्षांचे कालांतर असणाऱ्या दोन भीषण घटना एकाच चौकटीत जणू स्थिर झाल्या होत्या.

वानर विभागामध्ये एका पुतळ्याची चर्चा सुरू होती. हर्मनची स्मृती ताजी ठेवण्याकरिता कर्मचाऱ्यांना काहीतरी हवे होते. लॉवरी पार्क प्रशासनाचा हर्मनच्या नावाचा एक स्मरणचिरा किंवा तांब्याच्या धातूत बनवलेली हर्मनची प्रतिकृती चिंपांझी प्रांगणाच्या समोर उभी करण्याचा मानस होता. प्रत्येकाला हर्मनच्या स्मरणार्थ असे काहीतरी हवे होते की, ज्यामधून त्याच्या लॉवरी पार्कमधील इतक्या साऱ्या

दशकांच्या वास्तव्याचा सन्मान होईल व ज्यामार्फत त्याचे लोकांच्या मनावरील अधिराज्य पुढेही चालू राहील.

मधल्या कालावधीत मागे राहिलेली चिंप्स धक्क्यातून पूर्णपणे सावरले नव्हते. पुढील अल्फा समोर येऊन स्वत:चे स्थान सिद्ध करण्याची ते वाट पाहात अनिश्चित, अधांतरी स्थित्यंतरकालामधून जात होते. मात्र पुढील अल्फा ॲलेक्स नसावा अशी वानर विभागातील कर्मचारी देवाकडे प्रार्थना करत होते. हर्मनच्या मृत्यूपासून हा किशोरवयीन नर खूपच दंगामस्ती करत होता. त्याने हर्मनचे धबधब्याजवळचे उच्चस्थान कटकारस्थान करून पटकावले होते. या स्थानाच्या खालच्या एका बैठकीवर समाधान मानणाऱ्या बॅम्बूने ॲलेक्सला त्या उच्चस्थानावरून हुसकावून ते स्थान मिळवण्याचा प्रयत्नही केला नव्हता. परंतु उन्हाळ्याने हिवाळ्याचे रूप घेतले तसे कर्मचाऱ्यांना जाणवले की, बॅम्बूने अल्फाचा पोशाख आधीच घातला होता. बॅम्बूच्या ठायी हर्मनइतका आत्मविश्वास नव्हता. तरीदेखील ही नवीन भूमिका तो सहजपणे बजावताना दिसत होता. राहिलेल्या चिंप्सनीदेखील तात्पुरती का होईना पण त्याला मान्यता दिली होती. त्यामुळे कळपातील एकंदर वातावरण शांतीचे व स्थिर होते. हर्मनच्या मृत्यूपासूनच साशाच्या कळपातील प्रवेशाचे प्रयत्न चालू होते. रूकियाने या खेपेलादेखील तिच्या माईची भूमिका स्वीकारली होती. साशा तिला इतकी चिकटली होती की, जिथे-तिथे ती रूकियाच्या मागेमागे राहात असे. साशाची बॅम्बूशीही चांगलीच गट्टीजमली होती. एके रात्री तर ती बॅम्बूच्या रात्रघरात चढून या नवीन राजाशेजारी आरामात झोपली होती.

हर्मनवर प्रेम करणारे सर्व जण अजूनदेखील कळपातील नीचतम स्थानावर असणाऱ्या बॅम्बूने त्याच्यावर केलेल्या हल्ल्याची कारणे शोधण्याचा प्रयत्न करत होते. निश्चितच कळपातील अंतर्गत संबंधांत काहीतरी बदल होत होते, जे तिथे काम करणाऱ्या कर्मचाऱ्यांच्या लक्षात आले नव्हते. परंतु या बदलांचे नेमके माध्यम कोणते? परंतु बॅम्बूने हर्मनच्या – की ज्याने त्याला नेहमी आदराने व प्रेमाने वागवले होते- विरुद्ध का जावे? अशी कोणती बाब मिळवण्याकरिता त्याने हर्मनला दूर केले की, जी बाब त्याच्यासाठी उपलब्ध नव्हती? त्याला पुरेसे पोटभर अन्न मिळत होते; इतर माद्यांशी समागमापासून हर्मनने त्याला कधीच थोपवले नव्हते. मग तो हर्मनवरती का तुटून पडला?

हर्मनच्या मृत्यूनंतर काही काळ निघून गेला होता. ली ॲन थोडी सावरली होती व त्या घटनेविषयी काही बोलण्याच्या मन:स्थितीत आली होती. तिने हे मान्य केले की, त्या विशिष्ट क्षणी काय घडले असावे हे तिलाही अजूनही गूढच होते. परंतु तिने स्वत:करिता एक तर्कसंगत स्पष्टीकरण शोधले होते. जे काही घडून गेले, त्यामध्ये रूकिया केंद्रस्थानी होती. हर्मनच्या मृत्यूच्या काही दिवसच आधी हर्मन

आणि बॅम्बूमध्ये झालेल्या भांडणाची तिला आठवण झाली. त्याच बरोबर रूकियाने बॅम्बूची पाठ खाजवण्याचा विक्षिप्त वाटणारा प्रसंगही तिला आठवला. अनेक वेळेला रूकियाने हर्मन व बॅम्बूमध्ये वितुष्ट आणण्याचे प्रसंगदेखील ती विसरू शकत नव्हती. या सगळ्या प्रसंगांना एकत्र करून तिला नक्की वाटत होते की, रूकियनेच या दुर्दैवी प्रसंगाची रचना केली होती. ''मला वाटते रूकियानेच चिथावणी दिली होती.'' ली ॲन म्हणाली, ''तशी ती मला खूप आवडते, माझे तिच्यावर खूप प्रेमही आहे. पण मला तरी वाटते की, तिनेच या भांडणाला सुरुवात केली असणार!''

ली ॲनच्या मते रूकियाच्या मदतीखेरीज बॅम्बूने स्वत:हून सत्ता बळकावण्याचा प्रयत्न करण्याचीही शक्यता नव्हती. बॅम्बू किंवा रूकिया दोघांचाही हर्मनला ठार करण्याचा इरादा असेल असे तिला कदापिही वाटत नव्हते. जास्तीत जास्त त्याला घाबरवून, त्याला शरण येण्यास भाग पाडण्याचा त्यांचा प्रयत्न असावा असे तिला वाटत होते. काही वर्षांपूर्वी चेस्टरकडून असाच काहीसा प्रयत्न झाला होता. परंतु बॅम्बूने हल्ला केल्यानंतर हर्मनच्या डोक्याला मार बसलेले तर स्पष्टच झाले होते. कदाचित हिंसेची तीव्रता अपेक्षेपेक्षा चुकून जास्त झाली होती!

हल्ला करत असताना आपण नेमके काय करत आहोत याबद्दल बॅम्बूच्या मनात स्पष्टता होती असे ली ॲनला वाटत नव्हते. त्या दिवशी सगळे गोळा झाल्यानंतर बॅम्बूने त्याची भीती दाखवणारे दात विचकणे, त्याचा गोंधळ हे सर्व ली ॲनला स्पष्ट आठवत होते. तिला अजूनही वाटत होते की, बॅम्बूला हर्मनविरूद्ध चिथावण्यासाठी कोणते तरी निमित्त रूकियाने शोधले असणार. परंतु हर्मनशी असणारा आपला सलोखा मोडण्याचे तरी रूकियाला काय कारण होते? इतक्या वर्षांत हर्मनने रूकियाला कधीच दुखवले नव्हते, नेहमी तो तिच्याशी प्रेमानेच वागत असे. त्याच्यापासून सुटका मिळवण्यामागे तिचा हेतू नेमका काय असेल? साशाच्या प्रवेशामुळे हा सगळा प्रसंग घडून आल्याची चर्चा ली ॲनने ऐकली होती. पण तिला ते कारण शक्यतेच्या पलीकडील वाटत होते. त्या सुमारास साशा अजून कोणत्याही नरांना भेटली नव्हती, शिवाय कोणत्याही माद्यांबरोबर एकाच पिंजऱ्यात राहिलीही नव्हती. ली ॲनच्या तर्कानुसार रूकिया आपला दत्तकपुत्र ॲलेक्सच्या सत्ताग्रहणाचा मार्ग तयार करत होती. ॲलेक्ससाठी राजा बनणे सोपे व्हावे, याची ती तरतूद होती. त्याच्याकरिता येणाऱ्या अडचणींचा अंदाज करण्याजोगी ती हुशार होती. एकदा हर्मनला बाजूला केले की, कळपात राहिलेला एकमेव नर बॅम्बू अल्फापदी येईल, हे साधे-सरळ भाकीत होते. बॅम्बूदेखील म्हातारा व दुबळा होता व विशेषकरून ॲलेक्सच्या रूपात उभ्या राहिलेल्या आव्हानासमोर तो अल्फापदी दीर्घकाळ राहाणार नव्हता. ॲलेक्स तरुण होता, शक्तिमान होता. दिवसेंदिवस अधिक बलवान बनत होता.

ली ॲनने मांडलेली तार्किकता रॉबर्ट ग्रेव्ह याच्या 'आय, क्लॉडिअस'या अजरामर कादंबरीतील आद्य रोमन सम्राटाच्या कथानकाची आठवण करून देणारी होती. या कथेत ऑगस्टस्‌ची पत्नी, सम्राज्ञी लिव्हिया, आपला पुत्र टिबेरियस याच्या राजा होण्याच्या आड येणाऱ्या प्रत्येक प्रतिस्पर्ध्याच्या विरोधात कट रचते, त्याला विष देते किंवा त्याचा खून करते.

ली ॲनचे विश्लेषण तंतोतत बरोबर नसेलही कदाचित. या दुःखद घटनेशी रूकियाचा अर्थार्थी काही संबंध नसला तरी लवकरच ॲलेक्सच अल्फा बनेल, हे मात्र नाकारता येत नव्हते. काही का असेना आपल्या पूर्वीच्या राजाला विसरणे शक्य नव्हते. ली ॲनने तिच्या टेबलावर हर्मनचा फ्रेम केलेला फोटो व एका पात्रामध्ये त्याची थोडी राख ठेवली होती. त्याच्या सन्मानार्थ त्याच्याविषयी तिला आवडणाऱ्या काही गोष्टींची तिने यादी केली होती. त्यांपैकी काही अशा होत्या –

तो एक सात्त्विक सोज्वळ आत्मा होता.
त्याला आपली नखे स्वच्छ करून घ्यायला आवडत असे.
बिन बाह्यांचे, उघड्या गळ्याचे कपडे घातलेल्या मुलींबरोबर तो छचोरपणा करत असे.
प्रत्येक भांडणानंतर तो समझोता करत असे.
तो खूप संतापलेला असेल, तर प्रतिस्पर्ध्याला तो आपल्या संतापाची सूचना देत असे.
तो चोरटेपणा कधीच करत नसे.
त्याला व्यक्तींची व त्यांच्या व्यक्तिमत्त्वाची चांगली जाण होती.

त्या हिवाळ्यात लॉवरी पार्क व त्याचे टीकाकार यांच्यातील वाद व विरोध बऱ्याच उंचीवर पोहोचला होता. अधिकाधिक माजी कर्मचारी अधिकाधिक टीकात्मक मुद्दे घेऊन पुढे येऊ लागले होते. या टीकाकार माजी कर्मचाऱ्यांमध्ये जेफ व कॉलिन क्रॅमर यांचादेखील समावेश होता. जेफने सुरक्षा विभाग तसेच अतिथी सेवा विभागात काम केले होते, तर कॉलिनने शैक्षणिक विभागात काम केले होते. दोघांनीही वार्तासंघटनांना मुलाखती दिल्या व तिथे प्रामाणिकपणे मत मांडले की, लॉवरी पार्कमध्ये काम करण्यात ते खूप खूश होते. परंतु केवळ तेथील धोरणांमुळे निराश होऊन त्यांना लॉवरी पार्क सोडणे भाग पडले होते. या दोघाही क्रॅमरनी एकमुखाने सांगितले की, लेक्सच्या सततच्या विस्तारीकरणाच्या धोरणामुळे तेथील कर्मचारी कामाचे अतिरेकी ओझे तर सांभाळत तर होतेच, शिवाय अपेक्षित काम व पूर्ण

झालेले काम यामधील तफावतीमुळे लेक्सच्या जुलमी व्यवस्थापनात अनेकदा बऱ्याच कर्मचाऱ्यांना अपमानित होण्याची वेळ येत असे. त्यांनी आग्रहपूर्वक नमूद केले की, इन्शाल्लाचे बाहेर सुटणे ही एकमेव संकेत क्रमांक एकची गंभीर घटना नव्हती. सुरक्षाविभागात काम करत असताना त्याच्याच शिफ्टमध्ये तामिनी दोनदा बाहेर पडला होता. इतरांप्रमाणे क्रॅमरकरितादेखील हा महत्त्वाचा प्रश्न होता की, लॉवरी पार्कमधील सातत्याने वाढणारी प्राणिसंख्या सांभाळण्यासाठी प्रशासनाकडे अशी किती बळकट व्यवस्था आहे? या दोघा पती-पत्नीनी मिळून एक वेबसाइटदेखील उघडली होती. या माध्यामाने ते आपले विचार व तक्रारी घेऊन इतरांपर्यंत पोहोचण्याचा प्रयत्न करणार होते.

लॉवरी पार्कने नवीन प्रांगणांत आणून ठेवलेल्या अनेक आफ्रिकन पेंग्विन्सबद्दल दोघे क्रॅमर अधिक चिंताग्रस्त होते. दक्षिण आफ्रिकेतील उष्ण हवामानातील ही प्रजाती त्यांच्या प्रांगणाचे बांधकाम होत असताना एका मागच्या खोलीत ठेवली गेली होती ज्या दरम्यान त्यांच्यातील दोघांचा मृत्यू झाला होता.

"तुम्हाला खरेच असे वाटते का की, ही जागा प्राणी किंवा त्याविषयीच्या शिक्षणाकरिता योग्य जागा आहे म्हणून?" त्यांचा राग व्यक्त करत तो पुढे म्हणाला, "हे सगळे फक्त एकाच गोष्टीसाठी आहे आणि ती म्हणजे केवळ पैसा."

लॉवरी पार्कने यातील प्रत्येक मुद्याचे उत्तर देत टीकेच्या फैरी परतवल्या. पक्षी-विभागाकरिता साहाय्यक अभिरक्षक असणाऱ्या ग्रेग स्टॅपलूमरने दोन आफ्रिकन पेंग्विनच्या मृत्यूची बातमी खरी असल्याचे मान्य केले. यापूर्वी ग्रेगने डलास येथे पेंग्विन बरोबर काम केले होते. त्याने लॉवरी पार्कमधील आफ्रिकन पेंग्विनच्या मृत्यूविषयी अहवाल दिला की, त्या दोघांचा मृत्यू हा या पक्ष्यांमध्ये सर्वसामान्यपणे आढळणाऱ्या श्वसनाशी संबंधित 'ॲस्पर' या रोगामुळे झाला होता. त्या पक्ष्यांची जागा बदलण्याशी म्हणजेच त्यांचे लॉवरी पार्कमध्ये येण्याशी त्यांच्या मृत्यूचा काही संबंध नव्हता.

ली ॲन व इतरांनी हे मान्य केले की, एक-दोन वेळेला तामिनी हत्ती विभागाच्या सभोवतालच्या तारेच्या कुंपणामधील फटीतून बाहेर निसटला होता. पण त्यांनी याचाही निर्वाळा दिला की, तो फार लांब गेला नव्हता. तो कुंपणाच्या दुसऱ्या बाजूला पण शक्यतो त्याच्या आईच्या पायाशीच राहाण्याचा प्रयत्न करत असे. प्राण्यांच्या रात्रघरांच्या डागडुजी संदर्भात ली ॲनने खातरीपूर्वक नमूद केले की, अलीकडच्या काळात दुरुस्तीच्या वेळापत्रकात थोडा ताणतणाव निर्माण झाला होता कारण 'सफारी आफ्रिका'च्या बांधकामाकडे अधिक लक्ष दिले गेले होते. परंतु त्यानंतर मात्र प्राणी विभागांना त्यांचे स्वत:चे दुरुस्ती कामगार दिले गेले होते आणि सूचना व गरज लक्षात घेऊन ते कामगार व्यवस्थितपणे काम करत होते. अशा तऱ्हेने लॉवरी पार्कमधील सोई-सुविधा नेहमीच सुरक्षिततेची काळजी घेतात असे

तिने ठासून सांगितले. तिने असेही नमूद केले की, यूएसडीएने इन्शाल्लाच्या मृत्यूनंतर ताबडतोब केलेल्या सर्वेक्षणात सगळीकडची कड्या-कुलपे ठीक असून कोणतीही समस्या नसल्याचा अहवाल दिला होता.

''लॉवरी पार्कमधील परिस्थिती अजिबात निराशाजनक नाही.'' ती म्हणाली. इकडे लेक्सनेदेखील ही गोष्ट कधी मान्य केली नव्हती की, इन्शाल्लाच्या मृत्यूचा लॉवरी पार्कच्या विस्तारीकरणाशी दुरन्वयाने काही संबंध होतो.

''आमच्याकडे कर्मचाऱ्यांची कमतरता नाही'' त्याने सांगितले. ''इन्शाल्ला बाहेर निसटली ती मानवी चुकीमुळे.''

या एकंदर प्रकरणात लेक्स ना वाकला, ना मागे सरकला. आपल्या मुद्यावर तो ठाम होता. त्या सप्टेंबरमध्ये ताम्पामध्ये भरलेल्या एझेडएच्या वार्षिक परिषदेत सह-यजमानपद भूषवताना त्याने अस्तित्व धोक्यात आलेल्या प्राण्यांच्या संरक्षणासंदर्भात लॉवरी पार्कने केलेल्या अतुलनीय कामगिरीचा उल्लेख करत एक जोशपूर्ण भाषण केले. श्रोत्यांमध्ये त्याचे बरेच मित्र, सहकारी होते. प्राण्यांविषयी निर्णय घेऊन त्यांच्या नशिबाचा ताबेदार होणे म्हणजे काय असते हे बरेच जण समजत होते. त्या ठिकाणी ना टीकाकार होते ना प्रश्नांचा भडिमार करणारे वार्ताहर होते. काळाचा तराजू त्याच्या बाजूला झुकला होता हे ओळखून समोर जमलेल्या दानशूर, कर्मशूर लोकांवर आपल्या व्यक्तिमत्त्वाची छाप टाकण्यासाठी स्फुर्तीने भारलेले भाषण तो देत होता. फ्लोरिडामधील केइ डिअर, केइ लार्गो वुडरॅट्स, फ्लोरिडा पॅन्थर, रेड् वूल्वज, व्हूपिंग क्रेन्स (डांग्या करकोचा) आणि अर्थातच मॅनेटीसारख्या अस्तित्व धोक्यात आलेल्या प्राण्यांच्या संगोपन व संवर्धनातील लॉवरी पार्कचे दीर्घकालीन योगदान लक्षात घेऊन कशा प्रकारे फ्लोरिडा लेजिस्लेचरने राज्यातील संकटग्रस्त प्राण्याचे आश्रयस्थान होण्याचा मान बहाल केला आहे याविषयी त्याने आपल्या भाषणात सविस्तर ऊहापोह केला होता. लॉवरी पार्कमध्ये १५ वर्षांपूर्वी मॅनेटींचा दवाखाना स्थापन केला गेला होता आणि तेव्हापासून आत्तापर्यंत लॉवरी पार्क-मॅनेटी विभागाने १८१ मॅनेटींची काळजी घेतली होती व ८४ मॅनेटींना त्यांच्या नैसर्गिक आवासात यशस्वीरीत्या परत पाठवण्यात आले होते याविषयी तो आपल्या भाषणात बोलला.

सध्या लॉवरी पार्कमध्ये एझेडएच्या 'प्रजाती अस्तित्व योजने'त अंतर्भूत असणाऱ्या ओरांगउटांग व कोमोडो ड्रॅगनसारख्या ३३ प्रजातींच्या संरक्षण आणि जपणुकीकरिता लॉवरी पार्क कसे कसून प्रयास करत आहे, याबद्दल त्याने विवेचन केले. तो पनामियन गोल्डन फ्रॉग्ज् वाचवण्याच्या उपक्रमातील लॉवरी पार्कचा सहभाग तसेच काँगोच्या जंगलातील चिंपांझी प्रजातीच्या संशोधनाकरिता लॉवरी पार्कने देऊ केलेली आर्थिक मदत, शिवाय स्वाझीलॅन्डमधील गेंडे व इतर अस्तित्व धोक्यात आलेल्या प्रजातींच्या अस्तित्वासाठी केल्या जाणाऱ्या प्रयत्नांमधील लॉवरी पार्कचे योगदान हे

मुद्दे त्याने प्रभाविपणे मांडले.

"हेच," तो बोलत होता. "हेच सर्व आपण करत राहाणार आहोत." टाळ्यांचा गजर इमारतीचे छप्पर भेदून आकाशापर्यंत पोहोचला. आपल्याच जमातीमध्ये मान्यता प्राप्त करून, त्यांच्याचकडून लेक्स अभिनंदन स्वीकारत होता, हस्तांदोलन करत होता, जुन्या मित्रांना भेटून आनंद व्यक्त करत होता. एकाच महिन्यापूर्वी हर्मन व इन्शाल्लाच्या लागोपाठ झालेल्या मृत्यूच्या आघातातून सावरण्याचा लॉवरी पार्क प्रयत्न करत होते; तेव्हा त्या संदर्भात उठलेल्या वादळात लेक्स त्याची लॉवरी पार्क प्रशासनावरची पकड व कदाचित नोकरीही गमावण्यापर्यंत पोहोचला होता. परंतु आत्ता मात्र तो संयत आणि स्वनियंत्रित वाटत होता, कधी नव्हे इतका विजयी भासत होता. नजीकच्या भविष्यकाळात लॉवरी पार्कमध्ये लेक्सचीच सत्ता अबाधित राहून लॉवरी पार्कला तो त्याला हव्या त्या दिशेला बिनविरोध वळवू शकणार होता.

विजय

वादळातील ढगांच्या गडगडाटाचा आवाजच जणू लुप्त झाला होता. महिने सरले, मग वर्षही सरले. लेक्सचे अधिराज्य अबाधितपणे चालू राहिले. कर्मचाऱ्यांकरिता एकंदर परिस्थिती आरशाप्रमाणे साफ होती. दिल्या जाणाऱ्या पगारात कामाचे व कोणाच्या तरी महत्त्वाकांक्षेचे ओझे बाळगत काम करणे किंवा लवकरच ती जागा दुसऱ्या कोणी गरजू माणसाने भरली जाईल; ही जाणीव घेऊन निघून जाणे, हे दोनच पर्याय त्यांच्यासमोर होते.

लॉवरी पार्क अंतर्गत असमाधान जोपासत परंतु एखाद्या मुसंडी मारणाऱ्या प्राण्याप्रमाणे वाढतच होते. मागील दाराने येणाऱ्या ट्रक्स आणि ट्रेलर्समधून नवीन प्राण्यांचा ओघ थांबत नव्हता. या नव्याने नोंदवल्या जाणाऱ्या प्राण्यांच्या नावांनी नोंदवह्या भरल्या जात होत्या. पृथ्वीतलावरील प्रत्येक प्राणिप्रजाती जणू लॉवरी पार्कमध्ये गोळा होत आहेत असे वाटण्याइतका येथील प्राणिसंग्रह फोफावत होता.

टीकाकार सतत टिमक्या वाजवतच होते. 'पेटा' आपल्या वेबसाइटवरून बंदिवासातील हत्तींविरुद्ध आवाज उठवत होते. तसेच लॉवरी पार्कमध्ये मोडला जाणारा प्रत्येक नियम, यूएसडीएचे प्रत्येक अवतरण, सर्किट कोर्टात दाखल केलेला प्रत्येक खटला, लॉवरी पार्कच्या अपयशाची वृत्तपत्रातील प्रत्येक बातमी अशी लॉवरी पार्कच्या विरोधात उपलब्ध असणारी प्रत्येक बाब क्रेमर पती-पत्नी आपल्या वेबसाइटवर प्रसिद्ध करत होते. हा त्यांचा आर्थिक कमाईचा मार्ग नव्हता. परंतु हे प्रयत्न चालू ठेवणे त्यांना आवश्यक वाटत होते आणि म्हणून ते या सर्वांचा कसून पाठपुरावा करत होते.

कॅरी पीटरसनने स्वतःला या सर्वांमधून अलिप्त केले होते. प्राणिअनाथालयातील सोडून दिलेल्या पाळीव प्राण्यांना दत्तक घेणारी घरे शोधण्याच्या तिच्या कामावरती लक्ष केंद्रित करण्याचे तिने ठरवले होते. यामधून आर्थिक कमाई फारशी नव्हतीच. परंतु तिला ते काम योग्य वाटत होते. तिच्या स्वतःच्या घरात अशा अनाथ प्राण्यांची

अगदी जत्राच भरली होती, ज्यामध्ये चार कुत्री, चार मांजरे, तीन कासवे, दोन चिनचिला, दोन साप, दोन ब्लू टंग्ड् स्किंक्स, एक हॅमस्टर, एक टारेन्ट्युला आणि इतर काही तिने स्वत: सांभाळलेली प्राणी प्रजा होती.

लॉवरी पार्कमधील तिच्या दिवसांबद्दल विशेषकरून इन्शाल्ला व नॅबोविषयी विचार न करण्याचा शक्यतो ती प्रयत्न करत असे. परंतु तरीदेखील कधीकधी ते विचार मनाबाहेर ठेवणे तिला कठीण होत असे. त्या विचारांबरोबरच कुठेतरी काहीतरी गंभीररित्या चुकत असल्याची भावना तिच्या अस्तित्वाला घेरून राहात असे. तिला वाटे प्राण्यांपेक्षा पैसा अधिक महत्त्वाचा होत होता. हा समतोल नेमका कधी ढळला हे तिला सांगता येत नव्हते. कदाचित विमानातून स्वाझीलॅन्डमधील हत्ती आणल्यापासून किंवा कदाचित त्याही आधीपासून....

लॉवरी पार्कचा विषय निघाला की, कॅरी दगडी पुतळा बनत असे. त्याच्याशी संबधित कोणत्याही विषयावर बोलणे ती टाळत असे. लॉवरी पार्कबद्दल विचारणा करणारे फोन ती उचलत नसे. अलीकडे तर लॉवरी पार्कच्या रस्त्याने जाणेसुद्धा ती टाळत होती.

आपल्या राज्याच्या तटबंदीवरती मारा केल्या जाणाऱ्या टीकाकारांच्या क्षेपणास्त्रांबद्दल चिंता करणे लेक्सने सोडून दिले होते. त्याला खुनी म्हणणारे ब्लॉग्ज, त्याने केलेल्या निश्कासनाविरुद्ध दाखल केले गेलेले खटले व त्याचे इतर टीकाकार यांना तो काडीचीही किंमत देत नसे. तो म्हणत असे की, अगदी मेसापोटेमिया संस्कृतीच्या प्राचीनपूर्व काळापासून प्राणिसंग्रहालय प्रथा अस्तित्वात असून ती इतक्या सहजपणे नष्ट होणार नाही. निदान त्याचे लॉवरी पार्क तरी नाहीच नाही.

२००३ ते २००८ या पाच वर्षांमध्ये लॉवरी पार्क हे अमेरिकेतील वेगाने वृद्धिंगत होणारे प्राणिसंग्रहालय बनले होते. इथे वर्षाला निदान दहा-बारा लक्ष पर्यटक भेट देत होते. ज्या स्थित्यंतराचा लेक्सने अवाजवी आग्रह धरला होता, तेच स्थित्यंतर सत्यरूपात साकारले होते. तो म्हणत असे की, १९८७मध्ये लॉवरी पार्कमध्ये तो रुजू झाला तेव्हा तिथे ३२ प्राणी होते. सध्या जगातील ३०० प्रजातींचे प्रतिनिधित्व करणारे सुमारे २,००० प्राणी लॉवरी पार्कमध्ये होते.

लॉवरी पार्कसंबंधात लेक्सने तयार केलेल्या मूलभूत आराखड्यात अधिक प्राण्यांचे आगमन, पर्यटक व प्राणी यांचे अधिकाधिक सान्निध्य आणि यामधून अधिक वृद्धी इत्यादींचा समावेश होता. त्याची महत्त्वाकांक्षा मंदावली नव्हती, हे सिद्ध करण्यासाठी त्याने सॅनडिएगो प्राणिसंग्रहालय व सॅनडिएगो ॲनिमल पार्क येथील प्राणिसंग्रह विभागाचे संचालक लॅरी किल्मर यांना पद देऊ करून आमंत्रित

केले होते. भारतामध्ये अस्तित्व धोक्यात असलेल्या म्हणून जाहीर झालेल्या 'घरियाल क्रॉकोडाइल्स' तसेच जगभरातील इतर विविध प्राणी लॉवरी पार्कमध्ये आणण्याबद्दल तो बोलत होता.

लेक्सचे स्वप्न असणाऱ्या लॉवरी पार्कच्या नवनिर्माणातील मानबिंदू म्हणजे नुकतीच रंगू लागलेली हत्तीकळपाची कल्पना! हत्ती हे लॉवरी पार्कचे सन्मानीय मानचिन्ह बनले होते – वार्षिक अहवाल मुखपृष्ठ, कर्मचारी व्यावसायिक कार्ड्स, किंवा प्रवेशद्वारावरील स्वागत फलक या सर्व ठिकाणी हे सन्मानचिन्ह झळकत होते. अलीकडील काही वर्षांत उत्तरेकडील डेट्रॉइट किंवा शिकागो अशा शहरातील प्राणिसंग्रहालयातील हत्ती विभाग बंद करण्यात आले होते. हत्तींना योग्य प्रकारचे वातावरण व पुरेसा प्रदेश पुरवून त्यांची सुस्थिती टिकवून ठेवणे, या प्राणिसंग्रहालयांना अशक्य होते. हत्ती विभाग बंद करण्याच्या निर्णयाचे ऑनलाइन समर्थन करत असताना डेट्रॉइट येथील अधिकाऱ्याने सांगितले की, हत्ती हे उष्ण हवामान प्रदेशातील प्राणी असतात व त्यांना वावरण्याकरिता निदान १० ते २० एकर प्रदेशाची गरज असते. सॅनडिएगो किंवा लॉवरी पार्कचा स्पष्टपणे उल्लेख न करता हा अधिकारी हत्तीसारख्या मुक्त स्वभावाच्या प्रजातीला प्राणिसंग्रहालयाच्या बंदिवासात ठेवण्याच्या औचित्याबद्दलच मौलिक प्रश्न उपस्थित करत होता.

> "प्राणिसंग्रहालयात प्रदर्शित करण्यासाठी जर जंगलातून हत्तींना पकडून आणले जात असेल, शिवाय त्यांच्या मूलभूत गरजा या बंदिवासात पूर्ण होत नसतील, तर त्याला हत्तींची सोडवणूक व संरक्षण कसे म्हणता येईल हे अस्पष्ट आहे."

फ्लोरिडामधील उबदार हवामान हत्तींकरिता सुयोग्य ठरत होते. तरीदेखील लेक्सने ओळखले होते की, वाढत जाणाऱ्या कळपाला अधिक जागेची गरज लागणार होती. सध्यातरी सगळे हत्ती ठीकच होते. स्तुदल्हूला प्रजननाकरिता माँटगॉमेरी प्राणिसंग्रहालयात पाठवले होते. एली लॉवरी पार्कमधील कळपाची 'कुटुंबस्वामिनी' बनून राज्य करत होती. तामिनीच्या जन्मानंतरच्या काही अवघड क्षणानंतर मात्र तिने स्वतःला आदर्श माता म्हणून प्रस्थापित केले होते. तामिनी आता दोन वर्षांचा व १,५०० पौंड वजनाचा झाला होता. तो अजूनही आईचे दूध पीत असे परंतु त्याखेरीज सगळा वेळ म्बाहली व म्हच्येगुह या मावशांच्या संगतीत घालवत असे. तो प्रांगणातील तळ्यात पोहत असे, वाटल्यास गिनीज फाउलचा पाठलाग करत असे.

टीकाकारांच्या टोचण्या सुरूच होत्या,तरीदेखील लॉवरी पार्कमधील प्राणी

संरक्षण यंत्रणेचे पात्रतागुण सबळ व परिपूर्ण असल्याचे मांडले जात होते. एका एझेडएच्या प्रवक्त्याने सांगितले की, लॉवरी पार्कच्या प्राणी जपणूक उपक्रमांचा संपूर्ण देशामध्ये राबवल्या जाणाऱ्या उपक्रमात प्रथम क्रमांक लागत होता. अजूनदेखील दर्शन खिडकीसमोर प्रचंड आकाराच्या लेव्हिआथनप्रमाणे मॅनेटी पोहत असत. कॅरी पीटरसन व इतर बनीहगरबरोबर कधी काळी युद्ध छेडणारे निळे, विषाची पिचकारी मारणारे बेडूक व डॅन कॉस्टेलसारखे सर्प विभागातील संशोधक तज्ज्ञ व पनामियन सोनेरी बेडूक यांची प्रेमाने काळजी घेत होते. त्या बेडकांच्या खोलीतील धुके व हवामान नियंत्रित करून त्यांच्या प्रजननाला प्रोत्साहन देत त्यांच्या विनाशाची लाट थोपवण्याचा प्रयास करत होते. सध्या सर्प विभागातील डान हा संशोधक दुसऱ्या एका 'प्यूर्टोरिकन क्रेस्टेड टोड' नावाच्या संकटग्रस्त भू-जलचर प्राण्यावरती संशोधन करत होता. अलीकडेच या टोड्सनी काही टॅडपोलना जन्म दिला होता. त्यातील काही टॅडपोल लॉवरी पार्कमध्येच ठेवले होते व बाकीचे प्यूर्टो रिकोला पुन्हा नैसर्गिक वातावरणात सोडण्याकरिता परत पाठवले होते.

एकीकडे सर्व स्तरातील कर्मचारी 'अस्तित्व धोक्यात असलेल्या प्रजातींच्या' अस्तित्वासाठी कसून प्रयत्न करत होते तर दुसरीकडे लॉवरी पार्क हे प्राणिसंग्रहालय व 'थीम पार्क' या दोन्हींचे संमिश्र रूप साकारण्याचा प्रयत्न करू लागले होते. दहा वर्षांपूर्वी लहान मुलांकरिता इथे फक्त एक गोलगोल फिरणारा झोपाळा उपलब्ध होता. सध्या मात्र त्या झोपाळ्याच्या बरोबरीने स्कायराइड, शिंगरू जंगल रपेट तसेच ज्यात छोटी मुले चक्कर मारू शकतील, असा केळ्याच्या आकाराचा उडणारा झोपाळा इत्यादीची भर घालण्यात आली होती. पूर्वी रानगव्यांसाठी (बायसन) राखीव असणाऱ्या भागात 'गेटर फॉल्स' नावाचा एक छोटा कृत्रिम धबधबा बसवण्यात आला होता. इथले रानगवे जाऊन आनंदाने ओरडणाऱ्या, किंचाळणाऱ्या मुलांनी ती जागा व्यापली होती.

कोणत्याही इतर संस्थेप्रमाणेच लॉवरी पार्कलादेखील नवीन दिशा व आर्थिक कमाईचे नवीन मार्ग शोधण्याचा अधिकार निश्चितच होता. परंतु इथे मनोरंजन व प्राणिसंरक्षण यामधील सीमारेषा गतीने अंधूक होत होती. वाघांची अलीकडील स्थिती हे त्याचे एक बोलते उदाहरण होते. सुमात्रन नर वाघ एरिक अद्याप लॉवरी पार्कमध्येच होता. इन्शाल्लानंतर त्याला कोणी जोडीदार नव्हता. लॉवरी पार्क प्रशासन अधिकाऱ्यांनी या बाबतीत स्पष्टीकरण दिले होते की, त्यांनी एरिककरिता जोडीदारीण शोधली पण त्यांना कोणी मिळाली नाही. म्हणून मग ते त्याला दुसरीकडे हालवण्याचा विचार करत होते. त्याला नवीन घर मिळेपर्यंत एरिक आपला बराच काळ रात्रघरातील गुहेतच घालवत असे. कारण प्रशासनाने त्याच्या जोडीला आणखी दोन पांढरे वाघ (व्हाइट टाइगर्स) आणले होते. सध्याचे प्रांगण

तीन वाघांसाठी अपुरे होते आहे. भरीस भर म्हणून त्या पांढऱ्या वाघांमधील मादीने तीन पिल्लांना जन्म दिल्याने, असलेली अपुरी जागा आणखीनच कमी झाली. या तीन पिल्लांपैकी एक मृत स्वरूपातच जन्मले होते. उरलेली दोन मात्र आता एक वर्षांची झाली होती, दंगामस्ती, कुस्ती करत दिसामाशी मोठी होत होती.

पांढऱ्या वाघांची प्रजाती नि:संशय देखणी असते व पर्यटकांनाही ते वाघ पाहाणे खूप प्रिय असते. परंतु पांढरे वाघ ही प्रजाती जेनेटिक ॲबरेशन (वंशविचलन)चा नमुना आहे. त्यांचा पांढरा रंग हा रिसेसिव्ह जीन आहे. प्राणिसंग्रहालयाचे खंदे समर्थकदेखील पांढऱ्या वाघांचे प्रदर्शन करणाऱ्या संस्थाविरूद्ध कडवी टीका करत होते. टीकाकारांच्या मते पांढऱ्या वाघांच्या प्रदर्शनामागे प्रजाती संरक्षण मूल्य अजिबात नसून केवळ आर्थिक कमाईचेच मूल्य असते.

लेक्सला अर्थातच हे मान्य नव्हते. त्याचा प्रतिवाद असा होता की, या पांढऱ्या वाघांचे प्रदर्शन लॉवरी पार्ककरिता महत्त्वाचे होते. त्यांच्यामुळे येथील आर्थिक कमाई तर वाढत होती. हीच आर्थिक पुंजी मॅनेटी व इतर प्रजातींच्या संरक्षणाकडे वळवता येते. शिवाय तो म्हणत असे की, पांढरे वाघांसारखी आकर्षक प्रजाती लोकांसमोर मांडून त्यांना मोहित करण्यात काहीच गैर नव्हते. लोकांचे प्रबोधन करण्याआधी त्यांना तुमच्यापर्यंत आकर्षित करणे गरजेचे असते.

हे मात्र निश्चित होते की, लेक्सने राबवलेल्या योजनांचे परिणाम ठोस स्वरूपात दिसून येत होते. वारंवार तो काही ठरावीक गोष्टींवर लक्ष केंद्रित करत होता आणि मग ती गोष्ट आपल्याकडे खेचण्याचे नवे-नवे मार्ग शोधून काढत होता. लॉवरी पार्कमध्ये त्याने प्रवेश केल्यानंतरच्या दुसऱ्या दशकामध्ये त्याची इच्छाशक्ती कधीच डगमगली नव्हती. तो अशा काही लोकांपैकी एक होता जे आपली प्रतिमा, आपला परिसर स्वत: निर्माण करत असतात. तो जेव्हा उल्लसित मन:स्थितीत असे, त्याच्यापासून प्रसारित होणारा आनंद सभोवतालच्या सर्व व्यक्तींमध्ये प्रतीत होत असे. त्याची चमक इतरांवर परावर्तित होत असे. तो रागावलेला, संतापलेला असेल, तर इतरांवर त्याच्या संतापाचा पाऊस पडत असे.

लेक्सचे अवमूल्यन करण्याचा प्रयत्न करणाऱ्यास तो खुबीने वाटेला लावत असे. काही वर्षांपूर्वीचा एक प्रसंग त्याच्याकडूनच ऐकलेला होता. तो स्वत: जॉर्ज स्टेइनब्रेनरला लॉवरी पार्क फिरून दाखवत होता. प्राणिसंग्रहालयाच्या पदपथावरून चालताना जॉर्ज तो स्वत: कसा कधीही पराभूत होत नाही किंवा हरवला जाऊ शकत नाही याबद्दल सांगत होता. लेक्सला त्याचे ते वाक्य अजूनही आठवत होते, ''मला एखादा चांगला हरणारा माणूस दाखवा मग मी तुम्हाला हरणारा माणूस दाखवेन.''

त्यावर लेक्स हसून म्हणाला होता, ''एकदम बरोबर. मला जिंकण्याचीच सवय आहे. मला न जिंकणे पसंतच नाही.''

हर्मनच्या रूपातील एक अल्फा निघून गेला होता. परंतु लॉवरी पार्कमधील खरा अल्फा इथे पाय रोवून उभा होता. लॉवरी पार्कच्या भविष्यकालीन प्रगतीचा आलेख तयार करत होता. प्रत्येक आव्हानातून तो तरला होता. त्याच्या उचलबांगडीची मागणी करणाऱ्या प्रत्येक प्रतिस्पर्ध्याचे त्याने उच्चाटन केले होते. टीकाकारांचे हल्ले परतवून शिताफीने त्यांनी पसरलेल्या जाळ्यातून स्वत:ची सहीसलामत सुटका करून घेतली होती. नेहमीप्रमाणेच त्याने कशाबद्दलही दिलगिरी व्यक्त केली नव्हती. उलटपक्षी त्याच्यामध्ये विजयाचे शूरत्व संचारले होते. 'मॅडक्स बिझनेस रिपोर्ट' नावाचे एक स्थानिक मासिक त्याच्या नेतृत्वाखाली लॉवरी पार्कने केलेल्या प्रगतीसंदर्भात त्याची मुलाखत घेत होते. मासिकाच्या मुखपृष्ठाकरिता त्याने सफारी हॅट घालून एका जिराफाजवळ उभ्या पोझमध्ये फोटो दिला होता. मुलाखतीमध्ये पुन्हा एकदा लॉवरी पार्क कशाप्रकारे करातून संकलित डॉलर्सच्या निधिवरती अवलंबून आहे याविषयी तो बोलला. या संस्थेत ज्या प्रशासन अधिकाऱ्यांनी आर्थिक सुज्ञपणा दाखवला नाही ते इथे टिकू शकले नाहीत. त्या क्षणाच्या त्याच्या आनंदधुंद मन:स्थितीचे एक महत्त्वाचे कारण म्हणजे लवकरच तो असा असामान्य उपक्रम हाती घेणार होता की, ज्यामुळे कदाचित तो अधिकच वादाच्या भोवऱ्यात सापडण्याची शक्यता होती. दीड वर्षांपूर्वी स्थानिक पशुवैद्य असलेल्या एका भागीदाराबरोबर आपली सर्व शक्ती पणाला लावून त्याने मध्य फ्लोरिडात आय-फोर या प्रदेशपट्ट्याच्या थोडेसे उत्तरेला लेकलॅन्डच्या बाहेर २५८ एकर जमीन खरेदी केली होती. सध्या तिथे तो 'सफारी वाइल्ड' नावाचे विस्तृत गेम पार्क तयार करत होता.

त्या वर्षीच्या डिसेंबरमधील एका शुक्रवारी लेक्सने सेंट पीटर्सबर्ग टाइम्सच्या एका वार्ताहराला (प्रस्तुत पुस्तकाचे लेखक) या गेम पार्कच्या अगदी अलीकडील प्रगतीची काही पूर्वचित्रे दाखवण्याकरिता आमंत्रित केले. खरे तर 'सफारी वाइल्ड' हा उपक्रम अजूनही झाकलेल्या गुपिताच्या रूपात होता व लॉवरी पार्कच्या संचालक मंडळालादेखील याची काही कल्पना नव्हती. त्याची पत्नी एलिना, लॅरी किल्मर व तो वार्ताहर यांच्यासह लेक्स लॅन्डरोवरमधून हिरव्यागार बाहिया गवताचा सर्वदूर पसारा असणाऱ्या प्रदेशात पोहोचला. तिथे वॉटर बक्स, कुडूज, वाइल्ड बीस्ट्स चरत फिरत होते. चिखलाच्या बेचक्यात उभ्या एका भारतीय गेंड्याने गाडीच्या आवाजाने आपले कान टवकारले. पसरट शिंगांचा शिरपेच घातलेली वॉटुसी कॅट्ल उन्हामध्ये चमकणाऱ्या उंचावलेल्या शेपट्या व लोंबकळणारी आयाळ घेऊन गाडीच्या दिशेने धावत आले.

सगळे काही पूर्वनियोजनानुसार पार पडल्यास सफारी वाइल्डचे उद्घाटन

पुढील वर्षी होणार होते. पर्यटकांच्या छोट्या गट सहलींची इथे व्यवस्था केली जाणार होती. सुरुवातीला पर्यटकांची संख्या मर्यादित – दिवसाला ५०० इतकीच – ठेवण्याचा लेक्सचा विचार होता. नेमका कोणता वाहन प्रकार इथे ठेवता येईल याची लेक्सला अजूनही स्पष्टता जाणवत नव्हती. परंतु कदाचित सौर उर्जेवर चालणारी वाहने इथे योग्य ठरतील, असे त्याला सध्यातरी वाटत होते. इतके मात्र नक्की की, त्या वाहनांतून पर्यटक प्राण्यांच्या शक्य तितके जवळ जाऊन प्राण्यांचे निरीक्षण करू शकणार होते.

"हे थोडे अस्वस्थ करणारे आहे..."तो म्हणाला.

मागच्या सीटवर बसलेली एलिना लेक्सचे बोलणे लक्षपूर्वक ऐकत होती. तिच्या मांडीवर बसलेला पीपी नावाची कुत्री गुलाबी जीभ बाहेर काढून सुखासमाधानाने धापा टाकत होती.

लेक्स त्याच्या एकेका योजनेवर सविस्तर बोलत होता. मध्येच कपाळाला आठ्या घालून एलिना पुढे वाकून म्हणाली की, ही सगळी चर्चा आपल्यातच राहिली पाहिजे, सध्यातरी त्याची कुठे वाच्यता व्हायला नको आहे. लेक्सने मागे वळून तिच्याकडे एक तीक्ष्ण नजर टाकली. क्षणभर त्याचा चेहरा दगडासमान थिजला. गाडीमधील वेळ जणू क्षणभर थबकून राहिली आणि मग एकदम त्याचा चेहरा पुन्हा सौम्य झाला. अस्वस्थतेची एक अस्पष्टशी झलक असलेल्या आवाजात शांतपणे त्याने एलिनाला स्पष्ट केले की, मुलाखतीदरम्यान हा मुद्दा आधीच पुढे ठेवला गेला आहे. यावरून स्पष्ट होत होते की, सफारी वाइल्डविषयी अधिकाधिक लोकांना सांगण्यासाठी तो खूप अधीर झाला होता. पुढे झालेली एलिना परत स्वत:ला दुमडून घेऊन मागे सरकून बसली व खिडकीतून कुठेतरी दूरवर पाहात राहिली. लॅरी असा काही शांत होता की, जणू त्याने आत्ताच्या संभाषणातील एकही शब्द ऐकलेला नव्हता. पीपी मात्र जो कोणी बोलत असेल त्याकडे नजर वळवून आपल्या तपकिरी डोळ्यांनी आम्हाला जाणून घ्यायचा प्रयत्न करत होती.

आपले बोलणे पुढे चालू ठेवत लेक्स सांगू लागला की, सरतेशेवटी इथे सुमारे एक हजार तरी प्राणी ठेवले जातील, ज्यापैकी निदान डझनभर तरी 'अस्तित्व धोक्यात असलेले' किंवा मग आकर्षक विदेशी प्रजातींचे असतील. भविष्यकाळात कधी का असेना पण त्याला इथे वावरणारा चित्ता, रिंगटेल्ड लीमर, जिराफ इत्यादी प्राणी आणावयाचे होते. तो म्हणाला की, जीवाश्म पुराव्यानुसार चित्ते प्रथम उत्तर अमेरिकेचेच रहिवासी होते. नंतर ते आशिया व आफ्रिका खंडात स्थलांतरित झाले.

"चित्त्यांचे प्रमुख अन्न होते, प्राँग-हॉर्नड अँटिलोप. म्हणूनच तर हे अँटिलोप चित्त्याच्याच वेगाने धावू शकते." त्याने माहिती दिली.

या दोन्ही प्राण्यांच्या धावण्याची गती आत्ता त्याच्या बोलण्यात सामावली होती.

बऱ्याच प्राण्यांची नावे तो भराभर सांगत होता. हे सगळे प्राणी त्याला या गेम पार्कमध्ये आणायचे होते. सेबल अँन्टिलोप (काळवीट), स्किमिटर हॉर्नड ऑरिक्स, सँडहिल क्रेन्स, ब्लॅक अॅन्ड व्हाइट लीमर्स, ऑसिलेटेड टर्कीज, वूली नेक्ड क्रेन, क्रेस्टेड स्क्रीमर्स अशी सगळी नावे एकेक करून सांगत असताना त्याचा चेहरा बालसुलभ आश्चर्य व अनावर अभिलाषा यांच्या मिश्र भावनेने चमकत होता. त्याला आशिया खंडातील काही ओरांगउटांग तर काही गिबन्स ही वानरेदेखील हवी होती. त्याच दिवशी सकाळी त्याने उल्लेख केला होता की, आफ्रिकेच्या दक्षिण भागातील पर्वतमय प्रदेशातील मूळ असणाऱ्या बार्बरी शीपचा कळप इकडे येण्याकरिता जहाजावर चढवला गेला होता. त्याच्या स्वत:च्याच शेतघरातील कळपावर डल्ला मारून त्यातील ५० अतुलनीय देखणे असणारे ॲक्सिस डीअरही तो इथे आणणार होता. या हरणांची मऊ, मुलायम कातडी व त्यावर उडत्या ठिपक्यांची घनदाट नक्षी असते. ही जात मुळची श्रीलंकेतील असली, तरी त्यांच्यातील नरांना अशी काही शिंगे असतात की, ज्यामुळे ते ग्रिम बंधूंच्या भाषा संशोधनाचे प्रतिबिंबच भासतात.

तीन पांढरे गेंडे (व्हाइट ऱ्हायनो) सफारी वाइल्डमध्ये आणण्याचा लेक्स लॉवरी पार्कबरोबर करार करत होता. त्याच्या म्हणण्यानुसार लॉवरी पार्क हे आपल्या कुवतीपेक्षा अधिक प्राणी सांभाळत होते. या सर्व प्राण्यांना सांभाळण्यासाठी व ठेवण्यासाठी लॉवरी पार्कला जादा जागेची गरज होती. गेंड्यांना सफारी वाइल्डमध्ये सामावून घेण्यास तो तयार होता. सध्यादेखील गेटर फॉल्स तयार करत असताना तिथून हालवलेले रानगवे तो सफारी वाइल्डवर सांभाळत होताच. अगदी अलीकडे तो वेग आणि लाजाळूपणाकरिता प्रसिद्ध असणारी पटास मंकीज नावाची आफ्रिकन माकडांची प्रजाती इथे आयात करण्याची योजना आखत होता. त्याचे कामगार त्या माकडांकरिता सभोवती खंदक असणारे बेट तयार करत होते. एक मजबूत असा संग्रह करण्याच्या सर्व योजनांची खरी किल्ली म्हणजे तुमची शोधक नजर आणि योग्य प्रजातीची निवड करण्याची इच्छा होय असे तो म्हणाला. मध्येच मागच्या सीटवरून लॅरी चिवचवला, ''धोके पत्करण्याला आमचा विरोध नाही.''

स्वाझीलॅन्डहून मागवलेल्या हत्तींकरिता झालेल्या प्रचंड विरोध वादळानंतरदेखील लेक्सला अजूनही काही हत्ती आणावयाचे होते. ते हत्ती नेमके कोठून येतील किंवा सरकारच्या लाल फितीच्या कारभारातून ते हत्ती आणण्याचा नेमका मार्ग तो कसा शोधेल, हे त्याला आत्ता या क्षणाला स्पष्ट नव्हते. पण हे मात्र निश्चित होते की, त्याला आणखीन हत्ती हवे होते आणि जे त्याला हवे असते, ते तो मिळवतच असे.

''इथे हत्ती असणे मला खूप आवडेल.'' त्याचा आवाज असा हळवा ,स्वप्नाळू झाला होता की, जणू इथे हत्ती असणे, ही जगातली सर्वांत सोपी गोष्ट होती.

त्याच्या बोलण्यातून तो त्याच्या महत्त्वाकांक्षेची झेप व व्याप्ती दाखवत होता.

काही क्षणांपूर्वी एका नजरेत पत्नीला गप्प करून त्याने आपली कणखर, कठोर बाजू दाखवली होती. आता अचानक तो विश्वातील आश्चर्यजनक निर्माणाचा पालक असलेल्या नोहाचे प्रतिरूप बनला होता. त्याच्या तेज:पुंज आत्मविश्वासाने लॅन्डरोवरमधील वातावरणही प्रकाशमान झाले होते.

आतापर्यंत शांत बसून ऐकणारा लॅरी 'सफारी वाइल्ड' हे लॉवरी पार्कमधील प्राण्यांना सुरक्षित आणि परवडण्याजोगा स्वर्ग पुरवण्यात किती साहाय्यभूत ठरेल याविषयी विस्ताराने बोलू लागला. प्राणिसंग्रहालयाची सर्वांत मोठी समस्या असते ती प्राणी प्रजेची वाढती संख्या आणि त्या मानाने कमी पडणारा उपलब्ध प्रदेश. अशा वेळी अतिरिक्त प्राण्यांचा प्रश्न उभा राहातो. याबाबतीत कठोर धोरण अवलंबले पाहिजे असे त्याचे मते होते.

''आपल्याकडे सांभाळण्याची कुवत असेल इतकीच प्राणी संख्या असली पाहिजे.'' तो म्हणत असे. ''किंवा मग तुम्हाला अतिरिक्त संख्यादेखील सांभाळता आली पाहिजे. नसेल येत तर मग त्याने या व्यवसायातून बाहेर पडावे हे बरे!''

या सर्व आवेशपूर्ण बोलण्याने एलिना पुन्हा उत्साही झाली. तिचा चेहरा हसरा झाला. तिने गेम पार्क ही अशी जागा आहे, जिथे जंगली प्राणी जंगलसदृश प्रदेशात राहू शकतील व जिथे प्राण्यांना माकळेपणी फिरायला पुरेशी जागा असेल, असे वर्णन केले. पीपीला हृदयाशी धरून निसर्गाचा मानवाने गैरवापर करण्याविरुद्ध तिने हल्ला चढवला. ''आपण निसर्गात जितकी म्हणून ढवळाढवळ करू तितका निसर्ग आपण गढूळ करत असतो. निसर्गाच्या प्रत्येक निर्मितीमध्ये सौंदर्याची परिपूर्णता असते, जे करणे मानवाला जमत नाही.''

एका प्राणिसंग्रहालय संचालकाच्या पत्नीने केलेले हे विधान धक्कादायक होते. लेक्सने आपले सगळे करियर निसर्गजगताची मांडणी व पुर्नमांडणी करण्यात खर्च केले होते. हत्तींना विमानातून आणणारा हाच होता. आत्ताचे हे सफारी वाइल्ड हीदेखील एक निसर्गाची पुनर्रचनाच होती. हे गेम पार्क विस्तृत व ऐसपैस होते. परंतु शेवटी ते एक आदर्श असलेले प्राणिसंग्रहालयच होते जिथे पृथ्वीच्या कोपऱ्या-कोपऱ्यांतून गोळा करून आणलेले व एकमेकांपासून १०-१० हजार किलोमीटर अंतरावर असणारे प्राणी एकत्र ठेवले जाणार होते. हे माणसाच्या तर्कट वृत्तीचेच द्योतक नाही का? एलिनाच्या मांडीत गुरफटून झोपलेली पीपीदेखील निसर्गाच्या विकृतीकरणाचे एक उदाहरणच म्हणता येईल कारण हीच पीपी कधी काळी लांडगाच होती ना?

एलिनाच्या विधानातील विरोधाभास लेक्स व लॅरीने पाहिला असला, तरी दोघांनीही तसे दाखवले नाही. कदाचित या दोघा अधिकाऱ्यांना या विरोधाभासावरती विचार करणे अवघड वाटत होते. ते केवळ हसऱ्या चेहऱ्याने बाहेर पाहात राहिले.

लेक्स आता सायप्रसच्या झाडीतून जात होता, जिथे ड्वार्फ बफेलो डोकावत होत्या. पलीकडे हिरव्यागार कुरणात झेब्रा पाय झटकत, फुसफुस करत चरत होते. आजचा दिवस खरोखर सुंदर होता. माथ्यावर नितळ निळेशार आकाश पसरलेले होते, मॅग्नोलियाच्या झाडातून वारा शीळ घालत होता. विविधतेने ओतप्रोत भरलेले लेक्सचे नवीन विश्व दाखवण्यासाठी आजचा दिवस अगदी योग्य होता.

लॉवरी पार्कमधील इतरांनी ज्या वेळी सफारी वाइल्डविषयी ऐकले, त्यांनी लेक्सला अनाठायी उंच झेप घेण्याविषयी सावधानतेचा इशारा दिला. आत्तापर्यंत त्याने खेळलेल्या जुगारात काही गमवावे लागले नव्हते पण म्हणून तो सगळीकडेच जिंकेल असे म्हणता येणार नाही, याचीही समज देऊ केली. त्याचे कोणतेही साहस हे लॉवरी पार्क व सफारी वाइल्डचे नशीब गुंतवल्याखेरीज पूर्ण होणार नव्हते. या वेळी मात्र त्याचे सद्‌हेतू त्याला वाचवू शकणार नाहीत असेही त्यांनी सांगितले नेहमीप्रमाणेच लेक्सने या सर्व प्रश्नांकडे दुर्लक्ष केले. काही आठवड्यांपूर्वीच लॉवरी पार्कच्या कार्यकारी समितीबरोबर त्याने एक समझोता करार केला होता, ज्यामध्ये त्याने नमूद केले होते की, लॉवरी पार्क व सफारी वाइल्ड हे स्पर्धात्मक स्वरूपाचे कधीही नसतील. हा समझोता करार संपूर्ण मंडळापुढे पुढील महिन्याच्या मीटींगमध्ये ठेवण्याचे त्याने ठरवले होते. परंतु आत्ता त्याविषयी चर्चा करत असताना मात्र त्याने स्पष्ट केले होते की, लॉवरी पार्क व सफारी वाइल्ड यांच्या परस्पर संबंधातून तो फायदा कधीही कमावणार नव्हता व दोघांचे हितसंबंध संघर्षात्मक होऊ न देण्याची काळजी घेतली जाणार होती. अशा तऱ्हेची व्यवस्था अर्थातच दोघांकरिताही योग्य असणार होती.

''आम्ही ते सर्व हिशेब लॉवरी पार्कच्या ऑडिटर्सकडूनच करवून घेतले आहेत.'' लेक्स म्हणाला. ''एकूणच हिशेब अतिशय काळजीपूर्वक करावा लागणार आहे.'' त्यावर एलिना म्हणाली, ''या मागे पैसा हा हेतू अजिबात नाही.'' तर लॅरी म्हणाला, ''यातून सर्वांचाच फायदा होणार आहे.''

'ना नफा' तत्त्वावरील लॉवरी पार्क व फायद्याकरिता चालवले जाणारे सफारी वाइल्ड या दोन परस्परविरोधी हेतूंची सरमिसळ न करता लेक्स हे दोन्ही उपक्रम यशस्वीरीत्या चालवू शकेल यावरती खरोखरच या तिघांचा विश्वास आहे का, हे सांगणे खूप कठीण होते. भिन्न उद्देशाने चालवल्या जाणाऱ्या या दोन संस्थांमधून प्राण्यांना इकडून-तिकडे नेणे किती गोंधळाचे आहे, हे खरोखर यांपैकी कोणालाच जाणवत नव्हते का? शिवाय वृत्तपत्रांमध्ये या साऱ्याचे प्रतिबिंब कसे असेल, हेदेखील त्यांना समजत नव्हते का?

लेक्सकरिता तर अशी अनिश्चितता अस्तित्वातच नव्हती. आमचा सफारी वाइल्डचा फेरफटका संपला, तसे एका कुरणात त्याने गाडी थांबवली. आपल्या सेलफोनचा लाउडस्पीकर चालू करून लॉवरी पार्कच्या कार्यकारी मंडळ अध्यक्ष

फॅसिल गॅब्रेमॅरियम यांना फोन लावला. विषय अर्थातच लॉवरी पार्क व सफारी वाइल्ड या दोन्हींमधील देवघेव व्यवस्था. फॅसिल गॅब्रेमॅरियम हे एक सन्मानित बँकर व व्यावसायिक व्यक्ती म्हणून सर्वज्ञात होते. काही वर्षे त्यांनी ताम्पा पोर्ट ॲथॉरिटीचे कमिशनर म्हणून काम केले होते. सध्या ते अटलांटाच्या फेडरल रिझर्व्ह बँकेच्या जॅकसॉनव्हिल शाखेच्या संचालक पदावर होते. फोनवरच्या बोलण्यात त्यांनी लेक्सचे अफाट ज्ञान, प्राण्यांसाठीचे प्रेम आणि त्याचे उत्कृष्ट नेतृत्व गुण यांचा उल्लेख केला. सफारी वाइल्ड बरोबरचे नाते लॉवरी पार्कच्या प्रगतीकरिता खूप लाभदायी ठरेल असा विश्वासही त्यांनी व्यक्त केला.

"आपण सततच्या योग्य बदलांमधून वृद्धिंगत होत राहिले पाहिजे, त्याच वेळी आपल्या निर्मितीची गुणवत्ताही जपली पाहिजे. आणि तसे करण्याकरिता आपल्याला जादाच्या जमिनीची गरज असणार आहे." ते फोनवर म्हणाले.

लेक्सने लॉवरी पार्क व सफारी वाइल्डविषयीच्या स्वत:च्या योजना विशद केल्या. हे सर्व बोलत असताना एखाद्या साहसी वीराचा जोश व आवेश त्याच्या आवाजात ओसंडत होता. या अर्थाच्या करारावर फॅसिलनी आधीच सही केलेली होती. मात्र ते या चर्चेदरम्यान एखाद्या राजकारण्याप्रमाणे शांतपणे व आत्मविश्वासाने पण विषयाचे गांभीर्य हवे तेवढे न दर्शविता बोलत होते. लॉवरी पार्कचा धोरणात्मक आकृतीबंध, त्याच्या सामर्थ्याची एकात्मकता आणि अंगिकारलेले प्राणी रक्षणाचे ध्येय निरंतर राखण्याकरिता लागणारे लवचीक संतुलन याविषयी त्यांनी आपले विचार मांडले.

ते म्हणाले, "लॉवरी पार्क हे देशातीलच नव्हे, तर जगातील पहिल्या क्रमांकाचे प्राणिसंग्रहालय बनावे, ही माझी इच्छा आहे."

संभाषणाच्या शेवटी फॅसिल क्षणभर थबकले. काळजीपूर्वक निवडलेल्या शब्दांत ते पुढे म्हणाले, "लॉवरी पार्क व सफारी वाइल्ड यांचा संबंध अद्यापि प्राथमिक स्वरूपात आहे. हे नाते वृद्धिंगत करणे, ही बाब संवेदनशील आहे." पुढे त्यांनी असेही सुचवले की, सध्याचा हा संवाद किंवा सफारी वाइल्डचा कोणताही संदर्भ लेक्सने व इतर कार्यकारी मंडळाने या विषयाचा प्रस्ताव पूर्ण मंडळापुढे ठेवेपर्यंत वृत्तपत्रामध्ये येऊ नये. लेक्सने ही सूचना लक्षपूर्वक ऐकली. आपली पत्नी बरोबर असल्याचे भान ठेवून काही अभिप्राय देण्याऐवजी कोणत्याही स्वरूपातील आश्वासनात्मकता टाळून फॅसिलचे आभार मानले. मग फोन बंद करून तितक्याच उत्साहाने सगळे काही ठीक झाल्याबद्दल समाधान व्यक्त केले. पुढील चर्चेत फॅसिलला तो याबद्दल पटवून देईल व ही बातमी पेपरमध्ये येण्याआधी बोर्डाकडून याला गती कशी देता येईल, याबद्दल त्यांने वक्तव्य केले.

एक तासाच्या कालावधीत लेक्सच्या दोन हुकमी विश्वासाच्या व्यक्तींनी – त्याची पत्नी एलिना व फॅसिल – थोड्या सबुरीचा सल्ला दिला होता. परंतु लेक्स

मात्र ठाम होता. खरे तर नेहमीप्रमाणेच तो जोशपूर्ण व उत्साही होता. तो म्हणाला सफारी वाइल्ड हा तर त्याच्या एकंदर कूटनीतिचा एक भाग होता. येत्या पाच वर्षांत लॉवरी पार्ककडे अधिक विस्तृत जमिनीचा टापू असेल, शक्यतो ताम्पाच्या बाहेर कुठेतरी, २,००० एकर! आत्ता अस्तित्वात असलेल्या लॉवरी पार्कचा एक विस्तारित भाग म्हणून सफारी वाइल्ड त्याला जोडला जाईल व ही प्राणिसंग्रहालयाच्या उत्क्रांतीतील पुढील पायरी असेल.

"इथे सारे काही संपलले नाही. ही तर आपली सुरुवात आहे." असे म्हणत त्याने गाडीला वेग दिला.

पराजय

खरी पीडा सुरू झाली, जेव्हा सफारी वाइल्डमधील माकडांनी पोहण्याचा बेत केला. सगळे नियम उघडपणे धुडकावत त्यांनी मारलेल्या संघटित मुसंडीची लवकरच एक मनोरंजक कथा म्हणून चमकणार होती. तो दिवस होता; १९ एप्रिल, २००८. दोन दिवसांपूर्वीच सफारी वाइल्डमध्ये १५ पटास जातीची माकडे येऊन पोहोचली होती. त्यांना बहिष्कृत स्वरूपात एका बेटावर ठेवण्यात आले होते. त्यांच्या सुटण्याचे एकमेव कारण म्हणजे लेक्सची इच्छा होती की, पिंजऱ्याबाहेर येऊन बेटावरील मोकळ्या अवकाशाचा त्यांनी आनंद घ्यावा. एक-दोन लोकांनी त्याला आधीच सूचित केले होते की, ही माकडे पोहू शकतात. परंतु लेक्सला वाटले होते की, जरी ती पोहू शकत असतील तरीदेखील ६० फूट रुंदीचा खंदक ओलांडणे त्यांना जमणार नाही.

शनिवारची सकाळ होती. लेक्सच्या एका कामगाराने माकडांना पिंजऱ्यातून बाहेर सोडले. त्यांच्या पोहण्याच्या क्षमतेविषयी कोणालाच काही निश्चित कल्पना नसल्याने माकडांना एकेक करून सोडावे की सर्वांना एकत्रित सोडावे, याविषयी थोडा वाद होता. त्या कामगाराने माकडांना एकत्रित सोडून तो वाद मिटवला होता. त्याने पाहिले की, सोडल्याबरोबर एका मादीने तत्परतेने पाण्यामध्ये उडी घेतली व हात-पाय मारून ती छानपैकी पोहू लागली. राहिलेल्या १४ जणांनीदेखील तिच्या मागून पटापट पाण्यात उड्या घेतल्या. कामगाराने तत्काळ लेक्सला फोन लावला व परिस्थिती सौम्य करत तो म्हणाला, "सर्वांना एकत्रित सोडण्याच्या आपल्या निर्णयाचा परिणाम फार विचित्र झाला आहे."

या घटनेत हे स्पष्ट नव्हते की, या माकडांचा नेमका नेता कोण होता किंवा या कृतीची माकडांनी रीतसर पूर्वयोजना केली होती की, बाहेर पडल्या क्षणी अचानक त्यांनी ठरवले हीच वेळ आहे, येथून निघण्याची ही बाबदेखील अनाकलनीयच होती. त्या कळपात दोन छोटी पिल्ले होती, बुडू नये म्हणून ती आपल्या आईला चिकटली

होती. इतरांनी पंजे व शेपट्या वापरल्या असणार. कसे का ना असेना, पण त्या १५ जणांनी सुरक्षितपणे तो खंदक पार केला, त्या पलीकडची आठ फूट उंचीची भिंत ओलांडली व सभोवतालच्या ओल्या पाणथळ प्रदेशात ते निघून गेले.

''त्यांनी माझ्यापेक्षाही चलाखी केली.'' लेक्स म्हणाला, ''प्राणिसंग्रहालयातील माकडांपेक्षा ती अधिक हुशार निघाली.''

पटास माकडे ही प्रजाती मुळची आफ्रिकेतील आहे. पण ही १५ पटास माकडे प्यूर्टो रिकोहून आणली होती. प्यूर्टो रिको येथे या माकडांना जंगलात सोडण्यात आले व आता त्यांची तेथील संख्या माणसांच्या नियंत्रणाबाहेर गेली होती. प्यूर्टो रिकोमध्ये त्यांनी अननस व इतर फळांच्या बागा उद्ध्वस्त करून पराकोटीचा उच्छाद मांडला होता. परिणामत: एक तर त्यांना ठार करावे किंवा नवीन घरी पाठवून द्यावे असा तेथील प्रशासनाने आग्रह धरला होता. मृत्यू किंवा बंदिवास या शृंगापत्तीची चांगली ओळख असणाऱ्या लेक्सने त्यातील काही माकडांची सुटका करण्याचे निमित्त करून या अफलातून प्राण्यांना आपल्या सफारी वाइल्डमध्ये ठेवण्याची संधी उचलली होती.

माणसाच्या नजरेस पटास माकडे काहीशी हास्यास्पद वाटतात. त्यांचा रंग मातकट असतो, परंतु त्यांच्या गालफडाभोवती पांढरे केस असतात ज्यामुळे ती पूर्वीच्या सिनेमातील बाहेरच्या बाजूस वळवलेली दाढी असणाऱ्या तडकू म्हाताऱ्या कर्नलप्रमाणे दिसतात. सतत वर-खाली उड्या मारत राहाण्याच्या त्यांच्या सवयीमुळे काही वेळा त्यांना 'डान्सिंग मंकी' (नर्तक माकडे) असेही म्हणतात. त्यांच्यातील नरांचे वजन साधारण २७ पौंड व मादीचे साधारण ४० पौंड वजन असते. ही माकडे आकाराने फार मोठी नसतात. परंतु हल्लेखोरांपासून स्वत:ला वाचवण्याकरिता त्यांच्याकडे सुनियोजित संरक्षण कौशल्य असते. ग्रे हाउंडसारखे लांब, सडपातळ, चपळ शरीर असणारी ही माकडे ताशी ३५ कि.मी. वेगाने धावू शकतात. त्यामुळे त्यांना पृथ्वीवरील एकंदर माकड प्रजातीमधील सर्वांत वेगाने धावणारी माकडे समजले जाते. ती एक सामाजिक प्रजाती असून ते कळप करूनच राहातात. परंतु त्यांच्या कळपाची बांधणी अस्थिर असते. जेव्हा त्यांचा पाठलाग होत असतो, तेव्हा चकवा तंत्र वापरून पटापट ते विभागले जातात, एक जण आक्रमणाला फसवत दुसरीकडे नेऊन सगळ्यांची सुटका करतो. रात्रीच्या वेळी शोधले किंवा पकडले जाऊ नये म्हणून एका झाडावर एक असे, ते विखरून झोपतात.

यामधील कोणतीच गोष्ट लेक्सला विचलित करू शकली नाही. आपला सुप्रसिद्ध आत्मविश्वास झळकवत त्याने आश्वासन दिले की, एका आठवड्याच्या आत एकूण एक १५ माकडे पकडून सफारी वाइल्डमध्ये पुन्हा बंदिस्त केली जातील. सुरुवातीला तरी त्या माकडांना शोधणे सोपे होते. परंतु जेव्हा कधी लेक्सचा

माकडे पकडणारा माणूस हळूच त्यांच्याकडे सरकत असे, ती माकडे धूम पळून जात. केळी, सफरचंदाची लालूच असलेल्या टोपल्या ठेवून त्यांना आकर्षित करण्याचा प्रयत्न केला गेला. परंतु माकडे फारच बिलंदर होती.

लवकरच वार्ताहरांचे लेक्सला, लॉवरी पार्कला तसेच फ्लोरिडा फिश अॅन्ड वाइल्ड लाइफ कॉन्झर्वेशन कमिशनला फोन येऊ लागले. शांत नैसर्गिक परिसरातून दूरदर्शनच्या गाड्या धडाडत सफारी वाइल्डकडे धावू लागल्या. एके दिवशी पळालेल्या माकडांचा आकाशातून शोध घेण्यासाठी वार्ता गोळा करणारे हेलिकॉप्टर गवताळ कुरणावरती घरघरू लागले. त्या आवाजाने माकडे आणखीनच घाबरून दलदल प्रदेशाच्या अंतर्गत भागात सरकली. परिस्थिती आणखीनच चिघळली. मे महिन्याच्या सुरुवातीला एक मादी व तिचे पिल्लू अशी १५पैकी पहिली दोन माकडे पकडण्यात यश आले. जूनच्या मध्याला आणखी तीन पकडली गेली. पण अजूनही १० माकडे मोकळीच होती. सुटलेल्या ठिकाणापासून २५ किलोमीटरवर असलेल्या डाडे शहरापर्यंत त्यांना पाहिल्याचे निरोप येऊ लागले. एके रात्री दलदलीच्या पलीकडच्या बाजूस राहाणाऱ्या एका स्त्रीने फोन करून सांगितले की, तिच्या अंदाजानुसार निसटलेल्यांपैकी तीन माकडे तिने घरामागच्या झाडांवरती चोरट्या हालचाली करत असताना पाहिली होती. तिने आपल्या बहिणीला सांगितले, "माझ्या बागेत माकडे आली आहेत." दुसऱ्या बाजूला एक क्षणभर थांबून तिच्या बहिणीने विचारले, "खरंच? माकडे?" तिने सांगितले, "होय, खरंच माकडे आली आहेत."

तत्परतेने बहिणीने पटास माकडांची ऑनलाइन माहिती शोधली. प्यूर्टो रिको इथे ही माकडे उभ्या पिकांची नासधूस करत असल्याचे तिने वाचले.

"त्यांना एखादा ताजा अननस दे!" बहिणीने फोनवर सल्ला दिला.

"माझ्याकडे अननसच नाही."

त्या स्त्रीने सारे स्वयंपाकघर धुंडाळले. तिला एक केळे सापडले. तिने ते केळे एका फांदीवर ठेवून दिले. काही वेळाने तिने पुन्हा बाहेर पाहिले, तर ते केळे नाहीसे झाले होते.

सफारी वाइल्डच्या जवळपास राहाणाऱ्या लोकांनी पळून गेलेली माकडे कुठेतरी आसपास दिसतील, म्हणून दुर्बिणीमधून तिथले सारे जंगल धुंडाळले. इतरांनी योगायोगाने त्या माकडांना काही ठिकाणी पाहिले. परंतु त्यांना ते सत्य की आभास हे ठरवता आले नाही. अन्नाच्या शोधात ही माकडे कुरणात धावताना किंवा झाडामधून डोकावताना आढळत होती. ती शेतघरामध्ये चोरट्या पावलांनी येत, ट्रॅक्टरची बटणे, खटके यांच्याबरोबर खेळ करून बॅटरी निकामी करत. अशाच एका शेतघराच्या मालकाने अंगणात छोट्या पाऊलखुणा पाहून काय झाले असेल, याचा अंदाज केला. त्याचा नातू त्या माकडांना गोळ्या घालून ठार करायला निघाला होता.

पण त्या शेतकऱ्याला माकडांना इजा करायची नव्हती. ''खूप सुंदर आहेत ती!'' असे त्याचे मत होते. हरणांकरता ठेवलेली वैरण, धान्य हळूहळू नाहीसे होऊ लागले. मग चोरी करणाऱ्या माकडांना जवळून पाहाण्याकरिता धान्यघरात त्याने कॅमेरा बसवला. या आधीदेखील त्याच्या शेतबांधावर माकडे येत असत. परंतु त्यांच्यापासून तो शंभरेक फुटांवर पोहोचतो न पोहोचतो, तर ती माकडे धूम ठोकत.

माकडांनी कॅमेऱ्याला फारशी हरकत घेतली नव्हती. त्यांनी त्यांचे उद्योग चालूच ठेवले होते. लवकरच शेतकऱ्याला त्या उद्योगी माकडांचे डझनभर तरी फोटो मिळाले. त्या फोटोंमध्ये ती माकडे धान्यकोठारात सगळीकडे मोकळेपणी वावरत दिसत होती. पिंजऱ्यात आत जाऊन कोंबड्यांना अन्न घालण्याचे मशीन फिरवत होती, जणू त्यांच्याचकरिता पकडल्या गेलेल्या एका उंदराकडे रोखून पाहात होती. या सगळ्या कृती करत असताना त्या माकडांची दिसून आलेली निर्भयता आणि निगरगट्टपणा पाहून तो शेतकरी चांगलाच अचंबित झाला.

''ती सगळी जण चलाख आहेत.'' तो म्हणाला, ''खूपच चलाख आहेत.''

त्या काळात वृत्तपत्रे व दूरदर्शन दोघांनीही या माकडांची बातमी खूपच उचलून धरली. माकडांच्या संघटित पलायनाची बातमी इन्शाल्लाच्या मृत्यूच्या बातमीपेक्षाही त्यांना आकर्षित करत होती. इन्शाल्लाच्या पिंजऱ्यातून सुटण्याची बातमी खचितच मोठी संवेदनशील होती, परंतु त्या बातमीतील नाट्य सगळे मिळून दोन तासांत संपले होते. त्या बातमीत पुढे काही वृद्धी, बदल होणार नव्हता. त्या घटनेने उसळलेला संताप लवकरच निवळलादेखील होता. इकडे या माकडांचे बागडणे मात्र सुरूच होते. जसे दिवस जातील तशी त्यात काहीतरी नवीन कलाटणी मिळून बातम्यांना आणखीनच खाद्य मिळत होते. त्या पहिल्या महिन्यात माकडांची ती प्रशियन दाढी – राजस्थानी सरदारांची असते तशी दाढी, पकडणाऱ्यांना हुलकावणी देण्याची त्यांची चलाखी या सगळ्याबाबी गमतीच्या झाल्या होत्या. त्या काळात 'माकड' या शब्दालाच जणू एक अनोखी शक्ती प्राप्त झाली होती. वर्तमानपत्रातील कोणत्याही मथळ्याला तो शब्द जिवंत बनवत असे, तर प्रत्येक बातमीला तो शब्द विनोदी व विदूषकी बनवत असे.

हळूहळू या सर्व वृत्तांकनामागे एक वेगळी प्रेरणा कार्यरत होऊ लागली. सुरुवातीला ही प्रेरणा अव्यक्त व दूरस्थ असावी. परंतु आता ती प्रेरणा बऱ्यापैकी पृष्ठभागावर जाणवू लागली. प्रत्येक वार्तांकनासोबत वाचकांना व प्रेक्षकांना आठवण करून दिली जात होती की, इन्शाल्लाला गोळ्या घालणाऱ्या तसेच एका प्रथितयश प्राणिसंग्रहालयाचा सन्मानीय संचालक असणाऱ्या माणसाला आज भटक्या माकडांच्या टोळीकडून मात दिली होती. इन्शाल्लाच्या मृत्यूची बातमी व माकडांच्या निसटण्याची बातमी एका आत्मसंतुष्ट भावनेने जोडली जात होती व दोन्ही घटनांच्या अव्याहत

वार्तांकनाबरोबर ही आत्मसंतुष्टता वाढत होती. आणि लवकरच ही केवळ माकडांच्या पलायनाची बातमी राहिली नव्हती, तर ती लेक्सला मिळणाऱ्या शिक्षेची बातमी बनत होती.

लेक्सच्या सार्वजनिक लांछनाचा दुसरा अंक त्या हिवाळ्यात सुरू झाला.

वार्ताहरांनी आपला दबाव वाढवला. पटास माकडांच्या निसटण्याच्या बातमीचा धागा पकडून वार्ताहर सफारी वाइल्डपर्यंत पोहोचले. सफारी वाइल्ड अजूनपर्यंत बातम्यांमध्ये फारसे चमकले नव्हते. परंतु आता वार्ताहरांनी लेक्सविषयी अनेक मुद्दे घेऊन प्रश्न उपस्थित केले. सफारी वाइल्ड व लॉवरी पार्क यामधील नेमका संबंध काय आहे? एकच व्यक्ती केवळ ५० कि.मी. अंतरावर असणारे ना नफा तत्त्वावरील प्राणिसंग्रहालय व नफ्याच्या उद्देशानेच स्थापन झालेले गेम पार्क हे दोन्ही एकाच वेळी कसे चालवू शकतो? या दोन्ही प्रश्नांबद्दल लेक्सला आधीच सूचित केले गेले होते. हेच दोन्ही प्रश्न अगदी दररोज वृत्तपत्रांत व दूरदर्शन बातम्यांत उपस्थित केले जात होते.

विरोधाभासात्मक मुद्यांची यादी तारीखवार तपशिलांसह धावत्या वेगाने बाहेर येऊ लागली. लेक्स लॉवरी पार्क या प्राणिसंग्रहालयातून सफारी वाइल्ड या गेम पार्क तसेच त्याच्या स्वत:च्या शेतघरामध्ये प्राण्यांची अदलाबदल व ने-आण करतो; तो लॉवरी पार्कमध्ये एका किमतीने प्राण्याची विक्री करतो व दुसऱ्या किमतीने लॉवरी पार्ककडून खरेदी करतो; त्याने एक काळवीट व एक जिराफ लॉवरी पार्कमधून आपल्या शेतघरात स्थलांतरित केले होते व तिथेच ते मरण पावले, या अर्थाची अनेक वार्तांकने प्रसिद्ध होऊ लागली. त्यामधून असेही अर्थ काढले जाऊ लागले की, कराच्या पैशांतून लॉवरी पार्कमधील कर्मचाऱ्यांना दिल्या जाणाऱ्या आर्थिक निधीच्या काही हिश्शातूनच सफारी वाइल्ड येथील दोन पडव्या बांधल्या गेल्या होत्या. लॉवरी पार्कमध्ये गेटर फॉल्स बांधण्याच्या निमित्ताने हलवले गेलेले पाच गवे सफारी वाइल्डमध्ये राहात होते. इतकेच नव्हे, तर त्या गव्यांना सफारी वाइल्डमध्ये ठेवण्याचा खर्च म्हणून लॉवरी पार्क लेक्सला प्रत्येक महिन्याला सहाशे डॉलर्स देत होते.

हे आणि इतर अनेक मुद्दे असेच पुढे येत राहिले.

कधीमधी लेक्स स्वत:च्या बचावाकरिता स्पष्टीकरण देत असे. त्याने ठासून सांगितले की, या एकंदर व्यवहारातून फायदा मिळवणे, हा त्याचा हेतू कधीच नव्हता. फक्त लॉवरी पार्कला आणखीन थोडी जागा उपलब्ध करून देऊन त्याच्या प्रगतीला हातभार लावण्याचाच त्याचा प्रयत्न होता. त्याने हेदेखील ठामपणे सांगितले की, त्याच्याकडे लपवण्याजोगे, खोटे असे काहीच नव्हते. हा सगळा

प्रकार केवळ गैरसमजुतीचा व चुकीच्या निर्णयांचा होता. ''माझ्याकडे काही राजकीय वृत्ती असायला हव्या होत्या. पण माझ्याकडे अशी वृत्ती नाही, कारण मी राजकीय व्यक्ती नाही.'' अशा शब्दांत तो स्वत:चा बचाव करत होता.

लेक्सचे हे विधान मात्र विचित्र वाटत होते. त्यामध्ये प्रामाणिकपणाचा अभाव जाणवत होता. महत्त्वाचे कारण म्हणजे या अनेक वर्षांमध्ये लेक्सने स्वत: एक कसलेली राजकीय व्यक्ती असल्याचेच सिद्ध केले होते. त्याला एकंदर व्यवस्था कशी असते, हे चांगले माहीत होते. व्यवस्थेचा लॉवरी पार्कच्या हितासाठी वापर करून घेण्याची प्रतिभा त्याच्याकडे होती. जर त्याच्याकडे काउंटी कमिशनर्स, नगराध्यक्ष, राज्यपाल, कायदेतज्ज्ञ यांच्याबरोबरच उद्योगपती, समाजपारखी व कोट्याधीश व्यक्ती यांची मनधरणी करण्याचे नाटकी कौशल्य नसते, तर लॉवरी पार्कचे अनन्यसाधारण स्थित्यंतर तो करूच शकला नसता. या वरील विधानामधून तो हे सूचित करू इच्छित होता की, जी काही राजकीय वृत्ती तेव्हा त्याच्यामध्ये होती, ती आता नष्ट झाली आहे. एका अर्थाने तो सुचवत होता की, त्याच्या चुका ठोस स्वरूपाच्या नव्हत्या, त्या केवळ राजकीय स्वरूपाच्या होत्या. परंतु वरील विधानाने त्याच्या हेतूंवरती विश्वास ठेवू इच्छिणाऱ्या व्यक्तींचीदेखील भुवई उंचावली असती.

लेक्सवर आक्षेप घेतले जाण्याच्या सुरुवातीच्या काळात आपली बाजू स्पष्ट करण्याकरिता तो मुलाखती देत असे. त्या मुलाखतींमध्ये त्याने स्पष्टपणे निर्देशित केले होते की, लॉवरी पार्कच्या संबंधात त्याने कोणत्याही स्वरूपाची अनुचित कृती केलेली नव्हती. खरे तर आत्ता तो ज्या आक्षेपांना सामोरा जात होता, त्यांच्यापासून दूर राहाता यावे म्हणूनच त्याने लॉवरी पार्कच्या कार्यकारी मंडळाबरोबर एक सामंजस्य करार केला होतो. पण त्यानंतर अशीदेखील बाब उघडकीस आली की, लॉवरी पार्कच्या मंडळाने तो करार उन्हाळ्यादरम्यान पुन्हा एकदा अभ्यासला व तो रद्द करण्याचे ठरवले होते.

सफारी वाइल्ड व लॉवरी पार्क येथील बऱ्याच व्यवहारांवर शिक्कामोर्तब करणारे फॅसिल गॅब्रेमरियम हे सफारी वाइल्डअंतर्भूत कागदपत्रांमध्ये कॉन्झर्वेशन फंडचे अधिकारी म्हणून आढळून आल्यावरदेखील लेक्सची केस काही पलटली नव्हती. उलट, लॉवरी पार्कने सफारी वाइल्डला कर्जतत्त्वावर दिलेल्यांपैकी दोन पांढऱ्या मादी गेंडे गाभण आहेत, असे जेव्हा कळले तेव्हा एकंदर वादंग गढूळच होऊ लागले. मूळ करारानुसार पहिले पिल्लू हे लॉवरी पार्कला व दुसरे सफारी वाइल्डला दिले जाणार होते. साधारण याच सुमारास ताम्पाच्या नगराध्यक्षा पॅम आओरिओदेखील संतापून रिंगणात उतरल्या. त्यांनी जाहीररित्या लेक्सला समज दिली की, लॉवरी पार्क हे ताम्पा शहराच्या देखरेखीखाली होते; यापूर्वीच झालेल्या ९० वर्षांच्या करारानुसार लॉवरी पार्क उभे असलेली जमीन व पार्कमधील प्राणी हे

दोन्ही ताम्पा शहराच्या मालकीच्या गोष्टी होत्या. पॅम मॅडमनी लॉवरी पार्क व सफारी वाइल्डचे आर्थिक व्यवहार ताबडतोब वेगळे केले जावेत; आत्तापर्यंत झालेल्या आर्थिक व्यवहारांचे लेखा परीक्षण केले जावे व जर लॉवरी पार्कचे काही प्राणी अद्यापि सफारी वाइल्डमध्ये शिल्लक असतील, तर ते तत्काळ परत केले जावेत अशा काही गोष्टींचा आग्रह धरला.

या सगळ्या मुद्यांसाठी प्रथम लेक्सने नगराध्यक्षांबरोबर वाद घातला, जे त्याच्या घसरत्या नैतिकतेचे एक प्रमाण ठरले. परंतु नंतर मात्र तो शांत राहायला शिकला व त्याने नगराध्यक्षांच्या बऱ्याच मागण्या मान्य केल्या. त्याने असेही जाहीर केले की, जेव्हा लेखा परीक्षण सुरू असेल तेव्हा तो तिथे रजेवर असेल.

एक-दोन महिन्यांनंतर अनेक स्फोटके घेऊन लेखा परीक्षण अहवाल सादर झाला. त्या अहवालामध्ये म्हटले होते की, दक्षिण आफ्रिकेमधील एका परिषदेहून परत येताना लेक्स व एलिनाले केलेल्या तीन दिवसांच्या पॅरिस सहलीचे चार हजार डॉलर्सचे बील लेक्सने लॉवरी पार्ककडून वसूल केले होते. त्या अहवालामध्ये लेक्सच्या विभाजक व्यवस्थापन पद्धतीचाही उल्लेख केला होता, ज्या व्यवस्थापन पद्धतीमुळे कर्मचाऱ्यांमध्ये दहशतीचे वातावरण निर्माण होऊन ते मोकळे बोलण्यास धजावत नसत. अहवालामध्ये लेक्सच्या परस्परविरोधी हेतूंचा सर्वांत अधिक धिक्कार केला होता. अहवालात म्हटले होते की, सर्वांत महत्त्वाचा मुद्दा म्हणजे लेक्सच्या अयोग्य व्यवहारामुळे लॉवरी पार्कला दोन लाख डॉलर्सचा भुरदंड पडलेला होता.

> "मूलत: मिस्टर सॅलिसबरी हे लॉवरी पार्क, सफारी वाइल्ड व त्यांचे स्वत:चे शेतघर या तीनही ठिकाणाचे कृतिकार्यक्रम एकच असल्यासारखे पार पाडतात. त्यांची लॉवरी पार्क येथील सीईओ म्हणून असणारी भूमिका व त्यांचा व्यवसाय आणि त्यांचे शेतघर येथील त्यांची भूमिका यामध्ये ते फरक करू शकत नाहीत, असे दिसून येते."

लेखा परीक्षण अहवाल एकंदर ६० पानांचा होता. नगराध्यक्षांना त्या अहवालात समाविष्ट असणारे मुद्दे कळून आल्यावर लागलीच त्यांनी सगळी बंधने झुगारून देऊन एका उघड लढाईला सुरुवात केली. त्यांनी पहिली मागणी केली की, लेक्सला काढून टाकण्यात यावे. लॉवरी पार्कचे नुकसान झालेले दोन लाख डॉलर्स त्याच्याकडून वसूल करावेत. लेक्सला कायद्याच्या ताब्यात देऊन त्याच्यावर गुन्हेगारी स्वरूपाचे आरोपपत्र लागू केले जावे, या लेखा परीक्षण अहवालातील सूचनेला नगराध्यक्षांनी पाठिंबा व्यक्त केला.

आता मात्र लेक्स शांत राहू शकत नव्हता. त्याने आपल्या वकिलामार्फत ह्या

सर्व आरोपांचे खंडन केले. हे लेखा परीक्षण करणाऱ्यांनी त्याची बाजू ऐकून न घेता एकांगी अहवाल सादर केल्याचे नमूद करून त्या लेखा परीक्षणकर्त्यांना नगराध्यक्षांचे बगलबच्चे संबोधून त्यांच्या विश्वासार्हतेवरच त्याने घाला घातला. त्याने सांगितले की, वस्तुत: त्याचे स्वत:चे काही प्राणी विना मूल्य किंवा कमी दराने सफारी वाइल्डमध्ये ठेवून घेण्याबद्दल तसेच काही प्राणी लॉवरी पार्कला कर्जतत्त्वावर देण्याच्या बदल्यात लॉवरी पार्कच लेक्सला चार लाख तीन हजार एकशे सतरा डॉलर्स देणे लागत होते. मंडळाच्या आगामी सभेत तो त्याच्या नोकरीसंदर्भात निकराची लढाई करेल, असेही त्याने जाहीर केले.

लेक्स नोकरीत टिकून राहाणार की नाही, याचा निर्णय नगराध्यक्षा नाहीतर लॉवरी पार्कचे नियामक मंडळ करणार हे निश्चित होते. जाहीर झालेल्या लेखा परीक्षण अहवालाविषयी नियामक मंडळ सदस्यांचे मत घेतले असता, लेक्सची नोकरी टिकण्याची शक्यता कमी दिसून येत होती. एका सदस्याने तर लेक्सला 'दया याचना' अर्ज भरण्याचा सल्ला दिला होता.

हा पराभव लेक्स व लॉवरी पार्क दोघांनाही काळीमा फासणारा होता. अधिकाधिक माहिती बाहेर येऊ लागली तसे एझेडएने लॉवरी पार्कने २० वर्षे सातत्याने राखलेले मानांकन तात्पुरते मागे घेतले. एझेडएची मान्यता गमावल्याने परिवाराकरिता सुयोग्य म्हणून गौरविले गेलेले ते संपूर्ण देशातील प्रथम क्रमांकाचे प्राणिसंग्रहालय अपमान आणि निर्भत्सनेच्या खाईत गडगडले. शहराबरोबर केलेला ९० वर्षांचा करार गमवण्याची वेळ त्यावर आली. कारण या करारानुसार एझेडएचे मानांकन असण्याची प्रथम अट होती. या मानांकनाखेरीज लॉवरी पार्क मानांकन असणाऱ्या दुसऱ्या कोणत्याही संस्थेबरोबर प्राण्यांच्या देवाणघेवाणीसंदर्भात कोणताही व्यवहार करू शकत नव्हते. एझेडएने लेक्सचे वैयक्तिक सदस्यत्वदेखील रद्द केले. अधिकृतरित्या तो एक 'मान्यता नसलेली व्यक्ती' (पर्सोना नॉन ग्रॅन्टा) झाला होता.

आता लेक्स सहजपणे सर्वांचेच लक्ष्य ठरू लागला होता. अनेक वर्षे इतरांच्या तिरस्काराचे तर तो लक्ष्य होताच आणि त्याने आपल्याच बोजड व्यक्तिमत्त्वाचा एक पंथ जोपासला होता. हे सत्य होते की, लॉवरी पार्क हा त्याचा जणू दुसरा प्राणच होता. परंतु या त्याच्या अतिरेकी प्रेमानेच त्याच लॉवरी पार्ककरिता केवळ वाढणारी आर्थिक कमाईच नव्हे, तर प्रचंड विनाशदेखील घडवला होता. तो जसा निर्माता होता तसाच आता विध्वंसकही झाला होता. आणि तरीदेखील, लॉवरी पार्कच्या संबंधात जे काही अनिष्ट व चुकीचे घडत होते, ती सारी लेक्सची एकट्याची चूक नव्हती. त्यांने अमर्याद अधिकाराचा संभ्रम सातत्याने निर्माण केला असला तरी तो लॉवरी पार्क नियामक मंडळाचा एक नोकर होता, त्यांच्या आदेशांचा तो केवळ एक पालनकर्ता होता. त्या नियामक मंडळावरील सुमारे ३० सदस्य निश्चितच सत्ताशक्तिहीन नव्हते. त्या

३० सदस्यांपैकी एक जण फ्लोरिडाचे माजी राज्यपाल व ताम्पा शहराचे माजी नगराध्यक्ष होते. शिवाय काही शासन अधिकारी तर औद्योगिक व कायदा क्षेत्रातील उच्चाधिकारीदेखील होते. आणि या सर्वांना आपण घाबरट, पुळचट म्हणू शकत नाही. निश्चितच यांपैकी काही जणांनी तरी कर्मचाऱ्यांच्या खच्ची होणाऱ्या नीतिधैर्याबद्दल काहीतरी कुजबुज, अफवा ऐकल्या असणारच. लॉवरी पार्कमधील सर्वप्रिय दोन प्राण्यांचा विदारक, रक्तलांछित व अकारण मृत्यू होण्याची घटना त्यांच्या सद्सद्विवेक बुद्धीला खटकली असणारच. या सर्व संचालकांपैकी कोणीही एकाने स्वसुखाचा विचार बाजूला ठेवून, ऐशोआरामाचा परिवेष ओलांडून लॉवरी पार्कमध्ये आपणहून एक सहज फेरफटका मारला असता; इथल्या कर्मचाऱ्यांना विश्वासात घेऊन त्यांच्याशी काही गुजगोष्टी केल्या असत्या; आणि अशा गप्पांमधून त्यांना जे काही कळले असते, ते जर त्यांना नापसंत असेल, तर नियामक मंडळाच्या त्या सदस्यांना त्यांनीच नेमलेल्या सीईओला नोकरीवरून काढण्याचा पूर्ण अधिकार होता.

लेक्सकडे त्याच्या नशिबाची दोरी हाती पकडणाऱ्या या साऱ्या अल्फांच्या कळपाला दिपवून टाकण्याचे बुद्धिकौशल्य होते. कधी इतरांचे बोलणे शांतपणे आदरपूर्वक ऐकून घ्यावे, तर कधी त्यांना सुगंधी प्रशंसास्नान घालावे आणि मग नेहमीप्रमाणे विनाशाच्या उंबरठ्याशी पोहोचलेल्या प्राण्यांच्या संरक्षणासाठी एका वेगळ्या प्राणिसंग्रहालयाबद्दल भाषण देऊन प्रेरित, प्रोत्साहित करावे, हे त्याला माहीत होते. इतक्या वर्षांमध्ये त्याने प्राणिसंग्रहालयाच्या महत्त्वाच्या व निर्णायक पाठीराख्यांना केनिया व टान्झानियाच्या ट्रिपसाठी आमंत्रित केले होते. लेक्सने त्यांना स्वाझीलॅन्डला नेऊन जंगलाची नासाडी करणारे हत्ती दाखवले होते. त्यांना इथिओपिआला नेऊन शिल्लक राहिलेल्या राजबिंड्या सिंहांना भेटवले होते. आतापर्यंत या गोष्टींची जादू काम करत होती. सफारी वाइल्ड संबंधातील करारदेखील फॅसिल गॅब्रेमरियम व नियामक मंडळाच्या कार्यकारी समितीच्या इतर सदस्यांनी मान्य केला होता. लेक्सने त्यांचा आशीर्वाद मागितला होता आणि त्यांनी तो देऊ केला होता. त्याने लॉवरी पार्कचे केलेले नुकसान पाहाता त्याची कीवही करता येत नव्हती. परंतु आता त्या कशालाच काही अर्थ उरला नव्हता. फॅसिलनी फारसा गवगवा न करता शांतपणे राजीनामा दिला होता आणि हे कळायला कठीण होते की, इतरांनीदेखील त्यांच्याबरोबरच राजीनामा का दिला नव्हता. जर या सर्व उद्रेकाच्या अग्रभागी सफारी वाइल्ड बरोबर केलेला सामंजस्य करार होता, तर त्या कराराला संमतीदर्शक मत देणारे अजूनही त्यांच्या पदावर कसे काय टिकून होते?

खरे सत्य असे होते की, लेखा परीक्षण अहवालाने लेक्सविषयी उघड केलेले अनेक मुद्दे कोणालाच धक्कादायक वाटले नव्हते. सफारी वाइल्ड उभे करण्याची त्याची योजना-तिच्या संभावित विवादास्पदतेसह, त्याच्या सफारी वाइल्डमधील

माकडे-पलायन घोटाळा गाजण्याच्या आधी महिनाभर सेंट पीटर्सबर्ग टाइम्समध्ये प्रसिद्ध झालेली होती. या आधी लेक्सचे कर्मचाऱ्यांना धमकावणे, घाबरवणे हेदेखील सर्वश्रुत होते. लॉवरी पार्कमधील प्राणी त्याच्या शेतघराकडे किंवा सफारी वाइल्डकडे नेण्याची त्याची सवय काही गुपित राहिली नव्हती. अनेक वर्षे त्याबद्दल तो अगदी मोकळेपणाने, उघड बोलत असे. त्याने लॉवरी पार्कमध्ये ट्रेलर आणावा, झेब्रा किंवा वॉर्टहॉग्ज त्यांच्या शेतघरातून इथे आणावेत, ही कोणत्याही कर्मचाऱ्याला दिसणारी दैनंदिन बाब होती. यांपैकी एखादी कृती चुकीची असल्याचे त्याला वाटावे, असे चोरटे वर्तन त्याने कधीच केले नव्हते. लेखा परीक्षण अहवालामध्ये निदर्शनास आणल्याप्रमाणे लेक्स खरोखरीच लॉवरी पार्कमधील प्राणी व त्याच्या शेतघरातील किंवा सफारी वाइल्डमधील प्राणी हे एका मोठ्या प्रवासी संग्रहाचे भाग असल्याचे मानत होता.

अगदी त्या पांढऱ्या गेंड्याचे स्थलांतरदेखील उघडपणे घडलेले होते. नगराध्यक्षा आओरिओनी त्याला 'ऱ्हायनोगेट' असे नाव दिले होते. परंतु ही घटना घोटाळ्याच्या रूपात झळकण्याच्या काही महिने आधी हे स्थलांतर नगराध्यक्षा आओरिओ यांच्या स्वत:च्या 'द मेयर्स अवर' नावाच्या दूरदर्शन कार्यक्रमात प्रसारित केले गेले होते. एप्रिल महिन्यात प्रसारित झालेल्या या भागामाध्ये मोठ्या पाळण्यासारख्या पिंजऱ्यात घातलेल्या एका पांढऱ्या गेंड्याला 'पार्क्स अ‍ॅन्ड रिक्रिएशन' या कंपनीच्या क्रेनने उचलताना व हा पाळणा सपाट तळ असलेल्या ट्रकमध्ये ठेवून सफारी वाइल्ड या त्याच्या नवीन घराकडे नेले जाताना ड्रायव्हरच्या सीटवरून लेक्स हात हालवून निरोप देत आहे असे दाखवले होते.

आता ताम्पाच्या नगराध्यक्षा आओरिओ यांनी मुलाखती देण्यास सुरुवात केली होती. इतक्या साऱ्या अयोग्य गोष्टी घडत असताना कोणीच कशी हरकत घेतली नाही, याचा खेद व्यक्त केला होता. तसे पाहिल्यास काही महिन्यांपूर्वी हर्मन व इन्शाल्लाच्या मृत्यूनंतर क्रेमर पती-पत्नींनी चालू केलेल्या वेबसाइट व वार्ता अहवालात असंख्य हरकतीचे झेंडे उभे केले गेलेच होते. याचा स्पष्ट अर्थ असा होता की, नगराध्यक्षा दूरदर्शनवरील स्वत:चा कार्यक्रम व त्यामध्ये लॉवरी पार्कसंबंधी मांडल्या जाणाऱ्या घटना याकडेदेखील लक्ष देत नव्हत्या. गेली अनेक वर्षे अनेक शासन अधिकारी, स्थानिक प्रसिद्ध व्यक्ती यांच्यासह नगराध्यक्षा स्वत: लेक्सच्या खुशामतीत धन्यता मानत होत्या. स्वाझीलॅन्डहून हत्ती आणले गेले, तेव्हा त्यांनीच उत्सव साजरा केला होता. 'ब्लॅक टाइ निधी संकलन' समारंभाच्यावेळी लेक्सबरोबर नृत्य करणारी, विस्तारीकरणाच्या उद्घाटन समारंभात दूरदर्शन कॅमेऱ्यासमोर हास्य पेरलेल्या चेहऱ्याने पोझ देणारी हीच सारी मंडळी होती. कारामु समारंभाच्या वेळेस या नगराध्यक्षा आओरिओनीं झेब्रा नक्षी असणारे जाकीट परिधान केले होते.

हा सगळा घोटाळा जाहीर होण्याच्या महिनाभरच आधी श्रीमंत व सत्ताधारी

यांनी मिळून लेक्स जणू या शहराचा राजपुत्र असल्यासारखे त्याचे कौतुक केले होते. आणि मग क्षणभरातच ते सर्व त्याच्यावर उलटले होते. आता व्यक्त होणाऱ्या तिरस्काराला तो पात्र आहे की नाही, यापेक्षा ही ठळकपणे जाणवणारी बाब म्हणजे अशी पलटी मारण्यामध्ये काहीतरी रानटीपणा होता. आणि या रानटीपणाचा लेखा परीक्षण अहवाल किंवा सामंजस्य करार यांच्याशी अर्थाअर्थी संबंध नव्हता. एके काळी लेक्स शक्तिशाली होता, त्या सर्व श्रीमंत व सत्ताधीशांच्या हितसंबंधांचा हितैषी होता. पण आत्ता तो जखमी असल्याने, त्याला संपवण्यासाठी त्याचे गवतात ठिबकलेले रक्त हुंगत हा शिकारी सिंहांचा कळप त्याच्या मागावर होता.

त्या सप्टेंबरमध्ये लेक्सच्या विनाशप्रक्रियेला सुरुवात झाली होती. निसटलेल्या १५ माकडांपैकी पाच आजदेखील रानात मोकळी फिरत होती. उरलेली जिवंत पकडली जाऊन परत माणसांच्या ताब्यात घेण्यात आली होती. या माकडांच्या पलायन प्रकरणाने हे सिद्ध झाले होते की, सफारी वाइल्डमधील बेटाची कल्पना योग्य नव्हती. म्हणून मग सुरक्षिततेकरिता त्यांना लॉवरी पार्कमध्ये परत आणण्यात आले होते. या खेपेला मात्र ते कोणालाच उपरोधिक वाटले नव्हते.

या नंतरची घटना सेंट पीटर्सबर्ग टाइम्समधील वार्ताहर बेन मॉंटगॉमेरी याने नमूद केली होती. सफारी वाइल्डच्या जवळपास राहाणाऱ्या ट्रेंट मीडॉर नावाच्या एका शेतकऱ्याने मॉंटगॉमेरीला सांगितले की, एके सकाळी तो आपल्या गाईंना चारा घालण्यासाठी ट्रकमधून जात असताना त्याने एक विचित्र प्राणी पाहिला. तो प्राणी आकाराने मोठा व तांबूस रंगाचा होता. त्या शेतकऱ्याचा कयास होता की, तो प्राणी क्वायुटी असावा. त्याने ट्रक थांबवला, बंदूक उचलली आणि दुर्बिणीमधून पाम झाडाच्या मागे लपलेल्या त्या प्राण्याचा अंदाज घेतला. तो प्राणी त्याच्याकडेच पाहात असल्याचे त्याला जाणवले. त्याच वेळी मीडरने त्या प्राण्याच्या चेहऱ्यावरचे पांढरे केसही पाहिले. ते क्वायुटी नसून एक माकड असल्याचे त्याने नक्की केले. त्याने बंदुकीचा खटका ओढला व त्या मारलेल्या प्राण्याचे मृत शरीर उचलायला तो त्या ठिकाणी गेला. शेपटीला धरून त्याने ते शव उचलले व पोत्यात घालून ट्रकच्या मागच्या बाजूला टाकले. मग आपल्या पत्नीला फोन करून तिला झालेली घटना सांगितली.

तिचा विश्वास बसला नाही. ''तुम्ही काय मारलंत म्हणालात?'' तिने विचारले.

''एक माकड मारलं.'' त्याने सांगितले.

''नाही. तुम्ही असे काही केले नाही असे म्हणा बरं!''

घरी येऊन त्याने आपल्या शिकारीचा पुरावाच पत्नीला सादर केला. पण तेव्हा

मात्र त्याला जाणीव झाली की, माकडाला मारण्याची त्याच्याकडून चूकच झाली होती. त्याने लागलीच 'वाइल्ड लाइफ कमिशनला' फोन केला, पण स्वत:चे नाव न सांगता त्यांना विचारले, ''मी जर त्या सुटलेल्या माकडांपैकी एखाद्याला पाहिले आणि त्याला ठार केले, तर मी अडचणीत येऊ शकतो का?''

उत्तर ''नाही,'' म्हणून आले. पटास मंकीज ही स्थानिक प्रजाती नसल्याने त्यांचे संरक्षण केले जात नव्हते आणि म्हणून त्यांना मारण्यासाठी गुन्हा दाखल होत नसे.

त्यानंतर मीडॉरने ते मारलेले माकड फ्रीजमध्ये ठेवले. काहीवेळा त्याने ते माकड बाहेर काढून आपल्या सेलफोनवर त्या माकडासमवेत स्वत:चे फोटो काढले व ते फोटो तो आपल्या मित्रांना व इतरांना दाखवत राहिला. परिणाम असा झाला की, त्या मेलेल्या माकडाबद्दल औत्सुक्यापोटी लोक मीडॉरला फोन करून चौकशी करू लागले. कोणीतरी एकाने त्याला विचारले की, त्या माकडाला मारल्याबद्दल त्याला पश्चात्ताप झाला का? उत्तरादाखल त्याने सांगितले, ''छे, छे, अजिबात नाही. तुम्ही त्या विदुषकाचे दात पाहिलेत का, चांगले सव्वा इंच लांब दात आहेत त्याचे.''

इतके सारे झाल्यावर मग त्याने ते माकड टॅक्सीडर्मीस्टकडे – भुसा भरून हुबेहूब खऱ्या प्राण्यासारखे बनवणाऱ्या तज्ज्ञ कारागिराकडे – नेले. भुसा भरून ते माकड मीडॉरला आपल्या भिंतीवर लावावयाचे होते.

पळालेल्या माकडांपैकी चार जण अद्यापि मोकळे होते. ती चार सर्वांत हुशार व हुलकावणी देणारी असावीत. आत्तापर्यंत त्यांच्या करामतींच्या दंतकथा बनल्या होत्या. तो सबंध उन्हाळा व हिवाळा ती माकडे त्यांचा पाठलाग करणाऱ्या प्रत्येक माणसाला फसवत होती, मूर्ख बनवत होती. अशा माकडांपासून माणूस उत्क्रांत व्हावा, ही गोष्ट माणसाला लज्जास्पद ठरत होती. त्यांचे घातपाती विघातक स्वातंत्र्य त्यांना कैदेत ठेवण्याचा प्रयत्न करणाऱ्या माणसाची बेअब्रू करत होते. त्या दलदलीच्या सीमा भागात ती माकडे 'अस्तित्व आहे पण दिसत नाहीत,' अशी खट्याळ भुते बनून पुन:पुन्हा येत होती.

लेक्स ब्राउन नावाचा एक शेतकरी आपला मुकादम वारंवार सांगत असलेल्या बातमीवर विश्वास ठेवत नव्हता. त्याचा मुकादम त्याला सांगत होता की, त्याच्या घराच्या मागच्या बाजूस पळून गेलेली चार माकडे चोरट्या हालचाली करत असतात.

''साहेब,'' तो मुकादम ओरडतो ''माकडे, माकडे!''

''अरे मूर्खा,'' ब्राउन म्हणाला ''ती रॅकून्स आहेत.''

मुकादम आपल्याच म्हणण्यावर अडून होता.

''नाही, नाही. ती माकडेच आहेत माकडे.''

शेवटी त्याचा मालक मुकादमाच्या घराच्या मागे गेला. त्याने डोळ्यांवर हाताची सावली करून दूरपर्यंत पाहाण्याचा प्रयत्न केला. खरोखरच इकडूनतिकडे

उड्या मारणारी चार माकडे त्याने पाहिली. ब्राउनचा अजूनही विश्वास बसत नव्हता. कदाचित त्याची नजर त्याला धोका देत असेल, असे त्याला वाटत होते. नेमके काय घडते हे तपासण्यासाठी ते दोघे मिळून बाहेरच्या बाजूस काही फळे ठेवू लागले. ती फळे जेव्हा बेमालूमपणे गायब होऊ लागली, तेव्हा मात्र ब्राउनचा आपल्या मुकादमाच्या सांगण्यावर विश्वास बसू लागला. ‘‘माकडे? आणि आपल्या शेतात? हे तर नवीनच काही!’’ त्यामधली दुसरी गंमत अशी होती की, ज्या माणसाच्या प्रदेशातून ही माकडे चुकून सोडली गेली होती, त्या माणसाचे पहिले नाव ब्राउनच्या पहिल्या नावाशी मिळणारे होते – लेक्स!

पण काही हरकत नव्हती. दुर्बिणीमधून त्याने माकडांना सायप्रसच्या झाडांमागे लपताना, खुरट्या गवतातून एकमेकांचा पाठलाग करताना, त्याच्या धान्य साठवणीच्या पडवीवर चढताना पाहिले होते. त्यामध्ये एक मोठा नर, एक छोटा नर व एक पिल्लू असलेली मादी असल्याचेही ब्राउनने पाहिले होते. तो मोठा नर सगळीकडे लक्ष ठेवत असे. जेव्हा-जेव्हा ब्राउन त्यांच्या दिशेने गाडीतून जात असे, तो नर इतरांना सावधगिरीची सूचना देत असे व तत्काळ बाकीचे इत:स्तत: विखरून जात. तो नर अशी सूचना देण्यासाठी वापरत असलेली पद्धत खूप पुरातन असली, तरी अशी काही प्रभावी होती की, ब्राउन त्यांच्यापासून जास्तीत जास्त पाव किलोमीटर अंतरापर्यंतच पोहोचू शकत होता.

सुरुवातीला हे सर्व मनोरंजक वाटत होते. त्यानंतर डिसेंबरमधील एका रविवारी सकाळी माकडांनी त्याच्या जॉन डीअर ट्रॅक्टरवरती घाण केलेली ब्राउनला आढळली. त्याला जाणवले की, ही माकडे स्वभावत:च उपद्रवी होती. जर त्यांना थोपवले नाहीतर त्यांची पैदास वाढते. मग नवीन माकडांची एक फौजच तयार होते आणि त्या सर्वांना पकडणे कठीण होते. सध्या मात्र ही छोटी फौज त्याचा जॉन डीअर ट्रॅक्टर खराब करण्याबरोबरच इतर अनेक उपद्रव करण्यास तत्पर होती. ‘‘आता ते माझ्याकरिता एक युद्धच बनले होते.’’ ब्राउन हा मीडॉरचा शेजारी होता व मीडॉरने एक माकड मारलेली बातमी तो ऐकून होता. परंतु ब्राउन त्या माकडांना मारू इच्छित नव्हता. त्या ऐवजी ‘कुत्राघरा’सारखा एक मोठ्या आकाराचा पिंजरा बनवण्याचे त्याने ठरवले. त्या पिंजऱ्याला एक खटक्याचे दार असेल, आतमध्ये जांभळ्या पिकलेल्या द्राक्षांचा घड अडकवलेला असेल. जर एखादे माकड आले, तर ती जांभळी द्राक्षे खाण्यासाठी ते एका पाइपवर येईल की, लगेच त्याच्या वजनाने खटक्याचे दार ढा ऽ ऽ ऽ ऽ ऽ म करून बंद होईल. ब्राउनने पिंजऱ्याची तयारी सुरू केली. तो खटक्याचा पाइप वेल्ड करून बसवत होता, तेव्हा थोड्या अंतरावरून ती चारही माकडे त्याच्या हालचाली एका मोटार ग्रेडरवर बसून निरखत होती.

त्या दोघांनाही पाहाणारी ब्राउनची पत्नी डेना म्हणाली, ‘‘तुम्ही इतके सगळे करत

आहात, पण तरीदेखील ती चलाख माकडे काही तुम्ही पकडू शकणार नाही.''

त्या दिवशी थोडे उशीरा त्याने तो पिंजरा लावून ठेवला. दुसऱ्याच दिवशी त्या पिंजऱ्यात मोठा नर रागाने चीऽचीऽ करत पिंजऱ्याच्या भिंतीतून बाहेर जाण्याची वाट आहे का, ते त्वेषाने तपासत होता. विजयी झालेल्या ब्राउनने आपल्या पत्नीला सांगितले,

''बघ सापडले माकड : एक!'' त्यांनी त्याचे नाव क्लॅरेन्स ठेवले. तो इतर साथीदारांनाही पिंजऱ्यात बोलवेल हा कयास खरा ठरला. दुसऱ्या दिवशी कॅरचर हा छोटा नर आत सापडला. त्यानंतर हॅझेल ही मादी व तिची बेबी लोला याही पिंजऱ्यात सापडल्या.

खरे तर त्या चौघांना त्या पिंजऱ्यात सामावले जाणे थोडे आव्हानात्मकच होते. या आधी त्यांनी स्वत: चांगले जलतरणपटू असल्याचे सिद्ध केले होते. आता ते निरंतर अस्वस्थ असणारे मार्गशोधक बनून बाहेर पडण्याचा सतत प्रयास करत होते. थोडी जी काही त्यांनी पिंजऱ्याची मोडतोड केली त्याची ब्राउन व त्याच्या सहकाऱ्यांनी ताबडतोब डागडुजी करून टाकली. तरीदेखील माकडे त्यांच्याहून अधिक उद्योगी होती. पिंजऱ्याच्या जाळीची छोट्यातली छोटी चौकट व प्रत्येक वायरीची ताकद ते वारंवार तपासत होते. कसेही करून बाहेर निसटण्याकरिता ते अधीर व अस्वस्थ होते. एखाद्या व्यावसायिक कुस्तीगिराच्या कौशल्यपूर्ण कृतिशीलतेने ते सगळे जण पिंजऱ्याच्या दरवाज्यावर धडका मारत होते. त्या चार जणांची निगुतीने काळजी घेण्यात डेना गुंतून गेली. पाऊस आल्यास माकडे भिजू नयेत म्हणून त्यांचा पिंजरा ती कापडाने झाकत असे. त्यांना खाऊ घालण्यासाठी सारे स्वयंपाकघर धुंडाळत असे. छोट्यातील छोटी खाण्याची वस्तू त्यांच्यासाठी बाजूला ठेवत असे. आपल्या तळहातावर एखादी वस्तू ठेवून त्या माकडांनी जाळीतून हात बाहेर काढून ती वस्तू त्यांना उचलायला तिने शिकवले. त्यांना खाऊ घालणे तिला इतके काही आवडू लागले की, त्यांच्या आवडीच्या वस्तू आणण्यासाठी ती किराणामाल दुकानाच्या फेऱ्या करू लागली. स्वत:साठीची बहुतेक खरेदी ती 'पब्लिक्स' या दुकानात करत असे, परंतु आता या माकडांकरिता ती 'विन-डिक्सी' इथे जाऊ लागली. या आयत्या मिळालेल्या नवीन शेजारसोबतीत ती इतकी रमली की, त्यांच्या सपाळ्याजवळ बसून ती त्यांच्यासह गप्पागोष्टी करत असे. ती माकडेही तिच्या हावभावाची नक्कल करत, तेव्हा तर तिला आणखीनच गंमत वाटे. अशी पिंजऱ्याजवळ बसलेली असताना कधीकधी ती त्या माकडांना आपली बोटेदेखील पकडू देत असे.

या एकंदर अनुभवाबद्दल ती म्हणत असे, ''मांजर किंवा कुत्र्यांच्या नजरेत नजर

मिळवण्यापेक्षा माकडांच्या डोळ्यात बघणे, हा एक निराळाच अनुभव असतो. अशी नजर मिळवताना त्यांच्याबरोबर काही आंतरिक नाते असल्यासारखे वाटते.''

डेनाला त्या माकडांप्रती वाटणारे प्रेम म्हणजेच प्राणी व मानव यांमधील एक भावबंध होता. अशाच भावबंधाचे दृढीकरण हे कोणत्याही प्राणिसंग्रहालयाचे ध्येय असते. हा असा क्षण असतो की, जेव्हा प्राणी व मानवी प्रेक्षक एकमेकांमधील समतत्त्वाची अनुभूती घेतात. डेनाची इच्छा होती की, एक तर त्या माकडांना असेच पिंजऱ्यात ठेवले जावे किंवा मग त्यांना मोकळे सोडून द्यावे. पण ब्राउन म्हणाला, ''नाही. ती माकडे आपली नाहीत.''

आणि मग १५ डिसेंबर, या दिवशी प्राणिसंग्रहालयाचा ट्रक येऊन त्या माकडांना त्यांच्या बदलीकरिता घेऊन गेला. पोहत जाऊन स्वातंत्र्य मिळवल्यानंतर आठ महिन्यांनी पळून गेलेल्या माकडांपैकी शेवटची राहिलेली चार जण सफारी वाइल्डमध्ये परत आली.

लेक्स सॅलिसबरीचे प्राक्तन निश्चित करणारी नियामक मंडळाची बैठक तीन दिवसांनी होती.

सामूहिक हत्या

तो गुरुवार स्वच्छ निळे आकाश, प्रसन्न प्रकाश व उबदार हवा घेऊन उजाडला होता. त्या प्रसन्न सूर्यप्रकाशात जणू कर्मयोग चमकत होता. आयुष्यभर लेक्सने इतर प्राण्यांना बंदिवासात ठेवले होते. आज त्याचीच शिकार होणार होती. वृत्तपत्रांच्या 'संपादकीय'मधून त्याच्या हकालपट्टीची मागणी होऊ लागली होती. त्याने इन्शाल्लाच्या हत्येपासून ते स्वाझीलॅन्डमधील कुरणातून हत्तींना बेघर करण्यापर्यंत निसर्गाविरुद्ध केलेल्या गुन्ह्यांची पत्रलेखक सनावळी कथन करू लागले होते. नगराध्यक्षांनी त्याच्याविरुद्ध फौजदारी गुन्हे दाखल करण्याची शक्यता बोलून दाखवली होती. या सर्वांमधून एका प्राणिसंग्रहालयाचा संचालकच पिंजऱ्यात असल्याची प्रतिमा निर्माण झाली होती.

लेक्सला तर स्वत:च्याच फाशीकरिता बोलावल्यासारखे वाटत होते. असे असले, तरी तो शरण जाणार नव्हता. त्या दिवशी सकाळी जेव्हा दाढी करून कपडे घालून त्याने स्वत:ला इतर अल्फांसमोरील त्याच्या न्यायनिवाड्यासाठी तयार केले, अगदी तेव्हापर्यंत त्याला वाटत होते की, त्याच्या जिंकण्याची निम्मी-निम्मी शक्यता होती –ज्यामध्ये एकतर त्याच्या शक्तिमान चारित्र्याच्या बाजूने निर्णय होईल किंवा रसातळाला नेणाऱ्या नकाराच्या बाजूने कौल मिळेल. जर त्याच्या मनात असे कुठेतरी ठामपणे जाणवत असेल की, अजूनही तो त्याची वैशिष्ट्यपूर्ण मोहिनी कला चालवून त्याच्याकरिता रचलेल्या पिंजऱ्यातून सहीसलामत बाहेर येऊ शकेल, तरच नियामक मंडळापुढे उभे राहून आपली बाजू मांडण्यात काही अर्थ होता. खरे तर आज जो पिंजरा त्याच्याकरिता रचलेला होता, त्या पिंजऱ्याच्या उभारणीकरिता त्यानेदेखील प्रत्यक्ष-अप्रत्यक्षरित्या हातभार लावलेला होता. त्याने आग्रहपूर्वक सांगितले होते की, शहर लेखा परीक्षकाचा तपासणी अहवाल ही केवळ एक बतावणी आहे व ती कोर्टात टिकणार नाही. अजूनदेखील, अगदी या क्षणापर्यंत तो स्वत:ला 'चुकीचे आरोप झालेला, विनाकारण गंभीर गैरसमजुतीत सापडलेला'

अशा बळीच्या बकऱ्याच्या रूपात पाहात होता. आणि या सर्व गोष्टी मांडण्यासाठी, सिद्ध करण्यासाठी त्याला 'त्याची वेळ' हवी होती.

तो आणि एलिना दोघे मिळून त्यांच्या ९२ निसान पाथफांइडरमधून ताम्पाकडे निघाले. त्यांची ही गाडी इतकी जुनी व रंग उडालेली होती की, ती कधी काळी सोनेरी रंगाची होती, हे सांगूनही पटत नव्हते. त्यांनी त्यांच्याबरोबर पीपी व आणखीन एक ग्रब नावाचे मिश्र टेरियर जातीचे कुत्र्याचे पिल्लू घेतले होते. कदाचित आजच्या विचित्र वादळी मन:स्थितीत त्याला व एलिनाला आजदेखील आपल्यावर प्रेम करणाऱ्या दोन प्राण्यांचा सहवास धीर देणारा वाटला असावा. परंतु अशा क्षुल्लकबाबींचे लेक्स स्पष्टीकरण देणार नव्हता. तसेही पुन्हा फोन करू नका, हे सांगायलाच फक्त तो वार्ताहरांचे फोन घेत होता.

त्याला जे काही म्हणायचे, सांगायचे होते, ते सगळे तो फक्त नियामक मंडळापुढेच मांडणार होता.

विमानतळाजवळील हॉटेलसमोर दूरदर्शन वार्ताविभागातील कर्मचाऱ्यांचा मोठा कळप त्यांची वाट पाहात होता. सहसा नियामक मंडळाच्या सभा लॉवरी पार्कच्या शेजारच्या शाळेत घेतल्या जात. या शाळेमध्ये लहान मुले प्रबोधनवर्ग किंवा शिबिराकरिता गोळा होत असत. परंतु या खेपेला मंडळ अध्यक्षांनी ठरवले की, या प्रसंगी धाड घालणाऱ्या प्रसार माध्यमांचा मुलांना त्रास होऊ नये. म्हणून सभेची जागा बदलण्यात आली होती.

या सभेला वर्तमानपत्रे व समाज यांना हजर राहाण्याची परवानगी द्यावी की देऊ नये, यावर थोडा वादविवाद झाला होता. नगराध्यक्षा आओरिओ व इतर सरकारी अधिकाऱ्यांचे आग्रही म्हणणे होते की, काही प्रमाणात का असेना परंतु सार्वजनिक निधीवर चालणाऱ्या लॉवरी पार्कसंबंधित ही सभा असल्याने ती सर्वांकरिता खुली ठेवावी. तथापि लॉवरी पार्कने ही सभा कडक पहाऱ्यात व बंदिस्त रूपातच घेण्याचा निर्णय पक्का केला होता. अप्रत्यक्षरित्या का होईना, पण त्यांनी दाखवून दिले की, लॉवरी पार्कच्या एकंदर प्रतिमेचा व प्रतिष्ठेचा मुद्दा हा केवळ लेक्सशीच संबंधित नव्हता. त्यांच्या या निर्णयाला बळकटी देण्यासाठी त्यांनी हिल्सबरो कौंटी शेरिफ (प्रमुख न्यायाधिकारी) यांचे पाच गणवेशधारी अधिकारीही वार्ताहरांना सभेच्या ठिकाणाहून दूर व नियंत्रणात ठेवण्याकरिता नेमले होते. याचा परिणाम असा झाला की, लॉवरी पार्क खूप काही लपवण्याचा प्रयत्न करत आहे, या सर्वसामान्य समजाला पुष्टी मिळत गेली. टीकाकारांना आणखी एक मुद्दा मिळाला – जनतेकडून कर स्वरूपात गोळा केलेल्या डॉलर्स मधून लॉवरी पार्क पोलिसांना नेमून जनतेला कसे काय बाहेर ठेऊ शकते?

अजून सभा सुरूही झाली नव्हती की, एकंदर वातावरण विनोदगर्भ होऊ लागले. नजरेत भीती पण चेहऱ्यावर हसू चिकटवलेली लॉवरी पार्कची एक स्त्री प्रवक्ता, बातमीदार व फोटोग्राफर्सच्या गर्दीतून पुढे आली व त्या सर्वांना वरच्या मजल्यावरील एका खोलीत घेऊन जाऊ लागली. त्या पत्रकारांमध्ये ज्यांना पिंजरा, कैद इत्यादी गोष्टी अंत:प्रेरणेने चटकन कळत त्यांनी तिच्याकडे पूर्ण दुर्लक्ष केले. आपली जागा न सोडता लेक्सच्या आगमनाची वाट पाहाणे, त्यांनी अधिक पसंत केले. मग त्यांनी हळूच, चोरून हॉटेलमध्ये प्रवेश करणाऱ्या मंडळ सदस्यांना गाठून प्रश्नांची सरबत्ती सुरू केली.

हळूहळू या प्रसंगातील रानटीपणा ठळकपणे प्रकट होऊ लागला. वार्ताहरांमध्ये आपल्याला इथे कोंडून ठेवले जात आहे, ही भावना तीव्र होऊ लागली. लेक्सच्या लांबलेल्या आगमनाने ते जास्तच अस्वस्थ झाले. अशा काही गोष्टी एकत्रित येऊन वार्ताहरांची आक्रमकता वाढू लागली. एक वार्ताहर स्वत:चे वर्णन करताना म्हणाली, ''खाऊ घालण्याची वाट पाहाणारे आम्ही कोणी शार्क मासे आहोत, असे वाटत होते.''

लेक्स व एलिना मार्गातच होते, जेव्हा त्यांना पुढील प्रवेशद्वाराजवळ जमलेल्या गर्दीची बातमी मिळाली. त्यांनी आपला मार्ग बदलला. ते हॉटेलच्या मागील दाराकडे आले. लेक्स तिथे उतरला. त्या दाराशी असणारे एक-दोन वार्ताहर त्याच्याकडे धावलेच, पण त्यांच्याकडे दुर्लक्ष करत वेगाने तो आत गेला.

करण्यासारखे काहीच राहिले नाही म्हणून काही वार्ताहर अनिच्छेनेच प्रसारमाध्यमांकरिता असलेल्या खोलीत जाऊन कॉफी पीत बसले. या खोलीच्या बाहेर असणारा पोलीस येथील प्रसारमाध्यमाचे सदस्य मर्यादेच्या बाहेर जाऊन मंडळाच्या कामात नाक खुपसणार नाहीत, यावर करडी नजर ठेवून होता. एक-दोन वार्ताहर फिरत-फिरत वाहनतळापर्यंत पोहोचले. त्यांच्या रोजच्या वार्तांकनाविषयी एलिनाकडून काहीतरी प्रतिक्रिया मिळावी, अशी त्यांची अपेक्षा होती. हॉटेलच्या व्हरांड्यात काहीच हाती मिळत नसल्यापेक्षा एलिनाकडून कशाविषयी तरी नकार, तोंडातल्या तोंडात पुटपुटणे, तिने सांगितलेले कुणाचे तरी उद्‌गार यामधील कोणतीही गोष्ट त्यांना चालू शकणार होती.

पाथफाइंडर वाहनतळावर लावून रागावलेली व काहीशा अवतारात असणारी एलिना एक शब्दही न बोलता तिथून निघून गेली. वार्ताहरांनी पाहिले की, त्या पाथफाइंडरवर 'डुकराचे मांस अधिक खा,' असे भले मोठे स्टिकर लावलेले होते. काही जणांनी गाडीच्या आत डोकावले. मागच्या सीटवर लेक्सचाप्रसिद्ध सफारी हॅट व त्या शेजारी पीपी व ग्रब दिसले. खिडकीतून डोकावणाऱ्या अनोळखी चेहऱ्यांना

पाहून दोघेही भुंकून गोंधळ घालत होते.

"अरे देवा, गाडीत कुत्री आहेत." एक वार्ताहर उद्गारली. आतापर्यंत दुपार झाली होती. उकाडा वाढत होता. खिडकीच्या काचांवरून सूर्यप्रकाश परावर्तित होत होता. घामाने निथळणारे वार्ताहर गाडीतील कुत्र्यांकडे पाहात असतानाच त्यांना एक खरमरीत व खमंग बातमी मिळल्याचा आनंद झाला होता. फ्लोरिडामध्ये अशी गाडीत ठेवलेली कुत्री अनेकदा मेली होती. निदान लॉवरी पार्क प्राणिसंग्रहालयाच्या संचालकाच्या पत्नीला तर हे ठाऊक असायला हवे होते.

हॉटेलमधील कोणीतरी एलिनाला सावध केले की, वार्ताहर त्यांच्या पाथफाइंडर गाडीभोवती रेंगाळत आहेत. एलिना परत गाडीकडे आली, तिने ती पाथफाइंडर गाडी वाहनतळातून बाहेर घेतली व काही अंतरावर नेऊन खुल्या वातारणात एका झाडाच्या सावलीत लावली. तिला लेक्सचे पुढचे भाषण ऐकायचे होते. शिवाय पीपी व ग्रब आता ठीक राहातील, असे तिला वाटले. कारण आता गाडी मोकळ्या हवेत, ओक झाडाच्या सावलीत होती व खिडक्यांच्या काचा तिने किंचित खाली घेतलेल्या होत्या. या सर्व बदलांना न बधलेले वार्ताहर पाथफाइंडर उभ्या केलेल्या नवीन जागेकडे जाऊन कुत्र्यांवर लक्ष ठेवून उभे राहिले. काहींनी आपल्या संपादकांना फोन केले. कुत्र्यांची बातमी 'ऑनलाइन' झळकली. या बातमीच्या एका वाचकाने पीपी व ग्रबची काळजी वाटल्याने हिल्सबरो कौंटी ॲनिमल कंट्रोलला फोन केला.

त्या एजन्सीच्या एका स्त्री प्रवक्त्याने निरोप घेतला, ती म्हणाली, "तुम्ही खरंच गंभीरपणे सांगत आहात का हे?"

इकडे हॉटेलमध्ये एलिनाचा अपेक्षाभंग झाला होता. लेक्सचे भाषण ऐकण्यापासून तिला अडवले तर होतेच, शिवाय त्या सभेत लेक्सबरोबर बसण्याचीदेखील परवानगी नाकारली होती. वृत्तपत्रकारांप्रमाणेच सभेच्या कार्यवाहीपासून तिला दूर ठेवण्यात आले होते. शेवटी तिने नाद सोडला व ती गाडीकडे परत आली. गाडीजवळ प्राणी नियंत्रक पहारेकरी तिची वाटच पाहात होता. या वेळेपर्यंत पीपी व ग्रबला गाडीत ठेवून दोन तास होत आले होते. दोघेही धपापत होते, परंतु काळजी करण्यासारखे काही नव्हते. प्राणी नियंत्रक पहारेकरी एलिनाला सामोरा आला. "तुम्ही तुमच्या मुलाला अशी थोडी खिडकी उघडलेल्या गाडीत कधी ठेवाल का?" उत्तर देण्यासाठी एलिनाच्या अगदी ओठांवर शब्द आले होते की, "तसे तर मी मुलाच्या गळ्यात पट्टादेखील घालणार नाही किंवा त्याचे अंड छेदनही करणार नाही." पण त्याऐवजी त्या माणसाकडे पाहात ती म्हणाली, "अगदी बरोबर आहे तुमचे म्हणणे. मला माफ करा हं!"

पुढे जाऊन एलिनाला हेही आठवलं की, तो प्राणी नियंत्रक तिला म्हणाला होता की, तुम्ही तुरुंगाच्या मार्गावर नाही नशीब समजा. जर आणखीन काही काळ प्राणी असेच गाडीत बंदिस्त ठेवले गेले असते, तर गाडी फोडून त्यांची सुटका करून

तिला अटक केली असती. हे दोघे अशा तऱ्हेने बोलत असताना अर्थातच सभोवतीचा असुसंस्कृतपणा वाढत गेला. एक पोलीस गरजेनुसार तिला अटक करण्यासाठी पुढे झाला. बातमीदार घोंघावू लागले. दूरदर्शनच्या कॅमेरामनने एलिनाच्या या अपमानजनक परिस्थितीचे फोटो घेतले. इकडे पीपी आणि ग्रब अथकपणे भुंकत होते.

प्राणी नियंत्रकाने तापमापक लावून गाडीतील तापमान मोजले. ते ९० डिग्रीपेक्षा अधिक असलेले त्याला आढळले. त्याने एलिनाला सांगितले की, कुत्र्यांना पाणी हवे आहे. एलिनाने त्यानुसार पाणी आणले, पण पीपी आणि ग्रब यांना कॅमेऱ्यापुढे जाणे अधिक आवडू लागले होते. त्या प्राणी नियंत्रकाने एलिनाला दोन तिकीटे प्राण्यांना अयोग्य रीतीने डांबण्याकरिता व दोन तिकीटे त्यांना लस न टोचणे व बिल्ला न घालणे याकरिता लागू केली. एलिनाने तिकीटे घेतली, कुत्री घेतली आणि ती गाडीतून निघून गेली. काही का असेना, एकीकडे तिचा नवरा आपल्या नोकरीसाठी लढत होता, तेव्हा तिने मात्र घरच्या प्राण्यांना कठोरपणे वागवल्याबद्दल दंड भरला होता.

वृत्तपत्रकार आपापल्या संपादकांना फोन करण्यासाठी पुन्हा इत:स्तत: विखूरले. लॉवरी पार्कचा वार्ताहरांना दूर ठेवण्याचा प्रयत्न उलटला होता. एकूणच सगळा प्रकार हा फक्त लेक्स व एलिनासाठीच नाहीतर लेक्सला गेली २० वर्षे नोकरीत ठेवणाऱ्या संस्थेसाठीदेखील लज्जास्पद बनला होता. एलिना विरुद्ध लावलेल्या क्रूरतेच्या आरोपाची बातमी वार्ता देणाऱ्या साइटवरती झळकली होतीच. हळूहळू प्राणिप्रेमी व प्राणिसंग्रहालय द्वेष्टे यांच्यापर्यंत ती बातमी पोहोचत होती आणि या सर्वेजनांचा आनंद अधिकाधिक स्पष्ट होत होता.

दुपार लांबत चालली होती. प्रसारमाध्यम खोलीत वृत्तपत्रकार रागाने धुसपुसत होते. एका वार्ताहराला स्वच्छतागृहात जायचे होते. इतर काही जण नियामक मंडळाचे कोणी सदस्य येताना किंवा जाताना दिसत आहेत का, म्हणून बाहेर डोकावत होते. ते सभेमध्ये असणाऱ्या सरकारी अधिकाऱ्यांना मोबाइलवरून संदेश पाठवून अद्ययावत बातमी देण्याची मागणी करत होते, जरी काही बातम्या झिरपत होत्या तरी सभेमध्ये जे काही वाद प्रतिवाद, मतदान इत्यादी होत होते ते गुप्तच राहाणार होते. शहर लेखा परीक्षकाने लेक्सच्या विविध गुन्ह्याचे सविस्तर तपासणी अहवाल सादर केले. त्यामध्ये इतके कडक आरोपपत्र सादर केले की, लॉवरी पार्कच्या या संचालकासाठी सहानुभूतीपूर्वक विचार करणाऱ्या एका सदस्याला पूरे नाउमेद केले होते. नगराध्यक्षांनी एका प्रतिनिधीमार्फत असे सूचित केले की, जर लेक्सला त्यांच्यामधून दूर केले नाहीतर लॉवरी पार्कला त्याचे दारुण परिणाम भोगावे

लागतील. एका विमा मध्यस्थी कंपनीचे निवृत्त अध्यक्ष असणारे एक मंडळ सदस्य आरोपीविषयी सहानुभूतीने बोलले. लेक्सची बाजू घेऊन त्याला शिक्षा फर्मावण्याची घाई न करण्याची त्यांनी ताकीद दिली. ते आपले मत मांडत असताना त्यांची अशी भावना झाली की, त्यांच्या म्हणण्याकडे कोणाचेही थोडेसुद्धा लक्ष नव्हते.

हे सगळे घडत असताना लेक्स बाजूच्या एका खोलीत वाट पाहात बसला होता. एक विचित्र अज्ञात गरज म्हणून सर्वसाधारण कार्यवाहीपासून त्याला बाहेर ठेवण्यात आले होते. फौजदारी गुन्ह्यातदेखील बचावपक्षाला न्यायालयात बसण्यास व त्याचे भविष्य अंधःकारमय करण्याकरिता सादर केलेले साक्षी-पुरावे ऐकण्यास परवानगी असते. शेवटी नियामक मंडळाने लेक्सने आतील कक्षातील प्रवेश करण्यास परवानगी दिली. आत आल्यानंतर लेक्सने असे अनेक ओळखीचे चेहरे पाहिले, जे परकेपणाने त्याचे मूल्यमापन करत होते. क्षणभर तर तो चांगलाच हादरला. त्यांपैकी काही जण खूप संतापलेले दिसत होते. पूर्वी यातीलच काही संचालकांनी त्याला आपले मित्र म्हटले होते. या आतल्या कक्षात येण्याआधी त्याला आशा होती की, दोघांनी मिळून तयार केलेले शब्द त्यांनी लक्षात ठेवले असतील.

लेक्सने आपली बाजू मांडण्याचा कसून प्रयत्न केला. त्याने शहर लेखापालाच्या अहवालातील त्याच्यावरील आरोप खोडून काढणाऱ्या कागदपत्रांचे एक पुस्तकच तयार करून त्याची एक प्रत प्रत्येक सदस्यासमोर ठेवली होती. परंतु बचावाकरिता जेव्हा तो तिथे उभा राहिला, त्याला जाणवले की, बऱ्याच सदस्यांनी त्या कागदपत्रांकडे एक नजरदेखील टाकली नाही व तसे काही करण्याचा त्यांची काही इच्छाही नव्हती.

नियामक मंडळ सदस्यांच्या नजरेला नजर भिडवत घडल्या गोष्टींकरिता लेक्सने दिलगिरी व्यक्त केली. परंतु आग्रहपूर्वक प्रतिपादन केले की, सर्व दोष त्याच्याच माथी मारता येणार नाहीत. त्याला सदासर्वदा एकच गोष्ट करण्याची प्रामाणिक इच्छा होती आणि ती म्हणजे; एक चांगले व आदर्श असे प्राणिसंग्रहालय उभे करावयाचे होते.

या मंडळाची एक महिला सदस्या जिने कारामु समारंभात लेक्ससह नृत्य केले होते, नाट्यकर्मी लेक्सला एका प्रश्नाचा खंजीर दाखवत विचारले, "त्यासाठी तुम्हाला कुणी कधी नाही म्हटले होते का?"

"नाही." त्याच्याकडे याहून दुसरे उत्तर नव्हते.

जशी त्याच्या विरुद्धची कारवाई पूर्ण झाली त्याला पुन्हा दरवाजा दाखवण्यात आला. पुन्हा त्याने शेजारच्या खोलीत निर्णयाची वाट पाहावी, असे सांगण्यात आले. या खोलीत येईपर्यंत लेक्सच्या सगळ्या आशा मावळल्या होत्या. ही संपूर्ण सुनावणी म्हणजे सराव केलेले व अगदी कौशल्यपूर्वक वठवलेले एक नाटक होते. यातील सर्व निर्णय आधीच ठरवलेले होते. भरीस भर म्हणून एलिनाची कुत्र्यांबरोबरची

बातमी हॉटेलभर पसरली होती. सगळा प्रसंग अधिकच बिघडला. लेक्सची नोकरी टिकण्याची जी काही थोडीफार आशा होती, तीदेखील प्राण्यांवरील क्रूरतेच्या आरोपामुळे पूर्णपणे विरून गेली. इथे असा एक माणूस होता, जो आपल्या घरच्या प्राण्यांनाही नीट प्रेमाने वागवू शकत नव्हता. अशा माणसावर नियामक मंडळ सदस्य तिळभर तरी विश्वास ठेवू शकतील का?

कदापि नाही. लेक्सने एक तर राजीनामा द्यावा नाहीतर नियामक मंडळ त्याला नोकरीवरून काढून टाकेल. याबाबतीत सगळ्यांचे एकमत होते. लेक्सचा जो पाठीराखा होता, तोदेखील या निर्णयाच्या बाजूला फिरला. कारण त्यामुळेच त्याच्या मित्राचा सन्मान टिकून राहाणार होता. नियामक मंडळाचे अध्यक्ष लेक्स बसलेल्या खोलीत गेले व त्यांनी दोन पर्यायात्मक मुद्दे त्याच्यासमोर मांडले. लेक्सने राजीनामा देण्याचे मान्य केले. यानंतर निर्जीव चेहऱ्याने शांतपणे तो हॉटेलच्या बाहेर आला. सार्वजनिक वाहनाने मित्राच्या घरी आला जिथे एलिना कुत्र्यांना घेऊन त्याची, त्याच्याविषयी झालेल्या निर्णयाची व अपमानित भविष्यकाळाची वाट पाहात होती.

लॉवरी पार्कमध्ये त्या दोघांना पुन्हा कधी आमंत्रित केले जाईल, याची सुतराम शक्यता नव्हती.

उपसंहार

संधिकाल

लेक्सच्या हद्दपारीनंतरच्या वर्षांत लॉवरी पार्कमध्ये यापूर्वी घडलेल्या प्रत्येक अयोग्य गोष्टीची कृष्णछाया पुसून टाकण्याचा प्रयत्न होऊ लागला. अनेक वर्षे उपसंचालक म्हणून काम केलेले क्रेइग पुघ हे लॉवरी पार्कच्या धोरण पुनर्बांधणीच्या कामाचे पर्यवेक्षण करू लागले. पुढच्याच वर्षी लॉवरी पार्कने 'एझेडए'चे गमावलेले मानांकन परत मिळवले. जणू लॉवरी पार्कने गमावलेला सन्मानही परत मिळवला.

२००९च्या सप्टेंबरमध्ये लॉवरी पार्कने लेक्सच्या राजीनाम्याने रिकाम्या झालेल्या कार्यकारी संचालकपदाकरिता योग्य व्यक्तीचा शोध सुरू केला. त्या शोधामधील निरुत्साह कोणालाही स्पष्ट जाणवण्याजोगा होता. एझेडएच्या वेबसाइटवरती एका छोट्या जाहिरातीत लॉवरी पार्कचे नावदेखील नव्हते, तर त्यामध्ये 'पश्चिममध्य फ्लोरिडामधील ना-नफा तत्त्वावर चालणारी, निसर्ग प्रबोधन व प्रजाती संरक्षणाला वाहून घेतलेली संस्था,' असा मोघम उल्लेख केला होता.

लॉवरी पार्कने जाहिरातीचे शब्दांकन असे विचित्र का केले असेल? इतक्या असंख्य समस्या असणाऱ्या लॉवरी पार्कमध्ये कोणी नोकरीसाठी अर्ज करणार नाही असे वाटले असेल का? किंवा जाहिरात अस्पष्ट रूपात दिल्याने जास्त कोणी उमेदवार अर्ज करणार नाहीत व मग सध्या कार्यरत असणाऱ्यांपैकीच कोणा एका विशिष्ट व्यक्तीला पदोन्नती देता येईल, याची ही तरतूद होती का?

लॉवरी पार्क प्रशासन या बाबतीत काहीच भाष्य करणार नव्हते. खरे सांगायचे तर या घटकेला प्रशासन गेल्या अनेक वर्षांतील कोणत्याच घटना अगर व्यक्तीसंदर्भात काहीच बोलणार नव्हते. अगदी अनौपचारिक संवाद किंवा चर्चेतदेखील लेक्सला

अनुल्लेखाने दुर्लक्षित ठेवले जात असे. काही महिन्यांतच नियामक मंडळाने क्रेइग पुघ यांची पूर्णवेळ सीईओ म्हणून एकमताने नेमणूक केली. प्रसारमाध्यमांकरिता दिलेल्या जाहीर निवेदनात मंडळ अध्यक्षांनी नवीन नेत्यामध्ये असणाऱ्या पुरोगामी व लोकशाही क्षमतांची प्रशंसा करून या नवीन नेतृत्वाकडून लॉवरी पार्कला प्रगतीपथावर नेले जाण्याचा विश्वास व्यक्त केला होता. पुघ यांनी लॉवरी पार्क हे प्राणी आकर्षण व प्राणी संरक्षण याला वाहिलेली संस्था असल्याचा निर्वाळा दिला. त्यांनी लॉवरी पार्कचे वर्णन 'दोन शिक्यांचा व्यवसाय' अशा शब्दांत केले.

अशा साऱ्या गोंधळानंतर लॉवरी पार्कने पुढे जाण्याचा प्रयत्न करावा, हे समजण्याजोगे होते. परंतु इथे इतिहासातील काही वैभवशाली आठवणींनाही तिलांजली दिली जात होती. इतकी सारी वर्षे आपल्या असामान्य सौंदर्याने व अनुभूतीने महिनोमहिने जनतेला आनंद देणाऱ्या इन्शाल्लाचे नामोच्चरण कुठेही चारचौघांत होत नव्हते. हर्मनचा पुतळा वगैरे काही उभा केला गेला नाही. त्याऐवजी चिंपांझी प्रांगणाच्या बाहेर 'सोज्ज्वळ व जगन्मित्र असणाऱ्या भूतपूर्व राजाच्या स्मरणार्थ' अशी पाटी लावण्यात आली. ली ॲनचे हे शब्द हर्मनच्या प्रदीर्घ व लोकप्रिय अस्तित्वाबद्दल सारांश सांगणारे असतीलही, परंतु सध्यातरी ही पाटी न पाहाता, न वाचता प्रेक्षक पुढे जातात. त्याऐवजी प्राण्यांमधील 'नवीन जन्मा'विषयी पर्यटकांच्यात उत्सुकता निर्माण करून त्यांना आकर्षित करण्यात प्रशासनास अधिक रस दिसून येतो. लॉवरी पार्कच्या दर्शनी प्रवेशद्वारापाशी दिल्या जाणाऱ्या नकाशात नवजात बालक असणारे प्रांगण 'बेबी' अशा ठळक अक्षराने चिन्हांकित केले जाते. 'नवजन्माच्या व्यावसायिकरणाला' आता ठळक व औपचारिक मान्यता मिळाली होती.

अभ्यागतांचे फोनवर स्वागत करणारे शब्दही अधिक सुंदर बनवले गेले. कोणत्याही मासिकाच्या मानांकनाचा उल्लेख न करता बनवलेला नवीन संदेश सुटसुटीत होता – 'अमेरिकेतील प्रथम क्रमांक प्राप्त अशा ताम्पाच्या लॉवरी पार्क प्राणिसंग्रहालयात आपले स्वागत आहे.'

ली ॲनच्या आठवणी. कधीकधी असे वाटत असे की, संपूर्ण संग्रहालय जणू तिच्यात सामावलेले आहे. संध्याकाळी दमून-भागून डोळे चोळत ती समोर आली की, ते सर्व तिच्या चेहऱ्यावर प्रतिबिंबित होत असे. या संस्थेकरिता असणारे तिचे प्रेम, तिचे समर्पण हे कोणत्याही तार्किकतेच्या पलीकडे पोहोचणारे होते. या संस्थेच्या भूत व वर्तमानकाळातील भलेबुरे क्षण तिच्यात समरूप झाले आहेत. या भिंतींच्या आत घडलेले नव्या-जुन्या प्राण्यांच्या अनेक पिढ्यांचे जन्म-मृत्यू, अनेक कर्मचाऱ्यांचे येणे-जाणे या साऱ्यांची ती एक समूर्त साक्षीदार होती, जेव्हा या

गोष्टींबद्दल ती भरभरून बोलत असे, तेव्हा तिला ऐकताना जाणवायचे की, तीसुद्धा या लॉवरी पार्कची कैदी होती. इथल्या अनाहत सुखदु:खापासून ती वेगळी होऊच शकत नाही.

तथापि हर्मनच्या मृत्यूनंतर इतर चिंप्सच्या गती-स्थितीविषयी विचारले असता मात्र तिचा आवाज निष्प्राण झाला होता.

'त्याबद्दल बोलणार नाही अशी मी शपथ घेतली होती.' ती म्हणाली.

त्यानंतर बॅम्बूने तीन वर्षे अल्फा म्हणून राज्य केले. तो वृद्ध होता पण तो टिकून राहिला. ॲलेक्समुळे तो विचलित झाला नाही. रूकिया व इतर माद्यांबरोबर तो चांगले संबंध ठेवून होता. विशेषकरून साशाबरोबर त्याची अधिक जवळीक होती. छोटी साशा वेगाने वाढत असली, तरी आपली पालक आई रूकिया हिच्यावर ती बऱ्याच अंशी निर्भर होती. तरीदेखील बॅम्बूमध्ये तिला एक प्रेमळ पिता मिळाला होता. अजूनसुद्धा बऱ्याच रात्री ती त्याच्याजवळ जाऊन झोपत असे. बॅम्बू आणि रूकिया आळीपाळीने तिच्यावर लक्ष ठेवत असत. साशाच्या बालसुलभ लीलांनी मंत्रमुग्ध झालेला बॅम्बू तिला एखादे फळ देऊन आपल्या मांडीवर घेत असे, तिचे लाड करत असे. तीदेखील त्याच्या प्रती आदर व माया व्यक्त करत असे. त्या दोघांच्या परस्पर नात्यात बॅम्बूला एक परिपूर्णता लाभत असे.

त्याच उन्हाळ्यातील एके दिवशी कर्मचाऱ्यांना रात्रघरात या राजाचे मुटकुळे झालेले शरीर आढळले. वृद्धत्वाने खंगलेल्या बॅम्बूवर काळाने झडप घातली होती. त्याला हृदयविकाराचा झटका आला होता, त्याच्या फुप्फुसात पाणी झाले होते. त्याच्या मृत्यूची वस्तुस्थिती कळल्यानंतर एकेक जण त्याच्या जवळ येऊन त्याला स्पर्श करून तो खरोखरीच गेला आहे याची खातरी करू लागले. निश्चिती झाल्यावर मात्र त्यांनी त्याला मनापासून श्रद्धांजली वाहिली.

हर्मनच्या मृत्यूनंतर इतक्या लागलीच बॅम्बूचा मृत्यू पचवणे कठीण होते. परंतु त्यापेक्षा अधिक यातनामय ठरले साशाचे अचानक जाणे. ती तीन वर्षांची होती व निरोगी वाटत होती. एका शुक्रवारी ती छान पळत होती, खेळत होती. दुसऱ्या दिवशी कर्मचाऱ्यांनी पाहिले की, ती काही खातपित नव्हती व थोडी मलूल झाली होती. त्याच्या पुढच्या दिवशी तर ती बेशुद्धच पडली, म्हणून मग तिला डॉ. मर्फींच्या क्लिनिकमध्ये नेण्यात आले. डॉ. मर्फींनी तिला शुद्धीवर आणण्याचा बराच प्रयत्न केला, पण तो असफल ठरला. हृदयात व्हायरल इन्फेक्शन झाल्याने ती पुन्हा उठलीच नाही.

साशाला बाळासारखे जोजवण्यात आनंद मानणारी ली ॲन या मृत्यूने आणखीनच विद्ध झाली. कसेबसे तिने साशाचे कलेवर रात्रघरात आणले जेणेकरून इतरांनाही कळेल की, साशा निघून गेली आहे. शवविच्छेदन प्रक्रिया झाली नसल्याने तिच्या

मृत्यूचे नेमके कारण अजूनही समजले नव्हते. तिच्यामुळे इतरांना काही अपायकारक संसर्ग होऊ नये म्हणून ली ॲनने तिला कोणत्याही रात्रघरात ठेवण्याचे टाळले. त्याऐवजी ती कुंपणाच्या जाळीजवळ इतरांना कळण्यासाठी साशाचे कलेवर उंच धरून उभी राहिली आणि त्या कळपामध्ये दुःखाचा पूर लोटला. रूकिया कळवळून रडू लागली. हतबलतेने, अविश्वासाने संतापली; पुढे-मागे झोके देत पाय आपटू लागली. शेवटी कशीबशी ती शांत झाली. इतर जण कुंपण जाळीतून बोट बाहेर काढून तिला स्पर्श करण्याचा प्रयत्न करत होते. रूकियाला हे सारे असह्य होऊन ती आपल्या गुहेत जाऊन भिंतीकडे तोंड करून बसली. ली ॲनच्या हातावरील आपल्या मुलीच्या निर्जीव शवाकडे ती पाहू शकत नव्हती. खरेतर तिला कुणाकडेच पाहाणे सहन व शक्य होत नव्हते.

अनेक दिवसांपर्यंत साशाचा मृत्यू मान्य करणे, रूकियाला कठीण गेले. तिची विचारपूस करण्यासाठी ली ॲन तिच्याकडे आली असता, ती उद्वेगाने उत्तेजित होत असे. हे स्पष्ट जाणवत होते की, ही कुटुंबस्वामिनी, ही महामाता आशा बाळगून होती की, ज्या माणसांनी तिच्या साशाला नेले तेच तिला परत घेऊन येतील.

कळपातील सर्वांत वरिष्ठ व सर्वांत कनिष्ठ सदस्याचे जाणे इतरांना उद्ध्वस्त करणारे होते. बॅम्बू त्यांचा नेता होता. साशाच्या उत्साही बालपणाने त्यांना ऐश्वर्य आणि ऊर्जा देऊ केली होती. नंतर निरीक्षण करत असताना ली ॲनला जाणवले की, इतर चिंप्स निर्जीव, निरुत्साही झाले होते. एका गूढ निःस्तब्धतेत ते सर्व जण हरवून गेले होते.

यानंतर जवळ-जवळ वर्ष सरले. ॲलेक्स अल्फा होण्याजोगा समंजस, प्रौढ झाला नव्हता. तरीदेखील भिंती जवळून छाती फुगवून प्रौढीने चालत राहून राजा बनण्याचा तो प्रयत्न करत राही. त्याचे हे नखरे काही काळ दुर्लक्ष करून सहन केले जात, पण ते त्रासदायक होऊ लागले की, मग मात्र रूकिया त्याला ठिकाणावर आणत असे. परंतु एकंदर सगळेच चिंप्स अस्थिर व विखुरलेले होते. त्यांना चेतवणाऱ्या एखाद्या स्फुलिंगाची गरज होती. ली ॲन त्या कळपामध्ये सर्वांना नियंत्रित ठेवेल असा प्रौढ नर, नाहीतर मग एखादे छोटे बाळ तरी आणण्याचा विचार करत होती.

या सर्व चिंप्सचे भविष्य निश्चिंत करणे, हा ली ॲनच्या प्रत्येक जागृत क्षणाचा एकमेव ध्यास होता. पुनर्वसन तळ्यात १७ मॅनेटीज पोहत होते. नॅबो व जामी या भारतीय गेंड्याचे एक पिल्लू जन्मले होते. 'सफारी आफ्रिका'मध्ये एक शूबिल स्टॉर्कची जोडी उत्तर अमेरिकेत प्रथमच जन्मलेल्या आपल्या पिल्लाचे संगोपन करत होती.

ली ॲन लेक्सला विसरली नव्हती. ती त्याचे भले चिंतित असे, त्याला मार्ग सापडण्याची आशा करत असे. त्याच्या कार्यकालात घडलेल्या अनुचित गोष्टींची ती तात्त्विक चर्चा करत नसे. तिला लॉवरी पार्कची काळजी अधिक महत्त्वाची होती.

हे एक स्वत:च्याच अपूर्णतेत अडकलेले प्राणिसंग्रहालय होते, मान्य आहे. ते काही वेळा वैभवशाली होते, तर काही वेळा संतापजनक! कसेही असले तरी ली ॲन त्याची काळजी घेतच राहाणार होती.

एल डायब्लो ब्लँको धग आगीतील ज्वालांकडे पाहात होता. बाहेर ओकच्या झाडातून वारा सळसळत होता. सर्वदूर पसरलेल्या त्याच्या शेतघराच्या रानशिवारात झेब्रा चरत होते, वार्टहॉग्ज भटकत होते. माथ्यावर उंच, स्वच्छ आकाशात गिधाडे घिरट्या घालत होती.

एका नजरेतच लेक्सने त्या प्रजातीला ओळखले, 'टर्की व्हल्चर्स' तो उद्‌गारला व अवेळी थंडी घेऊन आलेल्या रविवारचा गारठा दूर करण्यासाठी पेटवलेल्या धगीकडे सरकला. त्याने आपली सफारी हॅट काढून ठेवली, एकेक बोट सोडवत कामाच्या हातमोज्यातून हात मोकळे केले. त्याचे तथाकथित मित्र व शत्रू यांनी त्याला कसा खाली खेचला याबद्दल तो बोलू लागला. ''मी कोणी राजकीय व्यक्ती नाही.'' तो जुनाच सूर आळवत होता. ''मी बस एक काम करणारा माणूस आहे. आणि तोच माझ्या समस्येचा गाभा होता. तेच ते कारण होते, ज्याकरिता मला अशी पेकाटात लाथ बसली.''

मध्येच एका सुसकाऱ्याचा अवकाश घेऊन तो पुढे म्हणाला.

''मी विचार केला की, जर मी सगळे काही नियम व कायद्याला धरून, अनुसरून केले आहे तर मला कशाची भीती नाही.'' जवळच बसलेल्या एलिनाने आपला सूर मिसळला, ''तो त्याचे काम करत होता. राजकारणात दिवसभराचा खेळ म्हणून तो कधीच रमला नाही.''

तो २०१० सालच्या फेब्रुवारी महिन्याचा शेवटचा दिवस होता. बऱ्याच महिन्यांपूर्वी लेक्स व लॉवरी पार्क यांच्यात अंतिम समझोता झाला होता. प्रथमत: लेक्सला सांगण्यात आले की, तो लॉवरी पार्कचे दोन लाख डॉलर्स देणे लागतो. परंतु या सगळ्या प्रकाराला कंटाळलेल्या लॉवरी पार्क प्रशासनाने दोन हजार दोनशे बारा डॉलर्स इतकीच देय रक्कम म्हणून सांगितली. आणि त्याच्या दुसऱ्याच दिवशी फ्लोरिडा ॲटर्नी जनरलच्या कार्यालयाने लेक्सच्या वकिलाला असे पत्र पाठवले :

'पोलीस अहवाल, पुरावे व साक्ष-विधाने या सर्वांचे पुनरावलोकन केल्यानंतर असे ठरवण्यात आले आहे की, पुढील कायदेशीर कारवाई अनावश्यक आहे. श्रीयुत सॅलिसबरी यांची स्वत:ची कृती परस्परछेदक हितसंबंधांकडे निर्देशन करत असली, तरी त्यामागे गुन्हेगारी हेतू असल्याचे कोणतेही पुरावे आढळलेले नाहीत.'

लेक्स एक लुटारू असण्याच्या नगराध्यक्षांच्या आरोपास हे उत्तर मिळाले होते.

धगीच्या समोर आरामात बसलेल्या लेक्स व एलिनाच्या सोबतीला त्यांचे दोन

कुत्रे होते, जे लेक्सच्या अंतिम सुनावणीच्या दिवशी पाथफाइंडरमध्ये कोंडले गेले होते. लेम्यूर माकडांचा माग काढण्यासाठी सगळीकडे हुंगून तसेच जिराफावर भुंकून थकलेला ग्रब शेजारी झोप घेत होता. पीपी नेहमीप्रमाणे एलिनाच्या मांडीवर आराम करत होती. अंगणातील बफो मरीन टोडबरोबर झालेल्या झटापटीचे परिणाम त्रास देत होते. हा टोड एक पांढऱ्या रंगाचा विषारी द्रव सोडतो – जो एक्टोथर्म प्राणी त्यांचा सूड घेण्यासाठी वापरतात – आणि पीपी नको इतकी जवळ गेल्याने काही द्रव तिने गिळला होता.

"ती दगडासारखी ठार बहिरी झाली आहे." लेक्स म्हणाला.

"जणू ती परग्रहावरच पोहोचली आहे." इति एलिना.

या छोट्या टेरियर कुत्र्याकडे विषारी टोड, गरम गाड्या किंवा वृत्तपत्रकारांची झुंड यांसारख्या कोणत्याही गोष्टीतून टिकून राहाण्याची अनोखी क्षमता होती. परंतु यापेक्षा अधिक घातक होते लेक्सने 'मी कोणी राजकारणी नाही,' असे म्हणणे. सगळे काही बिघडण्याआधी त्याने अर्ध्या अधिक 'सिटी हॉल'ला भुरळ पाडली नव्हती का? या प्रश्नावर त्याने खांदे उडवले व म्हणाला, 'म्हणजे मला असे म्हणायचे आहे की, मी कधीही राजकीय मुखवटा धारण केला नाही."

"मी मीच होतो, दुसरा कोणी बनण्याचा मी कधीच प्रयत्न केला नाही. आणि मी जे केले, त्या विषयी लोकांच्या मनात उत्साह भरण्याचे मी काम केले. त्या मागची प्रेरणा नेहमीच खरीखुरी, अस्सल होती. हो, जर मी एखाद्या तत्त्वामध्ये पूर्ण विश्वास ठेवत असेन, तर मी कदाचित एक राजकारणी असेनही! पण मी कशाचा विक्रेता नाही आणि मी कधीही खोटा नव्हतो."

फौजदारी चौकशी रद्द केल्यानंतर लेक्सने आग्रह धरला की, त्याला दोषमुक्त केले जावे. त्या वेळीदेखील त्याने निर्देशित केले की, लॉवरी पार्क व सफारी वाइल्डमधील नातेसंबंधाला लॉवरी पार्कचा आशीर्वाद होता. परंतु त्याच्यावर आरोप लावले गेल्यानंतर ही बाब नगराध्यक्ष व इतर मंडळ सदस्य पूर्णपणे विसरले.

"मी कधीच काही लपवण्याचा प्रयत्न केला नाही. शिवाय मी जे काही केले ते संबंधितांच्या मान्यतेने, होकार घेऊनच केले."

त्याच्या दृष्टिकोनातून ही एक चेटकी शिकार होती. तो पूर्ण आत्मविश्वासाने सांगत होता की, नगराध्यक्षा त्याला निश्कासित करण्याविषयी आग्रही होत्या. कारण लेक्स त्यांच्यापेक्षा जास्त कमाई करतो याचा त्यांना राग होता ...शिवाय त्यांना आपल्या शीरा व स्नायू यांना थोडा व्यायाम द्यायचा होता. एकूणात त्याच्या विरुद्धची केस तशी वाईटच होती, यात कोणतीच शंका नाही. शेवटी, तो म्हणाला, आपला दृष्टिकोनच वस्तुस्थिती बनवत असतो. इतके सगळे इतक्या लवकर बदलले आणि त्याच्या विरोधात गेले याचा त्याला विषाद वाटतो. परंतु

त्याची साथ सोडणाऱ्यांना शिक्षा मिळावी, अशी मात्र त्याची अजिबात इच्छा नाही.

"माणसाला आपल्या कर्माबरोबरच राहावे लागते. आणि जर त्यांच्याकडे सदसद्विवेकबुद्धी असेल, तर ते सगळे जण माझ्या काही म्हणण्या किंवा करण्यापेक्षा कठोर असे प्रायश्चित्त स्वत:च घेतील."

लॉवरी पार्क सोडणे तसे कठीणच होते. पण तरीसुद्धा तो प्राण्यांच्या संगतीतच होता – त्याच्या शेतघरातील व सफारी वाइल्डमधील! निरनिराळ्या परवान्यांकरिता सरकारी, शासकीय अधिकाऱ्यांशी तो झगडत होता. साधारणपणे एका वर्षभरात सफारी वाइल्ड सुरू होण्याची त्याला अपेक्षा होती. शिवाय तो आणि एलिना त्याच्या शेतघरातील प्राण्यांचा स्लाइड शो दाखवत पर्यटन प्रवासाला निघणार होते.

या वेळेपर्यंत सूर्य झाडांच्या शेंड्यावर उतरू लागला होता. आपले लांब-रूंद राखाडी पंख पसरून सँडहिल क्रेन्स घरावरून उडत जाऊन घरामागील अल्पजीवी दलदलीच्या सखलात उतरले होते. काही संध्याकाळी तर २००च्या संख्येने या काठावर ते रात्रनिवारा शोधत. त्यांच्या केकाटण्याने आसमंत भरून जात असे.

या क्रेन्स – करकोच्यांचा आवाज आता ऐकू न शकणारी पीपी एलिनाच्या मांडीवर गाढ झोपली होती. त्या दिवशी वाहनतळातील पाथफाइंडरमध्ये कोंडून ठेवल्याबद्दल आता तिच्या मनात कोणताच रोष नव्हता.

"त्या वेळी जणू आम्ही सरळ विचार करणेच विसरलो होतो." लेक्स म्हणाला.

"खरेच आम्ही मूर्खासारखेच वागलो." एलिनाने त्याला पुस्ती जोडली.

आणि तरीदेखील आता एलिना राष्ट्रीय स्तरावर 'पेट अब्यूजर – प्राणी शोषक,' झाली होती. एलिनाने स्पष्ट केले की, पीपी व ग्रब यांना संपूर्ण दिवस ती घरात सोडू इच्छित नव्हती. तिला हीदेखील अपेक्षा नव्हती की, ती हॉटेलमध्ये इतका वेळ आत राहील. लेक्स एका सत्त्व परीक्षेचा सामना करत असताना ती त्याला आधारभूत होऊ इच्छित होती. एकदा हॉटेलमध्ये गेल्यानंतर तिला वेळेचे भान राहिले नाही. कुत्र्यांना बिल्ला न घालण्याबद्दल ती म्हणाली की, ते काम लॉवरी पार्कमार्फत होईल असे तिला वाटले. तिच्या मनाला सर्वांत अधिक लागून राहिलेली गोष्ट म्हणजे त्या प्रसंगामुळे लेक्सने लॉवरी पार्कमध्ये राहाण्याची जी काही थोडीफार शक्यता होती, ती गमावली. अर्थात लेक्स मानतो की, त्या घटनेने काही फारसा फरक झाला नाही. परंतु एलिनाकरिता तो खूप दु:खी होता. कुत्र्यांना दुर्वतणूक देण्याचा आरोप, तोही दूरदर्शनवरती – हे किती भयानक असेल असे तो म्हणाला.

या सगळ्यातून लेक्स नेमके काय शिकला?

या प्रश्नाचे त्याने तत्परतेने उत्तर दिले. तो म्हणाला की, त्याने ताम्पा शहराला एक अमूल्य भेट दिली – एक राष्ट्रीय स्तरावरील प्राणिसंग्रहालय, जागतिक स्तरावरील प्राण्यांचा संग्रह आणि शेकड्याच्या पटीत वाढणारी आर्थिक सुबत्ता! या

सगळ्याच्या बदल्यात राज्यकर्त्यांनी त्याला तुरुंगात टाकून त्याचे अस्तित्वच नष्ट करण्याचा प्रयत्न केला. त्याचे शेवटचे वाक्य होते, "ताम्पा शहर आपल्याच उभरत्या तरुणाईला नष्ट करते आहे."

कोणीही लेक्सवरती नम्रतेचा आरोप करू शकणार नाही. त्याने सातत्याने आपल्यावरील आरोप नाकारण्यामुळेच तो काही लोकांना प्रिय होता. तसेच इतर अनेक जण याकरिताच त्याचा तिरस्कारही करत. परंतु केवळ तो गुन्हा मान्य करत नाही, पश्चात्ताप करत नाही म्हणजे तो पूर्ण चूकच होता, असेही म्हणता येणार नाही.

मागे वळून पाहाता त्याची ही दुर्दैवी घसरण म्हणजे एक रचलेला उन्माद होता. अनेक वर्षांपासून लेक्सने आपल्याच शत्रूला भरपूर दारूगोळा पुरवला होता. विशेषकरून हर्मन आणि इन्शाल्लाच्या मृत्यूनंतर कर्मचाऱ्यांच्या काळवंडलेल्या नीतिधैर्याचा विचार केला तर असे जाणवते की, त्याच्याच प्रदेशातून पटास माकडे सुटण्याच्या कितीतरी अगोदर नियामक मंडळाकडे त्याला पदच्युत करण्याचे सबळ कारण होते. सफारी वाइल्डबद्दल संतापाची लाट उठण्याचा संबंध लॉवरी पार्क किंवा सफारी वाइल्डमधील प्राणी ठीक असण्याशी नव्हता. लेखापरीक्षण अहवालाच्या गडगडाटानंतर खरा घोटाळा हा निधीच्या अपहरणाचा नव्हताच. जर खरोखरच हा निधी अपहार घोटाळा असता, तर आरोपात उल्लेखलेली रक्कम वसूल करण्यासाठी लॉवरी पार्कने तगादा लावला असता.

शेवटी काय तर हे सर्व नाट्य सत्तेच्या संतुलनाविषयी होते. असलेल्या वानरवंशात नेमके कोण लॉवरी पार्कला उज्ज्वल भविष्याप्रती मार्गदर्शन करेल किंवा मान्य व अमान्य यांमधील फरक तसेच मर्यादाबाह्य म्हणजे नेमके काय हे कोण ठरवेल या निर्णयनिवडीचे हे नाट्य होते. अधिकाऱ्यांचे आरडाओरड करणे, दबा धरणे, आरोप-प्रत्यारोपांचे आघात करणे, हे सगळे चिंपांझींच्या प्रांगणातील हर्मन व नाट्यसम्राज्ञी रूकियासह इतरांचे किंचाळणे, छाती बडवणे, गोल-गोल फिरत एकमेकांचा पाठलाग करणे इत्यादींशी तंतोतंत जुळण्याजोगे होते.

हा सगळा प्रपंच म्हणजे एका उपकथानकावरती लक्ष केंद्रित करून, लॉवरी पार्कचे एक प्राणिसंग्रहालय म्हणून नेमके काय स्वरूप असावे, त्याने कसे उत्क्रांत व्हावे, इतर संस्थांच्या सहकार्याने पृथ्वीच्या भविष्याबद्दल त्याची भूमिका काय असावी या मूलभूत प्रश्नांना बगल देणे भाग होते. लेक्सविरुद्धच्या नैतिक युद्धांत ताम्पा शहराने वकिलाची फी म्हणून नेमके किती आर्थिक दान देऊ केले? प्रत्येक वर्षी पृथ्वीवरून नाहीशा होणाऱ्या, विस्मृतीत विलीन होणाऱ्या त्या अगणित प्रजातीकरिता त्या रकमेचे मोल आपण निश्चितच समजू शकतो.

लेक्सने केलेले गुन्हे काहीही असोत, पृथ्वीतलावावरील जंगलप्रजातीवर केल्या जाणाऱ्या अत्याचाराच्या गुन्ह्यांसमोर ते खूपच फिके आहेत. इ. ओ. विस्लन या प्रसिद्ध जीवशास्त्रज्ञाने लिहिलेल्या 'द फ्युचर ऑफ लाइफ' या पुस्तकात पृथ्वीग्रहावरील अनेक जीवप्रजातींना पुसून टाकणाऱ्या संपुष्टी लाटांचा उल्लेख करून मानवाचा त्यांनी 'सिरीयल किलर ऑफ बायोस्फिअर – जैवअवकाशाचा साखळी हत्यारा,' असा उल्लेख केला आहे.

वैश्विक तपमान वृद्धी, ध्रुवावरील बर्फावरणाचे वितळणे, सागर आणि अवकाशाचे प्रदूषित होणे, अमेझॉनचे हिरवेगार दाट जंगल वणव्याने राख होणे, या सर्वांबरोबरच आपल्या मुलांना शाळेत सोडण्यासाठी, किराणामाल आणण्यासाठी, कामावर जाण्यासाठी गाड्यांचा वापर करणे अशा असंख्य कारणांनी लॉवरी पार्कमधील अनेक प्राणी त्यांच्या मूळ नैसर्गिक जंगलआवासामध्ये अस्तंगत होण्याच्या मार्गावर आहेत. काहीतर विनाशकड्याच्या अंतिम बिंदूवर कसेबसे लटकत आहेत.

पनामामधील जंगलातून सगळे गोल्डन फ्रॉग्ज नाहीसे झाले आहेत. पूर्वी जिथे त्यांची प्रजा ओसंडून वाहात असे, त्या घळीतील 'थाउजंड फ्रॉग स्ट्रीम – हजारो बेडूकांचा झरा' म्हणून ओळखल्या जाणाऱ्या त्यांच्या प्रजनन स्थानावरसुद्धा आजमितीला एकही फ्रॉग दिसून येत नाही.

संपूर्ण पृथ्वीवरील गोल्डन फ्रॉग्ज व इतर उभयचर प्राण्यांच्या जपणुकीसाठी प्रयत्न करणारे जीवशास्त्रज्ञ केविन झिपेल म्हणतात, 'ते सगळे अगोदरच गच्छंतीच्या मार्गावर लागले आहेत. मी तर म्हणेन की, ते आता इतिहासजमाच झाले आहेत.'

२००५ सालातील जानेवारी महिन्यात केव्हिन, डस्टिन व इतर संशोधकांनी घळीमध्ये उतरून जो गोल्डन फ्रॉग पाहिला होता, तो पृथ्वीवरील नैसर्गिक वातावरणात दिसलेला शेवटचा गोल्डन फ्रॉग होता.

आफ्रिकेमध्येही काळ वेगाने धावतो आहे.

मिक रेली व त्याचे कुटुंबीय अजूनदेखील स्वाझीलॅन्डमधील गेमपार्क्समध्ये आश्रय दिलेल्या हत्ती, काळे गेंडे, सिंह व इतर असंख्य प्राण्यांची देखभाल करत आहेत. टेड, मिकचे वडील गेली चार दशके देशातील जंगलजीवांची जपणूक करत आहेत. चालायला येत नव्हते तेव्हापासून जंगलातून भटकणारा मिक आपल्या वडिलांसह काम करतो आहे. तो बालक असताना झाडीत उभा राहून गेंड्याकडे पाहात आहे, असा त्याचा एक फोटो आहे.

मिक आता ३९ वर्षांचा आहे. आयुष्यभर तो आणि त्याचे वडील स्वाझी राजाच्या मदतीने प्राण्यांच्या संरक्षणाकरिता कृतिशील आहेत. त्यांनी राजकारणी,

चोरटे शिकारी व १९९०च्या सुरुवातीला त्यांच्या गेमपार्कमध्ये घुसून गेंड्यांना मशिनगनने ठार करून त्यांची शिंगे कापून घेतल्यानंतर, रक्ताळलले जिवंत असणारे धड तसेच माती-चिखलात सोडणारे हत्यारे यांच्याशी लढा दिलेला आहे.

स्वाझीलॅन्डच्या अस्तित्व धोक्यात आलेल्या प्राण्यांच्या जपणुकीसाठी राखीव असणाऱ्या मखाया अभयारण्यात कत्तल केल्या गेलेल्या सगळ्या गेंड्यांच्या साफ केलेल्या कवट्यांची रास आहे. त्या कवट्यांत बंदुकीच्या गोळ्यांनी पाडलेली भोके दिसून येतात. मिक व टेडसमवेत एखादी दुपार घालवाल, तर ते तुम्हाला लॅन्डरोवरमधून वळणावळणाच्या रस्त्याने फिरवून त्यांनी ज्या-ज्या गोष्टींसाठी लढा दिला, त्या सगळ्या गोष्टी तुम्हाला दाखवतील. ते सगळं आज आपण कायमचे गमावत आहोत. सुगरिणीची घरटी झाडांना कागदी पिशव्यांप्रमाणे लटकत आहेत, निळ्याभोर आकाशघुमटाखाली गरुड भरारी घेतो आहे.

मिक आफ्रिकेतील पठारी कुरणांविषयी कल्पनारम्य चित्रे कधीच रंगवत नाही. येणारे पर्यटक विस्फारलेल्या डोळ्यांनी विरत जाणाऱ्या निसर्गसंतुलनाबद्दल बोलताना तो ऐकत असतो.

लॅन्डरोवरच्या चाकावर विसावलेला मिक म्हणतो, ''निसर्गसंतुलन अशी कोणती गोष्ट अस्तित्वातच नसते, ती पूर्वीही कधी नव्हती. निसर्गसंतुलन असतच नाही, कारण निसर्ग हा नेहमी बदलत असतो.''

कोरडा दुष्काळ, पूर किंवा रोगराईत प्राणिप्रजेची कातडी खरवडणाऱ्या निसर्गाविषयी तो बोलतो. माणसाने घडवलेल्या निसर्गसंहाराबद्दल तर तो बोलतोच. एकीकडे तो बोलत असतो आणि त्याच्यामागील क्षितिजरेषेवरून झेब्र्यांचा एक कळप दुडकत धावताना दिसतो, त्यांच्यामागून वाइल्डबीस्ट्सचा दुसरा एक कळपही धावत असतो.

''निसर्ग,'' मिक आपल्या वडिलांचे शब्द बोलतो, ''कधी पक्षपातीपणा करत नाही.''

आज सॅनडिएगो व ताम्पा इथे ११ हत्ती पाठवल्याच्या सात वर्षांनंतरदेखील मागे राहिलेले हत्तींचे कळप स्वाझीलॅन्डमधील कुरणे, जंगले नष्ट करत आहेत. अधिक वासरांचा जन्म झाला आहे. चोरट्या शिकाऱ्यांना दूर ठेवले आहे. आज तिथे ३७ हत्ती आहेत. २००३मध्ये येथील ११ हत्ती अमेरिकेला पाठवले गेले, तेव्हा जितकी संख्या होती साधारण तितकीच ही संख्या आहे. पूर्वीप्रमाणेच आजही ते हत्ती नजरेत येणारे प्रत्येक झाड तोडत, तुडवत आहेत. काही झाडे ३०० वर्षे जुनी आहेत. अशी झाडे नष्ट होतात तेव्हा त्यांच्यासारखे दुसरे झाड मिळवणे अशक्यप्राय असते.

''माणसाच्या सबंध आयुष्यकाळात,'' टेड म्हणाला, ''ती झाडे पुन्हा उगवत

नाहीत.'' रेली कुटुंब आज पुन्हा त्याच चौरस्त्यावर आहे. त्यांना जाणीव आहे की, ते हत्तींना इतक्या साऱ्या झाडांची नासधूस करू देऊ शकत नाहीत. परंतु म्हणून हत्तींना ठार करण्याचीदेखील त्यांची इच्छा नाही. अलीकडे ते हत्तींच्या नसबंदीचा प्रयोग करत आहेत. अलीकडे हत्तींच्या नसबंदीसंबंधी काही संशोधन होते आहे. गेल्याच वर्षी डिस्ने ॲनिमल किंगडम येथील तज्ज्ञांनी इतर पशुवैद्यांच्या मदतीने मखाया व ल्हानामधील सात हत्तींवर शल्यचिकित्सेतून नसबंदी करण्याचा प्रयत्न केला होता. रेली कुटुंबीय या संदर्भात सकारात्मक आशा बाळगून आहेत. अमेरिकेतील एखादे प्राणिसंग्रहालय जिथे हत्तींना सकारात्मक वागणूक मिळू शकेल, तिथे त्यांना पाठवण्यासाठीही ते पुन्हा तयार आहेत.

अर्थात मिक व त्याच्या वडिलांना पुन्हा दुसऱ्या वादात पडण्याची इच्छा नाही. फक्त शहाणपणाने सुचवलेले कोणतेही एक उत्तर शोधण्याचा ते प्रयत्न करत आहेत.

एके दिवशी दुपारी मखायामधील आणखी एका धुळीच्या रस्त्यावरून एक वनरक्षक त्यांना गाडीतून घेऊन जात असतो. सभोवताली हत्ती कुठे नजरेत येत नसतात. त्यांचे काय करायचे हा प्रश्नही सध्यातरी दूर असतो. दिवसाच्या शेवटच्या काही सोनेरी क्षणांचा बाप-लेक मिळून आनंद घेत असतात. झाडीतून घाईने पळणाऱ्या वॉर्टहॉग्जना ते पार करतात. त्यांना एक गेंड्याची मादी दिसते. नुकताच तिने एका पिल्लाला जन्म दिलेला असतो.

संध्याकाळी मावळत्या प्रकाशात ते दोघे एका पाणवठ्याशी थांबतात. त्या जांभुळलेल्या पाण्यात पाणगेंडे पोहत, नाकाने पाणी उडवत असतात. दाटणाऱ्या अंधारात, शांततेत गुरफटून बाप आणि मुलगा कान देऊन ऐकतात. आता परतायची वेळ होते. 'चुबेका' मिक वाहनचालकाला सांगतो, 'चल!'

'चल आपण सूर्याचा पाठलाग करू!' टेड म्हणतो.

संदर्भ सूची

१. झेप नवीन विश्वाकडे

१. *Anvil bat* : ॲनविल बॅट : एक प्रकारचे वटवाघूळ

२. *Bush baby* : बुश बेबी : आफ्रिकेत सहारा वाळवंटाच्या दक्षिणेकडील भागांत आढळणारा एक निशाचर माकडाचा प्रकार. याचे कान व डोळे मोठ्या आकाराचे व शेपूट लांब असते.

३. *Nguni cattle* : न्गुनी कॅटल : स्वाझीलॅन्डमध्ये आढळणारे गाय-बैल

४. *Sable antilope* : सेबल ॲन्टिलोप : सेबल काळवीट पूर्व आफ्रिकेत आढळणारा काळविटाचा प्रकार. याचा आकार मोठा, रंग काळा आणि शिंगे तलवारीच्या आकाराची व मागे वळणारी असतात.

५. *Warthog* : वॉर्टहॉग : लांब सुळे असणारे व मानेभोवती जाड खरबरीत केसांची आयाळ असणारे पूर्व व दक्षिण आफ्रिकेत आढळणारे रानडुक्कर

६. *Impala* : इम्पाला : दक्षिण व पूर्व आफ्रिकेत आढळणारे एक प्रकारचे काळवीट. त्याची शिंगे डेऱ्याच्या आकाराची असून संकटकाळी लांब उड्या घेत, ते खूप वेगाने पळते.

२. नवनिर्मितीचे धाडस

१. *Malayan Tapir* : मलायी टपीर : दक्षिण व मध्य अमेरिकेत आढळणाऱ्या साधारण तरसासारखा दिसणाऱ्या या प्राण्याच्या काळ्या अंगावर पांढऱ्या तुरळक रेषांची नक्षी असते. त्याच्या पुढच्या पायाला चार व मागच्या पायाला तीन नख्या असतात.

२. *Gecko leopard* : गेको लेपर्ड : आठ ते दहा इंच लांबीची अंगावर बिबट्यासारखी ठिपक्यांची नक्षी असलेली अफगाणिस्तान, पाकिस्तान येथे आढळणारी एक पाल

३. *Clouded leopard* : क्लाउडेड लेपर्ड : ढगाळ बिबट्या हा मार्जार परिवारातील दक्षिणपूर्व आशिया व इंडोनेशिया येथे आढळणारा बिबट्याचा प्रकार. पिवळसर-तपकिरी कातडीवर काळ्या रंगाचे लहान-मोठे ठिपके असतात. भारतात पोखरा, चितवन इत्यादी ठिकाणी दिसून येतो.

४. *Komodo dragon* : कोमोडो ड्रॅगन : कोमोडो व भारताच्या पूर्वेस असणाऱ्या काही बेटांवर आढळणारी सर्वांत मोठ्या आकाराची घोरपड. हिची लांबी दहा फूट व वजन तीनशे पौंड असू शकते.

५. *Sloth bear* : स्लॉथ बेअर : दक्षिण भारत व श्रीलंका येथे आढळणारा अस्वलाचा प्रकार. त्याचे तोंड लांब निमुळते व केस राठ असतात. भारतात हे सर्व परिचित आहे.

६. *Sting ray* : स्टिंग रे : चपट्या आकाराचा, पंखासारखे मोठे कल्ले असणारा मासा. याचा आकार फार मोठा नसला, तरी याच्या शेपटीचा फटकारा विषारी असतो.

७. *Siamang monkey* : स्यामंग मंकी : सुमात्रा व मलाया या बेटांवर आढळणारा माकडाचा प्रकार. त्याच्या गळ्याशी असलेल्या लाल-तपकिरी पिशवीसारख्या भागातून ते घुमणारा आवाज काढतात.

८. *Argus pheasant* : आर्गस फेजेन्ट : भारतीय मोराशी साम्य असणारा हा एक प्रकारचा मोर म्हणजे तितर पक्षी आहे. भारतीय मोरासारखाच याच्याकडे देखील चार-साडेचार फूट लांबीचा पिसारा असतो, जो फुलवून तो सुंदर नाच करतो. फक्त या मोराकडे भारतीय मोराच्या निळ्या-हिरव्या रंगांऐवजी पिवळे-तपकिरी रंगांचे 'डोळे' असतात. याच्या डोक्यावर तुराही नसतो, पण ऐट मात्र असते.

९. *Goliath bird eating spider/bird spider* : गोलियथ बर्ड इटिंग स्पाइडर : अमेरिकेतील विषुववृत्तीय जंगलामध्ये आढळणारा मोठ्या आकाराचा पक्षीसुद्धा खाऊ शकणारा केसाळ कोळी.

१०. *Otter* : ऑटर : पाण्यातील मांजर किंवा ऊद हा एक मांसाहारी सस्तन प्राणी आहे. या प्राण्याची त्वचा मऊ सुळसुळीत असते.

११. *Howler monkey* : हाउलर मंकी : या माकडांचा आकार मोठा असून त्यांचा आवाज कर्णकर्कश असतो. ही माकडे दक्षिण अमेरिकेतील विषुववृत्तीय जंगलात आढळतात.

१२. *Blue poison dart frog* : ब्लू पॉइझन डार्ट फ्रॉग : निळा विषाची पिचकारी मारणारा बेडूक हा आकाराने खूप लहान व भडक निळ्या रंगाचा असतो. त्याचे विष खूप घातक असते.

१३. *Bald eagle* : बाल्ड ईगल : उत्तर अमेरिकेत आढळणारा मोठ्या आकाराचा गरुड पक्षी. त्याचे डोके व शेपूट पांढरे असून चोच पिवळी असते. हा अमेरिकेचा राष्ट्रीय पक्षी असल्याने त्याला 'अमेरिकन ईगल' असेही म्हणतात.

१४. *Merlin falcon* : मर्लिन फाल्कन : छोट्या आकाराचा गहिऱ्या रंगाची पिसे व शेपटीवर आडव्या रेषा असणारा बहिरी ससाणा

१५. *Eurasian eagle owl* : युरेशियन ईगल आउल : युरोप व आशिया खंडात आढळणारे, घारीपेक्षा आकाराचे थोडे मोठे असणारे हे एक युरेशियन गरुड-घुबड आहे. त्याच्या पिसावर मातकट तपकिरी ठिपके असून व डोक्यावर दोन टोकदार उभे कान उठून दिसतात.

१६. *Harris hawk* : हॅरिस हॉक : मध्यम ते मोठ्या आकाराचा गडद विटकरी रंगाचा धारदार आणि बाकदार चोच असणारा उत्तर व दक्षिण अमेरिकेत आढळणारा एक शिकारी पक्षी

१७. *Black vulture* : ब्लॅक व्हल्चर : कृष्ण-गिधाड हे उत्तरपूर्व अमेरिका तसेच दक्षिण अमेरिकेत चिली अर्जेंटिना येथे सर्वसामान्यपणे आढळणारे दोन ते अडीच फूट उंचीचे काळे गिधाड आहे.

१८. *Screech owl/Barn owl* : स्क्रीच आउल/बार्न आउल – चिरक्या वा गव्हाणी घुबड याचे अंग ठिपकेदार, डोळे पिवळसर असतात. निशाचर असल्याने संध्याकाळी व रात्री चिरका आवाज करीत फिरत राहाते.

१९. *Peregrine falcon* : पेरिग्रिन फाल्कन : अंगभर राखट रंगाच्या ठिपक्यांची नक्षी असणारा घारीइतक्या आकाराचा ससाणा. जगात अनेक ठिकाणी दिसून येतो.

२०. *Mourning dove* : मोर्निंग डव : तपकिरी रंगाचा अमेरिकेत आढळणारा होला. याचा आवाज कारुण्यपूर्ण असतो.

२१. *Red tailed hawk* : रेड टेल्ड हॉक : लाल शेपटीचा बहिरी ससाणा हा अमेरिकेत सर्वसामान्यपणे दिसून येणारा पक्षी. घारीपेक्षा थोडा मोठा आकार व गडद विटकरी रंगाच्या शेपटीमुळे हा पक्षी देखणा दिसतो.

२२. *Raccoon* : रॅकून : उत्तर अमेरिकेत आढळणारा कुत्र्यासारखा प्राणी. राखाडी रंगाचे अंग, निमुळते तोंड व झुपकेदार शेपूट ही त्याची वैशिष्ट्ये आहेत.

२३. *Alligator* : ॲलिगेटर : मगर किंवा सुसर

२४. *Whooping crane* : व्हूपिंग क्रेन : फक्त उत्तर अमेरिकेतच तेही काही विरळतेने आढळणारा डांग्या करकोचा. संपूर्ण अंग पांढरेशुभ्र असून कपाळ लाल व चोच पिवळी असते. चांगला चार ते साडेचार फूट उंच असतो.

२५. *Key deer* : की डीअर : कॅरिबियन समुद्राभोवतीच्या सखल भागात आढळणारे हरीण. दिसण्यात भारतीय चितळशी बरेच साम्य असते.

२६. *Sea bass fish* : सी बास फिश : एक प्रकारचा खाण्यायोग्य समजला जाणारा मासा. आकाराने अडीच ते तीन फूट लांब असतो.

२७. *Manatee* : मॅनाटी : समुद्राच्या पाण्यात परंतु किनारपट्टीच्या जवळपास वावरणारा छोट्या व्हेल माशासारखा दिसणारा एक सस्तन प्राणी. तो स्वभावाने खूप मवाळ असतो. परस्परांशी संवाद साधण्यासाठी तो सुरेल शीळ घालतो.

२८. *Emu* : एमू : शहामृगासारखा दिसणारा, राखाडी रंगाचा जमिनीवर अधिक वावर असणारा पक्षी.

२९. *Moray eel* : मोरे ईल : सापासारख्या लांब आकाराचा; पण मासा वर्गात मोडणारा जलचर प्राणी. याची लांबी साडेचार इंचापासून नऊ फुटापर्यंत असू शकते.

३०. *Lowland gorilla* : लोलॅन्ड गोरिला : मध्य आफ्रिकेत आढळणारा गोरिला. चार ते सहा फूट उंची व दोनशे पौंड वजन, असा तो धिप्पाट व दणकट असतो.

३. आगमन

१. *Mandril monkey* : मॅन्ड्रिल मंकी : मोठ्या आकाराचे रंगीबिरंगी माकड. याच्या लांबसर तोंडावर लाल-निळे उभे पट्टे असतात. नाक आणि ओठ लाल रंगाचे असतात. पोट पांढरे असते, तर पाठीवर राखी-पिवळे-हिरवे पट्टे असतात. हे आफ्रिकेच्या पश्चिम भागात दिसून येते.

४. जलपरीचे गीत

१. *Lorikeets* : लॉरिकीट्स : मनोहारी विविध रंगी पोपट

२. *Carpet python* : कार्पेट पाइथन : सात ते नऊ फूट लांबी व अंगभर काळ्या-पिवळ्या रंगाची नक्षी असलेला विशेष करून ऑस्ट्रेलियात

आढळणारा अजगर

३. *Burmese python* : बर्मीज पाइथन : आशिया खंडाच्या दक्षिणपूर्व देशामधील गवताळ दलदलीच्या प्रदेशात आढळणारा सोळा ते तेवीस फूट लांब असणारा हा अजगर सापडलेल्या भक्ष्याभोवती वेटोळे घालून त्याला आवळून मारतो.

४. *Babirusa* : बाबिरूझा : इंडोनेशियातील काही बेटांवर आढळणारे डुक्कर. यामधील नराला चार मोठ्या आकाराचे मागे वळणारे सुळे असतात.

५. *Muntjac* : मंटजॅक : लहान आकाराचे आशिया खंडात आढळणारे हरीण. त्याचा आवाज कुत्र्याच्या भुंकण्यासारखा असतो म्हणून त्याला 'बार्किंग डीअर' – भुंकणारे हरीण – असेही म्हणतात.

६. *Ringtail lemur* : रिंगटेल्ड लीमर : 'माकड' परिवारातील, त्याच्या लांब शेपटीकरिता प्रसिद्ध असलेले माकड. त्याच्या शेपटीवर काळे-पांढरे गोल पट्टे असतात. नाक व डोळ्याभोवती देखील काळा रंग असतो. या प्रकारचे माकड मादागास्कर बेटावरच आढळते.

७. *Red wolf* : रेड वुल्फ : 'कुत्रा' परिवारातील लाल रंगाचा लांडगा, राखट रंगाच्या लांडग्याहून लहान असतो. अमेरिकेच्या दक्षिणपूर्व भागात दिसतो.

८. *Colobus monkey* : कोलोबस मंकी : आफ्रिकेची मूळ रहिवाशी असणारे हे माकड रंगाने काळे असते परंतु तोंड व पाठीवर लांब असलेले केस पांढरे असतात. त्यांच्या हाताला अंगठा नसतो.

९. *Tarantula* : टारेन्ट्युला : विषुववृत्तीय व त्याजवळील जंगलात आढळणारा मोठ्या आकाराचा काळ्या रंगाचा केसाळ कोळी. त्याचे पाय अकरा इंचापर्यंत लांब असतात. हा कोळी पकडलेल्या प्राण्यामध्ये दोन सुळ्याने आपले विष टोचून त्यांना ठार मारतो.

१०. *Golden lion tamarin* : गोल्डन लायन टॅमरिन : या माकडांचा आकार लहान, सोनेरी रंग व चेहरा व त्याभोवतीची आयाळ सिंहासारखी असते. ब्राझीलचे मूळ रहिवाशी असलेली ही माकडे झाडावर राहाणारी असतात.

११. *Emerald sterling* : एमरल्ड स्टर्लिंग्ज : चमकदार हिरव्याकंच रंगाच्या या हिरव्या साळुंख्या सध्या अस्तंगत होत आहेत.

१२. *Masked lapwings* : मास्क्ड लॅपविंगज : बुरखाधारी टिटव्या : आकाराने सर्वसामान्य टिटव्या सारख्याच असतात. त्यांचे कपाळ पिवळे असून चोचीला लोंबणारा पिवळ्या रंगाचा पडदा असतो.

१३. *Boat billed Heron* : बोट बिल्ड हेरॉन : मेक्सिको, पेरू व

ब्राझीलमध्ये आढळणारा बगळा. याचे अंग भुरकट रंगाचे असते व चोच बोटीच्या आकाराची असते.

१४. *Marmosets* : मार्मोसेट्स : माकड परिवारातील अतिशय लहान प्राणी. त्याच्या लहान आकारामुळे व त्यांच्या भाबड्या चेहऱ्यामुळे तसेच सतत चिर्र ऽऽ पिट्ऽऽ असा आवाज करण्याने ती सर्वांनाच आवडतात.

१५. *Bactrian camel* : बॅक्ट्रियन कॅमल : पाठीवर दोन वशिंड असणारा उंट

६. सर्पालय

१. *Sea horse* : सी हॉर्स : सागरी घोडा : हा एक विशेषप्रकारचा समुद्र मासा आहे. नावात जरी 'घोडा' हा शब्द असला, तरी तसे कोणतेच साम्य नाही. सहा ते चौदा इंच लांबी व इंग्रजी 'एस' आकाराचा हा प्राणी उभा पोहतो. अनेक दृष्टीने तो विशेष असा प्राणी आहे.

२. *Naked mole rat* : नेकेड् मोल रॅट : हा एक काहीसा निराळा उंदराचा प्रकार आहे. तो जमिनीखाली राहातो. त्याला कोणत्याही प्रकारचे केस किंवा जाड आवरण नसते. उंदराप्रमाणेच त्याच्या तोंडात दोन लांब धारदार सुळे असतात. मधमाशांप्रमाणे त्यांच्यात राणीपद्धत असते.

३. *Aldabra* : अल्दाब्रा : प्रचंड मोठ्या आकाराचे कासव. हिंदू महासागरातील 'अल्दाब्रा' नावाच्या बेटावर व त्याच्या परिसरात त्याचे वास्तव्य असल्याने या कासवाला 'अल्दाब्रा' म्हणतात.

४. *Water moccasin* : वॉटर मोकॅसिन : हा एक विषारी प्रकारचा साप आहे. जाडसर अंगाचा आखूड शेपटीचा हा साप अमेरिकेतील फ्लोरिडा प्रदेशात सापडतो.

५. *Ball python* : बॉल पाइथन : पैसाकिड्यासारखा सतत गोल आकारात राहणारा हा अजगर मध्य व पश्चिम आफ्रिकेत आढळतो. याची लांबी चार ते पाच फुटापर्यंत असते.

६. *Bar headed goose* : बार हेडेड गूझ : पट्टेरी कादंब : हा बदकाचा प्रकार आहे. पांढऱ्या डोक्यावर ठळकपणे दिसून येणारे दोन आडवे पट्टे असतात. हे बदक सर्वत्र आढळते.

७. *Copper head* : कॉपर हेड : या सापाचे सगळे अंग निळे-काळे पण तोंड मात्र तांबट रंगाचे असते. साडेचार ते पाच फूट लांबीच्या या सापाच्या तोंडाकडील निम्म्या भागावर कवड्यांची नक्षी असते, तर उरलेल्या

भागावर रेषांची नक्षी असते. हा साप विषारी नसतो.

८. *Rattler* : रॅटलर : शेपटीच्या शेवटी असलेल्या गोल, सैल हाडांमुळे हालचाल करताना खुळखुळ आवाज येतो म्हणून 'खुळखुळ्या साप' म्हणतात. त्याच्या सगळ्या उपजाती विषारी असतात.

९. *Led Zeppelin* : लेड झेप्पलिन : हा एक 'रॉक' संगीत वा गाणी सादर करणाऱ्यांचा खूप लोकप्रिय संच.

१०. *Bumble bee* : बम्बल बी : 'माशी' परिवारातील आकाराने मोठी व केसाळ माशी. या माशीचे रूप व सामाजिक वर्तन बरेचसे मधमाशीसारखेच असते.

११. *Anole* : अनोल : एक प्रकारचा सरडा.

१२. *Emperor scorpion* : एम्परर स्कॉर्पियन : आफ्रिकेचा मूळ रहिवाशी असणारा हा काळ्या रंगाचा, सात ते नऊ इंच लांबीचा विंचू भारतात आढळणाऱ्या इंगळीसारखा असतो.

७. सीमारेषा

१. *Black bear* : ब्लॅक बेअर : हे काळे अस्वल अमेरिकेत आढळते. हे अस्वल भारतीय अस्वलाशी साम्य असणारे असते. अमेरिकन काळ्या अस्वलाचा चेहरा अधिक रुंद असून त्याचे केस कुरळे व मऊ असतात.

२. *Polar bear* : पोलर बेअर : या ध्रुवीय अस्वलाचे वास्तव्य आर्क्टिक प्रदेशात आढळून येते. पांढरा शुभ्र रंग, वजन नऊशे ते सोळाशे पौंड व आठ फुटापर्यंत लांबी, असे धिप्पाड शरीर असते.

३. *Fairy bluebirds* : फेअरी ब्लूबर्ड : पाठीवर भडक निळा रंग असणारा हा पक्षी हिमालयाच्या पायथ्याशी देखील पाहायला मिळतो.

४. *Galapagos tortoise* : गालापागोस टॉर्टोइज : गालापागोस बेटांवर आढळणारी प्रचंड आकाराची कासवे.

५. *Snow leopard* : स्नो लेपर्ड : हिमबिबट्या वा बिबळ्या ह्याच्या अंगभर सामान्य बिबट्यासारखेच रेषा व ठिपके असतात. हा मध्य आशियाच्या बर्फाळ प्रदेशात आढळतो.

६. *Turkey* : टर्की : कोंबडी व बदक यांचे मिश्रण असणारा पाळीव पक्षी

७. *Guinea fowl* : गिनी फाउल : कोंबडी सारखाच एक पाळीव पक्षी

८. *Rooster* : रूस्टर : कोंबडा

९. *Cormorant* : कॉरमोरॅन्ट : पाणकावळा हा लांब मान, रंग काळा

व पाण्यात राहणारा एक पक्षी

१०. *Iguana* : इग्वाना : दक्षिण अमेरिकेत आढळणारी एक मोठी घोरपड. ही सरड्यासारखी सरपटणारी प्राणी असून साडेसहा फूट लांबीची व पाच किलो वजनाची असते.

११. *Killer whale* : किलर व्हेल : सर्वांत मोठ्या आकाराचा मासा. तो अतिशय शक्तिशाली शिकारी मासा समजला जातो.

९. प्रणय राग

१. *Madagascar hissing cockroache* : मादागास्कर हिसिंग कॉक्रोच : मादागास्करमधील फुत्कारणारी झुरळे ही सर्वसामान्य झुरळाच्या आकार व रंगाची, पंख नसलेली असतात. संकटप्रसंगी किंवा मादीला आकृष्ट करण्यासाठी तसेच प्रतिस्पर्ध्यापुढे शक्तिप्रदर्शन करीत असताना श्वसन मार्गातून हवा जोरात फुंकून ही झुरळे 'फुत्कार' काढतात.

२. *Possum* : पॉसम : झाडावर राहणारा उंदरासारखा दिसणारा लोकरी अंग व आखूड झुपकेदार शेपूट असणारा लहान आकाराचा प्राणी. ऑस्ट्रेलिया व न्यूझीलॅन्ड येथे आढळतो.

१०. मानव जातीचे प्रांगण

१. *Green tree python* : ग्रीन ट्री पाइथन : विषुववृत्तीय जंगलामध्ये झाडावरच राहणारा हा हिरवा अजगर बिनविषारी व सर्वांत सुंदर दिसणारा साप म्हणतात. तो तीन ते पाच फूट लांब असतो.

२. *Prehensile skink* : प्रिहेन्सिल स्किंक : पाल किंवा सरड्यासारखा सरपटणारा प्राणी. हा आपल्या शेपटीने एखादी वस्तू पकडून राहतो.

३. *Bongo antelope* : बॉन्गो अॅन्टीलोप : एक प्रकारचे काळवीट, गडद विटकरी रंगावर पांढरे-पिवळे पट्टे व पीळ असणारी उंच शिंगे ही याची वैशिष्ट्ये होय. यालाच 'आफ्रिकन फॉरेस्ट अॅन्टीलोप' असेही म्हणतात.

४. *Crowned crane* : क्राउन्ड क्रेन : तुरेवाला करकोचा हा आफ्रिकेतील कोरड्या गवताळ प्रदेशात आढळतो. आफ्रिका खंडामध्ये रंगानुसार याच्या विविध उपजाती आढळतात.

११. शहर आणि जंगल

१. *Black headed python* : ब्लॅक हेडेड पाइथन : काळ्या

डोक्याचा अजगर : ऑस्ट्रेलियामधील मूळ रहिवाशी असणारा हा अजगर सर्वसामान्य अजगरापेक्षा जाडीला कमी परंतु अधिक लांब असतो. पिवळसर अंगावर काळे-विटकरी रंगाचे पट्टे असून तोंड मात्र काळेभोर असते.

२. *Chinchilla* : चिनचिला : उंदीरसदृश परंतु आकाराने त्याहून लहान असणारा उत्तर अमेरिकेतील डोंगराळ भागात आढळणारा छोटा प्राणी. त्याच्या मऊ मुलायम कातडीसाठी त्याची पैदास केली जाते.

३. *New Guine singing dog* : न्यू गिनी सिंगिंग डॉग : न्यू गिनी येथेच आढळणारा सर्वज्ञात कुत्र्यासारखाच दिसणारा हा प्राणी भुंकताना लांबसर तान घेतो – जणू तो गात आहे.

४. *Cave dwelling spider* : केव डवेलिंग स्पाइडर : गुहेत राहणारा कोळी हा सर्वसाधारण कोळ्यापेक्षा तुलनेने खूप लांबुळके पाय असणारा, काहीसा टोळासारखा दिसणारा हा कोळ्याचा प्रकार अंधार पसंत असल्याने आफ्रिकेतील गुहा व कडेकपारीत राहतो.

५. Boa constrictor (snake) : बोआ कॉन्स्ट्रिक्टर (स्नेक) : आकाराने मोठा व बोजड अंगाचा साप म्हणजे अजगर. तो विषारी नसतो; परंतु पकडलेल्या भक्षाला त्याच्या शरीराचा विळखा आवळून ठार करतो. उत्तर मध्य व दक्षिण अमेरिकेत आढळतो.

६. *Fer-de-lance (snake)* : फर-डी-लान्स (स्नेक) : तीव्र विषारी प्रकारचा साप. डोके भाल्याच्या टोकासारखे त्रिकोणी असून पिवळ्या अंगावर गोल ठिपके असतात व लांबी चार ते सात फूट असते. वेस्ट इंडीजमधील बेटांवर आढळतो.

७. *Leaf cutting ants* : लीफ कटिंग अॅन्ट्स : पाने कुरतडणाऱ्या मुंग्या

८. *Panamian golden frog* : पनामियन गोल्डन फ्रॉग : पिवळ्या धमक रंगाचा पनामामध्ये आढळणारा एक विषारी बेडूक

९. *Toucan* : टुकेन : विविध रंगांची पिसे व पंख, तसेच आकाराने रुंद व लांब असणारी तितकीच रंगीबेरंगी चोच असणारा हा धनेशसारखा पक्षी अमेरिकेतील विषुववृत्तीय प्रदेशात आढळतो.

१०. *Peccary* : पिकरी : मध्य व दक्षिण अमेरिकेत आढळणारे एक प्रकारचे बिनसुळ्याचे डुक्कर

११. *Caiman* : केइमन : मगर वा सुसर परिवारातील पाण्यात राहणारा मांसभक्षी प्राणी. मगरीपेक्षा याचे शरीर अधिक टणक व दणकट असते.

१२. *Acacia ants* : अकेशिया अॅन्ट्स : लाल रंगाच्या, मुंगळ्याच्या

आकाराच्या या मुंग्या आफ्रिकन जंगलातील अकेशिया या झाडावरच आढळतात. त्या इतर कोणत्याही प्राण्याला किंवा वेलीला त्या झाडावर चढू देत नाहीत.

१३. *Green parrot snake* : ग्रीन पॅरट स्नेक : हिरवा पोपट साप त्याच्या हिरव्यागार रंगामुळे त्याला 'पोपट साप' म्हणतात. अंगाने सडपातळ असणारा हा साप लांबीला मात्र आठ फुटापर्यंत असू शकतो. तो झाडावर राहतो. तो विषारी नसतो.

१४. *Three toed sloth* : थ्री टोड् स्लॉथ : झाडावर राहणारा अस्वलासारखा पण आकाराने लहान प्राणी. त्याची हालचाल खूप सुस्तावल्यासारखी व सावकाश असते. प्रत्येक पायाच्या तीन लांब नख्या त्याचे वैशिष्ट्य आहे.

१५. *Porcupine* : पॉक्युपाइन : साळिंदर हे जगातील उष्ण व उबदार प्रदेशात आढळतात.

१६. *Basilisk* : बासिलिक : एक छोटा अमेरिकन सरडा

१७. *White rhino* : व्हाइट राइनो : पांढरा गेंडा

१८. *Meerkat* : मीरकॅट : मुंगूस परिवारातील एक छोटा सस्तन प्राणी. आफ्रिकेतील कलहारी व इतर वाळवंटात आढळतो.

१२. सूर्यास्त

१. *Pygmy hippo* : पिग्मी हिप्पो : लहान आकाराचा पाणघोडा

२. *Dwarf forest buffalo* : डवार्फ फॉरेस्ट बफेलो. एक रानगव्याचा प्रकार आकाराने लहान असतो.

३. *Scimitar-horned oryx* : स्किमिटर हॉर्नड ऑरिक्स : तलवारीच्या आकाराची शिंगे असणारा खेचरासारखा प्राणी. उत्तर आफ्रिकेचा मूळ रहिवाशी असणारा हा प्राणी नैसर्गिक वातावरणातून अस्तंगत झाल्याने सध्या केवळ काही राष्ट्रीय पशूउद्यानातच पाहावयास मिळतो.

१४. कारस्थान

१. *African Penguin* : आफ्रिकन पेंग्विन : सर्वज्ञात पेंग्विनसारखेच दिसतात. दक्षिण आफ्रिकेतील पाणथळ प्रदेशात वास्तव्य असते.

१५. विजय

१. *Blue tongued skink* : ब्लू टंग्ड स्किंक : पाल किंवा सरड्याशी

साम्य असणारा सरपटणारा प्राणी. याची जीभ लांब व निळ्या रंगाची असते. आफ्रिका व आशिया खंडातील विषुववृत्तीय प्रदेशात आढळते.

२. *Hamster* : हॅम्स्टर : आखूड शेपूट व घुशीसारखा दिसणारा उंदीर

३. *Puerto Rican crested toad* : पोर्तो रिको क्रेस्टेड टोड : या प्रकारचा बेडूक फक्त पोर्तोरिको येथेच आढळतो. त्याच्या डोक्यावर एक शिंगासारखी गाठ असते.

४. *Water buck* : वॉटर बक : एक प्रकारचे काळवीट याची शिंगे पिळदार व लांब असतात. आफ्रिकेतील दलदलीच्या प्रदेशात हा आढळतो.

५. *Kudu* : कुडू : करड्या-तपकिरी रंगाचे आफ्रिकेत आढळणारे एक प्रकारचे सांबर

६. *Wildebeest* : वाइल्ड बीस्ट : खूर असणारा व खेचरासारखा दिसणारा हा काळवीट. हा प्राणी आफ्रिकेतील मूळ रहिवाशी आहे.

७. *Watusi cattle* : वॅटुझी कॅटल : भारतीय गाय-बैलांशी बरेच साम्य असणारे, परंतु आफ्रिकेत आढळणारे गाय-बैल. आडवी पसरलेली याची शिंगे आठ मीटरपर्यंत लांब असू शकतात.

८. *Prong horned antelope* : प्रॉन्ग हॉर्न्ड अॅन्टीलोप : शिंगाला दोन दाते असणारे काळवीट. हे उत्तर अमेरिकेत आढळते.

९. *Sandhill crane* : सॅन्डहिल क्रेन : सारसपक्ष्याप्रमाणे दिसणारा उत्तर अमेरिका व उत्तरपूर्व सैबेरियाचा रहिवाशी असणारा करकोचा.

१०. *Black and white lemur* : ब्लॅक अॅन्ड व्हाइट लीमर : माकड परिवारातील लांब शेपटीवर काळे-पांढरे पट्टे असणारे मादागास्कर बेटावर आढळणारे माकड

११. *Oscillated turkey* : ऑसिलेटेड टर्की : टर्की परिवारातील बदक सदृश बहारदार रंगमिश्रण असणारा पक्षी मेक्सिको सामुद्रधुनीच्या परिसरात आढळतो.

१२. *Woolly necked stork* : वूली नेक्ड क्रेन : या करकोच्याचे पूर्ण अंग, डोके व चोच काळ्या रंगाचे व मान मात्र शुभ्र असते. आफ्रिका तसेच आशिया खंडात भारत, इंडोनेशिया या ठिकाणी आढळतो.

१३. *Crested screemer* : क्रेस्टेड स्क्रीमर : मोर व बदक यांचे मिश्रण असावे, असा ऐटदार पक्षी. डोक्यावर टोकदार तुरा, उंच-दणकट पाय व घारीसारखी चोच असते. पेरू, उत्तर बोलिव्हिया, दक्षिण ब्राझील इत्यादी ठिकाणी आढळतो.

१४. *Barbary sheep* : बार्बरी शीप : अंगाने दणकट असणारी,

एडक्याप्रमाणे शिंगे असणारी मेंढी. उत्तर आफ्रिकेतील पर्वतमय प्रदेशातील मूळ रहिवाशी असणाऱ्या या मेंढीची सध्या उत्तर अमेरिकेत व दक्षिण युरोपमध्ये ही पैदास केली जाते.

१५. *Axis deer* : ॲक्सिस डीअर : चितळ हा हरणाचा एक प्रकार आहे.

१६. पराजय

१. *Greyhound* : ग्रेहाउंड : सडपातळ बांधा, मजबूत पाय व तीक्ष्ण नजर असणारा हा राखट रंगाचा कुत्रा ताशी ३० कि.मी. वेगाने धावू शकतो.

२. *Coyote* : कोयोट : उत्तर अमेरिकेत आढळणारा लांडग्यासारखा दिसणारा प्राणी. हा खुल्या माळावरती शक्यतो रात्री व चोरटेपणाने वावरणारा प्राणी आहे.

१७. संधिकाल

१. *Turkey vultures* : टर्की व्हल्चर्स : अमेरिकेत आढळणारे पिवळी चोच, लाल डोके व काळे अंग असणारे हे गिधाड मोठ्या आकाराचे असते. दोन ते साडेतीन फूट लांबीच्या या पक्ष्याचे पसरलेले पंख पाच ते सहा फूट रुंद असतात.

२. *Bufo marine toad* : बुफो मरीन टोड : मध्य व दक्षिण अमेरिकेत आढळणारा हा तपकिरी रंगाचा बेडूक तीन ते सहा इंच लांबीचा असून तो विषारी असतो.